EAST

NORTH

SOUTH

WEST

॥श्री॥

कृष्णमूर्ती ज्योतिषशास्त्र, आधुनिक आर्किटेक्चरल ड्रॉइंग्ज, शास्त्रोक्त स्वर्णपॉलिशयुक्त वास्तुयंत्रे असा प्राचीन व अर्वाचीनतेचा अभूतपूर्व संगम असलेला वास्तुशास्त्रावरील एकमेवाद्वितीय आधुनिक ग्रंथ

वास्तु-अजित

▶ वास्तुशास्त्रज्ञ ◀

अजित राजाराम जाधव

मेहता पब्लिशिंग हाऊस

NE EAST SE

NORTH SOUTH

वास्तु-अजित : अजित राजाराम जाधव / मार्गदर्शनपर

 मोबाईल : ९३७१६३५०५० ✆ : (०२३१)२५४५०१३
Website:- www. vastu.org Email:- vastuajit@yahoo.com AND ajit@vastu.org

प्रथम प्रकाशक
सौ. मयुरा अजित जाधव
(श्री लक्ष्मी-नारायण प्रकाशन) जॉकी बिल्डींग, रंकाळा टॉवर, कोल्हापूर. ४१६०१२

विद्यमान प्रकाशक
सुनील अनिल मेहता,
मेहता पब्लिशिंग हाऊस,
१९४१, सदाशिव पेठ,
माडीवाले कॉलनी, पुणे ४११०३०

मुद्रितशोधन
श्री महेश न. कुलकर्णी M.E.Tech (Envi. Engg), D.B.M., M.A. (Sanskrit), NET. कोल्हापूर. ✆ : २६२६०३४

मुद्रक
श्री मुद्रा

मुखपृष्ठ
ॲड-वे, कोल्हापूर. ✆ :२५३६९०९

परस्फेटिव्ह डिझाईन
एईक्टीक, कोल्हापूर. ✆ :२६४४८१६

बिल्डिंग ड्रॉईंग्ज
श्री. राजेंद्र पेडणेकर, श्री. मनीष राजगोळकर ✆ :२६६४५४०

अक्षर जुळणी
श्री. राजू माळी, कोल्हापूर ✆ :२६२१७५९

प्रकाशनकाल : जुलै, २००४ / मार्च, २००७ / जून, २००९ /
जानेवारी, २०१२ / नोव्हेंबर, २०१४ / नोव्हेंबर, २०२१ / पुनर्मुद्रण : एप्रिल, २०२६

किंमत : ₹ ८९५

P Book ISBN 9788177668162
E Book ISBN 9789353175191
E Books available on : amazonkindle Apple Books Google Play Books

---

महत्त्वाची सूचना :

लेखकाचे मार्गदर्शन घेतल्याशिवाय या ग्रंथातील ड्रॉइंग्ज वापरून वास्तुनिर्माण, दुकाने व फॅक्टरी बदल, प्लॉट खरेदी करण्याचा प्रयत्न करू नये; कारण लेखकाचे सूक्ष्म निरीक्षण, सखोल अभ्यास व ग्रंथ वाचकांची दृष्टी यात जमीन-अस्मानाचे अंतर आहे. तो फरक प्रत्यक्ष परिस्थितीवर अवलंबून आहे. त्यामुळे ग्रंथ वाचून चुकीच्या पद्धतीने, स्वत:ची बुद्धी वापरून वास्तू बांधल्यास, बदल केल्यास अपेक्षित परिणाम अनुभवास न आल्यास त्याला लेखक जबाबदार नाही. ग्रंथ अधिकाधिक वास्तवाधीन व परिपूर्ण होण्यासाठी येणाऱ्या सहप्रमाण अनुभवांचे, सूचनांचे स्वागत होईल.

NW WEST SW

NORTH SOUTH

समर्पण

।। श्री गणेशाय नमः।।

'आकाशात् पतितं तोयं यथा गच्छति सागरम् ।
सर्वदेव नमस्कारम् केशवं प्रतिगच्छति ।।'

कोण म्हणतं, श्री महाविष्णू व श्री महालक्ष्मी यांचा निवास 'वैकुंठात' असतो. त्यांचा निवास भक्ताच्या हृदयात असतो. 'जेथे राबती हात, तेथे हरी' या उक्तीप्रमाणे प्रामाणिकपणे कष्ट करून स्वतःचा कुटुंबाचा उत्कर्ष साधणाऱ्या व पर्यायाने देशाला प्रगतिपथावर नेणाऱ्या प्रत्येक व्यक्तीच्या मनगटात असतो. (भगवान उवाच । नाहं वसामि वैकुंठे, योगिनां हृदये न च । मद्‌भक्ता यत्र गायन्ति तत्र तिष्ठामि नारद ।।)

'वास्तु-अजित' या ग्रंथाचा मी नाममात्र लेखक आहे. ज्यांच्या वरदहस्तामुळे, दैवी मार्गदर्शनामुळे व प्रत्यक्ष इच्छेनुसार हा ग्रंथ माझ्या हातून लिहून पूर्ण होण्याचे सौभाग्य मला लाभले, तो जगाचा पालक भगवान श्री महाविष्णू, श्री महालक्ष्मी व कुलदेवता श्री रंकभैरव यांच्या चरणी सादर अर्पण.

श्री श्री जगद्गुरु शङ्कराचार्य महासंस्थानम्, दक्षिणाम्नाय, श्री शारदापीठम्, शृङ्गेरी

Sri Sri Jagadguru Shankaracharya Mahasamstanam

Dakshinamnaya, Sri Sharada Peetam, Sringeri.

V.R. GOWRI SHANKAR, BE, DIISC, MIMA,
Administrator
Sri Sringeri Math and its Properties Sringeri - 577 139 (Karnataka - India)

Ref : *Camp :* *Date :*

" DEDICATION OF GURUBHAVANAM "

Ref/ 1049
May 24, 2004

Sri Jadhav Ajit Rajaram
1371 "A" Ward
Jockey Building
Rankala Tower
Kolhapur 416012
Maharashtra

Dear Sir,

Received your letter of 21st May along with the book 'Vastu Ajith' and was placed at the Lotus Feet of His Holiness with your pranams.

This book on Indian Vastu Sastra explores in depth the various important aspects to be considered while embarking upon any construction so that such construction not only serves the purpose for which it is intended but also brings health, wealth and happiness to the residents.

The gracious blessings of His Holiness are conveyed for the successful launching of the book and for the fulfillment of the desire with which you have written this book.

Sri Sharada Chandramouliswara prasadams and Asirmanthrakshatas blessed by His Holiness are sent herewith.

Yours sincerely

(V.R.GOWRI SHANKAR)

Encl: Prasadams

Perspective View of **Gurubhavanam** under Construction

Phone Off: 08265-50123 Resi : 08265-50192 Fax : 08265-50792
Bangalore Res : 080-8601698 E-mail : Vrgowrish@yahoo.com

NE EAST SE

वास्तु-अजित:- अभिप्राय

मला असे वाटते की, श्री. अजित राजाराम जाधव यांचा वास्तु-अजित हा वास्तुशास्त्रावर आधारित असलेला ग्रंथ नवीन पिढीसाठी एक अत्यंत उत्तम मार्गदर्शक ठरू शकेल. या ग्रंथाचे वाचन करताना सुरुवातीच्या काळामध्ये लेखकाला कोणकोणत्या प्रसंगांना सामोरे जावे लागले होते, किती अडीअडचणी व समस्या उद्‌भवल्या होत्या, कसा अपमान झाला होता. अनेक व्यक्तींकडून कशा प्रकारची वागणूक मिळाली होती याची पूर्ण कल्पना येते; परंतु लेखकाच्यात असलेली जिद्द, चिकाटी, जबरदस्त आत्मविश्वास, अभ्यासू वृत्ती, नम्रता आणि सर्वांत महत्त्वाचे म्हणजे त्याची निरीक्षण करण्याची पद्धत यावरून लेखकाने काढलेले स्वत:चे निष्कर्ष, यातून कळते की लेखकाला या विषयात विशेष प्रावीण्य प्राप्त झाले आहे.

लेखकाने या ग्रंथामध्ये वास्तूचे प्रत्येक भागासंबंधीचे जे नियम तयार करून दिले आहेत, त्याचे लेखन व स्पष्टीकरण वगैरे गोष्टी अत्यंत साध्या, सोप्या, सरळ व सुलभ बोली भाषेत केले आहे. त्यामुळे एखाद्या वास्तुशास्त्रज्ञाचा सल्ला न घेतासुद्धा आपण स्वतंत्रपणे शास्त्रीय पद्धतीचे घर तयार करू शकतो. लेखकाला लेखनाचा कोणताही अनुभव नसताना देखील संपूर्ण ग्रंथ अतिशय सुंदर व वाचनीय करण्यात लेखक पूर्णपणे यशस्वी झाला आहे. हा एकमेव ग्रंथ वास्तुशास्त्रातील इतर ग्रंथापेक्षा अधिक प्रसिद्धी मिळवेल यात कोणती शंका नाही.

लेखकाचा हा ग्रंथ केवळ नवीन वास्तुशास्त्रज्ञांनाच नव्हे तर आपल्या समाजातील प्रत्येक भागातील लोकांना म्हणजे, विद्यार्थ्यांना, बिल्डर्सना, उद्योजकांना व इतर अनेक लोकांना अत्यंत उपयोगी पडणार आहे. लेखकाच्या या उपक्रमास भरपूर यश लाभो, अशी ईश्वरचरणी प्रार्थना.

श्री. झुंझारराव माधवराव सरनोबत
(मल्टी डेव्हलपर्स अ‍ॅन्ड बिल्डर्स)
१५५१, ए वॉर्ड, शिवाजी पेठ, कोल्हापूर

प्रिय मित्र अजित,
यास सस्नेह जय महाराष्ट्र !

संत, सज्जन, देवदेवतादी व फार मोठ्या परंपरांनी नटलेला आपला हिंदू धर्म लौकिकार्थ परंपरेला धरून आहे. आयुर्वेद, वास्तुशास्त्र, अनेक मोठी संशोधने हिंदू धर्मातूनच विकसित झाली आणि या प्राचीन संस्कृतीने जगाला याची देणगी दिली. खरं म्हणजे सध्या फेंगशुई हे चिनी वास्तुशास्त्र हे म्हणजे आपल्या वास्तुशास्त्राचाच चोरटा प्रकार.

घराला घरपण देणाऱ्या अनेक बाबी आहेत. अंधश्रद्धा निर्मूलनवाल्यांना या श्रद्धा वाईट वाटतील; पण वास्तूच्या यशात वास्तू उभारणी करताना अवलंबलेल्या शास्त्रांना अनन्यसाधारण महत्त्व आहे, हे मी माझ्या अनुभवाने सांगतो आणि 'वास्तु-अजित' च्या रूपाने वास्तुशास्त्राचा खजिनाच लोकांसमोर रिता केलेला आहे. इंजिनिअरिंग क्षेत्रासह सामान्य माणसांनाही आपल्या आयुष्यात स्वप्नवत् असणारी वास्तू उभी करताना या पुस्तकाचा आधार घेतल्यास वावगे होणार नाही, एवढी प्रचंड अभ्यासपूर्ण माहिती 'वास्तु-अजित' या पुस्तकात समाविष्ट झालेली आहे. आजच्या पिढीची गरजच या पुस्तकानं पूर्ण होणार असून, घरचं शास्त्र असूनही बाहेरचं शास्त्र विकत घेणाऱ्यांनाही या अभ्यासपूर्ण पुस्तकाचा मार्गदर्शक म्हणून निश्चित उपयोग होणार आहे, यात तिळमात्र शंका नाही. अजित, आपल्याहातून उत्तरोत्तर अशीच कामगिरी होवो, हीच जगदंबा चरणी प्रार्थना.

आपला शुभेच्छुक,
सुरेश बळवंत साळोखे
शिवसेना आमदार -कोल्हापूर शहर

श्री. अजित राजाराम जाधव यांस,

तुमचा 'वास्तु-अजित' नावाचा अभिप्रायासाठी आलेला ग्रंथ वाचून अत्यानंद झाला. नवीन पिढीतील तुमच्यासारखा सिव्हिल इंजिनिअर प्राचीन ज्योतिषशास्त्र व वास्तुशास्त्राचा सखोल अभ्यासक आहे, हे पाहून समाधान वाटले. ज्योतिषशास्त्र हाच वास्तूशास्त्राचा पाया आहे, हे तुम्ही उदाहरणांनी पटवून दिलेले आहे. पूर्वीच्या काळी ऋषीमुनींनी घालून दिलेले ज्योतिषविषयक नियम वास्तू बांधताना अंमलात आणल्यास उत्कर्ष होतो. प्रगती होते. असा माझा ५० वर्षांचा अनुभव आहे.

वास्तूचा आय-व्यय, तसेच ज्योतिषशास्त्रानुसार तिथी, वार, नक्षत्र, करण, योग यांचा यथार्थ उपयोग करून आधुनिक सुखसोयींनी युक्त तुम्ही बनवलेल्या गृहरचना आवडल्या. तुम्ही या ग्रंथावर घेतलेली मेहनत, कष्ट, वाचलेले प्राचीन ग्रंथ, आधुनिक पुस्तके, केलेले प्रयोग निश्चितच चांगले आहेत. कौतुकाला प्राप्त आहेत.

मी जसे आज वयाच्या ७५ वर्षांपर्यंत भारतभ्रमण करून कित्येक ज्योतिषपरिषदा गाजवल्या. ज्योतिषविषयक बहुमूल्य संशोधन केले. अनेक ज्योतिषांना मार्गदर्शन केले. अनेक सन्मान, बहुमान, पदव्या प्राप्त केल्या, तसे यश तुम्हाला लाभो हाच हृदयापासून आशीर्वाद. ज्योतिषशास्त्राचा असाच अभ्यास चालू ठेवा. प्रावीण्य मिळवा व शास्त्राचा प्रसार, प्रचार करा हाच सल्ला. 'यशस्वी भव,कीर्तिमान भव.'

पंडित गणेश रामकृष्ण पाठक
ज्योतिषाचार्य, होराभूषण- ज्योतिष तज्ज्ञ
११०६ बी, मंगळवार पेठ, गुरव गल्ली,कोल्हापूर

NW WEST SW

NE EAST SE

प्रत्येक मनुष्य हा कुठे ना कुठेतरी धार्मिक भावनांशी जोडलेला असतो. आपले घरही धार्मिकतेचा विचार करून व्हावे असे त्यास वाटत असते. धार्मिकतेबरोबर सायन्स-टेक्नॉलॉजीचा विचार करून घर बांधणारे अभियंते फारसे नाहीत, तेव्हा धार्मिकतेबद्दलचे समाधान घर आराखड्यामध्ये कसे मिळवता येईल, यासाठी हे पुस्तक नवीन अभियंत्यांना वरदान ठरेल.

'वास्तु-अजित' हे पुस्तक धार्मिक विधी-विधान, वेदोपनिषदे, ज्योतिषशास्त्र, वास्तुशास्त्र व सायन्स-टेक्नॉलॉजी, तसेच बांधकामाचे वेगवेगळे टप्पे या सर्व गोष्टींवर प्रकाश टाकणारे आहे. योग्य प्लॉट खरेदी आणि आहे त्या प्लॉटमध्ये योग्य प्रकारे बांधकाम कसे करावे, हे या पुस्तकातून स्पष्ट होत आहे. घराचा आराखडा करताना अष्टदिशा आणि पंचमहाभूते यांचा विचार करणे किती महत्त्वाचे आहे, हे त्यातून दिसून येते. या दोन्ही गोष्टींचा वापर कसा करावा याचे स्पष्ट विश्लेषण यामध्ये केले आहे.

अशा सर्व गोष्टींचा विचार करून बांधलेल्या घरामध्ये राहण्याचे समाधान आणि घर बांधणाऱ्याचे समाधान हे अमूल्यच आहे. बांधलेल्या घरामध्ये बदल करण्यास सांगून पैसे मिळवणारे वास्तुशास्त्रज्ञ बरेच आहेत. तेव्हा त्यांचे म्हणणे योग्य आहे का, त्यामुळे घराचा मूळ सांगाड्यास काही धोका किंवा दुष्परिणाम होईल का, याची मालकांनी खात्री करून घेणे फार महत्त्वाचे आहे. त्यासाठी हे-पुस्तक त्यांना योग्य मार्गदर्शन करेल.

या पुस्तकामुळे आपले घर योग्य प्रकारे बांधण्यासाठी लोकांना चांगले मार्गदर्शन मिळेल. आणि या पुस्तकास सर्व स्तरांतून नक्कीच चांगला प्रतिसाद मिळेल यात शंका नाही.

आय. एस .पाटील, M.E.(Structure) Chartened Engineer
प्रोफेसर, न्यू कॉलेज ऑफ आर्किटेक्चर, कोल्हपूर
बी-२, बागेश्री अपार्टमेन्ट , सुधाकरनगर, कोल्हापूर

'स्वतःची वास्तू' हे प्रत्येकाचे स्वप्न असते. अपार परिश्रम व आयुष्याची पुंजी पायात घालून देखील, काही जणांचीच वास्तू यशस्वीपणे साकारते. जागा घेण्यापासून शास्त्रशुद्ध, परिपूर्ण वास्तुनिर्मितीपर्यंतच्या टप्प्यात वास्तुधारकाला अनेक बाबींत तज्ज्ञांचे प्रामाणिक मार्गदर्शन आवश्यक असते. वास्तुधारकाच्या कुवतीपेक्षा खर्च वाढत असतो, अशात सर्व गोष्टी यथास्थित व सुखकारक व्हाव्यात, अशी त्याची किमान अपेक्षा असते. यावेळी विद्वत्तेबरोबर अनुभवाने समृद्ध असलेला तज्ज्ञ मिळणे ही अतिदुर्लभ गोष्ट आहे. अशा वेळी येणाऱ्या प्रत्येक समस्या, आपल्या समन्वित अध्ययनाने, विवेकी व साक्षेपी ज्ञानाने दूर करणाऱ्या एका वास्तुतज्ज्ञाची नितांत निकड भासते. हिंदूधर्म संस्कृतीने परंपरागत, अनुभवसिद्ध अध्ययनाने या संदर्भात प्रचंड ग्रंथनिर्मिती केली आहे. दशदिशा, पंचभूततत्त्वे, निसर्गाभ्यास, परिसरलक्षणे अशा शुभाशुभांच्या विचारांबरोबरच सृष्टीतील सकारात्मकता-मांगल्य-सुबत्ता अशा दैवी संपदांचे आकर्षण व अशुभांचे निस्सारण करणारी, विशिष्ट वास्तुरचना पद्धती शास्त्राने सांगितली. वास्तूच्या विविध भागांची सूक्ष्म हेतूगर्भित रचना इ. चा यात सर्वांगाने व सविस्तर समावेश होतो. यांच्या काटेकोरपणावरच यांची सफलता सर्वस्वी अवलंबून असते, हे विज्ञान आहे. 'वास्तु-अजित' या ग्रंथात सदर तरुण लेखकाने प्रचंड व्यासंगाने, परिश्रमाने व पदरमोड करून वास्तुशास्त्रावरील प्रेमापोटी ही सर्व माहिती सखोल-सविस्तर सारगर्भ स्वरूपात एकत्रित केली आहे. एका विषयाला किती अंगे असतात किंवा एक मनुष्य किती अंगांचा अभ्यास करू शकतो, याचे हे पुस्तक एक उदाहरण आहे.

वास्तू व वास्तुधारक यांचा धार्मिक-खौगोलिक (ज्योतिषदृष्ट्या), व्यावहारिक अशा त्रुटीवर सुरेख अभ्यास इथे सुचविला आहे. प्लॉट खरेदी वेळी कशा नक्षत्रस्थितीची बोलणी करावी, याचा सूक्ष्म तपशील व त्यामागील यथार्थ खौगोलिक मीमांसा किंवा काळ्या मातीच्या कौटुंबिक जीवनाचे विघटन ते पाल्याची गळचेपी येथपर्यंतचा प्रवास ही यातील काही उदाहरणे होत.

पाकगृह, शौचालय, स्नानगृह, निद्रागृह अशांसारख्या उपवास्तू प्रकरणात त्या-त्या वास्तूविभागांचे व तेथील कर्मांचे सूक्ष्म बारकावे, त्याची शास्त्रीय मीमांसा, साधकबाधक फळे यांची सविस्तर व नाविन्यपूर्ण माहितीही यात मिळते. प्राचीन वास्तुशास्त्र व वास्तविक परिस्थिती या दोन ध्रुवांतील कालानुरूप फरक लेखकाने धर्माधिष्ठित विचाराने साधला आहे, हे एक वैशिष्ट्य.

खोदाई अथवा स्लॅबपूर्वी शास्त्रशुद्ध विधींबरोबरच अनाथाश्रम, वृद्धाश्रमांना गुप्तदान द्यावे, तसेच या प्रसंगी दारू, मांस नैवेद्याऐवजी कामगारांना तांदूळ, कणिक द्यावी, वृक्षच्छेदनापूर्वी दोन नवे वृक्ष लावून त्यांच्या आजीवन संगोपनाचा संकल्प. अशासारखे नवे पायंडे रूढ विकृतींना व तज्जन्य व्यसनोत्तेजनास धक्का देणारे असून, नव्या संवेदना व आत्मव्याप्ती वाढविणारे, चिरसुखकारक असे आहेत.

एकूणच काय जुन्या-नव्याचा शास्त्रशुद्ध सुवर्णमध्य बेमालूम साधला आहे, हे लेखकाचे प्रशंसनीय बुद्धिकौशल्याचे द्योतक आहे. ही काळाची प्रमुख गरज आहे. असे प्रयत्नच अनादिशास्त्रांचा ओघ एकविसाव्या शतकातून अनंत भविष्याकडे प्रवाहित ठेवतील; कारण शास्त्रांचा व्यावहारिक अवलंबच शास्त्रे जिवंत ठेवतात. यासाठी शास्त्राभ्यासाबरोबरच कालानुरूप उद्भवणाऱ्या समस्यांवर, शास्त्रमर्यादित मात करणारे दृढ निश्चय व तशी कृती हे महत्त्वाचे आहे. अन्यथा, कालबाह्य विचारसरणी टाकाऊ होते. म्हणून हे एक दृष्टीने शास्त्ररक्षण व पर्यायाने संस्कृतीरक्षणच आहे. संस्कृतीवहनास नव्या पिढीचा हा लक्षणीय हातभार ठरावा.

समाजातील सर्व घटकांनी हा ग्रंथ जरूर अभ्यासावा, संग्रही बाळगावा व सौख्यकारी वास्तूत प्रवेश करावा, ही शुभेच्छापूर्ण प्रार्थना.

सुहास मधुकर जोशी (वेदशास्त्रसंपन्न)
उपाध्यक्ष - करवीरनिवासिनी वेदपाठशाला
२९१४ ए, वांगी बोळ, कोल्हापूर - ४१६०१२

NW WEST SW

श्री. अजित राजाराम जाधव, कोल्हापूर

पीठस्थ देवतांचे अनेक आशीर्वाद. आमचे नारायण स्मरण. ऋषीमुनींच्या कालापासून, सृष्टीच्या अभ्यासास सुरुवात झाल्यापासून, घराच्या संकल्पनेपासून वास्तुशास्त्रानुसार आश्रम, गृह इ. च्या रचना झाल्या. मध्यंतरीचा काही काळ या शास्त्राकडे दुर्लक्ष झाले. परिणामी, लोकांना नाना तऱ्हेच्या हालअपेष्टांना सामोरे जावे लागले. आता पुन्हा या शास्त्राकडे लोक वळू लागले आहेत.

वास्तुशास्त्र हे एक शास्त्रच आहे. आणि 'शास्ति इति शास्त्रम्।' हा नियम आहे. (शासन करते ते शास्त्र). शास्त्राच्या उल्लंघनाने भय निर्माण होते. तेव्हा सर्वांनी शास्त्रानुसार वागावे. प्रत्येक कृती शास्त्रानुसार व्हावी.

याच हेतूने तुम्ही केलेला हा 'वास्तु-अजित' चा लेखनप्रपंच नक्कीच कौतुकास्पद आहे. वास्तुशास्त्रानुसार सर्वांनी घरे बांधावीत व सुखी जीवन जगावे हीच पीठस्थ देवतांचे चरणी प्रार्थना.

पुनश्च एकदा पीठस्थ देवतांचे उत्तम आशीर्वाद व आमचे नारायण स्मरण.

श्री स्वामी जगद्‌गुरु शंकराचार्य
करवीर पीठ, कोल्हापूर

To Whom It May Concern

Shri. Ajit R. Jadhav DCE has compiled a book titled 'Vastu-Ajit'. The said compendium has obviously been brought out after amazing labour, patience & research. The Indian ethos finds a sweet amalgam in this book because principles of Astrology & Vastu are very thoughtfully blended.

What impresses me the most is the rich panorama of architectural & structural aspects of the book. It is a veritable repertory of information & knowledge of Vastu.

I hope practitioners of Vastu will be largely benefited from this book. I wish all the best to the author.

Arun K. Bansal
Chairman, Future Point,
H-1/A, Hauz Khas,
New Delhi 110016 (India)

प्रिय अजित,

यास अनेक शुभ आशीर्वाद,

तू लिहिलेला 'वास्तु-अजित' नावाचा ग्रंथ माझ्या समीक्षेसाठी, अभिप्रायासाठी दिलेला होतास. तुझ्या कमी वयाच्या मानाने तू खूपच सुंदर, कसदार, प्रथितयश, सिद्धहस्त लेखकाप्रमाणे ग्रंथ लिहिलेला आहेस. ग्रंथातील कृष्णमूर्ती ज्योतिषशास्त्र, आर्किटेक्चरल ड्रॉइंग, स्वर्णपॉलिशयुक्त यंत्रे यांचा समन्वय पाहून मला तुझे कौतुक वाटते. तू कधी एवढा अभ्यास केलास? मी तुमच्या आजोबांपासूनचा फॅमिली वकील आहे. माझ्याकडे वकिली सल्ल्यासाठी येताना तुझ्यातली कष्ट करण्याची वृत्ती, जिद्द, आत्मविश्वास, अभ्यासात्मक दृष्टिकोन, सकारात्मक विचारधारा हे गुण माझ्या लक्षात प्रकर्षाने आले; पण इतक्या कमी वयात इतका सुंदर ग्रंथ तुझ्या हातून निर्माण झाला ही, खरोखरच श्रींची इच्छा आहे. माझ्या ८० वर्षांच्या आयुष्यात व ५२ वर्षांच्या यशस्वी वकिली कारकिर्दीत मी वास्तुशास्त्राचा इतका सुंदर, विविध उदाहरणांनी तसेच, प्रत्यक्ष अनुभवाचे बोल असलेला समृद्ध ग्रंथ पाहिलेला नाही किंवा वाचलेला नाही. वकील म्हणून, मी तुझा गुरू आहे, तर वास्तुशास्त्रज्ञ, ज्योतिषशास्त्रज्ञ, वेद, पुराणे, उपनिषदे वाचलीस म्हणून तू माझा गुरू आहेस. 'बालादपि सुभाषितम् ग्राह्यम्।' असे म्हटल्यास वावगे ठरणार नाही.

रो बंगले, फ्लॅट, पेन्ट हाउसेस इ. खरेदी करताना ग्राहकाने व बिल्डरने घ्यावी लागणारी काळजी व कागदपत्रे (As Apartment Ownership Act 1970), ग्राहक न्यायालय कायदा (Consumer Protection Act 1986), बँकेचे व्यवहार व कर सल्ला (Income Tax, Sales Tax, Service Tax etc.), इत्यादींचा सूक्ष्म अभ्यास करून तू लिहिलेला फ्लॅट व प्लॉटची खरेदी-विक्री करताना घ्यावयाची काळजी हे प्रकरण नवीन वकिलांना, ग्राहकांना, बिल्डरना निश्चितच मार्गदर्शक ठरेल.

'वास्तु-अजित' या ग्रंथाला व तुला जगभर प्रसिद्धी लाभो. या ग्रंथाच्या उपयोगाने सर्वांचे कल्याण होवो. ही कुलदेवता तुळजाभवानीच्या चरणी प्रार्थना.

श्री. व्ही.व्ही. बांदिवडेकर B.A.Hons., L.L.B.
ज्येष्ठ स्वातंत्र्यसैनिक व प्रख्यात वकील
अरविंद व्हिला, ताराबाई पार्क, कोल्हापूर

घर पाहावं बांधून... या उक्तीचा विचार करता, घर बांधताना / बांधल्यावर येणाऱ्या अडचणींचा विचार करूनच ही म्हण तयार केली असावी, याची मला खात्री पटली आहे; पण घर लाभणे हाही त्यातला एक भाग असू शकतो, या एका कल्पनेचा विचार हल्ली मात्र वास्तुशास्त्र या पूर्वीपासून अस्तित्वात असलेल्या; पण आता त्याचा नव्याने अंगीकार होऊ घातल्याने प्रत्येकाच्या मनीमानसी रूजत आहे. वास्तुशास्त्र हे इतर अनेक शास्त्रांप्रमाणेच एक शास्त्र असून, त्याचाही विविध अंगाने अभ्यास करणे जरूरी आहे. वास्तू बांधणे हे नुसते काम न राहता त्या जागेचे पावित्र्य राखले जाऊन त्यात निवास करणाऱ्या घरमालकास ती सुखावह व लाभदायक व्हावयास व्हावी याचा विचार करणे अत्यावश्यक आहे, याच कल्पनेचा पाठपुरावा करत श्री. अजित जाधव यांनी सखोल अभ्यास करून हे पुस्तक लिहिले आहे.

चांगला गुरू, चांगला डॉक्टर भेटणे हा नशिबाचा भाग आहे असे म्हणतात. त्यातच वास्तुतज्ज्ञ, सल्लागार यांचाही समावेश व्हायला हवा; कारण या विषयाचा गाढा अभ्यास करून त्यानुसार प्रामाणिक व वास्तववादी सल्ला मिळावयास हवा आणि ही गरज, मला वाटते, श्री.जाधव यांनी पूर्ण केलेली आहे. या विषयावरचे त्यांचे पुस्तक वाचून आम्ही अतिशय प्रभावित झालो; कारण केवळ वरवरचा अभ्यास न करता वास्तुशास्त्रातील सर्वच अंगांचा सखोल अभ्यास करून त्यांनी हे पुस्तक लिहिलेले आहे. त्यासाठी त्यांनी घेतलेले परिश्रमही अमाप आहेत. पंचमहाभूतांची तत्त्वे, नक्षत्रांचे वर्तन, देव्हाऱ्याची जागा, बांधकामाचे साहित्य, ओपन प्लॉटचे प्रकार, कट प्लॉटचे दोष जाण्यासाठी यावरील माहिती हे सर्व त्याचे साक्षीदार आहेत.

श्री. जाधवांना मी गेली तीन वर्षे माझे पेशंट म्हणून ओळखते. व्यवसायाच्या निमित्ताने बऱ्याच व्यक्ती सहवासात येतात. अनुभवाने मी आता व्यक्तींच्या स्वभावांची व गुण-दोषांची पारख बऱ्यापैकी करू शकते आणि मला सांगावयास आनंद होतो की, याही बाबतीत श्री. जाधवांबद्दल केलेला माझा अंदाज बरोबर आहे. समोरच्या माणसाशी आपलेपणाने बोलून स्नेह निर्माण करणे, सामोरे जावे लागणाऱ्या प्रत्येक गोष्टीकडे डोळसपणे पाहून, त्याच्यातून निघणाऱ्या बऱ्यावाईटाचा समग्रपणे अभ्यास करून ती गोष्ट पूर्णत्वास नेण्यासाठी लागणारे अथक व अगाध परिश्रम करण्याच्या श्री. जाधवांच्या चिकाटीचे मला आजपर्यंत कौतुक वाटत आहे. सौ. मयुराच्या प्रेग्नन्सीच्या काळात त्यांनी ज्या प्रकारे तिची काळजी घेतली, त्यात त्यांच्या स्वभावाचा हा पैलू मला पाहावयास मिळाला.

वास्तुशास्त्रावर पुस्तक लिहिण्यासाठी श्री. जाधवांनी ज्या प्रकारचे परिश्रम केले आहेत त्यास खरोखर तोड नाही. केवळ वास्तू कशी असावी हे सांगून ते थांबलेले नाहीत तर त्यांनी वास्तुदोष कशा प्रकारे कमी करावा अथवा घालवावा हेही प्रभावीपणे सांगितले आहे.

जुनी तत्त्वे, शास्त्रे व आधुनिक स्थापत्यशास्त्र यांचा सुरेख संगम जाधवांनी घातलेला असून, हा वास्तुग्रंथ निश्चितपणे घर बांधणाऱ्या प्रत्येक माणासाचा दुवा घेईल यात काहीच शंका नाही. कठोर परिश्रम, प्रदीर्घ चिकाटी, अभ्यासू वृत्ती या सर्वांतून मिळवलेली परिपूर्णता म्हणजे हा वास्तुग्रंथ होय. या ग्रंथास सर्वांगीण यश लाभो, तसेच अशाच प्रकारच्या अनेक निर्मिती श्री. जाधवांच्याकडून व्हाव्यात ही ईश्वरचरणी प्रार्थना.

डॉ. शिरीष कुलकर्णी M.S.(ENT) D.L.O
सुप्रसिद्ध कान, घसा, वाचा विकारतज्ज्ञ
प्लॉट नं.६५, टी.पी. स्कीम नं.२, रंकाळा रोड, कोल्हापूर

डॉ.(सौ.) सुलभा कुलकर्णी (M.D.)
सुप्रसिद्ध स्त्रीरोग व वंध्यत्व चिकित्सा तज्ज्ञ
आनंदी नर्सिंग होम

Vastu-Ajit,

The Vastu-Ajit, thesis compiled by Mr. Ajit Jadhav is a very informative document.

The document illustrates the ancient principles of constructing a building, blending it to the context of present construction industry.

The document also highlights the importance of 'Jyotish-Shastra' in constructing a dwelling for an individual, which I think a very constructive experiment.

I wish Mr. Ajit Jadhav good Luck, and a bright career for the efforts taken in making of Vastu-Ajit.

Mr. Avinash J. Naik, B. Arch. A.I.I.A.
Lecturer - New College of Architectural
3, Prince Shivaji Market,
Dasara Chowk, Kolhapur

EAST

NE SE

NORTH SOUTH

लेखकाचे मनोगत

'वास्तु-अजित' हा वास्तुशास्त्रावरील ग्रंथ वाचकांच्या, जिज्ञासूंच्या हाती देताना मला मनस्वी आनंद होत आहे. कारखाने, दुकाने, बंगला, फ्लॅट, शेती, भाड्याच्या वास्तूमध्ये मालकाच्या जन्मकुंडलीचा अभ्यास करून वास्तुशास्त्रीय फेरफार केल्यामुळे लाभ झालेल्या कित्येक अनुभवी लोकांनी मला हा ग्रंथ लिहिण्यास प्रवृत्त केले. श्री लक्ष्मी-नारायणाच्या कृपेनेच हा ग्रंथ मी पूर्णत्वाला नेऊ शकलो. मी ग्रंथनिर्मितीसाठी घेतलेले अथक परिश्रम, घालवलेला बहुमूल्य वेळ, केलेले संशोधन, तज्ज्ञांशी सल्लामसलत करण्यासाठी व निरीक्षणासाठी केलेले भारतभ्रमण यांचे आज सार्थक झाल्यासारखे वाटते.

त्या अज्ञात वास्तुपंडिताचे मी प्रथम आभार मानले पाहिजेत, ज्याच्यामुळे माझे काम गेले. Necessity is the mother of discovery या उक्तीनुसार मी वास्तुशास्त्राचा, ज्योतिषशास्त्राचा इतका सखोल अभ्यास केला व ग्रंथ लिहू शकलो. सध्या बाजारात उपलब्ध पुस्तकांमुळे सर्वसामान्य व्यक्तींच्या मनात वास्तुशास्त्राविषयी अनामिक भय निर्माण झालेले आहे. वास्तुशास्त्रानुसार वास्तू, ऑफिस, फॅक्टरी, प्लॉट नसेल तर आपण आयुष्यात यशस्वी होऊ शकत नाही. प्रगती करून ऐश्वर्यसंपन्नता मिळवू शकत नाही, असा चुकीचा भ्रम, नकारात्मक विचारसरणी (Negative Thinking) जनमानसात पसरलेली आहे. प्रत्येक अपयशाची डोळसपणे समीक्षा करून, त्यावर मार्ग न काढता सर्व अपयशाचे खापर वास्तूवर फोडणारे महाभाग मला पदोपदी भेटलेले आहेत. वास्तूमध्ये योग्य तो शास्त्रीय बदल न करता वास्तूला दूषणं व शिव्याशाप दिल्यामुळे, अभद्र बोलल्यामुळे वास्तू खरोखरच दूषित, शापित होते हे अनुभवसिद्ध बोल आहेत. आहे त्या वास्तूत पण कमीतकमी तोडफोड करून, योग्य वास्तुयंत्राचा वापर करून, अभिमंत्रित रत्ने वापरून, संस्कृत मंत्रांचे पठण करून, निसर्गातील पंचमहाभूतांशी समन्वय साधता येतो. आहे त्या प्लॉटवर वास्तुशास्त्रानुसार आधुनिक सुखसोयींनीयुक्त, शुभ लक्षणांनीयुक्त वैदिक वास्तू, घर बांधता येते. तीही आपल्या बजेटमध्ये, असा वास्तुधारकांमध्ये, प्लॉटधारकांमध्ये दुर्दम्य आत्मविश्वास निर्माण करण्याच्या हेतूने मी या ग्रंथाची निर्मिती केली.

हा ग्रंथ म्हणजे Down to Earth...... Beyond the Sky व्हावा. परिसाच्या स्पर्शाने जसे लोखंडाचे सोने होते, तसे शास्त्राप्रमाणे असणाऱ्या वास्तूत राहण्याचे ठरवणाऱ्या, व्यवसाय करण्याचे ठरवणाऱ्या, प्रत्येक व्यक्तीसाठी हा ग्रंथ परिसस्पर्श ठरावा, अशी माझी सुप्त इच्छा आहे. हा ग्रंथ म्हणजे शंभर नंबरी सोने आहे आणि सोन्यालाच अग्निपरिक्षा द्यावी लागते, अशी माझी श्रद्धा आहे. त्यामुळे प्रकाशनपूर्व हा ग्रंथ मी नामांकित, प्रतिष्ठित, आपापल्या क्षेत्रात तज्ज्ञ, अनुभवी असणाऱ्या व्यक्तींना समीक्षेसाठी दिला होता. मान्यवरांनी वेळात वेळ काढून या ग्रंथासाठी अभिप्राय दिले. आपली परखड मते नोंदवली. त्यामुळे हा ग्रंथ निर्दोष होण्यास मदत झाली व माझी विचार करण्याची वृत्ती, एखाद्या गोष्टीकडे बघण्याचा दृष्टिकोन विशाल (Brought-Out look) झाला. कित्येक ज्ञात-अज्ञात व्यक्तींनी मला दुर्मिळ ग्रंथ उपलब्ध करून दिले. खास दूषित, सुलक्षणी वास्तूंचे पत्ते, व्यक्तींच्या जन्मपत्रिका, अनुभव सप्रमाण दिले. कित्येक लोकांच्या अवहेलना, कुत्सित, अपमानजनक बोलणे यांना मला सामोरे जावे लागले. 'निंदकाचे घर असावे शेजारी, मी त्यांचा ऋणी राहीन निरंतरी' या उक्तीनुसार मी अधिक बौद्धिक परिपक्व होऊन आत्मसंयमी, प्रयत्नवादी बनलो. या सर्वांचा मी शतशः आभारी आहे.

हा ग्रंथ परिपूर्ण होण्यासाठी परिश्रम घेणाऱ्या प्रत्येक व्यक्तीला, संस्थेला माझे धन्यवाद. या ग्रंथाबद्दल मी इतकेच म्हणेन, 'मैं अकेला मंजिल की तरफ जा रहा था। लोग मिलते गये और कारवाँ बनता गया।'

- अजित रा.जाधव

NW WEST SW

NE EAST SE

NORTH SOUTH

अनुक्रमणिका

NW WEST SW

EAST

NE SE

NORTH SOUTH

NW SW

WEST

लेखकाने वास्तुशास्त्राचा अभ्यास का व कसा केला?

पाच वर्षांपूर्वीची गोष्ट आहे. माझ्या ओळखीचे श्री. पाटीलसाहेब माझ्याकडे आले. त्यांना ५०'-०'' x ६०'-०''= ३,००० स्क्वे. फूट प्लॉट खरेदी करायचा होता. मी त्या वेळी प्लॉट खरेदी-विक्री, प्रॉपर्टी कन्स्लटन्सीचा व्यवसाय ही करत होतो. त्यांना पूर्वेला किंवा उत्तरेला रस्ता असलेला प्लॉट हवा होता. मी त्यांना खूप प्लॉटस् दाखविले. त्यामधील उत्तरेचा रस्ता असलेला एक प्लॉट त्यांना पसंत पडला. प्लॉटची जमीन मुरमाड होती. आजूबाजूला चांगली वस्ती होती. ओळखीने मी त्यांना तो प्लॉट मार्केट दरापेक्षा थोड्या कमी भावाने मिळवून दिला. श्री. पाटीलसाहेब अत्यंत खूष झाले. मी पाटील साहेबांना म्हणालो, 'मी सिव्हील इंजिनिअर असून, आर्किटेक्ट प्लॅनिंग, डिझायनिंगची कामेही करतो. मला सहा वर्षांचा बांधकाम क्षेत्रातील अनुभव आहे. माझे कोल्हापूर महानगरपालिकेत सिव्हील इंजिनिअर म्हणून लायसन्स आहे. तुमचा प्लॉट लहान आहे. त्यामुळे मी जसा तुम्हाला प्लॉट जमीन स्वस्तात मिळवून दिला, तसा महानगरपालिका मंजुरी नकाशा (Corporation Sanction Plan) मिळवून देतो. मला माल-मटेरियलसह काम दिल्यास मी प्लॅनिंग चार्जेस तुमच्याकडून घेत नाही. तुम्हाला हवे तसे प्लॅनिंग करून देतो.' पाटीलसाहेब म्हणाले, 'जाधव साहेब हा गुण तुमच्यात चांगला आहे. थोडे कमी पैसे मिळू देत; पण हातातील काम जाता कामा नये.' मी पाटील साहेबांना म्हणालो, 'साहेब, भारतातील लोकसंख्येच्या प्रमाणात विचार केला असता, कोल्हापूरात सर्वात जास्त आर्किटेक्ट व सिव्हील इंजिनिअर आहेत. मी जर असे म्हटलो, 'खाईन तर तुपाशी नाहीतर उपाशी.' तर मला काम मिळणार नाही. पाटीलसाहेब म्हणाले, 'जाधवसाहेब, माझ्या बंगल्याचे काम फक्त तुम्हीच करायचं.' त्याचप्रमाणे ईशान्येस दिवाणखाना, आग्नेयेस पाकगृह, नैऋत्येस शयनकक्ष, संडास स्नानगृह पश्चिमेस घेऊन मी आराखडा तयार केला (Presentation Drawing). माझा प्लॅन त्यांच्या कुटुंबाला खूप पसंत पडला. त्यांनी किरकोळ बदल सुचविले. ते बदल करण्याची मी तयारी दर्शविली. पाटील साहेबांनी मला महानगरपालिका टाउन प्लॅनिंगसाठी अमोनिया ड्रॉइंग, प्रोफॉर्मा, प्लॉट ले-आउट, प्रॉपर्टी कार्ड इ. कागदपत्रांसहित फाइल बनविण्यास सांगितली.

दोन दिवसांत मी बंगल्याच्या ड्रॉइंगचे ट्रेसिंग काढून अमोनिया प्रिंटस् काढल्या. अपटुडेट फाईल तयार केली. ठरवलं, आज शनिवार आहे. सोमवारी फाइल महानगरपालिकेत दाखल (Submit) करूया. रविवारी सकाळी श्री. पाटीलसाहेब माझ्या घरी आले. फार मोठ्या संकटातून सुटल्याचा आनंद त्यांच्या चेहऱ्यावर होता. मला वाटलं ड्रॉइंगवर जागा मालक म्हणून सही करण्यासाठी ते आले असावेत; परंतु आल्या आल्या त्यांनी माझ्यावर ॲटमबॉम टाकला, 'जाधवसाहेब, तो प्लॉट मला विकायचा आहे. लवकरात लवकर गिऱ्हाईक शोधा.' मी तीनताड उडलो. क्षणभर माझा कानावर विश्वास बसला नाही. मी पाटील साहेबांना म्हणालो, 'अहो प्लॉट तुम्हाला पसंत आहे. मंजुरी मिळण्यासाठी मी उद्या फाइल महानगरपालिकेत जमा करणार आहे. एच. डी. एफ. सी. बँक मंजुरी नकाशा जोडल्यावर कर्ज देण्यास तयार आहे आणि आता आपण प्लॉट विकायची गोष्ट करताय. काय झालय तरी काय?'

श्री. पाटीलसाहेब मला म्हणाले की, मी तो प्लॉट एका वास्तुशास्त्रज्ञाला दाखवला होता. त्यांनी त्या प्लॉटवर बंगला बांधू नका. प्लॉट ताबडतोब विकून टाका, असा सल्ला दिलाय. मी म्हणालो, 'त्या वास्तुशास्त्रज्ञाची व माझी भेट घालून द्या. मी त्यांना कारण विचारतो व त्यांच्या शंकेचे निरसन करतो; पण, तुम्ही घिसाडघाईत असा महत्त्वाचा निर्णय घेऊ नका.' श्री. पाटीलसाहेब म्हणाले, 'ते वास्तुशास्त्री खूप व्यस्त आहेत. ते घरी आल्यावर मी तुम्हाला फोन करतो.' चार दिवसांनी मला फोन आला, 'आज दुपारी चार वाजता ते वास्तुशास्त्री घरी येणार आहेत. तुम्ही या दुपारी साडेचार वाजता.' मी श्री. पाटीलसाहेबांच्या घरी पोहोचलो. श्री. पाटीलसाहेब व वास्तुशास्त्री सोफ्यावर बोलत बसले होते. मी आत येताच श्री. पाटीलसाहेबांनी माझी ओळख त्या वास्तुशास्त्रज्ञाशी करून दिली. त्या वास्तुशास्त्रज्ञाचे वय अंदाजे पंचेचाळीस असावे. कपाळावर भस्माचे पट्टे होते. अंगावर पांढरा सदरा व धोतर होते. गळ्यात रूद्राक्षाची माळ होती व ते हिंदी बोलत होते. दुसऱ्यावर छाप पाडणारे असे ते व्यक्तिमत्त्व होते. ज्या अर्थी श्री. पाटीलसाहेबांनी त्यांचे ऐकून प्लॉट विकण्यासारखा महत्त्वाचा निर्णय घेतला, तेव्हा ते मोठे योगी, साक्षात्कारी पुरुष असणार, असा माझा ग्रह झाला. म्हणून मी त्यांच्या पायाला हात लावून नमस्कार केला.

NORTH SOUTH

चहापाणी झाल्यावर वास्तुशास्त्रीजींनी माझ्याशी बोलायला सुरुवात केली. 'जाधवसाब, वह विदिशा प्लॉट है । उस प्लॉट के बीच से नॉर्थ-साउथ लाइन नहीं जाती । और सबसे महत्त्वपूर्ण बात ये है कि, उस प्लॉट के बीच में खड्डा है और उसमें पानी भरा है । ऐसे जगह पर बंगला बनानेसे सर्वनाश हो जाता है । घर का मालिक आत्महत्या करता है । इस प्लॉट पर बंगला बनाने से वास्तुशास्त्र का सौ प्रतिशत रिझल्ट नहीं मिलेगा ।' मैने पूछा,' ऐसा कौनसी किताब में लिखा है, ताकि मेरे मन की तसल्ली हो सके ।' वास्तुशास्त्री ने बताया, 'महाभारत में राजसूय यज्ञ के वक्त श्रीकृष्णने मयनामक वास्तुशास्त्री को इंद्रप्रस्थ प्रासाद बनाने के लिए कहा था । और उस प्रासाद के बीचोबीच एक छोटा तालाब बनाने के लिए कहा था । बाद में प्रासाद देखने के लिए धृतराष्ट्र पुत्र दुर्योधन को बुलाया । प्रासाद के छत की नक्षी देखते देखते दुर्योधन चल रहा था और अचानक वो तालाब में गिर गया । उस समय द्रौपदी वहाँ से जा रही थी । अपने देवर को गिरते देखकर वो हँसने लगी, तो दुर्योधन ने कहा, इस हँसी की बहोत बडी कीमत तुम्हे चुकानी पडेगी...। बाद में द्यूत (जुगार) में दुर्योधन ने शकुनीमामा की सहायता से इंद्रप्रस्थ जीत लिया और वहाँ रहने के लिए गया। इसलिए कौरवों का नाश हो गया । जिस वास्तू के बीच कुआँ, हौद होता है उस वास्तू का सर्वनाश होता है । ये भगवान कृष्ण जानते थे, इसलिए मैंने ये प्लॉट लेने के लिए मना किया है ।'

मैंने कहा, 'वास्तुशास्त्रीजी, वो पुरा प्लॉट पाच एकर का था । उस प्लॉट में हार्ड मुरूम कितने उँचाईपर लगता है ये देखने के लिए एक ४'-0'' x ४'-0'' का खड्डा बनाया था । क्योंकि उस प्लॉट के ले-आउट में पडनेवाले छोटे छोटे प्लॉटों का दर (Rate) जमीन मालक तय कर सके और सभी छोटे प्लॉट खरीददारों को ये दिखाये की हार्ड मुरूम कितना खोदनेपर लगता है । दुर्भाग्य से वो खड्डा वहाँ के साइट इंजिनिअरने हमारे प्लॉट के बीचोंबीच खुदवाया है और आपने प्लॉट देखने से एक दिन पहले वहाँ तुफान बारिश (वळवाचा पाऊस) हुई थी और हार्ड मुरूम के कारण पानी वैसे के वैसे खड्डे में भरा पडा था । मैं वहाँ के इंजिनिअर को वो खड्डा मुरूम से भरने के लिए बोल दूँगा।'

'और रही बात महाभारत की, मय वास्तुशिल्पी ने इंद्रप्रस्थ नगरी में एक राजप्रासाद ऐसा बनाया था, जिसके बीचमें एक छोटा तालाब हो और जब वो तालाब पानी से पूरा भर जाय, तब पानी का टाप और बिछाई हुई फर्श का टाप एक हो जाए ताकि चलनेवालोंको यह पता नहीं लगना चाहिए कि आगे फर्श है या पानी है । उस प्रासाद में ऐसी काच जैसी दीवारे दिखती थी कि लोगों को लगता आगे रस्ता है और चलते चलते वो दीवार से टकरा जाते । उस छोटे तालाब में बहोत से कौरव गिर गये और दीवारो से टकराये थे । दुर्योधन का तालाब मे गिरना और द्रौपदी का वहाँ से जाते हुए ये दृश्य देखना, कि उसका देवर पानी में गिर गया है और स्त्रीसुलभ भाव से हँसना ताकि दुर्योधन को गुस्सा आ जाए । यह सब श्रीकृष्ण की अगाध लीला थी । श्रीकृष्ण भगवान विष्णू के अवतार थे । अगर वो सिर्फ क्रोधभरी दृष्टी से देखते तो दुर्योधन पूरी कौरव फॅमिली के साथ हस्तिनापूर नगरीसमेत जलकर राख हो जाता । तो महाभारत वही का वही समाप्त हो जाता । उन्हे यह द्राविडी प्राणायाम करने की क्या जरूरत थी की मय नामक श्रेष्ठ वास्तुशिल्पी को बुलाये और इंद्रप्रस्थ नामक नगरी की रचना करें और उसमें एक ऐसा प्रासाद बनाये जिसके बीचोबीच खड्डा हो ।'

'भगवान विष्णू आनेवाली सदियों में सभी मानवजाती को प्रेम, आपसी नातेसंबंध, कुमारी माता, युद्ध के परिणाम, धर्मशास्त्र, नीतिशास्त्र, अच्छाई और बुराई, वनवास, द्यूत (जुगार) का जीवन पर बुरा असर, शांती, यज्ञ आदी सभी बातोंका जीवन पे क्या असर पडता है । मानवजाती को महाभारत से क्या शिक्षा लेनी चाहिए । इसलिए उन्होंने श्रीकृष्ण का अवतार लेकर अर्जुन को कुरूक्षेत्र में भगवद्गीता बतायी । इसके आगे की जानकारी मैं आपको बता दूँ, 'अर्जुन, भगवान श्रीकृष्ण के भक्त थे, साक्षात शिष्य थे और जिवलग सखा थे । इसलिए भगवान श्रीकृष्ण ने सिर्फ अर्जुन को भगवद्गीता का उपदेश दिया । इस कलियुग में परमेश्वर विष्णू, भगवान कल्की का दसवा अवतार धारण करनेवाले है । जो उन्हे अनन्य भाव से शरण जाएगा उसकी उन्होंने हमेशा रक्षा की है । इसलिए मैं रोज श्रीविष्णुसहस्त्रनाम और महालक्ष्म्याष्टक स्तोत्र का एक आवर्तन करता हूँ ।'

'तो मैने जिस प्लॉट पर बंगला बनाने का कॉन्ट्रॅक्ट ले रखा है और उसका डिझाईन बना रहा हूँ , उस वास्तू में रहनेवाले श्री. पाटीलसाब का सर्वनाश कैसे होगा ! अगर आपको श्री. पाटीलसाब यहाँ नही लाते और मैं उस

प्लॉटपर बंगला बनाता तो आपके हिसाब से श्री. पाटीलसाब आत्महत्या करते, उनका सर्वनाश हो जाता। अगर उनका सर्वनाश हो जाता तो मुझे अपने काम के पैसे नहीं मिलते और कामगारोंको हर शनिचर को पेमेन्ट देना पडता है, कामगारोंको संभाल के रखने के लिए मुझे अपने जेब से पैसा देना पडता। इसलिए मेरा भी आर्थिक सर्वनाश हो जाता। मै तो लक्ष्मी और नारायण का भक्त हूँ। और भगवान नारायण अपने भक्त का सर्वनाश होते नहीं देख सकते, क्योंकि शरण आनेवालोंको अभय देना, उन्हे सुख-शांती, समृद्धी प्रदान करना, यह उनका स्थायीभाव है। वास्तुकला उन चौसष्ट कलाओंमेसे एक है, जिसकी निर्मिती ब्रह्मदेव ने की है और सृष्टिनिर्माता ब्रह्मदेव स्वयं भगवान विष्णू के नाभी से निकले कमल में स्थित है। तो भगवान विष्णू ऐसे प्लॉट पर कलियुग में वास्तू कैसे बनायी जाती है, इसका मुझे मार्ग (Clue) जरूर दिखायेंगे। यह मेरा विश्वास है।' मेरे इस लेक्चर के दरम्यान शास्त्रीजीने दो बार पानी पिया,तीन बार अपने माथे का पसीना पोछा। उनके आँखो से यह पता चल रहा था कि, मेरी बात सही है। लेकिन चेहेरे पर वो नहीं ला रहे थे। एक पचीस साल के नौजवान इंजिनिअर को महाभारत, भगवद्गीता, विष्णुसहस्त्रनाम और महालक्ष्म्याष्टक स्तोत्र का नॉलेज हो सकता है, यह बात वो सोच भी नहीं सकते थे। इसलिए उन्होंने मुझे समझने में (Under Estimate) गलती की। शास्त्रीजी श्री.पाटीलसाहेब से बोले, 'मैंने आपको बोला था कि उस प्लॉट की दुष्ट और राक्षसी शक्तियाँ किसी का भी रूप धारण करके आपको वो प्लॉट पर बंगला बनाने के लिए उकसा रही है। मेरी फीज मुझे मिल जाएगी। मैंने सिर्फ सलाह दी है। मेरी सलाह मानोगे तो आपका कल्याण हो जाएगा अगर नहीं मानोगे तो...? आगे आपकी मर्जी, ईश्वर आपको सद्‌बुद्धी दे।'

मी वास्तुशास्त्रज्ञाला विचारले, 'शास्त्रीजी ! प्लॉट के बीच का खड्डा समझो भर गया। तो प्लॉट का सबसे बडा प्रॉब्लेम मैंने सॉल्व्ह कर दिया और रही बात विदिशा प्लॉट की। आप वास्तुशास्त्री हो। मैंने इंजिनिअर होकर आपके पाँव छूए है। इसलिए की वास्तुशास्त्रनामक पुरातन विद्या आप जानते है। मैंने आपके वास्तुशास्त्र की विद्या का, ज्ञान का, उम्र का सम्मान किया है। समझिए आपका बेटा बीमार हो तो आप बडे डॉक्टर के पास चले जाएंगे और बीमारी का इलाज करेंगे। अगर डॉक्टर आपको बिना कोशिश किए, इलाज किए बताते, नही! आपके रोग का कोई इलाज नहीं है। लडका मर जाएगा। हमारी कोशिश, आपका पैसा और वक्त सभी पानी में चला जाएगा। तो आप उस डॉक्टर से कहेंगे, इस बीमारी का इलाज आपको मालूम नहीं है तो ये आपकी गलती है। आपको उस बीमारी के इलाज का ज्ञान नहीं है। मैं दुनिया के बडे से बडे डॉक्टर के पास जाऊंगा और इस बीमारी का इलाज करूंगा। आपको ये बोलने की क्या जरूरत है की, मेरा बेटा मर जाएगा। देखिए, मेरे घर के सदस्योंपर आपके विधान का क्या मानसिक असर पडा है। उनकी उम्मीदे आपने तोड दी है।'

वैसेही यह प्लॉट जिस जमीन पर है वो जमीन पाँच एकर की थी और मेन कार्पोरेशन रोड को समांतर (Parallel) सभी अंतर्गत रोड (Internal Road) बनाये जाते है और रोड के दोनो बाजू में छोटे छोटे प्लॉट का निर्माण किया जाता है। मेन कार्पोरेशन रोड अगर वेस्ट नॉर्थ होता तो अपना प्लॉट रोड भी करेक्ट नॉर्थ साइड होता और प्लॉट विदिशा नही बनता और हम कार्पोरेशन बिल्डर को तो वास्तुशास्त्र नही सिखा सकते। शास्त्रीजी, मैं प्रॉपर्टी कन्सल्टन्सी का धंदा करता हूँ और मैं पूरा सर्व्हे करने के बाद ही बोल रहा हूँ।

वैसेही श्री. पाटीलसाब के प्लॉट को विदिशानामक रोग हुआ है और प्लॉट के डॉक्टर (वास्तुशास्त्री) आप है। इस प्लॉट पर कैसे वास्तु बनायी जाती यह उपाय बताएंगे? या प्लॉट को बेच दो, यह सलाह देकर प्लॉट को मरने के लिए छोड देंगे। और रही बात १०० प्रतिशत वास्तुशास्त्र की। सोने का गहना भी २४ कॅरेट का नहीं बनता। उस में दो कॅरेट तांबा, पितल मिलाना पडता है, ताकि उसको मजबुती मिल सके। वैसेही कोई वास्तू १०० प्रतिशत वास्तुशास्त्र के हिसाब से नही बनती। आपने अपनी जिंदगी में कई लोगों को मार्गदर्शन किया है। आप मुझे ऐसी एक भी वास्तू बताईये जो १०० प्रतिशत वास्तुशास्त्र का प्रतीक हो। मैं दुसरे वास्तुशास्त्री को लाकर उसमे कमसे कम पाँच गलतियाँ बताने के लिए कहूंगा। गलतियाँ निकालनेवाला कोई भी गलती निकाल सकता है। आप जिस वास्तु में रहते है, क्या वह १०० प्रतिशत वास्तुशास्त्र का प्रतीक है। मैं गॅरंटी के साथ कह सकता हूँ नहीं है। क्योंकि आपकी खुद की वास्तू १०० प्रतिशत वास्तुशास्त्र का प्रतीक होती तो आप सिर्फ दो हजार रुपये फीस के लिए यहाँ आधा घंटा मेरा इंतजार नहीं करते और दो घंटे मेरे साथ बहस नही करते। आप घर में बैठकर करोडो रुपये कमाते।'

आयुष्यात प्रथमच त्या वास्तुशास्त्रज्ञाला शास्त्राबद्दल कुणीतरी चॅलेंज केले होते. माझे संपूर्ण म्हणणे त्यांना पटले होते; पण आपल्या मुलाच्या वयाचा एक तरुण आपल्याला वास्तुशास्त्र शिकवतोय, हे ते सहनच करू शकले नव्हते. त्यांच्या अहंकाररूपी नागाने लगेच फणा काढला. क्रोधीत होऊन ते थरथर कापू लागले. ते श्री पाटीलसाहेबांना म्हणाले, 'पाटीलसाब, आपने मुझे इसलिए बुलाया था, ताकि मेरा अपमान हो सके । मैं जा रहा हूँ ।' असे म्हणून ते ताडकन् उठले. सौ. पाटीलवहिनी दारामागून सर्व ऐकत होत्या. त्या बाहेर आल्या व मला म्हणाल्या, 'जाधवसाहेब, तुमच्या दोघांच्यात आम्हाला गिनिपिग (प्रयोगशाळेत ज्यांच्यावर जिवावर बेतणारे प्रयोग केले जातात त्यांना गिनिपिग म्हणतात. उदा. उंदीर, माकड) व्हायचे नाही. श्री. पाटीलसाहेब तुम्ही काढलेल्या ड्रॉइंगची सर्व फी देतील. राहिला प्रश्न प्लॉटचा. तुम्ही तो विकताय का? आम्ही दुसरा प्रॉपर्टी कन्सलटन्ट बघू.' मी वहिनींना हात जोडून म्हणालो, 'नको वहिनी, ग्राहकांची समाधानकारक सेवा व उत्तम मजबूत बांधकाम हे माझे ब्रीदवाक्य आहे. (Customer Service & Quality Work is Our Moto). तुम्ही काही काळजी करू नका. अहो, तुम्ही सुखी तर आम्ही सुखी.' परत मी वास्तुशास्त्रज्ञाकडे वळलो व म्हणालो, 'शास्त्रीजी ! गुस्सा थूक दीजिए । आपको लगता है, मैने आपका अपमान किया है तो मुझे माफ कर दीजिए । मैं जानना चाहता हूँ कि, ग्रंथो में ३००० स्क्वे. फूट प्लॉट के उपर कैसा बंगला बनाया जाता है इसकी विस्तृत जानकारी है । आपने किन ग्रंथो का अध्ययन किया है ?'

सौ. पाटीलवहिनी त्यांच्या बाजूने बोलल्या होत्या, त्याचप्रमाणे मी प्लॉट विकण्यास तयार झालो होतो व वास्तुशास्त्रज्ञांची माफी पण मागितली होती. त्यामुळे ते थोडे शांत झाले. ते मला म्हटले, 'जाधवसाब, वास्तुशास्त्र संस्कृत में लिखा गया है । अपने पुराणों और वेदो में उसका उल्लेख है ।' आप मेरे बेटे जैसे हो । आपको एक मुफ्त सलाह देना चाहता हूँ । इस वास्तुशास्त्र का अध्ययन आप मत कीजिए । क्योंकि किसी वास्तु का, प्लॉट का, आपने वास्तुशास्त्र के अनुसार उपाय बताया तो उस वास्तु और प्लॉट की दुष्ट और राक्षसी शक्तियाँ वहाँ से बाहर निकलेगी और आपने उन्हें वहाँसे बाहर निकाला तो वह दुष्ट शक्तियाँ क्रोधीत होगी और आपके पीछे लग जाएंगी । और आपका सर्वनाश कर देगी ।

मी वास्तुशास्त्रज्ञाकडे बघून स्मितहास्य केले व म्हणालो, 'वास्तुशास्त्रीजी, मैं आपके बेटे जैसा हूँ । बेटा तो नहीं हूँ । अगर मैं आपका बेटा होता तो आप मुझे वास्तुशास्त्र का अध्ययन करने के लिए कहते । रही बात दुष्ट और राक्षसी शक्तियोंकी जो वास्तुशास्त्र के अनुसार उपाय बता देनेवालोंका सर्वनाश करती है । आपको यह सत्य मालूम है कि आपका भी सर्वनाश होनेवाला है तो आप यह धंदा क्यों कर रहे हो ?' माझ्या या प्रश्नावर वास्तुशास्त्रीजी निरूत्तर, निशब्द झाले. अभावितपणे त्यांची मान खाली गेली. मी समजायचे ते समजलो. सर्वांना नमस्कार करून बाहेर पडलो.

श्री. पाटीलसाहेबांना प्लॉट विकण्याची घाई होती. त्यामुळे तो प्लॉट आहे त्या किमतीला विकून दिला. फक्त दोन्ही पार्टीचा स्टॅम्पचा खर्च पाटीलसाहेबांना करावा लागला. दोन वेळा स्टॅम्पचा खर्च करावा लागल्याने श्री. पाटीलसाहेबांचे खूप आर्थिक नुकसान झाले. प्रचंड वेळ निघून गेला. वास्तुशास्त्रानुसार नवीन प्लॉट एक महिन्यानंतर बघूया असे पाटीलसाहेबांनी मला सांगितले. एक महिन्याने श्री. पाटील मला को.म.न.पा. टाउन प्लॅनिंग विभागात दिसले. मी त्यांना भेटल्यावर समजले, शास्त्रीजींच्या ओळखीने त्यांनी एक प्लॉट खरेदी केला व त्यांच्या ओळखीच्या आर्किटेक्टकडून श्री. पाटीलसाहेबांनी वास्तूचा प्लॅन तयार करून घेतला व प्लॅनच्या मंजुरीसाठी ते आले होते. श्री. पाटीलसाहेबांनी स्वत:चा मला दिलेला शब्द मोडल्याबद्दल माझी माफी मागितली. मी त्यांना म्हणालो, 'होता है, चलता है, दुनिया है ।'

वास्तुशास्त्रीजींनी बरोबर डाव साधलेला होता. माझ्या हातातील एक काम गेले होते. त्यावेळी एक प्राचीन कवितेची सत्यता पटली.

चिंध्या अंथरून सोनं विकायला बसलो, गिऱ्हाईक फिरता फिरकंना ।
सोनं अंथरून चिंध्या विकायला बसलो, गिऱ्हाईक हटता हटेना ।

मी चिंध्या अंथरून सोनं विकायला बसलो. वास्तुशास्त्रीजी सोनं अंथरून चिंध्या विकायला बसले. सिव्हिल इंजिनिअरिंग हरलं होतं. पुराण जिंकलं होतं.

तेथून तडक विष्णू मंदिरात गेलो. भगवान विष्णूंसमोर नतमस्तक झालो. डोळ्यांत अश्रू आलेले होते. माझे पंधरा दिवसांचे बंगल्याचे प्लॅनिंग बनविण्यासाठी लागणारे कष्ट वाया गेले होते. पंधरा दिवस वाया गेल्याचे दु:ख नव्हते. 'म्हातारी मेली तर काळ सोकावेल.' याची भिती होती. झाला प्रकार विष्णू भगवंतांना अंत:करणापासून सांगितला. तुम्ही विश्वव्यापी, अंतर्ज्ञानी आहात त्यामुळे तुम्हाला माहीत आहे. इतिहासाची पुनरावृत्ती होऊ नये, म्हणून तुम्ही सांगितलेले चार वेद व अठरा पुराणे वाचण्याची परवानगी द्या. तसेच ते अद्‌भुत प्रचंड ज्ञान मी ग्रहण करू शकेन, वाचू शकेन, इतकी बौद्धिक क्षमता, शक्ती मला प्रदान करा. आजपर्यंत मी भगवद्‌गीता व श्रीविष्णुसहस्त्रनामच फक्त वाचलं आहे.

त्यामध्ये वास्तुशास्त्र तुम्ही सांगितलेले आहे. तीन हजार चौ. फूट प्लॉटवर वास्तुशास्त्रानुसार कसे बांधकाम करावे, प्लॉटची निवड कशी करावी हे सांगितलं असणार, तुमच्या आशिर्वादानं परकीय इंग्रजी भाषेत असणारं स्थापत्य शास्त्र (Civil Engineering) अभ्यासून, रात्रन् दिवस कष्ट करून त्याचं ज्ञान मिळवलं आहे. आता पुरातन वास्तुशास्त्र व आधुनिक सिव्हिल इंजिनिअरिंग यांची योग्य सांगड घालून वास्तू कशी निर्माण करावी, प्लॉटचे परीक्षण कसे करावे, यासाठी तुमच्या कृपेची आवश्यकता आहे.

मार्केटमधून, पुण्याच्या, कोल्हापूरच्या ग्रंथालयातून ग्रंथ उपलब्ध करून चार वेद व अठरा पुराणे वाचून काढली. शंका आल्यावर वेदशास्त्रसंपन्न ब्राह्मणांशी विचारविनिमय केला. त्यांनी संस्कृत श्लोकांचा मराठी अर्थ सांगितला. मत्स्यपुराणात असुर शिल्पी मयाने ब्रह्मदेवाची घोर तपस्या केली. ब्रह्मदेव प्रसन्न झाल्यावर त्याने केवळ एकाच बाणाने नष्ट होऊ शकेल अशा फिरत्या अभेद्य त्रिपुरांच्या निर्मितीचा वर मागितला. त्याने सुवर्णमय, रौप्यमय व लोहमय त्रिपुराची निर्मिती पुष्य या शुभ नक्षत्रावर केली. चतुष्पादांत सिंह श्रेष्ठ त्याप्रमाणे नक्षत्रात पुष्य नक्षत्र श्रेष्ठ आहे, असा मत्स्यपुराणात उल्लेख आहे. पाण्याचा हौद, विहीर, जलाशय हे कर्क राशीच्या पुनर्वसूचे चौथे चरण, पुष्य-आश्लेषा नक्षत्रात निर्माण करावे, असा पुराणात उल्लेख आहे. वास्तूचा पाया-खोदाई शुभ नक्षत्रावर सुरू करावी असा उल्लेख आहे. ज्योतिषशास्त्र व वास्तुशास्त्राचा अत्यंत घनिष्ठ संबंध आहे. त्यामुळे वास्तुज्ञानाचा अभ्यास करण्यासाठी ज्योतिषशास्त्राचा अभ्यास करणे आवश्यक आहे. त्यामुळे मी प्राचीन मेदिनीय व आधुनिक कृष्णमूर्ती ज्योतिष पद्धतीचा अभ्यास यशस्वीरीत्या केला. कुंडली तयार करणे, फलादेश देणे, एखाद्या समस्येवर दैवी उपाय सांगणे, रत्नशास्त्राचा अभ्यास करून कोणती रत्ने बोटात घालायची, कोणती रत्ने यंत्रावर धारण करून शास्त्रोक्त वैदिक पद्धतीने जमिनीत पुरली पाहिजेत याचा अभ्यास केला. दोन तास शास्त्रोक्त पूजा करता येईल असे पुराणोक्त मंत्र, आरत्या, स्तोत्रे पाठ केली. मंत्रांचे उच्चार, स्वर वेदशास्त्रसंपन्न ब्राह्मणाला म्हणून दाखवले. उच्चार व स्वर यांची खात्री करून घेतली.

पण, तीन हजार चौ. फूट विदिशा प्लॉटवर कसे बांधकाम करायचे, तो प्लॉट विदिशा कसा ठरवायचा व वास्तुशास्त्रीजींनी तो प्लॉट घेऊ नकोस, असे पाटीलसाहेबांना का सांगितले, याचे कुठेही कारण सापडले नाही. वास्तुशास्त्र श्रेष्ठ का वास्तुशास्त्रीजी श्रेष्ठ, असा मला प्रश्न पडला. या प्रश्नाचे उत्तर फक्त भगवान विष्णूच देऊ शकत होते. नेहमीप्रमाणे त्यांच्यासमोर विनम्र झालो व म्हणालो, 'नारायणा, तुमची सर्व पुराणे, चारी वेद, ज्योतिषशास्त्र, आधुनिक कृष्णमूर्ती ज्योतिषपद्धती इत्यादींचा अभ्यास केला; पण विदिशा प्लॉट कसा ओळखावा, त्यावर कशा पद्धतीने बांधकाम करावे याचा कुठेही उल्लेख नाही व महानगरपालिका अधिनियम १९८० अंतर्गत आजूबाजूला किती मोकळी जागा सोडावी, याचा पण उल्लेख नाही. त्यामुळे तुम्ही भगवान कल्कीचा दहावा अवतार या कलियुगात धारण करावा व आम्हाला वास्तुशास्त्रावर बांधकाम कसे करावे याचे मार्गदर्शन करावे. परत कोणीतरी श्री. पाटीलसाहेब येणार, मी त्या प्रोजेक्टवर कष्ट, काम करणार व ऐनवेळी वास्तुशास्त्रीजी येऊन वास्तुशास्त्र मला शिकवणार व माझ्या हातून काम जाणार, अशी इतिहासाची पुनरावृत्ती नको. त्यापेक्षा मला एक संधी द्या. वास्तूचा नेमका कसा अभ्यास करायचा याबद्दल फक्त एक दुवा द्या. नाहीतर सरळ सांगा हे तुझे काम नाही. तू अपला दुसरा धंदा बघ. मी तसे करीन.'

श्री विष्णूंची नेहमीप्रमाणे प्रसन्न व हसरी मूर्ती, त्यांना हे सर्व कथन करून मी घरी आलो. चार दिवसांनी एका

रस्त्याने जात असताना मला हाक ऐकू आली, मी गाडी थांबवली. रस्त्याकडेच्या प्लॉटवर बांधकाम चाललेले होते. साइट इंजिनिअर माझा वर्गमित्र होता. त्याने मला विचारले, 'अजित, हे बंगला बांधकाम वास्तुशास्त्रानुसार आहे ना?' मी त्याला बदल सांगितले. परत गाडीला किक मारून निघत असताना गाडी रस्त्यावरून घसरली (Bike Sleep). गाडीसकट मी पडलो. माझी बॅग तुटून अस्ताव्यस्त पडली. त्यातील होकायंत्र घरंगळत जाऊन प्लॉट व रस्त्याच्या सीमेवर उघडे पडले. रस्त्यावरून शाळेची मुले मराठी म्हणी म्हणत चालली होती. ते मला स्पष्ट ऐकू आले. पिशवीतील सामान गोळा करत असताना माझे लक्ष त्या होकायंत्राकडे गेले. मी चमकलो. माझे होकायंत्र पितळी असून ती एक डबी आहे, ती उघडी कशी पडली? होकायंत्राचे निडलच लॉक असताना लॉक कसे निघाले? समोर भारव्दाज पक्षी दिसला. गाडीवरून पडल्यामुळे माझं डोकं सणकलं होतं. सरळ गाडीला किक मारली. त्या शाळकरी पोरांसमोर गाडी उभी केली. त्यांना विचारलं, 'काय रे, मघाशी काय म्हणत होता?' पोरं भ्याली. 'अहो काका, शाळेत आम्हाला प्रत्येकाला रोज एक सुविचार घरून आणावा लागतो. आज माझी पाळी होती. 'प्रयत्ने वाळूचे कण रगडता, तेलही गळे.' हा सुविचार मी माझ्या मित्राला सांगत होतो.' दुसरा पोरगा म्हणाला, 'भिऊ नकोस मी तुझ्या पाठीशी आहे.' हा श्री स्वामी समर्थांचा मंत्र मी त्याला सांगत होतो. 'काका, तुम्ही पडल्यावर आम्ही हसलो नाही.' तिन्ही मुले रडकुंडीला आलेली. मी समजलो, श्री विष्णूंनी मार्ग दाखवला आहे. मला एक संधी उपलब्ध करून दिली होती. त्या तिन्ही मुलांना मी गाडीवर बसवून शाळेत सोडले व एक कॅडबरी दिली. पोरं अत्यंत खूष झाली.

मग मी भगवान विष्णूंनी दाखवलेल्या मार्गाने जायचे ठरवले. त्यानुसार कोल्हापूर शहरातील प्लॉट पडलेले ले-आउट प्लॅन मिळवले. त्या ले-आउट प्लॅनचा अभ्यास केला. कुठला प्लॉट किती स्क्वे. फुटाचा असून त्याची लांबी-रूंदी किती आहे? त्याच्या कुठल्या बाजूला किती फूट रूंदीचा रस्ता आहे? ले-आउट प्लॅनवर जसा प्लॉट जागा दाखवलाय तसा जागेवर आहे का? यासाठी त्या जागेवर प्रत्यक्ष भेट दिली. जमिनीचा उंचसखलपणा, जमिनीच्या मातीचा, आजूबाजूच्या रस्त्यांचा, झाडांचा अभ्यास केला. मोकळ्या माळावर बाउंड्री दगड रोवून त्याला फक्त पांढरा रंग दिलेला. प्लॉट मालकाला मी प्रॉपर्टी कन्सलटन्ट आहे हे माहित असल्याने तो स्वत: संपूर्ण प्लॉट फिरून दाखवायचा. त्याच्यासमोर अभ्यासासाठी आवश्यक प्लॉटची लांबी-रूंदी तसेच परफेक्ट दिशा मी बघू शकत नव्हतो. यावर उपाय म्हणून मी काळ्या रंगाचा एक घड्याळाचा पट्टा खरेदी केला. त्यावर उत्कृष्ट दर्जाचे होकायंत्र बसवले. होकायंत्राच्या तळाला जाड पुठ्ठा लावला. जेणेकरून रक्तप्रवाहाचा त्या सूचीवर विपरीत परिणाम होऊ नये. तो होकायंत्र बसवलेला पट्टा मनगटाच्या आतील बाजूस बांधला. फुल हाताचा शर्ट घातल्यामुळे होकायंत्र समोरच्या व्यक्तीला दिसतच नव्हते. बघणाऱ्याला वाटायचे मी जाड घड्याळ घातलेले आहे. फक्त मला कफमधून होकायंत्र व उत्तर दिशा दिसत होती. अशा रीतीने हव्या त्या प्लॉटची उत्तर दिशा समजू लागली. आता प्लॉटची लांबी व रूंदी टेप लावून तर मोजू शकत नव्हतो. त्यासाठी रंकाळ्यावर दीड फूट व दोन फूटावर मार्किंग असलेले २०० फूट लांबीचे दोन ट्रॅक तयार केले. त्या ट्रॅकवर चालण्याचा सराव केला. शाळेत मी एन. सी. सी. चा विद्यार्थी असल्याने कशी पावले टाकावीत हे माहित होते. एका पावलाच्या टाचेपासून दुसऱ्या पावलाची टाच त्या मार्किंगवर पडली पाहिजेत अशा रीतीने चालण्याचा सराव केला. अशा पद्धतीने एका बाउंड्री स्टोनपासून (दगडापासून) दुसऱ्या दगडापर्यंत जागेवर किती अंतर आहे याचे ज्ञान झाले. अशा पद्धतीने शेकडो प्लॉटच्या लांबी-रूंदी व दिशेचा अभ्यास केला.

एखाद्या वास्तूचा अभ्यास करण्यासाठी त्या वास्तूत प्रवेश मिळवणे अत्यंत आवश्यक असते. एखाद्या वास्तूचा जर मला अभ्यास करायचा असेल तर त्या वास्तू, घराच्या इंजिनिअरचा पत्ता मी मिळवायचो. त्या इंजिनिअरच्या घरी जायचो. त्या इंजिनिअरशी ओळख करून घ्यायचो. त्याला म्हणायचो, 'साहेब, ती वास्तू तुम्ही बांधलीय? काय उत्कृष्ट (Quality) काम केलंय. या सध्याच्या काळात इतक्या कमी दरात एवढं उत्कृष्ट बांधकाम तुम्हाला कसं काय जमतं हो? मी पण सिव्हिल इंजिनिअर आहे. मला पण वास्तूच्या जागेवर जाऊन असे क्वॉलिटि वर्क, काम शिकवा की हो!' अशा संवादानंतर तो स्वत:च्या गाडीवर बसवून मला ती वास्तू दाखवायला घेऊन जायचा. वास्तूत अंतर्गत प्रवेश केला की, माझे निरीक्षण सुरू व्हायचे. किचनमध्ये

वास्तूची मालकीण काम करत असायची. मी त्या मालकिणीला म्हणायचो, 'नमस्कार मॅडम, तुमची वास्तू तुम्ही एवढी स्वच्छ, सुंदर कशी काय ठेऊ शकताय हो ?' 'स्वच्छता असेल तुमच्या घरी, आरोग्य व लक्ष्मी तेथे वास करी.' हे मी फक्त ऐकलं होतं. आज बघायला मिळालं. या किचनसारखी सगळ्या बेडरूम्स, टेरेस बंगल्याच्या आजूबाजूला पण तुम्ही स्वच्छता ठेवताय? डोळ्यावर विश्वासच बसत नाही.' इतकं बोलल्यावर ती मालकीण मला प्रत्येक बेडरूम, किचन, बाथरूम, कपाटे इत्यादी उघडून दाखवायची. टेरेस दाखवायची. आजूबाजूचा परिसर स्वत: फिरून दाखवायची. हे सर्व मी स्वत: कसे करते याचे रसभरीत वर्णन ऐकवायची.

मी त्या वास्तूचा पूर्ण अभ्यास करून बाहेर पडायचो. अशा रीतीने मी कित्येक वेगवेगळ्या प्रकारच्या हव्या त्या वास्तू अभ्यासल्या. संध्याकाळी त्या वास्तूची रचना कशी होती, वास्तूमधील वस्तूंची रचना कशी होती, यावर मनन करायचो. रफ ड्रॉइंग बनवायचो. मार्किंगवर चालण्याची सवय असल्यामुळे रूमची लांबी-रूंदी समजायची. घरभर हिंडलो असल्याने प्रत्येक रूमची दिशा, प्रवेश इत्यादी गोष्टींच्या नोट्स काढायचो. वास्तूच्या सभोवती फिरल्यामुळे कुठल्या बाजूला गॅरेज आहे, कोणती झाडे लावलेली आहेत,कम्पाउंड किती उंचीचे आहे. प्लॉटच्या कोणत्या बाजूला रोड आहे याचे ज्ञान व्हायचे.

वास्तूमधील आग्नेय कोपऱ्यात राहणारी तरुण मुलगी चंचल आहे. प्रमाणापेक्षा जास्त बिनधास्त आहे; कारण बेडरूमची अंतर्गत रचना व बेडरूम वास्तुशास्त्राला अनुसरून नाही, असा मला संशय आल्यास त्या मुलीवर मी पाळत ठेवायचो. ती ज्या कॉलेजमध्ये जायची त्या कॉलेजमध्ये जायचो. तिच्या वर्गातील एखाद्या मुलाची ओळख काढायचो. मित्रासाठी या मुलीचं लग्नासाठी स्थळ आलंय, म्हणून चौकशी करायला आलोय हे सांगायचो. तो कॉलेजकुमार मला सांगायचा, 'तुम्ही माझ्या मित्रासारखे आहात म्हणून सांगतो, ही मुलगी एंगेज आहे. एकाच वेळी तीन वेगवेगळ्या कॉलेज कुमारांबरोबर ती फिरत आहे.' मी त्याला म्हणायचो, 'नाही रे! ती चांगल्या कुटुंबातील आहे. उगाच तिची बदनामी करू नकोस.' त्याला असे बोलल्यावर तो मला कॉलेजची लेक्चर्स बुडवून दोन उदाहरणे व सत्य परिस्थिती दाखवायचा.

माझा अभ्यास चालू असताना एक ठिकाणी मी कॉलेजचा विद्यार्थी नाही व एका मुलीची चौकशी करतोय हे डिटेक्शन ब्रँचच्या बिगर युनिफॉर्म पोलिसांनी पाहिले. त्यावेळी सिव्हिल ड्रेसमधील पोलीस कॉलेजात असायचे. त्यांनी मला कॉलरला धरून बाहेर नेले. दोन कानाखाली वाजवल्या. मला त्या दिवसाचा अभ्यास तीनशे रुपयांना पडला.

एखाद्या वास्तूचा उत्तर-ईशान्य कोपरा कट झालेला आहे म्हणजे तो वास्तुमालक आर्थिक अडचणीत आहे. कर्जबाजारी झालेला आहे. धंदा बसलेला असणार, असे निदर्शनाला आल्यावर मी त्या वास्तुमालकाचा फोन नंबर टेलिफोन डिरेक्टरीमधून मिळवायचो. त्याच्या घरी फोन करायचो व सांगायचो की अमुक अमुक बँकेतून बोलतोय. तुम्ही घरासाठी आमच्या बँकेकडून कर्ज घेतलेले आहे. हप्ता थकलेला आहे. तो घरमालक सांगायचा, 'अहो, आम्ही तमुक तमुक बँकेतून कर्ज घेतलेले आहे.' मी रॉंग नंबर म्हणून फोन खाली ठेवायचो. परत दुसऱ्या दिवशी त्याने सांगितलेल्या बँकेत जायचो. तेथील वसुली अधिकाऱ्याची ओळख काढायचो. त्याला असे सांगायचो, 'आमच्याकडे एका गृहस्थांनी प्लॉट बुक केलेला आहे. ते श्री. अमुक अमुक यांचे मित्र आहेत. ते गृहस्थ तुमच्या बँकेतून कर्ज घेणार होते; पण अमुक अमुक साहेब म्हणाले तुमच्या बँकेची सर्व्हिस चांगली नाही. तुमच्या बँकेचे नाव मोठे आहे म्हणून इंजिनिअर या नात्याने स्वत: चौकशी करायला आलो आहे.' मी सांगितल्यावर तो वसुली अधिकारी त्या अमुक अमुक वास्तुमालकाचा संपूर्ण आर्थिक इतिहास मला सांगायचा. घर बांधण्यापूर्वी त्यांची परिस्थिती चांगली होती, म्हणून घर बांधायला बँकेने किती कर्ज दिले. जामीन म्हणून गृहबांधणीला किती मालमत्ता तारण आहे. तेव्हा त्यांचा आयकर परतावा किंवा पगार किती होता, सध्या किती हप्ते थकलेत, याची तोंडी माहिती तर मिळायची, शिवाय त्यांची फाइल (Bank Loan Approved File) दाखवायचे; कारण माझ्या रिपोर्टवर बँकेला एक ग्राहक मिळणार अशी त्यांची खात्री झालेली असायची. अशा रीतीने कित्येक वास्तुमालकांच्या आर्थिक परिस्थितीचा मी अभ्यास केला.

एखाद्याचे किचन दक्षिणेला असेल तर वास्तुमालकिणीला असाध्य व दीर्घकालीन रोग जडतात. टीबी, कॅन्सरसारखे रोग होऊन शरीर खंगतंय असा माझा अंदाज आल्यास त्या वास्तूवर पाळत ठेवायचो. त्या घरात

कोणती बाई स्वयंपाकासाठी, धुणीभांडी करण्यासाठी जाते ते पाहायचो. रस्त्यात त्या बायकांना गाठायचो. त्यांना म्हणायचो, 'त्या समोरील अपार्टमेन्टमध्ये एक महिन्याने श्री. बुधलेसाहेब राहायला येणार आहेत. त्यांना एका धुणीवाली व जेवण करणाऱ्या बाईची आवश्यकता आहे. ते चौथ्या मजल्यावर राहत असल्याने दीडपट पगार देतील. सध्या तुम्ही, त्या समोरील घरातील आजारी दिसणाऱ्या मालकिणीकडून ॲडव्हान्स घेताय का? श्री. बुधले साहेबांच्या कामापोटी मी ॲडव्हान्स देऊ का?' मी दोन शब्द गोड बोलायचा अवकाश, त्या बायका ती वास्तुमालकीण कशी स्वयंपाक करते, बेचव जेवण जेवून साहेब कसे चिडतात, मालकीण सारखी कशी आजारी पडते, तिचं पथ्यपाणी आम्ही कसं सांभाळतो, मालकिणीला कोणत्या डॉक्टरचे औषध चालू आहे? इत्यादी विविध प्रकारची इत्थंभूत माहिती द्यायच्या.

त्या बायकांकडून वास्तुमालकिणीच्या डॉक्टरचे नाव समजताच त्या हॉस्पिटलला फोन करायचो. डॉक्टर बाहेर गेलेत हे समजताच त्या हॉस्पिटलमध्ये जायचो. कम्पाउंडरला भेटायचो. या ना त्या कारणाने प्रिस्क्रिप्शन घ्यायचो. प्रिस्क्रिप्शन घेऊन हॉस्पिटलसमोरील केमिस्टच्या दुकानात जायचो. त्याच्याकडून ती औषधे कोणत्या रोगावर आहेत, औषधाच्या मात्रेवरून रोगाचे स्वरूप काय असेल ती माहिती मिळवायचो. आवश्यकता वाटल्यास स्वत:च्या फॅमिली डॉक्टरला विचारायचो. अशा रितीने शारीरिक रोगाविषयी संशोधन केले.

सकाळी वर्तमानपत्र उघडल्यावर रोज अपघाताच्या भरपूर बातम्या वाचायला मिळतात. उदा. ट्रक व एस.टी. ची टक्कर होऊन वीस ठार. वडापच्या जीपचालकाचे नियंत्रण सुटून अपघात. नवरा, बायको व लहान मुलगा दुचाकी वाहनावरून जात असताना पदर गाडीत अडकून तिघे ठार. पट्टीचा पोहणारा नदीच्या भोवऱ्यात अडकून नदीच्या तळाला. धंद्यात नुकसान झाल्याने व्यावसायिकाची झोपेच्या गोळ्या खाऊन आत्महत्या, घरातील कर्त्या पुरुषाचा, तरुणाचा अल्पशा आजाराने अंत. विचित्र मृत्यू, रस्त्याच्या कडेला लघुशंकेसाठी उभा असता सर्पदंशाने मृत्यू. अशा एक ना अनेक बातम्या रोज वाचायला, ऐकायला मिळतात. असं याच व्यक्तींच्या बरोबर का घडलं, याची मला जिज्ञासा वाटायची. वर्तमानपत्राच्या आधारे अशा व्यक्तींची घरे मी शोधून काढायचो. त्या व्यक्तीच्या बाराव्याला मी मोठा हार घेऊन जायचो. घरात प्रवेश करताना डोळ्यांत पाणी येण्यासाठी खिशात एक कांदा ठेवलेला असायचा. हॉलमध्ये त्या मृत व्यक्तीचा फोटो, जन्म व मृत्यू यांच्या तारखेसहित ठेवलेला असायचा. माझ्या डोळ्यांत अखंड वाहणारे अश्रू हातात मोठा हार यामुळे त्या घरातील कर्ती व्यक्ती मला स्वत:हून त्या फोटोपाशी घेऊन जायची. मोठा हार घातल्यावर ती कर्ती व्यक्ती माझ्या खांद्यावर डोकं ठेवून मुसमुसायची. मी समजूत घालण्याच्या स्वरात सांगायचो, 'बहुतेक शनिवारी रात्री बारा वाजता जन्म झालेला असणार.' त्या नातलगाच्या तोंडून लगेच बाहेर पडायचे, 'नाही हो. बुधवारी ३ वाजून २५ मिनिटांनी जन्म झालेला होता.' अशा रीतीने मी त्या मृत व्यक्तीच्या वास्तूचे, झोपण्याच्या खोलीचे, आजूबाजूच्या परिसराचे निरीक्षण करायचो. परत दुसऱ्या व्यक्तीबरोबर मृत व्यक्तीचा इतिहास माहित करून घ्यायचो. ज्या मृत व्यक्तीशी माझा काहीही संबंध नाही त्या व्यक्तीच्या बाराव्याला मी जेवलेलो आहे; पण बाहेर आल्यावर त्या जेवणाचे पन्नास रुपये गरिबांना दान दिलेले आहेत.

घरी आल्यावर त्या मृत व्यक्तीची जन्मकुंडली तयार करायचो. त्या वास्तूची वास्तुकुंडली तयार करायचो. मृत्यूसमयी जन्मकुंडली व गोचर ग्रहांचे परिभ्रमण, तसेच वास्तुदोष कोणत्या ठिकाणी, कोणत्या दिशेला कसा निर्माण झाला? त्यामुळे त्या व्यक्तीची जीवनयात्रा संपली याचे ज्ञान व्हायचे.

हा स्वानुभव कथन करताना मला मेल्याहून मेल्यासारखं वाटतंय; पण शिकाऊ डॉक्टरांनी शवविच्छेदन प्रयोग केले नाहीत तर ते निष्णात डॉक्टर बनणार नाहीत किंवा स्वानुभव घेण्यासाठी मी जे काही केले ती श्री विष्णूंची इच्छा होती, अशी मी माझ्या मनाची समजूत घालायचो.

वास्तुशास्त्राचा मानवी जीवनावरील ३३ टक्के परिणाम

ऋग्वेदं, भगवोऽध्येमि यजुर्वेदं सामवेदमाथर्वण चतुर्थमितिहासपुराणं पंचम वेदानां वेदं पित्र्यं राशिं दैवं निधिं वाकोवाक्यमेकायनं देवविद्यां, ब्रह्मविद्यां, भूतविद्यां, क्षत्रविद्यां, वास्तुविद्यां, नक्षत्रविद्यां सर्पदेवजनविद्यामेतद्भगवोऽध्येमि । (छान्दोग्योपनिषद् ७.१.२)

सृष्टिनिर्माता ब्रह्मदेवाने ऋग्वेद, यजुर्वेद, सामवेद आणि अथर्व वेदांचा अभ्यास केला. अठरा पुराणांच्या प्रसारासाठी सत्ययुग, त्रेतायुग, व्दापारयुग आणि कलियुगात भगवान विष्णू व्यासरूपाने प्रकट झाले. याशिवाय जगतकल्याणासाठी ब्रह्मदेवाने गणित, देवविद्या, ब्रह्मविद्या, भूतविद्या, शस्त्रविद्या, वास्तुविद्या, नक्षत्रविद्या, सर्पविद्या अशा चौसष्ठ प्रकारच्या विद्या निर्माण केल्या. पूर्वीच्या लोकांना या प्राचीन व सिद्ध विद्यांचे ज्ञान होते. त्यामुळे भारत देश सुजलाम्, सुफलाम् होता. उत्पत्ती, स्थिती व लय या निसर्गनियमांनुसार यातील बहुतांश विद्या काळाच्या ओघात लोप पावल्या. यवनांची आक्रमणे, आपापसातील हाडवैर, वर्णभेद, जातिभेद याचा वापर करून इंग्रजांनी दीडशे वर्षे केलेल्या पिळवणुकीमुळे भारत पूर्वीइतका ऐश्वर्यसंपन्न, बलशाली न राहता विकसनशील देश बनला. स्वातंत्र्यानंतर या थोड्याफार जीवित राहिलेल्या विद्यांमध्ये संशोधन झाल्याने भारताची नेत्रदिपक प्रगती झालेली आहे. भारत सामर्थ्यशाली व महासत्ता बनण्याच्या प्रयत्नात आहे.

मनुष्याच्या आयुष्यावर खालील तीन गोष्टींचा फार मोठा परिणाम होतो. १) जन्मकुंडली (प्रारब्ध), २) कर्म (व्यवसाय किंवा नोकरी), ३) निवासी वास्तू व व्यवसाय, नोकरीच्या ठिकाणची वास्तू.

१) जन्मकुंडली :- चौऱ्याऐंशी लक्ष योनींतून भ्रमण केल्यावर मनुष्यजन्म प्राप्त होतो. गतजन्मीचा पाप-पुण्याचा हिशोब व वासनेपोटीच जीव पुनःपुन्हा जन्म घेतो. जन्मकुंडलीतील ग्रहांमुळे गतजन्मीच्या कर्मांचा बोध होतो. जमिनीच्या सातबाराच्या उताऱ्यावरून जमिनीचे संपूर्ण रेकॉर्ड समजते, तसे मनुष्यावर ग्रह, राशी, महादशा काय परिणाम करणार ते समजते. मनुष्याची मानसिक स्थिती चंद्रावर अवलंबून असल्यामुळे चंद्रराशीला खूप महत्त्व आहे.

योग्य अभिमंत्रित रत्ने, देवधर्म, होमहवन, सत्पात्र दान, उपासना, तांब्याची, चांदीची, सोन्याची सिद्ध यंत्रे, धार्मिक स्थळांना भेटी, पवित्र व सिद्ध साधुपुरुषांचे आशीर्वाद यांचेमुळे आयुष्यात येणाऱ्या संकटांची, अपयशाची, अनारोग्याची धार बोथट होते व तुम्ही संकटांना यशस्वीपणे तोंड देऊन त्यांच्यावर विजय मिळवू शकता.

२) कर्म (व्यवसाय किंवा नोकरी):- प्रत्येक व्यक्ती आपल्या शारीरिक क्षमेतनुसार, बौद्धिक पात्रतेनुसार आर्थिक पाठबळ व आपल्या आवडीनुसार व्यवसाय व नोकरी करतो. त्यातून अर्थार्जन करतो. बांधकामावर दिवसरात्र ऊन-पावसाची पर्वा न करता काम करणारे मिस्त्री, गवंडी, गडी कामगार व दिवसातून एकदा चारचाकी गाडीतून बांधकामावर चक्कर मारणारा बिल्डर, कंत्राटदार यांच्यात कर्मानुसार जमीन-अस्मानाचे अंतर आहे. कामगार अति शारीरिक श्रम (Physical Hardwork) करतात. तर बिल्डर कमी शारीरिक श्रम व विकसित बुद्धीचा (Smart work with Intelligence) वापर करतात. त्यामुळे कामगारांना दोन वेळच्या जेवणाची भ्रांत असते, तर बिल्डरला सर्व भौतिक सुखे, ऐषोआराम उपलब्ध होतात.

सांगायचे तात्पर्य, मनुष्याने आपल्या निसर्गदत्त बुद्धीचा वापर करून उद्योग केला पाहिजे. त्यासाठी प्रत्येक व्यक्तीने आपली जन्मकुंडली चांगल्या ज्योतिषाला दाखवून त्याने सुचविलेलाच धंदा, नोकरी केली पाहिजे. तर त्याची आर्थिक भरभराट, प्रगती, उन्नती होईल. आयुष्याची गाडी तुम्हालाच चालवायची आहे. फक्त कुठे रहदारी जादा आहे, कुठे स्पीड ब्रेकर आहे, कुठे धोकादायक वळण, पूल, नदी आहे, किती वर्षांनी गाडीचा कोणता अवयव निकामी होणार आहे, याची व्यक्तीला पूर्वसूचना मिळते. तरच त्याची गाडी भरधाव वेगाने, धन, पैसा, प्रसिद्धी, यश, कौटुंबिक स्वास्थ्य यांची एकामागून एक गावे यशस्वीपणे पार करील.

कित्येक सेंटरिंग मिस्त्री, गवंडी मला कायम म्हणतात, 'साहेब, मी वीस वर्षे गवंडी काम करतोय; पण अजून कंत्राटदार झालेलो नाही. माझं नशीबच फुटकं आहे.' हसून त्यांना मी म्हणातो, 'मिस्त्री, तुमचे अंतिम ध्येय मुंबई आहे व तुम्ही बेंगलोरला जाणाऱ्या गाडीत बसलाय. तुम्ही चुकीचा व्यवसाय करताय. तुम्ही आयुष्यभर मिस्त्रीच राहणार.' सांगायचे तात्पर्य, जी व्यक्ती डोक्याने (बुद्धीने) चालते ती ध्येय गाठते व जी व्यक्ती पायाने चालते ती अंतर गाठते. परमेश्वर प्रत्येकाला संधी देत असतो. तेव्हा संधीचं सोनं करायचं का सोन्याची संधी हातातून घालवायची (When Fortune knocks open the door) हा ज्याच्या त्याचा प्रश्न आहे.

पिता रत्नाकरो यस्य, लक्ष्मीर्यस्य सहोदरी । शंखो भिक्षाटनं कुर्यात्, फलं भाग्यानुसारतः ।

अर्थ:- देवांनी, असुरांनी, समुद्रमंथन करून जी चौदा रत्नं काढली, त्यात लक्ष्मी व शंखही होते. म्हणून रत्नांची खाण असलेला समुद्र हा शंखाचा पिता व लक्ष्मी ही बहीण. भिक्षेकरी शंख वाजवत फिरतात. यावरून असे सिद्ध होते, दैवाने जे दिले नाही ते प्राप्त होत नाही.

३) निवासी वास्तू व नोकरी-धंद्याच्या ठिकाणची वास्तू :- समजा, तुम्ही सरकार-दरबारी, मोठ्या कंपनीत नोकरीला असाल तर इच्छा असून पण वास्तू बदलू शकत नाही. त्यावेळी फक्त अंतर्गत फर्निचर, वस्तू वास्तुशास्त्रानुसार ठेवा. उदा. उत्तरेकडे, पूर्वेकडे तोंड करून काम करणे, मोठ्या तिजोऱ्या दक्षिण व पश्चिम ठिकाणी ठेवणे. ईशान्य कोपरा हलका व मोकळा ठेवणे. कामाला सुरुवात करण्यापूर्वी इष्ट देवतेला उदबत्ती लावून नमस्कार करणे इत्यादी. पण, निवासी वास्तूमध्ये वास्तुशास्त्रानुसार अंतर्गत बदल करणे तुमच्या हातात आहे. प्रथम उत्तम ज्ञान असलेला वासतुशास्त्रज्ञ घरी घेऊन या. तो वास्तुशास्त्रज्ञ आपला मित्र आहे, अशी घरच्यांची ओळख करून द्या. त्या वास्तुशास्त्रज्ञाला आतून व बाहेरून संपूर्ण घर फिरून दाखवा. कोणत्याही परिस्थितीत होकायंत्र व तोंड घरातील व्यक्तींच्या समोर उघडू नये, अशी सक्त स्पष्ट सूचना त्या वास्तुशास्त्रज्ञाला द्या. संपूर्ण निरीक्षण, परीक्षण झाल्याचा वास्तुशास्त्रीने इशारा करताच त्याला शेवटी आपल्या बेडरूममध्ये घेऊन जा. तेथे होकायंत्र उघडून दिशा पाहा व त्याने सांगितलेल्या सूचना कागदावर व्यवस्थित मांडून घ्या. वास्तुशास्त्रज्ञाला दुसऱ्या कोणत्याही ठिकाणी होकायंत्र लावायचे असल्यास तशी व्यवस्था करून द्या.

घरात कोणताही अंतर्गत बदल करण्यापूर्वी घरातील सर्व सामान, वास्तूतील सर्व जळमटे, कोळिष्टके, धूळ इत्यादी साफसफाई करायची आहे म्हणून घराबाहेर काढा. स्वत: वास्तू झाडा. लोटा, फरशी पुसा. मळलेल्या कपड्यांत घरातील कर्त्या, वडीलधाऱ्या व्यक्तींच्यासमोर जा व त्यांना सांगा की, बघा घरात केवढा धुरळा, केरकचरा आहे. जर मी टीव्ही, तिजोरी, खुर्च्या, पलंग, भांडी, कपाटे इत्यादी या जागेवरून त्या जागेवर हलवले तर पुढच्या वेळी एवढा कचरा होणार नाही. तुम्ही स्वत:घर झाडताय, लोटताय म्हटल्यावर घरातील कर्त्या व्यक्ती थोड्याफार वस्तू इथून तिथे ठेवण्याची परवानगी देतील. त्यांनी संगितलेल्या तेवढ्याच वस्तू, सामान भारतीय वास्तुशास्त्रानुसार ज्या त्या ठिकाणी ठेवा. थोडेफार अंतर्गत बदल केल्याने घरातील वातावरणात निश्चित फरक पडेल. दोन महिन्यांनी तो फरक घरातील सर्वांच्या नजरेला आणून द्या. म्हणजे घरातील व्यक्तींचा तुमच्यावर थोडाफार विश्वास बसेल. परत वास्तुस्वच्छता मोहीम (Operation Vastu Cleaning) राबवा व सर्व अंतर्गत गोष्टी वास्तुशास्त्रानुसार ज्या त्या ठिकाणी ठेवा. संपूर्ण अंतर्गत बदल केल्याने घरात पूर्वीपेक्षा जास्त प्रसन्नता वाटेल. खेळीमेळीचे वातावरण बनेल. दोन महिन्यांनी परत घरातील सर्व व्यक्तींच्या लक्षात तो बदल, ते चैतन्य आणून द्या. म्हणजे घरातील लहान-मोठ्या, वडीलधाऱ्या माणसांचा तुमच्यावर ठाम विश्वास बसेल.

योग्यवेळी त्यांना जो मित्र म्हणून चार महिन्यांपूर्वी आपल्या घरी आला होता, तो प्रख्यात वास्तुतज्ज्ञ होता. त्याने सांगितलेल्या सूचनेची अंमलबजावणी केल्यामुळे आपल्याला हे भरभराटीचे दिवस पाहायला मिळाले, असे सांगितल्यावर कर्त्या लोकांचा वास्तुशास्त्रावर विश्वास बसेल व पुढील किरकोळ पाडापाडी, बदल, कोपरे वाढविणे (Vastu Alteration) साठी त्यांची परवानगी व आर्थिक सहकार्य मिळेल. 'योजनानां सहस्त्रं तु शनैर्गच्छेत् पिपीलिका' (Slow and steady wins the race) या उक्तीनुसार व घरातील छोट्या बदलापासून सुरू करून एक दिवस तुम्ही नवीन प्लॉटवर वास्तुशास्त्रानुसार वास्तू १०० टक्के बांधाल.

ऐवढे सांगायचे कारण की, तज्ज्ञ वास्तुशास्त्री घरातील किचनकट्टा फोडून आग्नेयेला घेणे, जिना काढून नैर्ऋत्येला घेणे, नीच स्थानातील दरवाजे बांधकाम लावून बंद करणे व उच्च स्थानात असलेले बांधकाम तोडून तेथे दरवाजे बसवणे, संडास-बाथरूम तोडून ते पश्चिमेला किंवा दक्षिणेला घेणे, असे योग्य व परिणामकारक बदल एकाच वेळी सुचवतात. इंजिनिअर या नात्याने एस्टिमेट करून द्यायची जबाबदारी आमची असते व तो एस्टिमेटचा आकडा ऐकून नंतर पैशाची जोडणी झाल्यावर बघूया असा वास्तुमालक विचार करतो. वास्तुशास्त्रज्ञाची इच्छा चांगली असते की, त्वरित चांगला उत्तम परिणाम (Immediate Vastu Result) घडून यावा; पण काडी पहिलवानाला पहिल्या दिवशी पाचशे जोरबैठका व एक लिटर थंडाई प्यायला लावल्यास तालमीतून तो पळून जाईल किंवा आजारी पडेल. तसेच परीक्षणासाठी बोलावणाऱ्या व्यक्तीचे कुटुंबात काय स्थान आहे, त्याची आर्थिक कुवत काय आहे, आपण सांगितलेले उपाय तो श्रद्धेने करू शकेल काय, याचा सारासार विचार तज्ज्ञ वास्तुशास्त्रज्ञ करत नाहीत. त्यामुळे वास्तुमालक दुसऱ्या सल्ल्यासाठी (Second Vastu Opinion) कमी फी घेणाऱ्या व वास्तुमालकाच्या 'हो' ला 'हो' मिळवणाऱ्या एखाद्या अर्धवट वास्तुपंडिताला घेऊन येतो व 'नीमहकीम जान का खतरा' या उक्तीप्रमाणे वास्तुशास्त्र बदनाम होते.

पुराणोक्त वास्तुपुरुषाची उत्पत्ती कथा

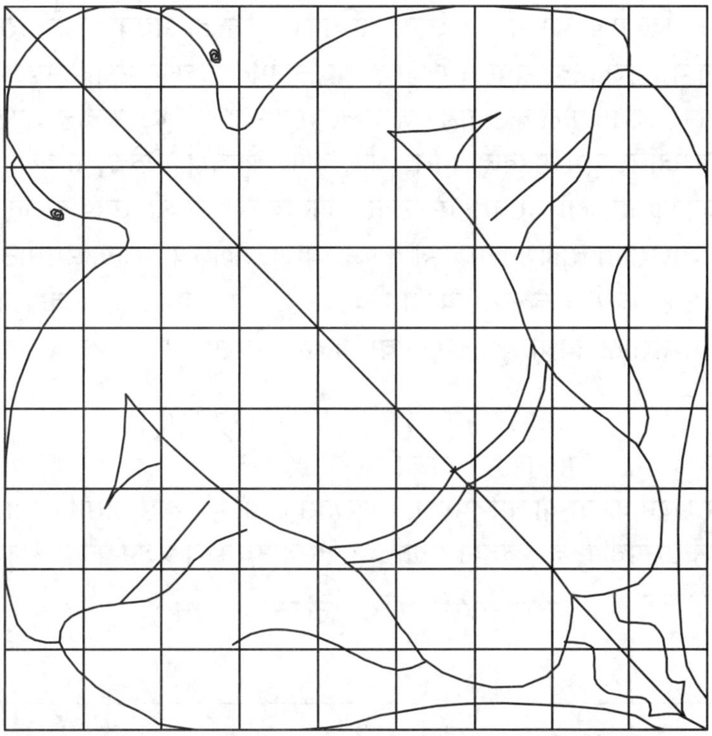

पुरान्धकवधे रूद्रललाटात पतित: क्षितौ । स्वेदस्तस्मात् समुद्‌भूतं भूतमत्यन्तं दु:सहम् ।
चत्वारिंशद्युता: पंच वास्तूदेहे स्थिता: सुरा: । देव्योऽष्टौ बाह्यगास्तेषां वसनाव्दास्तुरूच्यते ।

या वास्तुपुरुषाच्या देहावर ४५ देव बसले व त्याच्या बाहेर आठ देवी बसल्या. देव येथे वास करतात म्हणून (भवन, दुकाने, फॅक्टरी इ.) ना वास्तू म्हणावयाचे. (प्रासादमंडन ८.९६.९८)

त्रेतायुगात अंधकासुर नावाचा महापराक्रमी, बलाढ्य, क्रूर असुर सम्राट होता. त्याच्या अत्याचारापासून प्रजा, देवता, पीडित ऋषिगण यांची सुटका करण्यासाठी भगवान शिवशंकरांनी अंधकासुराबरोबर तुंबळ युद्ध केले. दोघे तुल्यबळ असल्यामुळे युद्ध कित्येक महिने चालले. शेवटी शिवशंकरांनी अंधकासुराचा वध केला. त्या भयानक युद्धप्रसंगी त्रिशुलधारी शंकरांच्या ललाटामधून पृथ्वीवर घर्मबिंदू पडले. त्या घर्मबिंदूपासून पृथ्वीवर एक अतिक्रूर पुरुषभूत उत्पन्न झाले. त्या पुरुषभुताने अंधकासुराचे रक्त प्राशन केले, तरी त्याची तृप्ती झाली नाही. म्हणून त्या भुताने उग्र तप करून त्रैलोक्य भक्षणाचा वर शिवाकडून प्राप्त करून घेतला. वराच्या प्राप्तीनंतर ते भूत दिसेल त्या प्राण्याला, ऋषिमुनींना, देवतांना खाऊ लागले. हे पाहून भयभीत देवता, ऋषिगण ब्रह्मदेवाकडे गेले व पुरुषभुता पासून रक्षण करण्याची प्रार्थना केली. ब्रह्मदेवाच्या नेतृत्वाखाली सर्व देवतांनी, शंकरांनी, राक्षसांनी, ऋषींनी त्या पुरुषभूताला जमिनीवर पालथे पाडले व दाबून धरले. ज्या देवतेने त्या पुरुषाच्या ज्या अंगास दाबून धरले ती देवता त्या अंगाची स्वामी झाली. लाचार होऊन त्या पुरुषभुताने ब्रह्मदेवाकडे शरणागती पत्करली व ब्रह्मदेवाकडून असे वरदान मिळवले की, जो कोणी पृथ्वीतलावर नवीन वास्तू बांधील व माझी भूक भागविण्यासाठी वास्तुबली देणार नाही, त्याला मी अनेक प्रकारचे कष्ट देईन. त्याचे जीवन नरक बनवून स्वत:चे भक्ष बनवीन. यासाठी वास्तूमध्ये घडणाऱ्या प्रत्येक घटनेला मी 'तथास्तु' म्हणेन.

मत्स्यपुराणातील या पौराणिक कथेतून असे दिसते की, सर्व प्रमुख देवता, ऋषी, राक्षस आपल्या नूतन वास्तूत स्थानापन्न आहेत. त्यामुळे भारतीय वास्तुशास्त्रानुसार नूतन वास्तू बांधून सर्व देवतांना, राक्षसांना, ऋषींना त्यांचे वास्तूतील मानाचे स्थान द्यावे. तसेच आपली वास्तू मंदिर समजून ती स्वच्छ, नीटनेटकी, व सुंदर ठेवावी. स्वच्छ व सुंदर वास्तूत मानसिक स्वास्थ्य-समाधान मिळते. मानसिक स्वास्थ्यामुळे भांडणतंटा, त्रास होत नाही. देवतांच्या आशीर्वादामुळे कुटुंब यशाची, प्रगतीची, प्रसिद्धीची, धनाची अनेक शिखरे पार करील व शुभ विश्वऊर्जा (Cosmic Energy) वास्तूत प्रभावित होईल.

वास्तूत भांडणतंटा करू नये, अभद्र बोलू नये, शिव्याशाप देऊ नये, स्त्रीचा छळ, जाच करू नये. अन्नाची नासाडी करू नये; कारण वास्तुपुरुषाला मिळालेल्या वरामुळे ते सत्य होईल.

EAST

NE SE

वास्तुपुरुषाचे डोके ईशान्येकडे व पाय नैऋत्य दिशेकडे आहेत व तो जमिनीवर पालथा झोपलेला आहे. त्यामुळे भारतीय वास्तुशास्त्रानुसार व ज्योतिषशास्त्रानुसार सर्व देवतांना, राक्षसांना, ऋषींना त्यांचे वास्तूतील मानाचे स्थान प्रदान करावे. अष्ट दिक्पालांच्या मूर्ती बदामी, गन्जिगट्टी (जिल्हा धारवाड), नाशिक जिल्ह्यातील सिन्नर येथील ऐरेश्वर मंदिराच्या मंडपाच्या वितनावर व खजुराहो येथील मंदिरात कोरलेल्या आढळतात.

वास्तुशांती करताना उंबराच्या लाकडापासून बनवलेल्या दोन इंच लांबी-रूंदीच्या पेटीत सोन्याचा वास्तुपुरुष ठेवावा. ती पेटी शुभ नक्षत्रावर शुभ मुहूर्तावर गंध, धूप, दीप, श्वेतवस्त्रं, नैवेद्य, तांबूल अर्पण करून वास्तूच्या आग्नेय कोपऱ्यात किचनकट्ट्याखाली पुरावी. सिमेंटचा वापर करून फरशी समपातळीत करावी. वास्तुशांतीचा संपूर्ण ग्रंथोक्त विधी वेदशास्त्रसंपन्न ब्राह्मणाच्या हस्ते करून घ्यावा. पैशाच्या काटकसरीसाठी कोणत्याही कुडमुड्या ब्राह्मणाकडून किंवा स्वत: हा विधी करू नये. ज्याचा शेवट कडू, ते सर्व कडू, या उक्तीनुसार महाभयंकर वास्तुदोष निर्माण होऊ शकतो. वास्तुशांती विधी पूर्ण झाल्यावर यजमानाने सपत्नीक, अंत:करणापासून खालील प्रार्थना करावी.

नमस्ते वास्तु पुरुषाय भूशय्या भिरत प्रभो ।
मद्गृहं धन धान्यादिन् समृद्धं कुरू सर्वदा ।।

अर्थ: भूमिशय्येवर शयन करणाऱ्या वास्तुपुरुषा, आपणास माझा नमस्कार असो! प्रभो, आपण माझे घर धनधान्यानी, संपत्तीने, कर्तृत्ववान संतती, मानसिक स्वास्थ्य प्रदान करून समृद्ध करावे.

वास्तुचक्र व इष्टदेवता स्थान

ईशान्य आग्नेय

NORTH SOUTH

उत्तर कुबेर दक्षिण यम

35'-0"

१ ईश (शिखी)	२ पर्जन्य (घन)	३ जयंत	४ इंद्र (शक्र)	५ सूर्य अर्क	६ सत्य	७ भृश	८ आकाश (व्योम)	९ अग्नि (हव्यवाक्)
३२ दिती	३३ अप	३३ अप	३७ मरिचि	३७ मरिचि	३७ मरिचि	३४ सविता	३४ सविता	१० पूषा
३१ अदिती	४४ आपवत्स	४४ आपवत्स	३७ मरिचि	३७ मरिचि	३७ मरिचि	३८ सावित्री	३८ सावित्री	११ वितिथ (सोम)
३० ऋषि (शैल)	४३ पृथ्वीधर	४३ पृथ्वीधर	४५ ब्रह्मा	४५ ब्रह्मा	४५ ब्रह्मा	३९ विवस्वान	३९ विवस्वान	१२ गृहक्षत
२९ सोम	४३ पृथ्वीधर	४३ पृथ्वीधर	४५ ब्रह्मा	४५ ब्रह्मा	४५ ब्रह्मा	३९ विवस्वान	३९ विवस्वान	१३ यम
२८ भल्लाट	४३ पृथ्वीधर	४३ पृथ्वीधर	४५ ब्रह्मा	४५ ब्रह्मा	४५ ब्रह्मा	३९ विवस्वान	३९ विवस्वान	१४ गंधर्व
२७ मुख्य	४२ रूददस	४२ रूददस	४१ मित्र	४१ मित्र	४१ मित्र	४० विष्णू	४० विष्णू	१५ भृंगराज
२६ नाग	३६ रूद्र	२५ शेष	४१ मित्र	४१ मित्र	४१ मित्र	३३ इंद्रजय	३५ इंद्रजय	१६ मृग
२५ रोग	२४ पाप (यक्ष्मा)	२३ शेष	२२ असुर दैत्य	२१ वरूण	२० पुष्पदन्त	१९ सुग्रीव	१८ व्दारपाल	१७ पितर

वायव्य नैर्ऋत्य

35'-0"

NW WEST SW

प्राचीन ऋषिमुनींचे वास्तुशास्त्रावर संशोधन

मण्डलं जातकं चैव कीलकं सुषिरं तथा । छिद्र सन्धिश्च कारंश्च (?) महादोषा इति स्मृताः। (प्रासादमंडन ८.१६)

वर्तुळाकार भोक, दरवाजा, खिडक्यांच्या जोडापाशी भिंतीत, छतांना, इतर जागी छिद्रे, फटी असणे वास्तूमधील फार मोठे दोष समजले जातात.

भारत उष्ण कटिबंधातील देश आहे. शेतीप्रधान भारताचे संपूर्ण भविष्य पर्जन्य राजाच्या कृपेवर अवलंबून आहे. भारतात जून ते सप्टेंबर या काळात हिंदी महासागरावरून म्हणजे नैर्ऋत्येकडून ईशान्येकडे म्हणजे भूभाग, जमिनीकडे वारे वाहतात. या वाऱ्यांना 'नैर्ऋत्य मान्सून वारे' म्हणतात. या बाष्पयुक्त मौसमी वाऱ्यांमुळे भारतात बहुतांश पाऊस पडतो.

भारतात नोव्हेंबर ते फेब्रुवारी या काळात जमिनीकडून महासागराकडे म्हणजे ईशान्येकडून नैर्ऋत्येकडे वारे वाहतात. या वाऱ्यांना 'ईशान्य मान्सून वारे' म्हणतात. या वाऱ्यांमुळे फारसा पाऊस पडत नाही. फक्त बंगाल उपसागरावरून येणाऱ्या बाष्पयुक्त वाऱ्यांमुळे आंध्रप्रदेश व तामिळनाडू किनारी तुरळक पाऊस पडतो.

पूर्वी वास्तू बांधण्याच्या पद्धती पारंपारिक होत्या. अशा अविकसित पद्धती जून ते सप्टेंबर या काळात नैर्ऋत्य मान्सून वाऱ्यांपासून वास्तूच्या दक्षिण व पश्चिम भिंतीचे संरक्षण करण्यास असमर्थ होत्या. पावसामुळे भिंतींना चिरा पडणे, ओल लागून दुभंगणे यासारखे प्रकार घडायचे. अशा फटीतून साप, विंचू, उंदीर यांसारखे उपद्रवी प्राणी वास्तूत प्रवेश करून जीवितहानी व वित्तहानी होण्याचा दाट संभव असे. भिंती ओलसर राहिल्याने घरात एक प्रकारचे कुबट, दुर्गंधीयुक्त, प्रकृतीला हानिकारक वातावरण तयार होते. अशा कुबट वातावरणामुळे टी.बी. दमा, खोकला यांसारखे श्वसनाचे विकार जडतात. या काळात पावसाळा ऋतू असल्याने दूषित पाण्यापासून निर्माण होणाऱ्या रोगांची (Waterborn Disease) कुटुंबाला शिकार व्हावे लागे. उदा. गॅस्ट्रो, हगवण, कावीळ इ. या काळात सूर्याचे दक्षिणायन चालू असल्याने दिवस लहान व रात्र मोठी असते. म्हणजे भिंती सूर्यप्रकाशाने वाळतील म्हटल्या तरी ते शक्य होत नाही. म्हणून पूर्वीच्या ऋषिमुनींनी वातावरणाचा, पावसाचा, सूर्यप्रकाशाचा अभ्यास करून हवामानावर (Climatology) संशोधन करून असा निष्कर्ष काढला की, पश्चिम व दक्षिण भिंती उंच व जाड करणे काळाची गरज आहे. त्यामुळे वास्तूचे आयुष्य वाढते व कुटुंब पाण्यापासून होणाऱ्या रोगांना बळी पडत नाही.

सर जॉन ह्युबर्ट मार्शल भारतातील पुरातत्त्वविद्या सर्वेक्षण खात्यातील ब्रिटिश संचालक (१९०२-१९३१) होते. त्यांनी सुप्रसिद्ध मोहेंजोदडो, तक्षशिला, सांची, सारनाथ, श्रावस्ती, पाटणा, भीरा, कासिया इत्यादी स्थळी उत्खनने केली. पुराणवस्तू व वास्तुसंरक्षणाचा कायदा संमत करून प्राचीन वास्तूंना शासनाकडून संरक्षण मिळवून दिले. वेगवेगळ्या प्राचीन अवशेषांच्या संग्रहालयांना भेटी दिल्यानंतरच मी वरील निष्कर्षापर्यंत आलो.

मी कित्येक प्राचीन मंदिरांचा, त्यांच्या बांधकाम शैलीचा, बांधण्याच्या कालावधीचा, खर्चाचा अभ्यास केला. तर मंदिरे ही राजा निर्माण करतो किंवा प्रजेच्या देणग्यांतून निर्माण होतात. राजवाड्यांबद्दल माझे असे मत आहे की, नेहमी प्रेक्षणीय राजवाड्यासारखी वास्तू बांधू नये. नंतर त्याची खंडहरे होतात. लोक पहायला येतात, तर पक्षी राहायला येतात. राहती वास्तू, घर मात्र प्रत्येकाला स्वकष्टातून निर्माण करावी लागते. फक्त भाग्यवान लोकांनाच ती वडिलोपार्जित मिळते. प्रपंच चालवून स्वकष्टातून वास्तू निर्माण करणे म्हणजे 'वास्तु निर्माणम् अग्निनिःसारम्।' घर बांधणे म्हणजे विस्तवावरून चालण्याइतके कठीण आहे. त्यामुळे मंदिरे, राजवाडे यांचे दाखले राहत्या घराला लावणे चुकीचे आहे.

एका नामांकित वास्तुशास्त्रज्ञाने मला वास्तुशास्त्राचे उदाहरण दिले की, रामायणात प्रभू रामचंद्र सुग्रीवाच्या राज्याभिषेकानंतर प्रस्त्रव पर्वताच्या शिखरावर ज्या गुहेत राहिले ती गुहा वास्तुशास्त्रानुसार होती. मी कपाळाला हात लावला; कारण भगवान विष्णूंनी रावणाचा संहार करण्यासाठी प्रभू रामचंद्रांचा अवतार धारण केला होता. प्रभू रामचंद्रांच्या पदस्पर्शाने दगडाचा उद्धार होऊन गौतम ऋषींची पत्नी अहिल्या शापमुक्त झाली. अशा प्रभूंच्या वास्तव्याने पावन झालेल्या गुहेचा व आमच्या वन रूम किचन फ्लॅटचा संबंध जोडणे म्हणजे इंद्राच्या ऐरावताची तुलना श्यामभटाच्या तट्टाणीबरोबर करण्यासारखे आहे.

वास्तूमधील खोल्या व प्राचीन दक्षिण भारतातील वास्तुग्रंथकार

प्राचीन ग्रंथात वास्तू कशी बांधावी, त्या खोल्यांचा कोणत्या कारणासाठी वापर करावा, याचे मार्गदर्शन केलेले आहे. अशाच एका प्राचीन ग्रंथातील एक श्लोक खालीलप्रमाणे –

ईशान्यां देवतागेहं पूर्वस्यां स्नानमंदिरम् । आग्नेयां पाकसदनं भांडारागारमन्तरे ।
आग्नेय पूर्वयोर्मध्ये दधिमन्थनमंदिरम् । अग्नि प्रतेशेयोर्मध्ये आज्यगेहं प्रशस्यते ।
याम्यनैर्ऋत्योर्मध्ये पुरीष त्यागमंदिरम् । नैर्ऋत्याम्बुपयोर्मध्ये विद्याभ्यासस्य मंदिरम् ।
पश्चिमानिलयोर्मध्ये रोदनार्थं गृह स्मृतम् । वायव्योन्तर योर्मध्ये रतिगेहं प्रशस्यते ।
उत्तरेशानयोर्मध्ये औषधार्थं तु कारयेत् । (विश्वकर्मा प्रकाश)

विश्वकर्माप्रसाद ग्रंथ जेव्हा लिहिला गेला तेव्हा ग्रामपंचायत ते महानगरपालिका यांच्याकडून बांधकाम नकाशा मंजूर करून घेऊनच कलियुगात बांधकाम करावे लागेल याची ग्रंथकाराला सुतराम कल्पना नव्हती. लेखकाने जे लिहिले ते अत्यंत योग्य, पंचमहाभूते, पंचज्ञानेंद्रिये, आत्मा, मन यांचा विचार करून लिहिलेले आहे. लेखकाला कलियुगात जमिनीचे भाव गगनाला भिडतील, वास्तू बांधण्यासाठी, विकत घेण्यासाठी कर्ज काढावे लागेल. नवीन अत्याधुनिक तंत्रज्ञानाचा उपयोग वास्तुनिर्मितीत होईल याची कल्पना नव्हती. उपलब्ध जागेचा किंवा खर्चाचा तितका विचार त्यामध्ये आढळत नाही. त्यामुळे वरील श्लोकाचा शब्दश: अर्थ काढणे म्हणजे 'जग निघालंय मंगळावर आणि पांडू निघालाय डोंगरावर' अशी वास्तुमालकाची अवस्था होईल. याशिवाय भोजराजाने 'समरांगण सूत्रधार' हा ग्रंथ लिहिलेला आहे. तसेच 'वास्तुप्रदीप', 'वास्तुराजवल्लभ', 'वास्तुमुक्तावली', 'शिल्परत्न', 'वास्तुमंडन', 'मयमतम्' यांसारखे कित्येक प्राचीन ग्रंथ उपलब्ध आहेत. या ग्रंथांचे अध्ययन केल्यावर हे लक्षात येईल की, या ग्रंथांचे लेखक दक्षिण भारतातील आहेत. दक्षिण भारत हा परकीय आक्रमणापासून दूर होता. हे लेखक एकतर महाराजे होते किंवा अति श्रीमंत व्यक्ती होत्या. तत्कालीन राजकारण, समाजकारण व अर्थकारणाचा प्रभाव वरील ग्रंथांवर असल्याने त्यातील सर्वच नियम सद्य परिस्थितीत लागू होऊ शकत नाहीत.

भृगुरमिर्वसिष्ठश्च, विश्वकर्मा मयस्तथा । नारदो नग्नजिच्चैव विशालाक्ष: पुरन्दर: । ब्रह्मकुमारो नन्दीश:
शौनकोभर्ग एवच । वासुदेवो ऽ निरूद्रश्च तथा शुक्रो बृहस्पती । अष्टादशैते विख्याता: शिल्पशास्त्रोपदेशक: ।।

(मत्स्यपुराण २५२/२.४)

त्यामुळे लेखकाने पाच वर्षे अखंड संशोधन करून त्याचे पडताळे पाहून ज्योतिषशास्त्र, प्राचीन वास्तुशास्त्र, आधुनिक सिव्हिल इंजिनिअरिंग, आर्किटेक्चर, ग्रामपंचायत ते महानगरपालिका यांच्या अधिनियमांना (By Laws), तसेच वास्तुमालकांच्या अर्थस्थितीचा, त्यांच्या सोयी व गरजांचा विचार केलेला आहे. कोणत्याही प्लॉटवर शंभर टक्के वास्तुशास्त्रानुसार कसे बांधकाम करावे, हे सचित्र स्पष्ट केले आहे.

रत्नशास्त्र, मंत्रशास्त्र, पातंजल योग, प्राणायाम, ग्रह व देवतांची विविध यंत्रे, तसेच वास्तूत कमीत कमी तोडफोड करून कशा पद्धतीने वास्तुदोष निवारण करावे, याबद्दल विस्तृत माहिती दिलेली आहे. जसे मूल दत्तक घेऊन स्त्रीला मातृत्वाचा अनुभव येत नाही, त्यासाठी नऊ महिने गर्भधारणा करावी लागते व प्रसूतीच्या मरणप्राय यातना सहन करून बाळाला जन्म द्यावा लागतो. त्यावेळी स्त्रीला आलेला अनुभव प्राचीन पुस्तकांतील शंभर अनुभवांपेक्षा श्रेष्ठ असतो. वास्तुशास्त्रज्ञ होण्याआधी प्रत्येक वास्तुशास्त्रज्ञाने बांधकामावर प्रत्यक्ष थांबून काम केले पाहिजे. बांधकामावर वास्तु शास्त्रानुसार काम करून व वास्तुशास्त्राच्या विरुद्ध काम पाहून काय अनुभव येतो याची नोंद ठेवली पाहिजे. स्वत:च्या जबाबदारीवर निरनिराळे प्रयोग करून त्याची सत्यता तपासली पाहिजे; कारण वास्तुशास्त्र म्हणजे शंभर नंबरी सोने आहे आणि सोन्याला अग्निपरीक्षा द्यावीच लागते.

मरणाच्या वेदनेपेक्षा भुकेच्या वेदना अत्यंत तीव्र, प्रखर व दु:खदायक असतात. (अंतकाळापेक्षा मध्यान्हकाळ कठीण) म्हणूनच Man is the slave of stomach हे इंग्रजी सुभाषित निर्माण झाले आहे. प्रसंगी पोलिसांचा मार खाऊन, अनोळखी व्यक्तीच्या बाराव्याचे जेवण जेवून, खोटे बोलून, गावोगावी अभ्यासासाठी स्वत:चे पैसे खर्च करून, बिल्डरकडे नोकरी करून इतका सखोल अभ्यास करण्याचे कारण म्हणजे सिव्हिल इंजिनिअरिंग लेखकाचे उदरनिर्वाहाचे साधन आहे. हे उदरनिर्वाहाचे साधन एका वास्तुशास्त्रज्ञामुळे धोक्यात आलेले होते. अनुभव ही ज्ञानाची माता असते (Experience is the Mother of Knowledge). जीवनाच्या शाळेत अनुभवाच्या गुरूकडून धडे घेतल्याशिवाय शहाणपण येत नाही. शहाणी आणि समर्थ माणसेच मिळालेल्या प्रत्यक्ष अनुभवातून जगण्याची चांगली वाट, ग्रंथ, दीपस्तंभ निर्माण करू शकतात. दुबळी माणसे दैवावर, प्राचीन ग्रंथांवर शब्दश: विश्वास ठेवून चालतात. लेखकाची आर्थिक परिस्थिती सिव्हिल धंद्यावर अवलंबून नसती व लेखकाने फक्त हौस, आवड म्हणून प्राचीन ग्रंथांचे शब्दश: रूपांतर केले असते, तर पुढील पिढीसाठी ते चुकीचे मार्गदर्शन ठरले असते.

वास्तू व पंचमहाभूतांचे गायत्री मंत्र

पृथ्वी तत्त्व:- 'ॐ पृथ्वी देव्यै विद्महे सहस्त्रमूर्तयै धीमहि तन्नो पृथ्वी: प्रचोदयात् ।' (पृथ्वी गायत्री मंत्र)

प्राचीन ऋषिमुनींनी पृथ्वीचे महत्त्व ओळखून पृथ्वी-गायत्रीसारख्या श्रेष्ठ मंत्राची निर्मिती केलेली आहे. या मंत्र जपाने दृढ आत्मविश्वास, असीम धैर्य, सहिष्णुता इत्यादी गुण वाढीस लागतात.

युनोच्या विद्यमाने जुलै १९५७ ते डिसेंबर १९५८ पर्यंत आंतरराष्ट्रीय भू-भौतिक वर्ष पाळले गेले. त्या काळात साठ देशांतील शेकडो वैज्ञानिकांनी पृथ्वीच्या विविध अंगांचा अभ्यास केला. विरळ वातावरणाचा, भौतिक परिस्थितीचा अभ्यास, प्रकाश, सौर डाग, पृथ्वीच्या मध्यातून जाणारे भूचुंबकीय ज्ञान, विश्वकिरण, हवामानाचे रहस्य, भूखंडाचे चलनवलन यांचे नव्याने ज्ञान झाले. पृथ्वी आपल्या पृष्ठभागावर व सभोवतालच्या प्रत्येक गोष्टीवर आकर्षण बल प्रयुक्त करते, त्या बलास पृथ्वीचे गुरुत्वाकर्षण बल असे म्हणतात. पृथ्वीचे वस्तुमान (Mass) ६ x $१०^{२४}$ kg आहे. विश्वस्थिरांक (Universal Constant) ६.६७ x $१०^{-११}$ Nm^2/kg^2. आहे. पृथ्वी २३°-२५ने कललेली आहे. प्रत्येक देशाने अवकाशात सोडलेल्या उपग्रहांव्दारे अत्यंत सूक्ष्म माहिती, संशोधनाव्दारे उपलब्ध होत आहे. उदा. भारताचे आर्यभट्ट, रोहिणी उपग्रह. अमेरिका व रशियाचे कित्येक उपग्रह पृथ्वीचे तापमान पट्टे दर्शविणारी आकृती खाली दिलेली आहे.

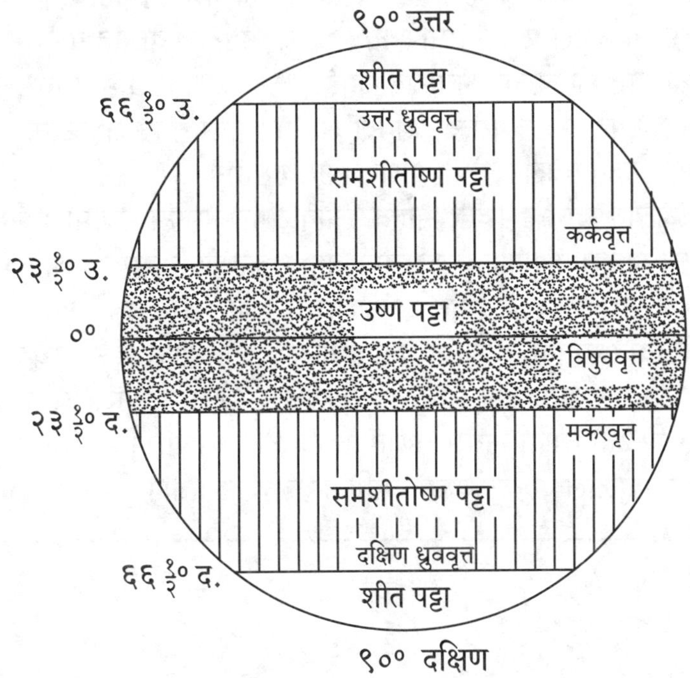

पृथ्वी तत्त्वास वास्तूमध्ये मानाचे स्थान प्रदान केल्याने 'यद् पिंडे तद् ब्रह्मांडे' या तत्त्वाशी एकरूप होता येते. वास्तूमध्ये पृथ्वीतत्त्व नैर्ऋत्य कोपऱ्यात आहे. पृथ्वी या तत्त्वाचे देवस्थान कांचीवरम (तामिळनाडू) येथे आहे.

ॐ न्हूँ ह: फट न्हूँ गन्धतन्मात्र संहरामि नम:।

अर्थ: गंध तन्मात्रास्वरूप भूमिदेवतेस माझा सादर प्रणाम.

वायू तत्त्व:- 'ॐ पवनपुरूषाय विद्महे वायुदेवताय धीमहि, तन्नो वायु: प्रचोदयात् ।' (वायू गायत्री मंत्र)

प्राचीन ऋषिमुनींनी वायूचे महत्त्व ओळखून वायू गायत्री मंत्रासारख्या श्रेष्ठ गायत्री मंत्राची निर्मिती केलेली आहे. या मंत्राच्या जपाने निराशा, चिंता, त्रास, भय यापासून मुक्ती मिळते. मानसिक चलबिचलता कमी होते. मानसिक स्वास्थ्य मिळून मनाची निर्णय घेण्याची ताकद अमर्याद वाढते.

ऑक्सिजन आत घेणे व कार्बन-डाय-ऑक्साईड बाहेर टाकणे, तसेच ऊर्जा मुक्त करणे या प्रक्रियेने सजीव श्वसन करतात. हिरव्या वनस्पती त्यांच्या क्षमतेनुसार कार्बन-डाय-ऑक्साईड हवेतून घेतात व ऑक्सिजन बाहेर टाकतात. त्यामुळे वातावरणात ऑक्सिजन व कार्बन-डाय-ऑक्साईडचे प्रमाण योग्य संतुलित राहते. त्यामुळे प्राणिसृष्टीला जीवनदान देणाऱ्या या महाभूताला प्राणही म्हटले जाते. पृथ्वीच्या भोवती वातावरणात नायट्रोजन ७८.०८%, ऑक्सिजन २०.९२% व इतर १% वायूत ॲरगॉन (०.९३%) कार्बन डाय ऑक्साईड (०.०३%)

NORTH SOUTH

पाण्याची वाफ व धुलीकण असतात. पृथ्वीच्या पृष्ठभागापसून १६ कि.मी. उंचीवर सूर्याचे किरण ऑक्सिजनचे (O_2) रूपांतर ओझोनमध्ये (O_3) करतात. अपायकारक, अतिनील सूर्यकिरण (Ultra Violet Rays) ओझोनच्या या थरात शोषले जातात. त्यामुळे मानवाचे कॅन्सर, त्वचारोग, उष्माघात यापासून संरक्षण होते. उत्कलनांपेक्षा कमी अशा कोणत्याही तापमानास पदार्थ द्रव अवस्थेतून वायू अवस्थेत अवस्थांतरित होण्याच्या क्रियेला बाष्पीभवन असे म्हणतात.

वायू तत्त्वास वास्तूमध्ये मानाचे स्थान प्रदान केल्याने 'यद् पिंडे तद् ब्रह्मांडे' या तत्त्वाशी एकरूप होता येते. वास्तूमध्ये वायूचे उच्चस्थान वायव्य कोपऱ्यात आहे.

वायू तत्त्वाचे देवस्थान कालहस्ती (तामिळनाडू) येथे आहे.

ॐ ऱ्हूँ ह: फट ऱ्हूँ स्पर्शतन्मात्र संहरामि नम:।

अर्थ: स्पर्श तन्मात्रास्वरूप वायुदेवतेस माझा सादर प्रणाम.

जल तत्त्व:- 'ॐ जलबिंबाय विद्महे नील पुरुषाय धीमहि, तन्नो वरुण: प्रचोदयात् ।' (जल गायत्री मंत्र)

प्राचीन ऋषिमुनींनी पाण्याचे महत्त्व ओळखून जल गायत्रीसारख्या परम पवित्र मंत्राची निर्मिती केलेली आहे. या मंत्राच्या जपाने स्मरणशक्ती वाढते. मानसन्मान, प्रतिष्ठा मिळते.

पृथ्वीच्या पृष्ठभागापैकी ७१% भाग जलभाग, तर २९% भाग हा भूभाग आहे. ७१ % जलभाग १००% धरल्यास त्यातील ९७% जलभाग अटलांटिक, पॅसिफिक, हिंदी व आर्टिक्ट या महासागरांनी व्यापलेला आहे. २% पाणी दक्षिण व उत्तर ध्रुवावर गोठलेल्या अवस्थेत आहे. १% पाणी नद्या, सरोवरे, तलाव या गोड्या पाण्याच्या स्वरूपात उपलब्ध आहे. कृत्रिमरीत्या समुद्राच्या पाण्यावर प्रक्रिया करता येते. प्रयोगशाळेत हायड्रोजन वायू पेटवला असता हवेत ज्वलन करून पाणी तयार करता येते. ($2H_2 + O_2 = 2H_2O$) पाण्याचा रेणुभारांक १८ आहे; पण या अत्यंत खर्चिक पद्धती आहेत. त्यामुळे पाण्यासाठी माणसाला नैसर्गिक पावसावरच अवलंबून राहावे लागते; कारण गोड्या पाण्याशिवाय सजीव जगू शकत नाही. सूर्यप्रकाशाच्या उष्णतेने पाण्याची वाफ होते. वाफेने भरलेले असे गरम पाण्याचे प्रवाह आकाशाच्या दिशेने वर चढू लागताच थंड होत जातात. त्याबरोबर त्यामागील वाफेचे द्रवात रूपांतर होऊन ते द्रव्य तरंगत्या धुलिकणांवर सूक्ष्म स्वरूपात साचते. अशा सूक्ष्म थेंबांच्या समूहांना ढग असे म्हणतात. ढगांचे सोरस, क्युम्युलस, स्ट्रेटस यासारखे बरेच प्रकार आहेत. ज्या ढगांपासून आपल्याला पाऊस मिळतो त्यांना निंबस म्हणतात. त्यांची पृथ्वीपासूनची उंची सुमारे एक हजार फूट असते. ते रंगाने काळे असतात. खालील आकृतीवरून नैसर्गिक जलचक्राचे ज्ञान होईल.

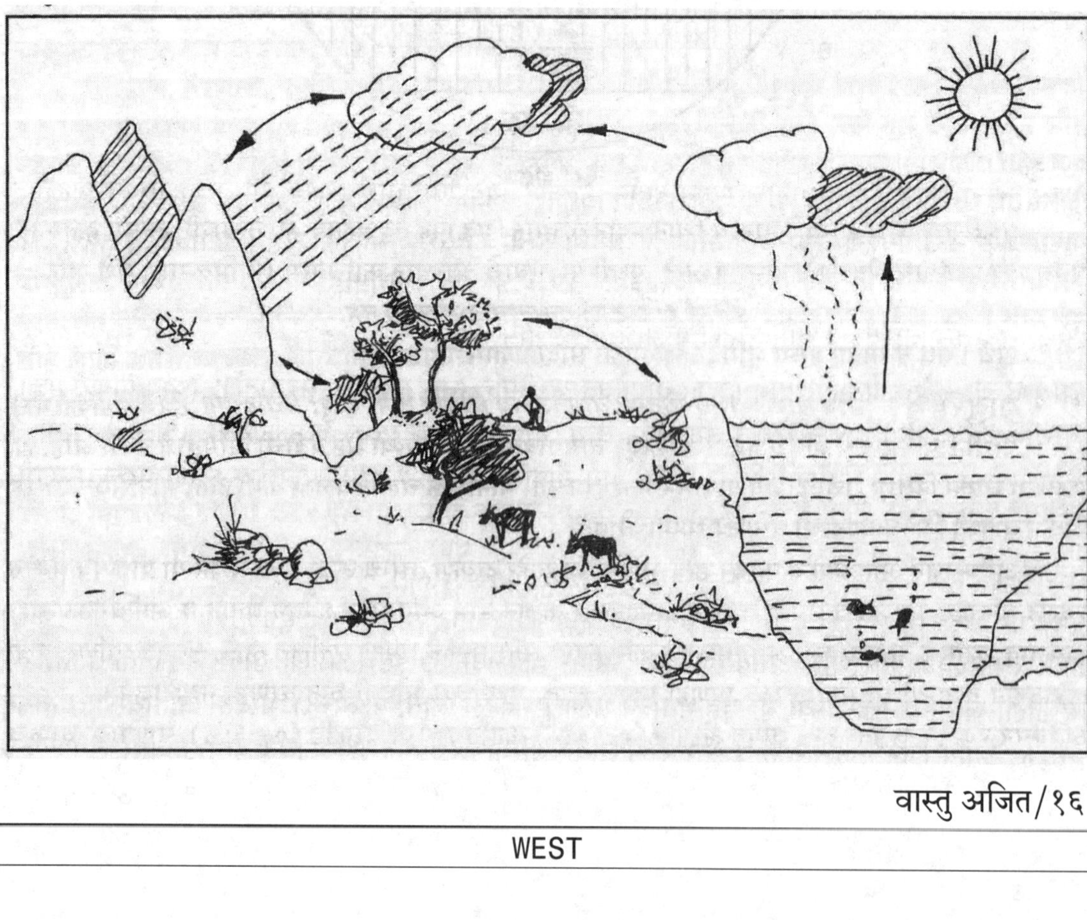

जलतत्त्वास वास्तूमध्ये मानाचे स्थान प्रदान केल्याने 'यद् पिंडे तद् ब्रह्मांडे' या तत्त्वाशी एकरूप होता येते. वास्तूमध्ये जलतत्त्वाचे उच्च स्थान ईशान्य कोपऱ्यात आहे.

जलतत्त्वाचे देवस्थान जंबुकेश्वर (तामिळनाडू) येथे आहे.

ॐ ऱ्हूँ ह: फट ऱ्हूँ रस तन्मात्र संहरामि नम:।

अर्थ: रस तन्मात्रास्वरूप जलदेवतेस माझा सादर प्रणाम.

आकाश तत्त्व:- 'ॐ चतुर्मुखाय विद्महे हंसारूढाय धीमहि, तन्नो ब्रह्मा: प्रचोदयात् ।' (ब्रह्म गायत्री मंत्र)

प्राचीन ऋषीमुनींनी आकाशतत्त्वाचे महत्त्व ओळखून त्याचा अधिपती ब्रह्माची ब्रह्म गायत्री मंत्राने स्तुती केलेली आहे. या मंत्राच्या जपाने यश, ऐश्वर्य प्राप्त होते. शत्रूपीडा नाहीशी होते. कौटुंबिक स्वास्थ्य लाभते.

आकाश म्हणजे आपल्या सभोवतालची व शरीराअंतर्गत असलेली पोकळी होय. आकाशगंगेची सर्व शास्त्रीय माहिती सूर्यमाला या प्रकरणात दिलेली आहे. आकाशतत्त्वाला वास्तूमध्ये मानाचे स्थान प्रदान केल्याने 'यद् पिंडे तद् ब्रह्मांडे' या तत्त्वाशी एकरूप होता येते. वास्तूमध्ये आकाशाचे उच्चस्थान मध्यभागी आहे. आकाशतत्त्वाचे देवस्थान चिदांबर (तामिळनाडू) येथे आहे. तर ब्रह्मदेवाचे देवस्थान उंटाची यात्रा भरणाऱ्या जग प्रसिद्ध पुष्कर (राजस्थान) येथे आहे.

ॐ ऱ्हूँ ह: फट ऱ्हूँ शब्दतन्मात्र संहरामि नम:।

अर्थ: शब्द तन्मात्रास्वरूप आकाश तत्त्वास माझा सादर प्रणाम.

अग्नी तत्त्व:- 'ॐ भास्कराय विद्महे दिवाकराय धीमहि, तन्नो सूर्य: प्रचोदयात् ।' (सूर्य गायत्री मंत्र)

प्राचीन ऋषिमुनींनी सूर्याचे महत्त्व ओळखून सूर्य गायत्री मंत्राची निर्मिती केलेली आहे. या मंत्राच्या जपाने आयुष्यवृद्धी, निरोगी शरीर प्राप्त होते. राजयोग, धनसंपत्ती प्राप्त होते. अग्नीसारखे दैदीप्यमान यशाचे मानकरी होता येते.

पृथ्वीवरील जीवनासाठी सूर्य हा सर्वात महत्त्वाचा उष्णतेचा स्त्रोत आहे. पृथ्वीवर उपलब्ध होणाऱ्या जवळजवळ सर्व प्रकाश, उष्णतेच्या मुळाशी सूर्याची उष्णता आहे. सूर्यामध्ये केंद्रीय एकीकरणाची (Nuclear Fusion) प्रक्रिया चालू असते. या क्रियेमध्ये चार प्रोटॉन्स व हायड्रोजनचे केंद्रक उच्च तापमानाला संयोग पावतात व एक अल्फा कण (हेलियम केंद्रक) तयार होते. दर सेकंदाला मोठ्या प्रमाणात प्रोटॉन्सचे रूपांतर अल्फा कणात (α) होत असते. त्यामुळे प्रचंड प्रमाणात प्रकाश ऊर्जा निर्माण होते. तिला 'सौर ऊर्जा' असे म्हणतात.

ऊर्जा निर्माण करता येत नाही किंवा नष्ट करता येत नाही. तिचे एका प्रकारातून दुसऱ्या प्रकारात रूपांतर करता येते (Conservation of Energy). विश्वातील एकूण ऊर्जा अक्षय आहे. ज्या शांतिकर्मासाठी होमहवन असते, त्या दिवशी अग्नीचा निवास बघावा. अग्नीचा निवास पृथ्वीवर असल्यास शुभदायक फळ. आकाशी असल्यास प्राणनाश फळ व पाताळी असल्यास अर्थनाश फळ मिळते, असे 'मुहूर्त चिंतामणी' या ग्रंथात लिहिलेले आहे.

सूर्य कुलाची अधिक माहिती तारांगण या प्रकारात दिलेली आहे.

अग्नितत्त्वास वास्तूमध्ये मानाचे स्थान प्रदान केल्यास 'यद् पिंडे तद् ब्रह्मांडे' या तत्त्वाशी एकरूप होता येते. वास्तूमध्ये अग्नितत्त्वाचे उच्च स्थान आग्नेय कोपऱ्यात आहे. जगप्रसिद्ध सूर्यमंदिर कोणार्क येथे आहे.

ॐ ऱ्हूँ ह: फट ऱ्हूँ रूपतन्मात्र संहरामि नम:।

अर्थ: रूप तन्मात्रास्वरूप अग्निदेवास माझा सादर प्रणाम.

सूर्यमाला (Tarangan)

खगोलशास्त्रीयदृष्ट्या सूर्याभोवती अनुक्रमे बुध, शुक्र, पृथ्वी, मंगळ, गुरू, शनी, हर्षल, नेपच्यून व प्लुटो हे ग्रह फिरत असतात. हे सर्व ग्रह सूर्याभावती व स्वत:च्या आसाभोवती एका नियमित गतीने रोज फिरतात. प्रकाशकिरण अवकाशात एका वर्षात जेवढे अंतर कापतो, त्या अंतरास 'प्रकाशवर्ष' म्हणतात. प्रकाशाचा वेग दर सेकंदाला सुमारे तीन लाख कि.मी. आहे. पृथ्वीचे सूर्यापासूनचे अंतर १४,९४,५०,००० कि.मी. इतके आहे. त्यामुळे सूर्य ताऱ्यापासून निघालेले प्रकाशकिरण पृथ्वीवर पोहोचण्यास सामान्यत: ८ मिनिटे १८ सेकंद लागतात. चंद्र हा पृथ्वीचा उपग्रह असून, तो पृथ्वीपासून ३,८४,००० कि.मी. दूर आहे. चंद्रावर गुरुत्वाकर्षण पृथ्वीच्या १/६ इतके आहे.

पृथ्वीचे अंतर वस्तुमान एक धरून इतर ग्रहमालिकेसंबंधी अंतरे, सूर्यप्रदक्षिणेचा काळ, अक्ष प्रदक्षिणेचा काळ, उपग्रह संख्या इत्यादी माहिती असलेले कोष्टक खाली दिले आहे.

अ. नं.	नाव	सूर्यापासूनचे अंतर कोटी कि.मी.मध्ये	सूर्यप्रदक्षिणेचा काळ	स्वत:भोवती फिरण्याचा वेग द.से.कि.मी.	स्वत:भोवती फिरण्याचा काल	वस्तुमान पृथ्वी = १	उपग्रह संख्या
१	बुध	५.७९	०.२४	४७.८	८८ दिवस	०.०५४	—
२	शुक्र	१०.८१	०.६२	३५	३० दिवस	०.८२	—
३	पृथ्वी	१४.९५	१.००	२९.७६	२३ तास ५६ मि.	१.००	१
४	मंगळ	२२.७८	१.८८	२४	२४ तास ३७ मि.	०.११	२
५	गुरू	७७.७८	११.८६	१३	९ तास ५५ मि.	३१८.४०	१२
६	शनी	१४२.६१	२९.४६	९.६०	१० तास १४ मि.	९५.२०	९
७	हर्षल	२८६.९१	८४.०२	६.८०	१० तास ४८ मि.	१४.६०	५
८	नेपच्यून	४४९.५७	१६४.८०	५.४०	१५ तास ४८ मि.	१७.३०	२
९	प्लुटो	५८९.९१	२४७.७०	४.७०	?	?	?

वर्षातील निरनिराळ्या दिवसात सूर्याचे विषुववृत्तापासूनचे कोनात्मक अंतर कोणत्या बाजूस व किती आहे, हे खालील कोष्टकात दिलेले आहे.

दिवस	क्रांती	दिवस	क्रांती
२१ जानेवारी	− २०°	२४ जुलै	+ २०°
८ फेब्रुवारी	− १५°	१२ ऑगस्ट	+ १५°
२३ फेब्रुवारी	− १०°	२८ ऑगस्ट	+ १०°
८ मार्च	− ५°	१० सप्टेंबर	+ ५°
२१ मार्च	− 0°	२३ सप्टेंबर	+ 0°
४ एप्रिल	+ ५°	६ ऑक्टोबर	− ५°
१६ एप्रिल	+ १०°	२० ऑक्टोबर	− १०°
१ मे	+ १५°	३ नोव्हेंबर	− १५°
२१ मे	+ २०°	२२ नोव्हेंबर	− २०°
२२ जून	+ २३.५°	२२ डिसेंबर	− २३.५°

EAST

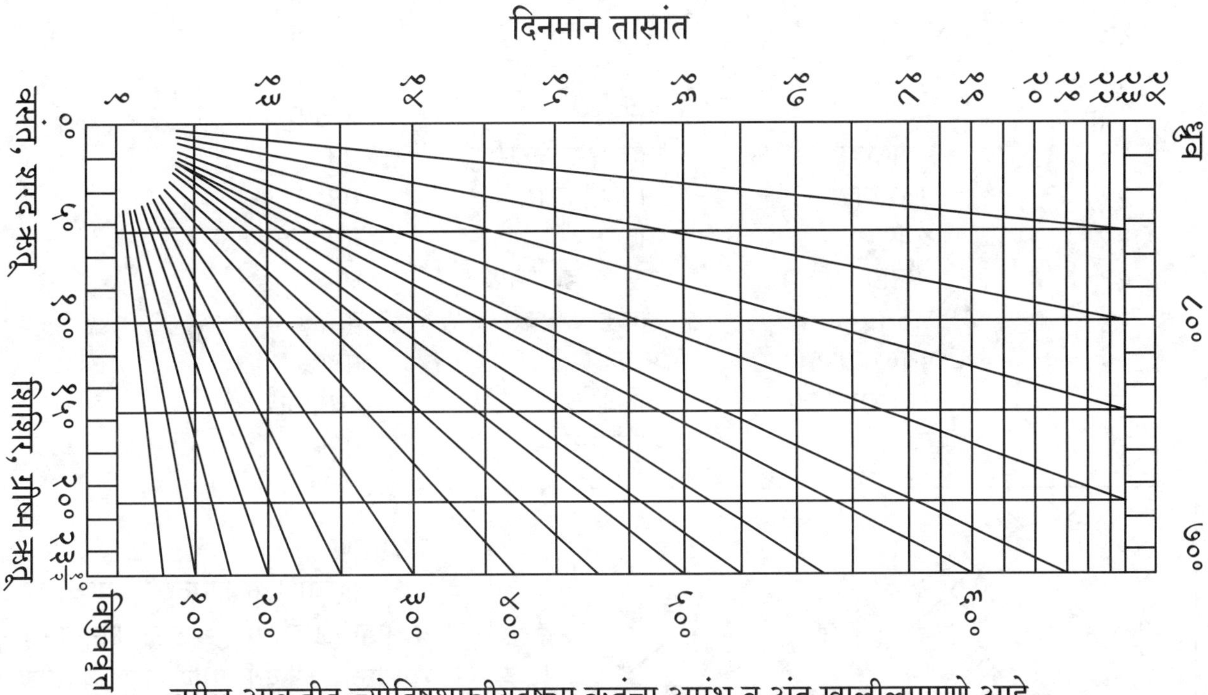

वरील आकृतीत ज्योतिषशास्त्रीयदृष्ट्या ऋतूंचा आरंभ व अंत खालीलप्रमाणे आहे.

२१ मार्च	रात्र व दिवस समान	वसंत ऋतू (Spring) प्रारंभ
२२ जून	सर्वांत मोठा दिवस	ग्रीष्म ऋतू (Summer) प्रारंभ
२३ सप्टेंबर	दिवस व रात्र समान	शरद ऋतू (Winter) प्रारंभ
२२ डिसेंबर	सर्वांत लहान दिवस	शिशिर ऋतू (Autum) प्रारंभ

आयनिक वृत्त :

वर्षभर सूर्य आपल्या दृष्टीने ज्या भासमान मार्गाने प्रवास करतो, त्या मार्गाला आयनिक वृत्त किंवा क्रांतिवृत्त म्हणतात. पृथ्वी सूर्याभोवती ३६५ दिवस, सहा तासांत प्रदक्षिणा पूर्ण करते. पृथ्वीवरून पाहताना सूर्य आयनिक वृत्तावरील प्रत्येक राशीतून भ्रमण करत आहे असे भासते. आयनिक वृत्ताचे जे समान १२ भाग कल्पिलेले आहेत त्यांना राशी असे म्हणतात व या वृत्ताच्या काल्पनिक भागांना नक्षत्रे असे म्हणतात. रात्री एकाच वेळी आकाशात दहा-बारा नक्षत्रे दिसतात.

अ .नं	नक्षत्र	महत्त्वाचा तारा	तारका समूह
१	अश्विनी	बीटा एरिटस	मेष
२	भरणी	४१ एरिटस	मेष
३	कृत्तिका	ईटा टाउरी	वृषभ
४	रोहिणी	अल्डिबरान	वृषभ
५	मृग	लांब्डा ओरियानीस	मृग
६	आर्द्रा	गॅमा जेमिनोरस	मिथुन
७	पुनर्वसू	पोलक्स	मिथुन
८	पुष्य	डेल्टा कांक्री	कर्क
९	आश्लेषा	झीटा हायड्री	वासुकि
१०	मघा	रेग्युलस	सिंह
११	पूर्वा फाल्गुनी	थीटा लिओनीस	सिंह
१२	उत्तरा फाल्गुनी	डेनेबोला	सिंह
१३	हस्त	डेल्टा कार्व्ही	हस्त
१४	चित्रा	स्पायका	कन्या
१५	स्वाती	आर्कट्यूरस	भूतप
१६	विशाखा	अल्फा लिब्री	तूळ

WEST

१७	अनुराधा	डेल्टा स्कॉर्पी	वृश्चिक
१८	ज्येष्ठा	लांब्डा स्कॉर्पी	वृश्चिक
१९	मूळ	अंटारिस	वृश्चिक
२०	पूर्वाषाढा	लांब्डा सॅजिटारी	धनु
२१	उत्तराषाढा	पाय सॅजिटारी	धनु
२२	श्रवण	अल्टेर	गरूड
२३	धनिष्ठा	अल्फा डेल्फिनी	धनिष्ठा
२४	शततारका	लांब्डा ॲक्वॅरी	कुंभ
२५	पूर्वा भाद्रपदा	मार्काब	महाश्व
२६	उत्तरा भाद्रपदा	अल्जेनीब	देवयानी
२७	रेवती	म्यू पिसियम	मीन

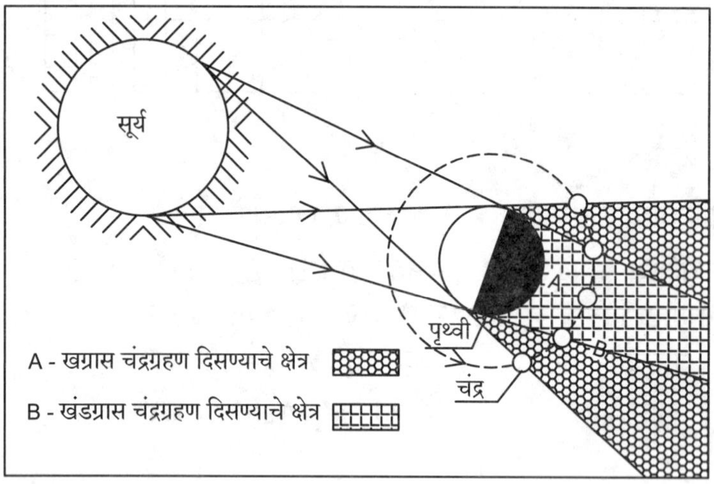

चंद्रग्रहणे :

चंद्राची कक्षापातळी पृथ्वीच्या कक्षापातळीशी ५०८ इतका कोन करते. त्यावेळीच फक्त पौर्णिमेला चंद्रग्रहणे होतात. प्रत्येक पौर्णिमेला चंद्रग्रहण होत नाही. एका वर्षात जास्तीत जास्त दोन, तीन चंद्रग्रहणे होतात. चंद्राचा पर्वकाळ चार तासांचा असू शकतो.

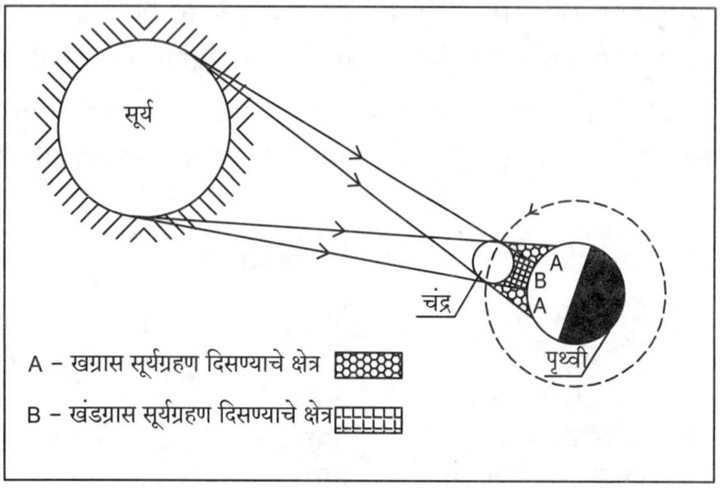

सूर्यग्रहणे :

चंद्राची कक्षापातळी पृथ्वीच्या कक्षापातळीशी ५०८चा कोन करते. त्यावेळी फक्त अमावास्येला सूर्यग्रहणे होतात. प्रत्येक अमावास्येला सूर्यग्रहण होत नाही. एका वर्षात जास्तीत जास्त दोन–पाच सूर्यग्रहणे होतात.

स्पर्शापासून मोक्षापर्यंत सूर्यग्रहणाच्या काळाला पर्वकाळ म्हणतात. तो विषुववृत्तावर जास्तीत जास्त चार तास असू शकतो.

आकाशगंगा (**Galaxy**) :

अवकाशात ताऱ्याच्या विशाल, प्रदीर्घ आकाराच्या तारकासमूहास दीर्घिका म्हणतात. सूर्यकुल एका दीर्घिकेतच आहे व आपल्या दीर्घिकेला आकाशगंगा म्हणतात. आकाशगंगेत हजारो तारे, तारकासमूह, सूर्य, कित्येक ग्रह व त्यांचे उपग्रह, धूमकेतू आहेत.

आकाशगंगेवर प्रभुत्व मिळवायचे असेल तर या संबंधीचे संशोधन एका छत्राखाली होणे आवश्यक होते. त्याप्रमाणे आयसेन हॉवर यांच्या अमेरिकेतील अध्यक्षीय कारकिर्दीत 'नॅशनल एरॉनॉटिक्स ॲन्ड स्पेस ॲडमिनिस्ट्रेशन' (NASA) या संस्थेची प्रतिष्ठापना झाली. आज नासाच्या अंतर्गत अनेक नामवंत संस्था अवकाशात निरनिराळ्या प्रकल्पासाठी संशोधन करत आहेत. सूर्यमालेचे व अवकाशाचे जे काही ज्ञान आपल्याला झालेले आहे, त्यात नासाचा सिंहाचा वाटा आहे. सर्व ग्रहांची, त्यांच्या उपग्रहांची शेकडो रंगीबेरंगी छायाचित्रे नासाच्या विविध प्रकल्पांव्दारे जनसामान्यांपर्यंत पोहोचली आहेत.

वास्तू,प्लॉट आणि दिशांची विभागणी

१) पूर्व दिशा:

पूर्व म्हणजे प्राची. या दिशेचा स्वामी इंद्र आहे. इंद्र जसा स्वर्गाचा अधिपती असून, देवांचा सम्राट आहे. सम्राट म्हणजे तिन्ही लोकांचा राजा. सम्राटाला जशी कीर्ती, सत्ता, ऐश्वर्य, सुखसमृद्धी मिळते, तशी शुभ फळे वास्तुमालकाला प्राप्त होण्यासाठी पूर्व दिशा नेहमी स्वच्छ, सुंदर, पवित्र ठेवावी. सूर्योदय पूर्वेला होत असल्याने शुभ आदित्य ऊर्जा प्रवाहाला अडथळा येऊ नये, म्हणून पूर्वेस उतार असावा. कमी वाढणारी झाडे लावावीत. जास्त मोकळी जागा सोडावी. सूर्योदय झाल्यावर अंधकार लोप पावतो तसा वास्तुमालकाच्या दुर्भाग्याचा नाश हितशत्रूंचा नाश होतो.

ज्योतिषशास्त्रानुसार या पूर्व दिशेचे कारकत्व रवी ग्रहाकडे आहे. रवीला ग्रहांचा राजा म्हटले जाते. रवी पुरुषतत्त्वाचा सत्त्वगुणी ग्रह आहे. रवीच्या धन बाजूत स्वाभिमान, तेज, अधिकार, करारीपणा या गोष्टी येतात. रवी माणसाला राजासारखे यशाच्या, प्रतिष्ठेच्या सर्वोच्च शिखरावर नेऊन ठेवतो. सूर्य आत्मा व बुद्धीचा कारक असल्याने आध्यात्मिक प्रगती, प्रारब्ध यांची उन्नती होते. जन्मपत्रिकेत प्रथम स्थानात असलेली राशी सूर्याच्या आकाशातील स्थितीवरून ठरते.

पूर्व दिशा ऐश्वर्य लक्ष्मीच्या प्रभावाखाली येत असल्याने वास्तुमालकाला महाऐश्वर्य प्राप्त होते. पूर्व दिशेची रास मेष आहे. सूर्य ग्रहाचे देवस्थान सूर्यनार कोवील (तामिळनाडू) येथे आहे. इंद्राचे देवस्थान शुचींद्रम (केरळ) येथे आहे. मंदिरात मूर्ती नसून इंद्राचे प्रतीक म्हणून आरसा ठेवलेला आहे.

२) दक्षिण दिशा :

दक्षिण म्हणजे हीन दर्जाची, राक्षसी दिशा. या दिशेचे स्वामी यमराज आहेत. यमराजांचे नुसते नाव घेतले तरी मृत्यू डोळ्यांसमोर उभा राहतो. उरात धडकी भरते. मृत्यू म्हणजे प्रत्येक गोष्टीचा अंत, नाश, शेवट. मृत्यू जीवनाचे अंतिम सत्य आहे. दक्षिण दिशेला जादा मोकळी जागा सोडल्यास, उतार दिल्यास, बोअर मारल्यास वास्तुमालकाला जिवंतपणी मरणप्राय यातना भोगाव्या लागतात. जीव प्रॉपर्टी, इस्टेट, सोनं, पैसा, घर यांच्या सारख्या नश्वर गोष्टीत अडकून राहतो. त्यामुळे मेल्यावर मुक्ती किंवा दुसरा जन्म मिळत नाही. जशी वासना तशी प्राप्ती. याप्रमाणे मनुष्य पिशाच योनीत भटकत राहतो.

ज्योतिषशास्त्रानुसार दक्षिण दिशेचे कारकत्व मंगळ ग्रहाकडे आहे. मंगळाला ग्रहांचा सेनापती म्हटले जाते. मंगळ पुरुष तत्त्वाचा, तमोगुणी ग्रह आहे. भूमिपुत्र असल्याने बिल्डर, डेव्हलपर्स, प्रगतिशील शेतकरी, वतनदार लोकांना शुभ आहे. 'प्रथम लाथ, नंतर बात, मग मुलाकात' असे मंगळाचे तत्त्वज्ञान आहे. दैववादी लोक तळहातावरील रेषा बघतात व प्रयत्नाशिवाय नशिबापुढे नतमस्तक होतात. तर प्रयत्नवादी लोक मनगटातील ताकद आजमावतात, त्यामुळे नशीब त्यांचेपुढे नतमस्तक होते, असा मंगळाचा दृढ आत्मविश्वास आहे. त्यामुळे दक्षिण दिशेला कमीत कमी जागा सोडल्याने मंगळ प्रसन्न होतो व वास्तुमालकाला असामान्य साहस, कर्तृत्व धैर्य हे गुण प्रदान करतो.

दक्षिण दिशा आदिलक्ष्मीच्या प्रभावाखाली येत असल्याने जुगारात, रेसमध्ये, मटक्यात एकदाच प्रचंड पैसा मिळतो; पण बाई, बाटली व ताटली यांच्या नादाने सर्व पैसा जातो. ज्यांनी बारबाला, पार्ट्या यांच्यावर पैसा उधळलेला आहे, असे शेकडो लोक भिकारी झाल्याची उदाहरणे आजूबाजूला निरीक्षण केल्यावर लक्षात येतील; कारण पार्ट्यांत अन्नाची नासाडी होते.

अन्नपूर्णेच्या शापाने मालक अन्नाला महाग होतो. तर डान्सिंग बारमध्ये, तमाशात उधळलेल्या पैशावर बारबाला नाचतात. त्यामुळे पैशाला पायाखाली तुडवण्यासाठी फेकणारा लक्ष्मीच्या अवकृपेने पैशालाच महाग होतो. दक्षिण दिशेची राशी कर्क आहे. मंगळ ग्रहाचे देवस्थान वैतीश्वरन मंदिर-अनग्रह (तामिळनाडू) येथे आहे.

३) पश्चिम दिशा :

पश्चिम दिशा म्हणजे सूर्यास्ताची दिशा. या दिशेचा स्वामी पर्जन्यदेवता वरुण आहे. पर्जन्याचे रूपांतर

जलप्रलयात झाल्याने सर्वस्वाचा नाश होतो. वरुणाच्या अवकृपेने तसा नाश, दुर्भाग्य वास्तुमालकाच्या वाट्यास येऊ शकते.

ज्योतिषशास्त्रानुसार पश्चिमेचे कारकत्व शनी या ग्रहाकडे आहे. शनी नपुंसक तत्त्वाचा, तमोगुणी ग्रह आहे. शनीला सेवकाची उपमा दिलेली आहे. शनी प्रसन्न झाल्यास जीवात्म्याचे शिवात्म्याशी मिलन घडवतो. मृत्यूचा मार्ग सुकर करतो. त्यागी व्यक्तीला दोन पिढ्यांची सोय करण्याइतपत धनसंपत्ती मिळवून देतो. शनीच्या ऋण बाजूत मृत्यू, दारिद्र्य, विघ्न, आपत्ती, आळस यांचा समावेश आहे. शनी मनुष्याला झिजवून झिजवून एखाद्या गोष्टीतील रस काढून घेतो. महत्त्वाकांक्षा, जिद्द उद्ध्वस्त करतो. त्यामुळे पश्चिमेला जास्त मोकळी जागा सोडणे, बोअर मारणे म्हणजे शनीची साडेसाती मागे लावून घेण्याचा प्रकार आहे.

एका प्राचीन ग्रंथानुसार देवाने जगावर राज्य करण्यासाठी पुरुषाची निर्मिती केली तर असुरांनी पुरुषांवर अधिराज्य करण्यासाठी स्त्रीची निर्मिती केली. देवाने स्थैर्य, क्षेमकुशल, मांगल्य, कल्याण, आयुष्य यांची वृद्धी होण्यासाठी प्रकाशाची निर्मिती केली. तर राक्षसांनी अस्थैर्य, अमंगल, दुर्दैव, अनारोग्य, अपमृत्यू यांचे प्राबल्य वाढविण्यासाठी रात्रीची निर्मिती केली. त्यामुळे पश्चिम, नैर्ऋत्य, दक्षिण दिशेत दोष निर्माण झाल्यास स्त्रियांचे अधिपत्य वाढते. स्त्रिया पुरुषी बनतात, वागतात. पश्चिम दिशा गजलक्ष्मीच्या प्रभावाखाली येत असल्याने दोन नंबर धंद्यात प्रचंड पैसा मिळतो; पण हाव वाढल्याने तो पैसा जातोच, शिवाय घरदार विकून वास्तुमालकाला भिकारी करतो.

शनीची उच्च राशी तुला आहे. ज्योतिषशास्त्रानुसार ग्रह आपल्या स्वराशीत, उच्च राशीत, मूलत्रिकोण राशीत अत्यंत बलवान असतो. त्यामुळे पश्चिम दिशेला जडत्व प्राप्त झाल्यास शनीची शुभ फले देण्याच्या ताकदीत अमर्याद वाढ होते. शनी ग्रहाचे देवस्थान तिरूनल्लारू (तामिळनाडू) व शनी शिंगणापूर (महाराष्ट्र) येथे आहे.

४) उत्तर दिशा:

उत्तर दिशेचा स्वामी प्रत्यक्ष कुबेर आहे. कुबेराने जगाच्या पालनकर्त्या भगवान तिरूपतींना लग्नासाठी कर्ज दिलेले आहे. ते फेडण्यासाठी जगप्रसिद्ध तिरूपती मंदिरात हंड्या टांगलेल्या आहेत. सत्ययुगात घेतलेले कर्ज, कलियुगात अजूनही भक्त फेडत आहेत. त्यावेळी कर्ज देणारा कुबेररूपी सावकार किती श्रीमंत असणार याची कल्पनाच केलेली बरी. अशी सावकारी दिशा नेहमी स्वच्छ, सुंदर पवित्र, मोकळी ठेवल्यास कुबेर प्रसन्न होऊन वास्तुधारकावर वैभवाची, धनाची मुक्त हस्ताने उधळण करील.

ज्योतिषशास्त्रानुसार उत्तर दिशेचे कारकत्व बुध ग्रहाकडे आहे. बुधाला ग्रहांमध्ये युवराज म्हटले जाते. बुध नपुंसक तत्त्वाचा रजोगुणी ग्रह आहे. बुध बुद्धिमत्तेचा, स्मरणशक्तीचा कारक आहे. प्रत्येक गोष्टीचे परीक्षण व निरीक्षण करून अचूक निर्णय घेण्याची बुधाची क्षमता अफाट आहे. बुध अष्टावधानता व चातुर्याचे अजब रसायन तत्त्व आहे. 'कलम से तलवार को काट देंगे,' असा बुधाचा महिमा आहे. हजारो माणसांमध्ये आपल्या कर्तृत्वाने, लेखनाने स्फुलिंग पेटवून नेतृत्व करण्याची क्षमता फक्त बुधातच आहे. खिशात दमडी नसताना आपल्या निसर्गदत्त बुद्धीचा, अमोघ वाणीचा उपयोग करून करोडपती झाल्याची हजारो उदाहरणे आहेत. अशा बुधाला जास्तीत जास्त मोकळी जागा सोडून प्रसन्न केले तर Nothing is impossible because our moto is 'sky is the limit .' या उक्तीप्रमाणे तो वास्तुमालकाला करोडपती बनवेल.

उत्तर दिशा धनलक्ष्मीच्या प्रभावाखाली येत असल्याने धन-दौलत पैसा पाण्यासारखा मिळतो. आलेला पैसा कुठे गुंतवू, एवढा विचार करण्यातच वास्तुमालकाचा दिवस निघून जातो. उत्तर दिशेची राशी मकर आहे. बुध ग्रहाचे देवस्थान तिरूव्यंकाडू मंदीर-बुद्धा (तामिळनाडू) येथे आहे.

५) ईशान्य दिशा :

उत्तर व पूर्व या दोन दिशांच्या मध्यातून जाणाऱ्या रेषेवर ईशान्य दिशा आहे. होकायंत्राच्या N वर चुंबकसुईचे लाल टोक स्थिर केल्यास उत्तरेपासून ४५° वर NE लिहिलेले असते. तीच ईशान्य उपदिशा होय.

गुरूर्ब्रह्मा गुरूर्विष्णु:, गुरूर्देवो महेश्वर:।
गुरू:साक्षात् परब्रह्म, तस्मै श्री गुरवे नम: ।।

असा ईशान्य दिशेचा महिमा आहे.

ज्योतिषशास्त्रानुसार ईशान्य दिशेचे कारकत्व गुरू ग्रहाकडे आहे. गुरूला ग्रहांचा मंत्री म्हटले जाते. गुरू हा पुरुषतत्त्वाचा, सत्त्वगुणी ग्रह आहे. गुरू उच्च शिक्षण, प्रगल्भ बुद्धिमत्तेचा कारक आहे. घर आणि मंदिर यांच्यात समन्वय साधायला गुरू शिकवतो. इतिहासात अजरामर झालेली महाकाव्ये, महान ग्रंथ गुरूच्या आशीर्वादानेच निर्माण झालेत. जीवन मंगलमय, प्रेममय, आनंदमय उपभोगण्यासाठी गुरुकृपा आवश्यक आहे. गुरू संततीचा, मुलाबाळांचा, वात्सल्याचा कारक आहे. त्यामुळे आयुष्यात गुरुबळ मिळवण्यासाठी ईशान्येला मोकळी जागा सोडणे, बोअर मारणे अत्यंत महत्त्वाचे आहे.

वास्तुकुंडलीनुसार पूर्व-ईशान्य संतानलक्ष्मीच्या तर उत्तर-ईशान्य धनलक्ष्मीच्या प्रभावाखाली येते. वास्तुकुंडलीनुसार उत्तर-ईशान्येची राशी कुंभ आहे. तर पूर्व-ईशान्येची राशी मीन आहे. मीन स्वराशी असल्याने गुरू ईशान्येला अत्यंत बलवान आहे. त्यामुळे तो अतिशुभ फळे देण्यास समर्थ आहे.

गुरू ग्रहाचे देवस्थान आलंगुडी (तामिळनाडू) येथे आहे.

६) आग्नेय दिशा :

पूर्व व दक्षिण या दोन दिशांच्या मध्यातून जाणाऱ्या रेषेवर आग्नेय दिशा आहे. होकायंत्राच्या N वर चुंबकसुईचे लाल टोक स्थिर केल्यास पूर्वेपासून ४५° वर SE लिहिलेले असते. तीच आग्नेय उपदिशा होय.

ॐ महाज्वालाय विद्महे अग्निदेवताय धीमहि तन्नो अग्नि: प्रचोदयात् ।

– अग्नी गायत्री मंत्र

अग्नी तेजाचे मूर्त रूप आहे. उत्पत्तीचे प्रतीक आहे. अग्नीला मृत्युभय नाही. अग्नीमध्ये सर्व हीन तत्त्वे जळून जातात. फक्त शाश्वत अंतिम सत्य सोन्यासारखे झळाळून उठते. म्हणून अग्निपरीक्षा देणे यासारखे वाक्प्रचार रूढ झालेले आहेत. पंचमहाभूतांचा अर्क म्हणजे अग्नी होय. जो कोणी अर्काचे अर्कत्व उत्तम प्रकारे जाणतो, त्याच्या समोर सर्व सुखे, आरोग्य, ज्ञान, सिद्धी हात जोडून उभे राहतात. जसे यज्ञाला अग्नीशिवाय पूर्णत्व येत नाही, तसे वास्तूमध्ये आग्नेय कोपऱ्यात अग्नीची स्थापना केल्याशिवाय वास्तूला पूर्णत्व येत नाही.

ज्योतिषशास्त्रानुसार आग्नेय दिशेचे कारकत्व शुक्र ग्रहाकडे जाते. शुक्र हा स्त्रीग्रह असून रजोगुणी आहे. प्रेम, स्त्री-पुरुषांचे लैंगिक संबंध, प्रेम यावर शुक्राची सत्ता चालते. शुक्र वीर्य उत्पादन करणारा असल्याने त्याला प्रणयदेवता मदन म्हटले जाते. कॉलेज गार्डनमध्ये फुलपाखरासारखे बागडणारे तरुण-तरुणी, त्यांचा जीवनाकडे बघण्याचा धुंद सकारात्मक दृष्टिकोन, एकमेकांबद्दल वाटणारे आकर्षण ओढ शुक्र निर्माण करतो. या शुक्रामुळेच 'पिकल्या पानाचा देठ की हो हिरवा' अशा प्रकारे केसांना कलप लावणारे, जीन पॅन्ट-टी-शर्ट घालणारे म्हातारे स्वत:ला चिरतरुण, यौवनाचे भांडार समजतात.

वास्तू कुंडलीनुसार पूर्व-आग्नेय ऐश्वर्यलक्ष्मीच्या तर दक्षिण-आग्नेय धान्यलक्ष्मीच्या प्रभावाखाली येते. वास्तुकुंडलीनुसार पूर्व-आग्नेय दिशेची राशी वृषभ आहे. तर दक्षिण-आग्नेय दिशेची राशी मिथुन आहे.

शुक्रग्रहाचे देवस्थान कांचनूर (तामिळनाडू) येथे आहे.

७) नैऋत्य दिशा:

दक्षिण व पश्चिम या दोन दिशांच्या मध्यातून जाणाऱ्या रेषेवर नैऋत्य दिशा आहे. होकायंत्राच्या N वर चुंबकसुईचे लाल टोक स्थिर केल्यास दक्षिणेपासून ४५° वर SW लिहिलेले असते, तीच नैऋत्य उपदिशा होय.

या दिशेचे स्वामी राहू व केतू हे छायांकित पापग्रह आहेत. वास्तूचे आयुष्य १२० वर्षे धरल्यास १८ वर्षे राहू, केतू ७ वर्षे इतका मोठा कालखंड नैऋत्येच्या अंतर्गत येतो. पाप ग्रह म्हणजे खलनायक, दैवाधीन आपत्ती, आकस्मिक संकटे, अनारोग्य, काळी विद्या, पिशाच, अतृप्त वासना, शाप, तळतळाट यांचे आगारच.

त्यामुळे नैर्ऋत्येला जास्त मोकळी जागा सोडू नये. बोअर मारू नये. नाहीतर पापग्रहांना आमंत्रण दिल्याने ते वास्तुमालकाची वाटच लावणार. वास्तुदोषाची चांगली अथवा वाईट तीव्रता या कोपऱ्यावर अवलंबून असतात. त्यामुळे वास्तूचा, प्लॉटचा नैर्ऋत्य कोपरा ९०° असणे अत्यंत महत्त्वाचे आहे. नारायण नागबली, विष्णुसहस्त्र-नाम, गुरू दत्तात्रेयांचा अंगारा यासारख्या दैवी उपायांनीच यावर मात करता येते.

या दिशेचे स्वामी नैर्ऋत्यी नावाचा महाभयंकर, पाताळयंत्री राक्षस व यमराज आहेत.

वास्तुकुंडलीनुसार दक्षिण-नैर्ऋत्य आदिलक्ष्मीच्या तर पश्चिम-नैर्ऋत्य धैर्यलक्ष्मीच्या प्रभावाखाली येते. दक्षिण-नैर्ऋत्येची राशी सिंह आहे. तर पश्चिम-नैर्ऋत्येची राशी मिथुन आहे. राहू ग्रहाचे देवस्थान तिरूनागेश्वरम् (तामिळनाडू) येथे आहे. तर केतू ग्रहाचे देवस्थान किळपेरूपळम् (तामिळनाडू) येथे आहे.

८) वायव्य दिशा :

पश्चिम व उत्तर या दोन दिशांच्या मध्यातून जाणाऱ्या रेषेवर वायव्य दिशा आहे. होकायंत्राच्या N वर चुंबकसुईचे लाल टोक स्थिर केल्यास पश्चिमेपासून ४५° वर NW लिहिलेले असते. तीच वायव्य उपदिशा होय.

वायव्य दिशेचा स्वामी वरूण आहे. वायव्य दिशा वायुतत्त्वाची आहे. सुगंधी, आल्हाददायक हवा वास्तूत आल्यावर कसे प्रसन्न वाटते. या उलट दुर्गंधीयुक्त, कोंदट, दूषित हवेने वास्तूत प्रवेश केल्यावर दोन मिनिटे पण थांबावेसे वाटत नाही. उदाहरणार्थ, पूजाघरातील प्रसन्न हवा, तर कित्येक दिवस न उघडलेल्या खोलीतील कोंदट हवा यात जमीन-अस्मानाचा फरक आहे. यापैकी कोणती हवा वास्तूत प्रवेश करणार हे वरूणराजाच्या मर्जीवर अवलंबून आहे.

ज्योतिषशास्त्रानुसार वायव्य दिशेचे कारकत्व चंद्र ग्रहाकडे येते. चंद्राला ज्योतिषशास्त्रात हुकमाची राणी म्हटले जाते. जन्मताच चंद्र किती अंशात आहे, यावरून मानवास कोणती महादशा, अंतर्दशा चालू आहे हे समजते. उदा. जन्म मीन राशीत ६° म्हणजे शनी महादशा भोग्यकाल १५ वर्षे, २ महिने, १२दिवस.

चंद्र हा स्त्री तत्त्वाचा सत्त्वगुणी ग्रह आहे. 'चंद्रमा मनसो जात:' या तत्त्वाप्रमाणे चंद्र मनाची स्थिती, मानसिक आंदोलने यांचा कारक आहे. 'ज्याने मन जिंकले त्याने जग जिंकले' या नियमानुसार व्यक्तीचे यश, कीर्ती, भाग्य, चंद्रावर अवलंबून आहे. माणसाचे रक्त व समुद्राचे खारे पाणी यांच्या समान गुणधर्मामुळे समुद्राच्या भरती-ओहोटीप्रमाणे चंद्र हे का ते अशी मनाची दोलायमान स्थिती निर्माण करतो. मानसिक स्वास्थ्य, कौटुंबिक समाधान हवे असल्यास प्लॉटच्या वायव्य कोपऱ्यात हिरवळ असावी. गुलाबाचे ताटवे असावेत. बाग असावी.

वायुरायुर्बलं वायुर्वायुर्धाता शरीरिणाम् ।
वायुर्विश्वमिचं सर्वं, प्रभुर्वायुश्च कीर्तित: ।।

अर्थ : वायू हाच आयुष्यकर्ता, बलदाता आहे. वायूच लोकांचा जन्मदाता आहे. फार काय, हे सगळं जग वायुमयच आहे, म्हणून वायूलाच सर्वश्रेष्ठ मानले जाते.

वास्तुकुंडलीनुसार उत्तर-वायव्य विजयलक्ष्मीच्या तर पश्चिम-वायव्य दिशा गजलक्ष्मीच्या प्रभावाखाली येते. उत्तर-वायव्येची राशी धनू आहे तर पश्चिम-वायव्येची राशी वृश्चिक आहे.

चंद्र या ग्रहाचे देवस्थान तिंगलूर (तामिळनाडू) येथे आहे.

आसाममधील गोहातीतील नवग्रहांचे प्राचीन मंदिर चित्राचल टेकडीवर आहे. मंदिराच्या गाभाऱ्यातील जमिनीवर वर्तुळाकार मांडलेल्या नवग्रहांच्या प्रतिमा 'प्राग्ज्योतिषपूर' हे नरकासुराच्या काळातील प्राचीन नाव सिद्ध करतात.

वैदिक वास्तुनिर्मिती आणि ज्योतिषशास्त्र

प्राचीन धर्मग्रंथात असे लिहिलेले आहे की, पूर्वी राजाचे विव्दान, पंडित, राजज्योतिषी प्रथम जन्मदिवस ठरवून त्यामागे नऊ महिने नऊ दिवस मोजून त्या दिवशी शुभ नक्षत्रावर शुभ वेळी राजाला गर्भदान विधी करायला सांगत. त्यामुळे राणी अशा बालकाला जन्म देत असे, जे सर्वगुणसंपन्न, शुभलक्षणांनी युक्त व दैवी आशीर्वाद घेऊन जन्माला येई व भावी चक्रवर्ती सम्राट होण्यास पात्र असे. प्राचीन काळी राजा, श्रीमंत व्यक्ती, जहांगीरदार यांनाच वास्तुशास्त्राच्या मानवी जीवनावर होणाऱ्या शुभ व अशुभ परिणामांची कल्पना होती. राजा वास्तुशास्त्र व ज्योतिषशास्त्र जाणणाऱ्या विद्वान पंडितांचा धन, प्रतिष्ठा, किताब, मान देऊन योग्य तो सत्कार करत असे. असे विद्वान पंडित आपल्या निसर्गदत्त तेजस्वी बुद्धीचा, प्रगाढ ज्ञानाचा, अनेक प्रयोगांनी हाती आलेल्या निष्कर्षाचा योग्य उपयोग करत. राजासाठी, भावी राजकुमारासाठी तिथी, वार, नक्षत्र, करण, योग, आय, व्यय, जमिनीची प्रत, अष्टदिशा, चुंबकीय वृत्त इत्यादींचा सूक्ष्म विचार करून गणिते मांडून सर्वगुणसंपन्न, अभेद्य प्रासादाची, राजवाड्याची निर्मिती करत. त्यामुळे राजाची कीर्ती, प्रसिद्धी, ऐश्वर्य, नाव, राज्याच्या सीमा दशदिशांना पसरत असत. राजेलोकांसाठी त्यांच्या इष्ट देवतेच्या, कुलदेवतेच्या मंदिराची रचनाही वास्तुशास्त्रानुसार करत असत. त्यामुळे इष्ट देवता राजावर सतत यश, संततीसुख, समृद्धी, युद्धात जय याची उधळण करत असे. काळाच्या ओघात उत्पत्ती, स्थिती, लय या नियमानुसार राजे, जहांगीरदार, वतनदार लोक नष्ट झाले; पण वास्तुशास्त्राला अनुसरून बांधलेले प्रासाद, राजवाडे, मंदिरे आज देखील गत इतिहासातील वैभवाची, ऐश्वर्याची, समृद्धीची साक्ष देत दिमाखाने उभ्या आहेत. मदुराईचे मीनाक्षी मंदिर, कोल्हापूरचे महालक्ष्मी मंदिर ते आंध्रप्रदेशातील तिरूपती बालाजीचे मंदिर, कोल्हापूरचा शालिनी व न्यू पॅलेस ते म्हैसूरचा लक्ष्मीविलास पॅलेस अशी कितीतरी उदाहरणे देता येतील.

पूर्वी अंगुले, हस्त, वीत अशी मापे घेण्याची परिमाणे होती. प्रत्येक व्यक्तीची उंची, कमी-जास्त असल्यामुळे त्याचे हातपण कमी-जास्त लांबीचे असतात. उदा. लेखकाची उंची ५ फूट, ९ इंच आहे. लेखकाची वीत ९ इंच असून कोपरापासून बोटापर्यंत हस्त १७.५ इंच आहे. तसेच पाच फूट उंच असणाऱ्या व्यक्तीची वीत व हस्त लेखकापेक्षा कमी लांबीचे असणार. त्यामुळे पुराणोक्त प्रत्येक वास्तुशास्त्राच्या जुन्या पुस्तकात लेखकांची मापे घेण्याची भिन्नभिन्न परिमाणे आढळली आहेत. सध्या International Standard Measurement Unit- feet and Meter असल्याने जगात एकच माप घेण्याची पद्धत रूढ झालेली आहे. १३ व्या शतकानंतर हिंदुस्थानावर यवनांच्या, परकीयांच्या, मुसलमानांच्या आक्रमणामुळे व त्यांच्या सत्ताग्रहणामुळे संपूर्ण सामाजिक जीवनावरच परिणाम झाला. त्यातून वास्तुशास्त्रासारखी कलापण सुटली नाही. मुसलमानांचा अंमल दक्षिण भारतापेक्षा उत्तर भारतात प्रभावी होता. हिंदूंची पवित्र व देवाधिपती इंद्राची दिशा पूर्व आहे. मुस्लिमांची पवित्र व महंमद पैगंबरांची, मक्का-मदिना या तीर्थक्षेत्राची दिशा पश्चिम आहे. त्यामुळे हिंदू पूर्वेकडे तोंड करून प्रार्थना करतात. तर मुस्लीम बांधव पश्चिमेकडे तोंड करून नमाज अदा करतात. मुस्लीम वास्तुशास्त्रात गोल घुमट, चारी बाजूला उत्तुंग मिनार, सर्व कमानी, मार्बलचे नक्षीकाम यांचा अंतर्भाव होतो. तर वास्तुशास्त्रात या गोष्टी निषिद्ध मानल्या गेल्या आहेत. While in Rome do as Romans do. (जसा राजा, सत्ता तशी प्रजेची राहणी, आचारविचार, सांस्कृतिक प्रगती.) मुस्लीम राज्यकर्ते क्रूर, जुलमी, अशिक्षित, धर्मांध होते. दुसऱ्या धर्मातपण चांगले विव्दान, समाजोपयोगी शास्त्रे, संस्कार, उच्च नीतिमूल्ये असू शकतात याची त्यांनी दखलच घेतली नाही. धर्मप्रसाराच्या नावाखाली सत्तेचा अंकुश वापरून त्यांनी भारतीय संस्कृतीचा इतर धर्मांतील अमूल्य ठेवा नष्ट केला. जगातील सात आश्चर्यांपैकी एक समजल्या जाणाऱ्या यमुना नदीच्या काठावरील ताजमहालाची निर्मिती मुघल बादशहा शहाजहानने केली. आपली प्रिय पत्नी मुमताजच्या स्मृतीसाठी बांधलेल्या ताजमहालासाठी शहाजहानने अख्खा शाही खजिना रिता केला. तो भव्यदिव्य, मुघल वास्तुकलेचा अत्युच्च सुंदर नमुना असलेला, एकमेवाद्वितीय ताजमहाल परत भूतलावर बांधला जाऊ नये म्हणून शहाजहान बादशहाने ताजमहाल बांधणाऱ्या वीस हजार कारागिरांचा उजवा हात तोडला. शहाजहान बादशहासारख्या कलाप्रेमी बादशहाने स्थापत्य कारागिरांची गय केली नाही. तो भारतीय वास्तुशास्त्राची काय गय करणार? इतर मुस्लीम राज्यकर्ते तर वास्तुशास्त्राचे फक्त नाव काढताच घरादारावरून नांगर फिरवायचे.

सोळाव्या शतकात महाराष्ट्रात शहाजी भोसलेंच्या पत्नी जिजामातेला आपल्या पोटी असा पुत्र व्हावा की, 'जो यवनांचे पारिपत्य करील व हिंदवी स्वराज्याची स्थापना करील,' अशी तीव्र इच्छा होती. त्यांच्या मनातील तीव्र इच्छाशक्तीची स्पंदने भवानी देवीच्या कृपेने गर्भस्थ बालकावर पडली व शुक्रवार १९ फेब्रुवारी, १६३० रोजी शिवाजी महाराजांचा जन्म झाला. अत्यंत प्रतिकूल परिस्थितीत महाराष्ट्राची परकीय यवनांच्या गुलामगिरी तून शिवाजी महाराजांनी सुटका केली व रामराज्याची स्थापना केली. शिवाजी महाराजांच्यापासून स्फूर्ती घेऊन देशातील लोकांनी, राजांनी भारताची पारतंत्र्यातून मुक्तता केली. शिवाजी महाराजांचे भारतावर अनंत उपकार आहेत. शिवाजी महाराजांच्या स्फूर्तिदायित्वानेच मला वास्तुशास्त्राचा ग्रंथ लिहिण्याची संधी प्राप्त झाली. स्वतंत्र भारतात मग कला, क्रीडा, प्राचीन चौसष्ट शास्त्रे, संस्कृतीचा विकास झाला, संशोधन झाले. त्यामुळे भारतीय वास्तुशास्त्राचा उत्तर भारतात जास्त ऱ्हास झाला. तर दक्षिण भारतातील लोक परकीय आक्रमणापासून सुरक्षित राहिल्यामुळे तेथील लोकांनी वास्तुशास्त्रावर निरंतर संशोधन केले. त्याचा विकास, वाढ केली. वास्तुशास्त्राच्या निकषांच्या आधारावर वास्तू, घरे मंदिरे बांधली. त्यामुळे दक्षिण भारत उत्तर भारतापेक्षा जास्त समृद्ध, सुखसंपन्न, प्रगत, कौटुंबिक शांतता असलेला आहे.

सध्या पुरातन वास्तुशास्त्र व ज्योतिषशास्त्राचे मूठभर ग्रंथ उपलब्ध आहेत. त्यांचे अध्ययन करून, संशोधन करून वास्तू निर्माण केल्यास, बांधल्यास प्रचंड फायदा होतो. फक्त त्याचा योग्य वापर तज्ज्ञ वास्तुशास्त्रज्ञाच्या मार्गदर्शनाखाली झाला पाहिजे.

वास्तूचे आयुष्य: ज्योतिषशास्त्रानुसार मानवी जीवनाची मर्यादा १२० वर्षे मानली आहे. प्रत्येक ग्रहांना काही ठराविक वर्षे देऊन या १२० वर्षांची विभागणी खालीलप्रमाणे केलेली आहे.

नक्षत्रे	महादशा ग्रह	महादशा वर्षे
अश्विनी, मघा, मूळ	केतू Ketu	७ वर्षे
भरणी, पूर्वा, पूर्वाषाढा	शुक्र Venus	२० वर्षे
कृत्तिका, उत्तरा, उत्तराषाढा	रवी Sun	६ वर्षे
रोहिणी, हस्त, श्रवण	चंद्र Moon	१० वर्षे
मृग, चित्रा, धनिष्ठा	मंगळ Mars	७ वर्षे
आर्द्रा, स्वाती, शततारका	राहू Rahu	१८ वर्षे
पुनर्वसू, विशाखा, पूर्वाभाद्रपदा	गुरू Jupiter	१६ वर्षे
पुष्य, अनुराधा, उत्तराभाद्रपदा	शनी Saturn	१९ वर्षे
आश्लेषा, ज्येष्ठा, रेवती	बुध Mercury	१७ वर्षे

वास्तूचे आयुष्य काढतानापण तोच नियम अमलात आणला गेलाय.

$$\text{वास्तूचे आयुष्य} = \frac{\text{वास्तूची लांबी x रूंदी}}{\text{१२० वर्षे}} \times \text{९ (ग्रह)}$$

$$= \frac{\text{३५'-०'' x ३५'-०''}}{\text{१२०}} \times \text{९} = \text{९१ वर्षे १० महिने १५ दिवस}$$

(आधुनिक काळात सिमेंट काँक्रिटच्या वास्तू बांधल्या जातात, सिमेंट काँक्रिटचे आयुष्य जास्तीत जास्त ७५ वर्षे असते. त्यानंतर सिमेंटचे राखेमध्ये रूपांतर होते.)

पंचांगाची पाच अंगे :- तिथी, वार, नक्षत्र, योग आणि करण

A) तिथी :- प्रत्येक मासात एकूण ३० तिथी असतात.

शुक्ल पक्ष :- १) प्रतिपदा, २) व्दितीया, ३) तृतीया, ४) चतुर्थी, ५) पंचमी, ६) षष्ठी, ७) सप्तमी, ८) अष्टमी, ९) नवमी, १०) दशमी, ११) एकादशी, १२) द्वादशी, १३) त्रयोदशी, १४) चतुर्दशी, १५) पौर्णिमा

कृष्ण पक्ष :- १ प्रतिपदा ते १४ चतुर्दशी व ३० अमावास्या

वास्तूची तिथी = $\frac{\text{वास्तूची लांबी x रूंदी}}{\text{३० (तिथी)}}$ x ८ (अष्टदिशा)

= $\frac{\text{३५'-०'' x ३५'-०''}}{\text{३०}}$ x ८ = ३२६.६६ = २० शेष बाकी

वास्तूची तिथी २० म्हणजे कृष्ण पक्षातील पंचमी आहे.

B) वार :- वार सात आहेत ते खालील प्रमाणे

१) रविवार (Sunday), २) सोमवार (Monday), ३) मंगळवार (Tuesday), ४)बुधवार (Wednesday), ५) गुरुवार (Thursday), ६) शुक्रवार (Friday), ७) शनिवार (Saturday).

वास्तूचा वार = $\frac{\text{वास्तूची लांबी x रूंदी}}{\text{७ (वार)}}$ x ८ (अष्टदिशा)

= $\frac{\text{३५'-०'' x ३५'-०''}}{\text{७}}$ x ८ = १४०० = ० शेष बाकी

वास्तूचा वार ० म्हणजे रविवार आहे.

C) नक्षत्र:- एकूण २७ नक्षत्रे खालीलप्रमाणे आहेत-

१) अश्विनी:- हे नक्षत्र तिर्यङमुख, लघु, क्षिप्र, मंदलोचन आहे. जमीन नांगरणे, नवीन धंदा सुरू करणे, विद्याभ्यासारंभ, झाडे लावणे यासाठी उत्तम. (अश्व योनी)

२) भरणी :- हे नक्षत्र अधोमुख, उग्र, क्रूर, मध्यलोचन आहे. तलाव बांधणे, नवीन काम सुरू करणे, द्रव्य खणणे, गर्भधारणा संस्कार यासाठी उत्तम. (हत्ती योनी)

३) कृत्तिका:- हे नक्षत्र अधोमुख, मिश्र, साधारण, सुलोचन आहे. विहीर खणणे, शेतात पेरणी करणे, नवीन धान्य लावणे यासाठी उत्तम. (बकरी योनी)

४) रोहिणी:- हे नक्षत्र उर्ध्वमुख, ध्रुव, स्थिर, अंधलोचन आहे. घराचा पाया काढणे, बागा तयार करणे, तोरण बांधणे यासाठी उत्तम. (सर्प योनी)

५) मृग:- हे नक्षत्र तिर्यङमुख, मृदू, मैत्र, मंदलोचन आहे. गृहारंभ करणे, नांगर धरणे, गृहप्रवेश करणे, मंगलकार्य करणे यासाठी उत्तम. (सर्प योनी)

६) आर्द्रा:- हे नक्षत्र अधोमुख, तीक्ष्ण, दारूण, मंदलोचन आहे. बोअर मारणे, विद्याभ्यासारंभ करणे, प्रयाण करणे यासाठी उत्तम. (कुत्री योनी)

७) पुनर्वसू:- हे नक्षत्र निर्यङमुख, चर, चल, सुलोचन आहे. नवीन गाडी घेणे, शेतीची अवजारे वापरणे. विद्याभ्यासारंभ करणे, यासाठी उत्तम. (मांजर योनी)

८) पुष्य:- हे नक्षत्र उर्ध्वमुख, लघु, अंधलोचन आहे. वास्तू बांधण्यासाठी भूमिपूजन करणे, नवीन दुकान घालणे, वृक्षारोपन करणे यासाठी उत्तम. (बकरी योनी)

९) आश्लेषा:- हे नक्षत्र अधोमुख, तीक्ष्ण, दारूण, मंदलोचन आहे. बोअर मारणे, विद्याभ्यासारंभ करणे. यासाठी उत्तम. (मांजर योनी)

१०) मघा :- हे नक्षत्र अधोमुख, उग्र, क्रूर, मध्यलोचन आहे. बोअर मारणे, नवीन शेतीची अवजारे वापरणे यासाठी उत्तम. (उंदीर योनी)

११) पूर्वा:- हे नक्षत्र अधोमुख, उग्र, क्रूर, सुलोचन आहे. बोअर मारणे, विद्याभ्यासारंभ करणे इ. साठी उत्तम. (उंदीर योनी)

१२) उत्तरा:- हे नक्षत्र उर्ध्वमुख, ध्रुव, स्थिर, अंधलोचन आहे. वास्तू बांधणे, शेतात नांगर धरणे, बागेत बी पेरणे यासाठी उत्तम. (मुंगुस योनी)

१३) हस्त:- हे नक्षत्र निर्यङमुख, लघु, क्षिप्र, मंदलोचन आहे. मूर्तिकाम करणे, शेतकाम करणे, औषधी वृक्ष लावणे यासाठी उत्तम. (महिषी योनी)

१४) चित्रा:- हे नक्षत्र तिर्यङमुख, मृदू, मैत्र, मध्यलोचन आहे. शेतीसाठी जनावरे घेणे, शेत नांगरणे, वास्तू बांधणे यासाठी उत्तम. (वाघ योनी)

१५) स्वाती:- हे नक्षत्र तिर्यङमुख, चर, चल, सुलोचन आहे. बी पेरणे, बोअर मारणे, नवीन गाडी घेणे, गृहारंभ इत्यादीसाठी उत्तम. (महिषी योनी)

१६) विशाखा:- हे नक्षत्र अधोमुख, मिश्र, साधारण, अंधलोचन आहे. बागाईत करणे, बी पेरणे यासाठी उत्तम. (वाघ योनी)

१७) अनुराधा:- हे नक्षत्र तिर्यङमुख, मृदू, मैत्र, मंदलोचन आहे. नांगर धरणे, प्रथम स्त्री समागम, औषधी वृक्ष लावणे, गृहारंभ यासाठी उत्तम. (हरिण योनी)

१८) ज्येष्ठा:- हे नक्षत्र तिर्यङमुख, तीक्ष्ण, दारुण, मध्यलोचन आहे. जनावरे घेणे, शेत नांगरणे, अग्निहोत्र घेणे यासाठी उत्तम. (हरिण योनी)

१९) मूळ:- हे नक्षत्र अधोमुख, तीक्ष्ण, दारुण, सुलोचन आहे. बी पेरणे, सूर्यावलोकन करणे, विवाह यासाठी उत्तम. (कुत्री योनी)

२०) पूर्वाषाढा:- हे नक्षत्र अधोमुख, उग्र, क्रूर, अंधलोचन आहे. विद्याभ्यासारंभ करणे, अन्नप्राशन करणे यासाठी उत्तम. (वानर योनी)

२१) उत्तराषाढा:- हे नक्षत्र उर्ध्वमुख ध्रुव, स्थिर, मंदलोचन आहे. गृहबांधणीस प्रारंभ, विवाह, शेती करणे, शांतिकर्म यासाठी उत्तम. (मुंगुस योनी)

२२) अभिजित:- हे नक्षत्र लघु, क्षिप्र व मध्यलोचन आहे. शिल्पकाम करणे, ज्ञानविद्यारंभ करणे इत्यादीसाठी उत्तम. (मुंगुस योनी)

२३) श्रवण:- हे नक्षत्र उर्ध्वमुख, चर, चल, अंधलोचन आहे. बी पेरणे, गाडी घेणे, नांगरणे, गृह बांधणीस प्रारंभ यासाठी उत्तम. (वानर योनी)

२४) धनिष्ठा:- हे नक्षत्र उर्ध्वमुख, ध्रुव, स्थिर, मध्य, सुलोचन आहे. घरे बांधणे, मंदिर बांधणे, बगीचा तयार करणे यासाठी उत्तम. (सिंह योनी)

२५) शततारका:- हे नक्षत्र उर्ध्वमुख, चर, चल, मंदलोचन आहे. देवालये बांधणे, वृक्षारोपण करणे. यासाठी उत्तम. (अश्व योनी)

२६) पूर्वा भाद्रपदा:- हे नक्षत्र अधोमुख, उग्र, क्रूर, मध्यलोचन आहे. विद्याभ्यासारंभ करणे, शेतकामास प्रारंभ यासाठी उत्तम. (सिंह योनी)

२७) उत्तरा भाद्रपदा:- हे नक्षत्र उर्ध्वमुख, ध्रुव, स्थिर, सुलोचन आहे. वास्तू बांधणे, बी पेरणे, शांतिकर्म यासाठी उत्तम. (गाय योनी)

२८) रेवती:- हे नक्षत्र तिर्यङमुख, मृदू, मैत्र, अंधलोचन आहे. बी पेरणे, घराचा पाया काढणे, औषधी झाडे लावणे यासाठी उत्तम. (हत्ती योनी)

$$\text{वास्तूचे नक्षत्र} = \frac{\text{वास्तूची लांबी x रूंदी}}{\text{२७ (नक्षत्रे)}} \times \text{८ (अष्टदिशा)}$$

$$= \frac{\text{३५'-०'' x ३५'-०''}}{\text{२७}} \times \text{८} = \text{३६२.९६} = \text{२६ शेष बाकी}$$

वास्तूचे नक्षत्र २६ नंबरचे उत्तरा भाद्रपदा आहे.

वास्तूचे नक्षत्र व वास्तूमालकाचे नक्षत्र यात वैर नसावे. (राजवल्लभ ३.१७-१८)

NE SE

D) योग :- एकूण २७ योग खालीलप्रमाणे आहेत.

१) विष्कंभ, २) प्रीती, ३) आयुष्मान, ४) सौभाग्य, ५) शोभन, ६) अतिगंड, ७) सुकर्मा, ८) धृति, ९) शूल, १०) गंड, ११) वृद्धि, १२) ध्रुव, १३) व्याघ्रात, १४) हर्षण, १५) वज्र, १६) सिद्धी, १७) व्यतिपात, १८) वरीयान, १९) परीघ, २०) शिव, २१) सिद्ध, २२) साध्य, २३) शुभ, २४) शुक्ल, २५) ब्रह्मा, २६) ऐंद्र, २७) वैधृति

$$\text{वास्तूचा योग} = \frac{\text{वास्तूची लांबी x रूंदी}}{\text{२७ (योग)}} \times \text{८ (अष्टदिशा)}$$

$$= \frac{\text{३५'-०'' x ३५'-०''}}{\text{२७}} \times \text{८} = \text{३६२.९६} = \text{२६ शेष बाकी}$$

वास्तूचा योग २६ नंबरचा ऐंद्र आहे.

E) करण :- एकूण ११ करण खालील प्रमाणे आहेत.

१) बव, २) बालव, ३) कौलव, ४) तैतिल, ५)गरज, ६) वणिज, ७) विष्टी (भद्रा), ८) शकुनि, ९) चतुष्पाद, १०) नाग, ११) किंस्तुघ्न

$$\text{वास्तूचा करण} = \frac{\text{वास्तूची लांबी x रूंदी}}{\text{११ (करण)}} \times \text{८ (अष्टदिशा)}$$

$$= \frac{\text{३५'-०'' x ३५'-०''}}{\text{११}} \times \text{८} = \text{८९०.९१} = \text{१० शेष बाकी}$$

वास्तूचा करण १० नंबरचा नाग आहे.

महिना :- इंग्रजी कॅलेंडरप्रमाणे १२ महिने खालीलप्रमाणे आहेत.

१) जानेवारी २) फेब्रुवारी ३) मार्च ४) एप्रिल ५) मे ६) जून ७) जुलै ८) ऑगस्ट ९) सप्टेंबर १०) ऑक्टोबर ११) नोव्हेंबर १२) डिसेंबर

हिंदू कॅलेंडरप्रमाणे १२ मास खालीलप्रमाणे आहेत.

वसंत ऋतू =	१) चैत्र	२) वैशाख
ग्रीष्म ऋतू =	३) ज्येष्ठ	४) आषाढ
वर्षा ऋतू =	५) श्रावण	६) भाद्रपद
शरद ऋतू =	७) आश्विन	८) कार्तिक
हेमंत ऋतू =	९) मार्गशीष	१०) पौष
शिशिर ऋतू =	११) माघ	१२) फाल्गुन

$$\text{वास्तूचा महिना} = \frac{\text{वास्तूची लांबी x रूंदी}}{\text{१२ (महिने)}} \times \text{८ (अष्टदिशा)}$$

$$= \frac{\text{३५'-०'' x ३५'-०''}}{\text{१२}} \times \text{८} = \text{८१६.६७} = \text{८ शेष बाकी}$$

वास्तूचा महिना इंग्रजी कॅलेंडरप्रमाणे ८ नंबरचा ऑगस्ट आहे.

वास्तू आणि शुभ, अशुभ आय

वास्तूचा आय:-

प्राचीन ज्योतिषशास्त्रानुसार संपूर्ण मानवी जीवनावर नवग्रहांचे वर्चस्व असते. विल्यम हर्षल या खगोलशास्त्रज्ञाने 'हर्षल' या ग्रहाचा शोध १७८१ मध्ये लावला. फ्रान्समधील लॅव्हेरिअर या खगोलशास्त्रज्ञाने 'नेपच्यून' या ग्रहाचा शोध १८४६ मध्ये लावला. डॉ. परसिव्हल लोवेल या खगोलशास्त्रज्ञाने 'प्लुटो' या ग्रहाचा शोध १९३० मध्ये लावला. आधुनिक मानवी जीवनावर परिणाम करणाऱ्या या तीन ग्रहांचा शोध लागण्याआधी लिहिलेल्या मत्स्यपुराणात वास्तूचे आय एकूण आठ प्रकारचे असल्याचा उल्लेख आढळतो. त्यामुळे वास्तूचे आय काढताना फक्त नवग्रहांचा विचार केला गेला व अष्टदिशांचा त्यात समावेश केला गेला आहे.

$$\text{वास्तूचा आय} = \frac{\text{वास्तूची लांबी x रूंदी}}{\text{८ (अष्टदिशा)}} \times \text{९ (ग्रह)}$$

$$= \frac{\text{३५'-०'' x ३५'-०''}}{\text{८}} \times \text{९} = \text{१३७८.१२५} = \text{१ शेष बाकी}$$

शेष बाकी राहणाऱ्या संख्येवरून वास्तूचा आय कोणत्या प्रकारचा आहे त्याचे ज्ञान होते.

०) शून्याय:- थोर गणिताचार्य व खगोलशास्त्री भास्कराचार्य यांनी शून्याचा शोध लावला. आपली कन्या लीलावती हिच्या नावाने लिहिलेल्या गणिताच्या मूलभूत ग्रंथात याचा उल्लेख आढळतो. शून्य हे विष्णूच्या सहस्त्रनामांपैकी एक आहे. त्यामुळे शून्य शेष बाकी राहणाऱ्या वास्तूच्या आयास शून्याय म्हणतात. याची फळे ध्वजायसारखी अति शुभ अनुभवास येतात. आधुनिक काळात प्लॉट ३३'-०'' x ३३'-०'' = १०८९ Sq.ft. (एक गुंठा), ३०'-०'' x ४०'-०'' = १२०० Sq.ft., ४०'-०'' x ५०'-०'' = २००० Sq.ft., ५०'-०'' x ६०'-०'' = ३००० Sq.ft., या मापाचे चौकोनी आयताकृती असतात. कित्येक प्लॉट, जमीनवास्तूचा शास्त्रोक्त अभ्यास करून हा निष्कर्ष काढला आहे.

१) ध्वजाय:- प्राचीन काळी युद्धात जिंकल्यावर, ध्वज फडकवला जात असे. हवेत डौलाने फडकणारा ध्वज त्या राजाची कीर्ती, सामर्थ्य, त्याने मिळवलेले यश याची गाथा गात असे. एकदा एका राजाने दुसऱ्या राजावर विजय मिळवला की, त्याची सर्व संपत्ती, भूप्रदेश, राजसत्ता, प्रजा यांचा तो स्वामी होत असे. तसेच ध्वजाय आयवर निर्मिती केलेली वास्तू मालकाला प्रत्येक क्षेत्रात, प्रत्येक कसोटीच्या ठिकाणी, प्रतिस्पर्ध्यावर विजयश्रीचा ध्वज फडकण्यास कारणीभूत होते. यासाठी ध्वजाय वास्तुशास्त्रात अतिशुभ मानला गेलाय. शेष बाकी एक करणाऱ्या वास्तूच्या आयास 'ध्वजाय' म्हणतात.

२) धूमाय:- धूमाय म्हणजे कृष्णमेघ, काळी छाया, काळवंडलेले आकाश, वाईट भविष्यकाळ, धूसर, अंधारमय असल्यासारखा. वास्तुमालकाचा भविष्यकाळ अंधारमय, प्रगतिहीन होऊ नये. वास्तुमालकाच्या आयुष्यावर नैराश्य, उद्योगधंद्यात पीछेहाट, दुःख, दारिद्र्य यांचे कृष्णमेघ दाटू नयेत. अपयशाची, अनारोग्याची, आपत्तीची काळी छाया वास्तूवर पडू नये, म्हणून धूमाय आयावर वास्तू निर्माण करणे अशुभ मानले गेलेय. शेष बाकी दोन करणाऱ्या वास्तूच्या आयास 'धूमाय' म्हणतात.

३) सिंहाय:- सिंह जंगलाचा राजा असतो. राजा परमेश्वराचे दुसरे रूपच असते. सिंहाय आयावर निर्मिती केलेली वास्तू मालकाला सिंहासारखे शूर, पराक्रमी, एकमेवाव्दितीय बनवते. राज्यकर्ते, मंत्री, मोठे अधिकारी, सत्ताधारी पक्ष यांच्यासमोर जग झुकते. त्यांचे नेतृत्व, कर्तृत्व, अधिकार पद, स्वामित्व मान्य करते. तसे भाग्य वास्तुमालकाच्या वाट्याला येते. राजा म्हटले की, ऐश्वर्यसंपन्नता, ऐषआराम, अमर्याद सत्तेचे मूर्तिमंत रूपच. त्यामुळे शेष बाकी तीन असणाऱ्या 'सिंहाय' आयावर वास्तुनिर्मिती करणे शुभ मानले गेले आहे.

४) श्वानाय:- श्वान म्हणजे कुत्रा. कुत्र्यासारखे लाजिरवाणे, केविलवाणे जीवन वास्तुमालकाच्या वाट्याला येते. रात्रभर डोळ्यांत तेल घालून घराची राखण करायची व सकाळी मालकाने पेकटात लाथ घालायची. याचा अर्थ एखाद्या ध्येयासाठी, कामासाठी, उद्दिष्टासाठी रात्रंदिवस अतिकष्ट करायचे व अंतिम क्षणी यशाने वाकुल्या दाखवून अपयशाच्या खाईत लोटायचे असे प्रकार घडतात. रेबीज हा प्राणघातक रोग पिसाळलेल्या कुत्र्यामुळे होतो. त्याचप्रमाणे वास्तुमालकाचे सर्व कुटुंब असाध्य व दुर्धर व्याधीचे, शिकार होते. कुत्र्याला हाड हाड करून

हाकलल्यासारखे मानहानीचे, दुष्कीर्तीचे कलंक लागण्याचे प्रसंग वाट्याला येतात. कुत्र्याचे मैथुन जसे रस्त्यावर, उघड्यावर चालते. लोकांच्या हेटाळणीचा, चेष्टेचा, दगड मारण्याचा विषय होते, तसेच कुटुंबप्रमुखाचे लैंगिक जीवन, गुप्त गोष्टी चव्हाट्यावर येतात. त्यामुळे श्वानाय आयावर वास्तुनिर्मिती करू नये असा संकेत आहे. आधुनिक वास्तूत संडास, बाथरूम, अॅटॅच बाथरूम, नहाणी अवश्य श्वानाय आयावर बांधावेत. आयुष्यात दृष्ट लागण्यासारखा फरक पडतो. चार शेष आय बाकी राहणाऱ्या वास्तूच्या आयास 'श्वानाय' असे म्हणतात.

५) वृषभाय:- वृषभ म्हणजे बैल. पूर्वी शेती नांगर, बैलजोडी, औत अशा पारंपरिक अवजारांच्या साह्याने करत असत. त्यावेळी बैल शेतीसाठी अत्यंत उपयुक्त जनावर होते. बैलाने शेत नांगरल्याने धनधान्य, पिके चांगली फोफावतात. उत्पन्न विपुल प्रमाणात मिळते. घराची धान्याची गरज भागून उरलेले धान्य विकून धनप्राप्ती होते. तसेच बैलगाडीतून प्रवास सुखकारक, निर्विघ्नपणे पार पडतो, असा शेतकऱ्यांचा विश्वास होता व तो सार्थ होता. बैलाबद्दल कृतज्ञता व्यक्त करण्यासाठी शेतकरी बैलाची पोळ्याच्या सणाला (बेंदूर सण) पूजा करतो व तुझ्या कृपेने घर धनधान्याने, समृद्धीने भरून जावे अशी प्रार्थना करतो. बैल जसा शेतकऱ्याची सेवा करून त्याला धनधान्याच्या वृद्धीने वैभव प्राप्त करून देतो, तसे वैभव वास्तुमालकाला प्राप्त व्हावे, या हेतूने वृषभाय आयावर वास्तुनिर्माण करणे शुभ मानले गेले. पाच शेष बाकी राहणाऱ्या आयास 'वृषभाय' म्हणतात.

६) खराय:- खर म्हणजे गर्दभ, गाढव. गाढवापुढे वाचली गीता, अन् कालचा गोंधळ बरा होता, या म्हणीप्रमाणे वास्तुमालकाला वाटते, झक मारली व नवीन घर बांधले. त्यापेक्षा जुनं घरच बरं होतं. निदान नवीन घर बांधण्यासाठी काढलेल्या कर्जाचे ओझे तरी डोक्यावर नव्हते. जुन्या घरात प्रापंचिक कटकटी, आर्थिक ओढाताणी, लग्नाचे प्रश्न, मानसिक चिंता, त्रास दुखणीखुपणी भेडसावत होती. म्हणून कर्ज काढून नवीन घर बांधले. तर एकपण प्रॉब्लेम न सुटता रोज देणेकरी, दवाखाने, बँकेचा हप्ता थकबाकीच्या नोटिसा यांना तोंड देता देता जीव अगदी मेटाकुटीला आलाय. गाढवाला गुळाची चव काय? ते नेहमी उकिरडाच फुंकणार. या म्हणीनुसार समोर आलेला पैसा, प्रसिद्धी, धन मिळवण्याची सुवर्णसंधी वास्तुमालकाला दिसत नाही. 'संधी येते तेव्हा असते लहान, जाते तेव्हा होते महान,' या सुभाषिताप्रमाणे आयुष्यभर अपयशाचे, अधोगतीचे, गरिबीचे चटके सोसत नशिबाला दोष देत बसणार. वास्तुमालकाची गत ओझे वाहणाऱ्या गाढवासारखी होऊ नये म्हणून खराय आयावर वास्तुनिर्मिती करणे अशुभ मानले गेले. सहा शेष बाकी राहणाऱ्या आयास 'खराय' म्हणतात.

७) गजाय:- गज म्हणजे हत्ती. देवाधिदेव इंद्राचे वाहन ऐरावत नावाचा पांढरा हत्ती आहे. विघ्नहर्त्या गणेशाचे मुखपण हत्तीचे आहे. वैभवलक्ष्मीच्या चित्रातपण हत्ती माला अर्पण करताना दिसतो. (Cats and dogs inside the Palace. However, the elephant outside is offered everything he needs.) प्रासादाबाहेर डौलाने झुलणाऱ्या हत्तीची प्रत्यक्ष राजा काळजी करतो. हत्ती हे सत्तेचे, समृद्धीचे, संपन्नतेचे, वैभवाचे प्रतीक आहे. हत्तीच्या कृपेने आराध्य इष्टदेवतांचा आशीर्वाद प्राप्त व्हावा. वास्तुधारकाचे जीवन सुखी, मंगलमय, भरभराटीचे व्हावे. वास्तुमालक हत्तीसारखा अनेक शुभ कार्ये करणारा, सज्जन, कुशल सेनापती व्हावा, यासाठी गजाय आयावर भवन, वास्तुनिर्मिती करणे शुभ मानले जाते. सात शेष बाकी राहणाऱ्या आयास 'गजाय' असे म्हणतात.

८) ध्वांक्षाय(काकपक्षी):- काक म्हणजे कावळा. मनुष्य मृत पावल्यावर दहाव्या दिवशी वायसपिंड म्हणजे काकबलीसाठी असलेला पिंड ठेवतात. काही वेळा मृतात्म्यांची इच्छा, आशा अपूर्ण राहते. असे अतृप्त आत्मे आपल्या देहातील वासनामय कोशाचे आवरण त्या पिंडावर घालतात. त्यामुळे कावळे त्या पिंडास स्पर्श करत नाहीत. आशापूर्तीचे आश्वासन मिळताच ते अदृश्य आवरण दूर होते व काकस्पर्श होतो. अशा रीतीने कावळा व मृत, अतृप्त आत्म्यांचा घनिष्ठ संबंध आहे. कावळा घरावर बसून काव काव करतो, तेव्हा येणाऱ्या संकटाची सूचना देतो. कावळ्याला हिंदू धर्मात अशुभ समजतात. त्यामुळे मृत, अतृप्त आत्म्यांची कावळ्याच्या रूपाने वास्तूवर सावली, छाया पडू नये. वास्तुमालक चंचल, कुवेश धारण करणारा, नीचांकडून मानसन्मान मिळवणारा, दुष्ट बुद्धीचा, भांडखोर होऊ नये, यासाठी ध्वांक्षाय आयावर वास्तुनिर्मिती करणे अशुभ मानले गेले. आठ शेष बाकी राहणाऱ्या वास्तूच्या आयास 'ध्वांक्षाय' असे म्हणतात.

९) नवाय:- इंग्रजीत नऊ उलटा बघितल्यावर सहा दिसतो. तशी बहुतांश नवायची अशुभ फळे खरायसारखी अनुभवास आलेली आहेत. नवायमध्ये शुभ-अशुभ फळांची संमिश्रता पण आश्चर्यकारकरीत्या आढळलेली आहे. नवायचा अभ्यास बुद्धीला चॅलेंज देऊन मती गुंग करणारा आहे. नऊ शेष बाकी राहणाऱ्या वास्तूच्या आयास 'नवाय' असे म्हणतात.

प्लॉटची खरेदी व जमीन परीक्षण

सध्या प्लॉट ले-आउट शासनाकडून मंजूर करून घेऊनच प्लॉट पाडले जातात; कारण शेतजमिनीचे हिरव्या पट्ट्या (Green Zone) मधून पिवळ्या पट्ट्यात (Yellow Zone) जोपर्यंत रूपांतर होत नाही, तोपर्यंत बांधकामाला, प्लॉट खरेदीला बँका कर्ज देत नाहीत. गावात जरी घर बांधायचे असेल तर पतसंस्था, को-ऑप. बँक यांच्यामार्फत खूप व्याजदराने कर्ज घ्यावे लागते. त्यामुळे शक्यतो ले-आउट प्लॉट, चौकोनी किंवा आयताकृती असतात. क्वचित चित्रविचित्र आकारात प्लॉट असतात.

ज्या प्लॉटवर वास्तू बांधायची आहे, तिच्याबद्दल खालील माहितीची पडताळणी करावी.

१) प्लॉटचा ले-आउट मंजूर आहे का नाही ते पाहणे. त्याची साक्षांकित प्रत स्वत:च्या इंजिनिअरला दाखवणे.

२) प्लॉटला इलेक्ट्रिसिटी व वॉटर सप्लाय किती दिवसांत, किती क्षमतेचा मिळणार याची खात्री करून घ्यावी.

३) प्लॉटच्या समोरील मुख्य रस्ता ड्रॉइंगमध्ये दाखवल्याप्रमाणे त्याच रूंदीचा आहे का हे टेप लावून पाहणे.

४) प्लॉट मालकाकडून कमीत कमी वीस वर्षांचा वकिलांचा दाखला (Plot Search Report) मागून घेणे.

५) प्लॉट खरेदीच्या रकमेचा दस्त रजिस्टर ऑफिसमध्ये नोंदवावा. त्याबरोबर प्लॉटचे लोकेशन, नंबर, एरिया आर्किटेक्टच्या सहीचे साक्षांकित ड्रॉइंग जोडावे. म्हणजे जागा मालक एक प्लॉट दोघांना विकणार नाही.

६) प्लॉटची जागेवरील लांबी व रूंदी आणि मंजूर नकाशामधील प्लॉटची लांबी व रूंदी एकच असल्याची खात्री करून घ्यावी.

७) स्वत:च्या वकिलामार्फत प्लॉट खरेदीची जाहीर नोटीस लोकल पेपरमध्ये प्रसिद्ध करणे केव्हाही चांगले (Legally Safe).

८) एवढ्या गोष्टी पाहिल्यानंतर जो प्लॉट घ्यायचा तेथून शाळा, कॉलेज, एस.टी. स्टॅन्ड, मंडई, हॉस्पिटल जवळ असावे.

९) जो प्लॉट घेणार त्याबद्दल जागामालकाशी दराबद्दल प्रचंड घासाघीस (Rate Bargaining) करावी. प्रसंगी डोळ्यांत पाणी आणून (Emotional Blackmailing) स्वत:चे म्हणणे पटवावे. जरूर फायदा होईल; कारण पैसे वाचविणे म्हणजे पैसे मिळवणे.

१०) नोकरी/ व्यवसायाचे ठिकाण प्लॉटपासून जवळच्या अंतरावर असावे. म्हणजे येण्या-जाण्यासाठी लागणाऱ्या वेळेची, पैशाची बचत होईल.

११) त्या सर्व ले-आउटमधील एखादा प्लॉट अशुभ विथीशुलेचा, उपदिशा वक्र किंवा कट असलेला, असल्यास जागा मालकाने सांगितलेल्या दरापेक्षा निम्म्या दराने तो मागावा व कमीत कमी किमतीत तो पदरात पाडून घ्यावा व त्यामध्ये वास्तुशास्त्रानुसार प्रस्तुत ग्रंथात ड्रॉइंगमध्ये दाखवल्याप्रमाणे कम्पाउंड वॉल बांधून घ्यावी. त्यामुळे त्या अशुभ, दरिद्री प्लॉटचे शुभ व भाग्यदायक प्लॉटमध्ये रूपांतर होईल.

१२) स्वत:ची महादशा किंवा अंतर्दशा असलेल्या राशिस्वामींची नक्षत्रे निवडावी व त्याच दिवशी प्लॉट खरेदीच्या अंतिम बैठकीला पूर्वेला अथवा उत्तरेला तोंड करून बसावे. उदा. रवी महादशेत बुध अंतर्दशा असेल तर कृत्तिका, उत्तरा, उत्तराषाढा ही रवीची नक्षत्रे, तर आश्लेषा, ज्येष्ठा, रेवती ही बुधाची नक्षत्रे. याच नक्षत्रात जेव्हा चंद्र असेल तेव्हा प्लॉट खरेदी स्वस्तात पदरात पडेल; कारण सहावे स्थान विरोधकांचे व्ययस्थान असते व समोरच्या व्यक्तीचा तोटा झाल्याशिवाय तुम्हाला धनस्थानाची, लाभस्थानाची, आकस्मिक लाभाची सर्व फळे मिळणार नाहीत. हाच नियम प्लॉट, फ्लॅट व बंगला खरेदी करताना अंमलात आणावा.

१३) प्लॉटच्या ईशान्य कोपऱ्यात तीन फूट लांब, रूंद व पाच फूट खोल खड्डा (Trial Pit) काढावा. त्यामुळे तुम्हाला फूटिंग ज्यावर रेस्ट करायचे आहे, त्या जागेची ताकद (Bearing Capacity of Murum- Rock) समजेल. हार्ड मुरूम लागल्यास (Isolated Footing) वापरतात, त्यामुळे बांधकाम खर्चात बचत होते व 'थेंबे थेंबे तळे साचे' या उक्तीनुसार वास्तुमालक श्रीमंत होतो.

एक हात खोल व तितक्याच लांबी-रूंदीचा एक खड्डा खोदावा. खड्डा खोदताना बाहेर काढलेली माती पुन्हा खड्ड्यात भरावयाची. सर्व माती भरून देखील खड्डा भरला नाही तर ती कनिष्ठ जमीन. माती घालून खड्डा पूर्ण भरला तर मध्यम प्रतीची जमीन. खड्डा भरून माती उरली तर ती जमीन उत्तम समजतात. अपराजित पृच्छा (५१.७-८) व 'शतपथ ब्राह्मण' (३.६.१.१६-१७) या प्राचीन ग्रंथात उल्लेख आढळतो.

१४) पूर्वी काळ्या मातीत बांधकाम करण्याची गरज नव्हती. जागा विपुल प्रमाणात उपलब्ध होत्या. त्यामुळे पूर्वी काळ्या मातीत बांधकाम करण्यासाठी ऋषिमुनींनी संशोधन केले नाही; कारण काळी माती उन्हाळ्यात आकुंचन पावते (Black Cotton Soil Expansion & Contraction). त्यामुळे जमिनीला भेगा पडतात. पावसाळ्यात फुगते, प्रसरण पावते, त्यामुळे वास्तूच्या पायाला चिरा पडतात (Foundation Settlement). त्यामुळे वास्तूचे आयुष्य कमी होते व वास्तूत राहणाऱ्या कुटुंबाला धोका उत्पन्न होतो. म्हणून ऋषिमुनींनी काळ्या मातीत बांधकाम केल्यास आयुष्य कमी होते. दारिद्र्य निर्माण होते. कुटुंबाची प्रगती होत नाही. मानसिक चिंता निर्माण होते, जमिनीत पायाला पैसा अतोनात लागल्याने मनुष्य कर्जबाजारी होतो, असे सांगितलेले आहे.

आधुनिक काळात जमिनीवर आडवे पसरण्यास आता जागाच उरली नाही. त्यामुळे मनुष्याने आकाशात शेकडो मजली बिल्डिंग उभ्या करण्याचे तंत्र शोधले. काळ्या मातीत आधुनिक तंत्राद्वारा वास्तुनिर्मिती करता येते; पण त्याला प्रचंड खर्च येतो. प्लॉटधारकाचे वास्तू बांधायला उभ्या केलेल्या पैशाचे अंदाजपत्रक कोसळते. काळ्या मातीत बांधकाम म्हणजे चार आण्याची कोंबडी व बारा आण्याचा मसाला. जेवढा खर्च वास्तूचे इतर बांधकाम करण्यास तेवढाच खर्च पायासाठी (Pile Foundation Raft and Waterproofing). त्यामुळे प्लॉटमालक कर्जबाजारी होतो. त्याचे सर्व लक्ष वास्तू बांधण्याच्या खर्चाची जोडणी करण्यात लागल्यामुळे व्यवसायाकडे, नोकरीकडे दुर्लक्ष होते व धंदा बसतो. उत्पन्न तर कमी झालेले, खर्च समोर आ वासून. त्यामुळे प्लॉटधारकाचे मानसिक टेन्शन वाढते. अतिरक्तदाब (High Blood Pressure) ते हार्ट अॅटॅक पर्यंतच्या व्याधी जडतात. कालपर्यंत बायकोची सर्व हौसमौज पुरवणारा पती आज दोन रूपयाचा गजरा घेण्यासाठी दहा वेळा विचार करतो. त्यामुळे पति-पत्नीमधील भांडणे, मतभेद विकोपाला जातात. अबोला धरला जातो. पति-पत्नी सर्व राग लहान मुलांवर काढतात. त्यामुळे लहान मुलांच्या मनावर विपरीत परिणाम होतो व त्यांची शैक्षणिक, मानसिक, शारीरिक प्रगती खुंटते, मुले हाताबाहेर जातात. शक्यतो काळ्या मातीतील प्लॉट खरेदी करू नये.

समजा, तुमच्याकडे दूध आहे व मिठाचा खडा पडून किंवा उन्हाने ते नासलेले आहे, तर ते दूध फेकून द्यायचे का? माझे उत्तर 'नाही' असेल. मी लगेच त्या दुधापासून पनीर तयार करीन व विविध भाज्यांत पनीरचा वापर करून स्वादिष्ट व पौष्टिक व्यंजन बनवीन, गोड रसमलाई बनवीन. अशा रीतीने त्या नासलेल्या दुधाचा मी बुद्धीने, दुसऱ्या चांगल्या रीतीने उपभोग घेईन. फक्त मला पनीर, रसमलाई तयार करण्याचे तंत्र अवगत असले पाहिजे.तसेच कोणताही प्लॉट, वास्तू वाईट, अशुभ नसते तर त्याचा योग्य उपभोग घेण्याचे तंत्र वास्तुशास्त्रज्ञाला माहीत असले पाहिजे. सर्वांच्या नशिबात सुदृढ, हुशार संतती नसते. आपल्या अपंग, पोलिओ झालेल्या मुलाला पोलिओ झालाय तर आई-वडील योग्य मसाज, मेडिसीन देऊन प्रयत्नपूर्वक बरे करतात. मुलाला कुटुंबातून हाकलून देत नाहीत. आता मी काय करू,असा विचार केल्यास तो पोलिओ कधीच बरा होणार नाही.

माझा आजवरचा अनुभव आहे. जो प्लॉट तुम्हाला आवडला आहे, त्या प्लॉटवर शुभ नक्षत्रावर सकाळी सहा वाजता जावे. प्लॉटच्या मध्यावर एक छोटी चटई अंथरून त्यावर पूर्वेकडे तोंड करून बसावे. एक उदबत्ती जवळ लावावी. वातावरणात प्रसन्नता व उत्साह वाढेल. व ॐ श्री महाविष्णवे नम:, ॐ श्री महालक्ष्म्यै नम:, ॐ श्री कुलदेवातयै नम:। या मंत्राची १०८ मण्यांची प्रत्येकी एक माळ ओढावी. परमेश्वराच्या कृपेने तुमचा अंतरात्मा जागृत होईल व तोच तुम्हाला सांगेल प्लॉट विकत घ्यावा की नको. म्हणून पूर्वीचे लोक म्हणायचे, 'ऐकावे जनाचे करावे मनाचे'; कारण ज्याने अंतर्मन जिंकले त्याने जग जिंकले.

आजपर्यंत प्रत्येक वास्तुशास्त्रज्ञ, वास्तुपंडित, पुराणे यांनी ईशान्य कट प्लॉट विदिशा प्लॉट, वेगवेगळ्या चित्रविचित्र आकारातील, काळ्या मातीतील प्लॉट घेऊ नका असे सांगितलेले आहे. मी असे म्हणतो की, कसलाही प्लॉट खरेदी करा. जन्मपत्रिका बघून तो घरातील योग्य व्यक्तीच्या नावावर करा. म्हणजे लेखकाचे डोके फिरलेले आहे, लेखकाला वेड लागलेले आहे, असे वाचकांना वाटेल. तर उदाहरण देऊन मी अधिक स्पष्ट करतो. आधुनिक काळात कालची चैनीची वस्तू, गोष्ट आजची अत्यावश्यक गरज निर्माण झालेली आहे. उदा. मोबाइल, टी.व्ही., दुचाकी, चारचाकी वाहन इत्यादी. लोकांचं इन्कम खर्चाच्या प्रमाणात वाढलेला नाही व वास्तुशास्त्रानुसार प्लॉट घेऊन वास्तुशास्त्रानुसार त्यावर बांधकाम करणे, गरिबांनाच काय पण कनिष्ठ श्रीमंतांना पण परवडत नाही. त्यामुळे आहे त्या जागेत असेल त्या आकारातील, दिशेतील प्लॉटवर वास्तुशास्त्रानुसार बांधकाम करणे हीच काळाची गरज व वास्तुशास्त्रज्ञाच्या कसोटीचा क्षण असतो.

प्लॉटचे रस्ते (Plot Entrance Road)

सध्या वास्तुशास्त्रानुसार फक्त पूर्वेचा व उत्तरेचा रस्ता असलेला ईशान्य कोपरा वाढलेला प्लॉट सर्वांना हवा असतो. त्यासाठी प्लॉट खरेदी करणारे मार्केट दरापेक्षा जास्त दर द्यायला तयार असतात. फक्त भाग्यवान लोकांच्या नशिबातच असा प्लॉट असतो. अशा प्लॉटची मुद्दाम निर्मिती करता येत नाही. मुख्य शासकीय रस्त्याला (Main Public Road) समांतर अंतर्गत रस्ते काढावे लागतात. तरच मोठ्या जमिनीचे, शेताचे छोट्या प्लॉटमध्ये रूपांतर होते. अखंड मोठी जमीन, शेत घेऊन त्याच्या नैर्ऋत्य कोपऱ्यात घर बांधणे ही मध्यमवर्गीय व कनिष्ठ श्रीमंताना नोकरदारांना कवि कल्पनाच वाटते. ३००० स्क्वे. फूट प्लॉट, त्यावर १२०० स्क्वे. फूट ते १६०० स्क्वे. फूट बांधकाम इथपर्यंत त्यांचे वास्तुस्वप्न असते. या वास्तुस्वप्नाच्या पूर्ततेसाठी ते वास्तुशास्त्रानुसार रस्ते असणारा प्लॉट मिळावा म्हणून प्रापर्टी कन्सल्टंट ते पेपरमधून जाहिरात, ओळखीचे लोक यांचे उंबरे झिजवत असतात. वास्तुशास्त्रानुसार रस्ते असणारा प्लॉट, जागा शक्यतो जमीनमालक, डेव्हलपर स्वत:साठी स्वत:ची प्रगती होण्यासाठी, उन्नती व आर्थिक भरभराट होण्यासाठी; स्वत:च्या नावावर ठेवत असतो, हे शंभर टक्के सत्य आहे. पूर्व व उत्तर रोड असलेल्या प्लॉटला रस्त्याच्या रूंदीच्या प्रमाणात वक्र करणे आवश्यक असते. तरच Lay-out मंजूर होतो. ज्या प्लॉटचा ईशान्य कोपरा वक्र किंवा कट आहे. असा कमी किंमतीचा काय पण फुकट पण घेऊ नये असे आधुनिक वास्तुशास्त्रज्ञांचे, वास्तुपंडितांचे मत आहे.

आता राहिला प्रश्न पूर्वेचा व उत्तरेचा रस्ता असणाऱ्या प्लॉटचा. प्रत्येक प्लॉटच्या मध्यातून दक्षिण-उत्तर चुंबक सुई जाऊ शकत नाही. अशा प्लॉटचा उतार नैऋत्येकडून ईशान्येकडे असेलच याची काही खात्री नाही. असा प्लॉट शहरापासून, मुख्य वस्तीपासून जवळ असेल याची शाश्वती नाही. असा दुर्लभ प्लॉट मिळाल्यावर म्हणेल ती किंमत देण्याची प्लॉट खरेदीदाराची तयारी नसते; पण असा सर्वगुणसंपन्न प्लॉट प्रॉपर्टी कन्सल्टंटने स्वस्तात मिळवून द्यावा, अशी प्लॉट खरेदीदाराची अपेक्षा असते. त्यासाठी खरेदीदार बैलासमोर जसे गाजर बांधतात तसे वाटल्यास कमिशन वाढवून देतो, असे कमिशनचे गाजर प्रॉपर्टी कन्सल्टंट समोर बांधतो. प्रॉपटी कन्सल्टंटकडे असे सर्वगुणसंपन्न मशीन नसते की, जे एकसारख्या हजारो गाड्या निर्माण करते, तसे प्लॉट निर्माण करेल. प्लॉट खरेदीदाराच्या अपेक्षा अवास्तव असतात व मागणी तसा पुरवठा या न्यायाने कोणतातरी प्लॉट त्याच्या गळ्यात मारला जातो. माझ्याकडे याच्यावर एक रामबाण उपाय आहे. जो ग्राहक माझ्याकडे अशी अवास्तव अपेक्षा करतो त्याला मी सांगतो असा एक प्लॉट माझ्या नजरेत आहे; पण त्या प्लॉटची किंमत बाजारभावापेक्षा खूपच जास्त आहे. तो प्लॉट पहायला तुम्ही एक तज्ज्ञ, हुशार वास्तुशास्त्रज्ञ घेऊन या म्हणजे 'दूध का दूध और पानी का पानी' होईल.

प्लॉट खरेदी करणारा एका वास्तुपंडिताला घेऊन यायचा. मी नेहमीप्रमाणे त्या वास्तुपंडिताच्या पायाला हात लावून नमस्कार करायचो. एक सिव्हील इंजिनिअर आपल्या पायाला हात लावून नमस्कार करतोय म्हटल्यावर तो वास्तुपंडित गर्वाने प्लॉट खरेदी करणाऱ्याकडे बघायचा. सुरुवातीला मी त्यांना छोटे रद्दड प्लॉट दाखवायचो. त्या प्लॉटवर वास्तुपंडित कशा पद्धतीने होकायंत्र बघतोय, त्याचे वास्तुशास्त्राचे ज्ञान कितपत आहे, आज अखेर त्याने कोणाकोणाला सल्ले (Vastu-Consultancy) दिलेले आहेत, याची माहिती काढायचो. तसेच, दाखविलेला प्लॉट घेतला तर त्याचे वास्तुमालकावर काय, कसे परिणाम होतील, असे विचारून त्याची अंदाज, जागा फलादेश करण्याची पद्धत याचे सूक्ष्म निरीक्षण करायचो. तोपर्यंत वास्तुपंडित व प्लॉट खरेदीदार माझ्यावर वैतागायचे. मी त्यांचा फुकट वेळ घालवत असल्याबद्दल माझी कानउघाडणी करायचे.त्यावेळी मला जाणीव व्हायची 'लोहा गरम है, मार दो हथोडा।' मी खरेदीदाराला म्हणायचो, "साहेब, तुम्हाला काय पाहिजे ते माझ्या लक्षात आलंय!" वास्तुपंडितजींना अभिप्रेत असणारा प्लॉट मी एका बँक कर्मचाऱ्याला विकलेला आहे; पण त्याची बदली मुंबईला झाल्यामुळे त्याला तो प्लॉट विकून मुंबईला फ्लॅट घ्यायचा आहे. उद्या संध्याकाळपर्यंत संपूर्ण पैसे तुम्ही देऊ शकत असाल तरच तो प्लॉट तुम्हाला मी स्वस्तात मिळवून देतो. आधीच माझ्यावर वैतागलेल्या त्या वास्तुपंडिताला मी फक्त शेवटचा प्लॉट बघा, तुम्हाला पसंत नसल्यास तुमची सर्व फी मी देतो, असे सांगून राजी करायचो. प्लॉटवर जाताना लघवीचे निमित्य करून त्यांच्यापासून दूर जायचो व डाव्या हातावरच्या मनगटावर एक शक्तिशाली लोहचुंबक (Powerful Magnet) रिस्ट बॅन्डच्या साहाय्याने

बांधायचो. कोणत्याही व्यक्तीला अनोळखी जागेवर होकायंत्राशिवाय दिशांचे ज्ञान होत नाही, हे त्रिकालबाधित सत्य मला माहीत होते. आधी त्या प्लॉटवर मी भेट दिल्यामुळे त्या प्लॉटच्या दिशांची मला पूर्ण कल्पना असायची. प्लॉटवर त्या वास्तुपंडिताने होकायंत्र उघडल्यावर मी त्याच्याजवळ हाताची घडी घालून उभा राहायचो. माझ्या मनगटावरील शक्तिशाली चुंबकामुळे होकायंत्रातील सुई मी वास्तुपंडिताला हव्या असणाऱ्या दिशेला स्थिर करायचो. वास्तुपंडित हसून होकायंत्र खिशात ठेवायचा. वास्तुपंडित हसला म्हणजे प्लॉट खरेदीदार फसला हे समजून मी पण हसायचो. अशा रीतीने उत्तर-ईशान्य वाढलेला प्लॉट, जागा आहे, हे वास्तुपंडिताच्या तोंडातून वदवून घ्यायचो. प्रत्यक्षात तो उत्तर-वायव्य वाढलेला प्लॉट असायचा. जो ३००० स्क्वे. फूट चा प्लॉट ५० रू. स्क्वे. फूट हिशोबाने १,५०,००० रुपये किंमत सांगून १,४०,००० ला विकला असता, तो प्लॉट ५५ रू. किंमत सांगून त्या प्लॉट खरेदी करणाऱ्या माणसावर उपकार केले असे भासवून १,५५,००० रुपयांना विकायचो. वास्तुपंडित तुमचा. होकायंत्र तुमचे; पण त्यावरील नियंत्रण माझे. त्यामुळे आजअखेर माझा संशयच आला नाही. मी पाटीलसाहेबांच्या प्लॉटबद्दल खरं बोललो. माझ्या हातून काम गेलं. आज मी धडधडीत खोटं बोललो. 'हाथ की चलाखी व नजरोंका धोखा केला.' पितळेला सोन्याचे पॉलिश करून सोनं म्हणून विकलं, तर पंधरा हजार रुपये जादा मिळाले. यालाच म्हणायचं, अकल कमाती है, कमानेवाला चाहिए, दुनिया झुकती है, झुकानेवाला चाहिए।' हा प्रयोग मी फक्त एकदाच केला. ग्रंथ वाचकांना सप्रमाण दाखवून द्यायचे होते की वास्तुशास्त्रज्ञपण शेवटी मनुष्य आहे व मनुष्य चुकू शकतो. असा फसवलेला, हरामाचा पैसा मला वैकुंठाची प्राप्ती करून देणार नाही. माझे मानसिक स्वास्थ्य हिरावून घेईल. माझ्या ह्या अपराधाला भगवान विष्णू माफ करावेत म्हणून मी त्या पंधरा हजार रुपयांचे गुप्त दान केले.

मी शिक्षण घेतलेल्या इंजिनिअरिंग कॉलेजमध्ये आम्हाला असे शिकविले आहे.

अमंत्रम् अक्षरं नास्ति, नास्ति मूलम् अनौषधिम् ।
अयोग्य:पुरुषो नास्ति, योजकस्तत्र दुर्लभ:।।

अर्थ:- ज्यात मंत्रशक्ती नाही असे अक्षर नाही. ज्यात औषधी गुणधर्म नाही असे मूळ नाही.
जिला योग्यता नाही अशी व्यक्ती नाही. दुर्मिळता आहे फक्त योजकाची.

त्याचप्रमाणे

अभद्र प्लॉट, वास्तु नास्ति, दैवी उपाय योजकस्तत्र दुर्लभ ।

अर्थ:- वास्तू प्लॉट अभद्र, कर्मदरिद्री असत नाही. दुर्मिळता आहे, तुमच्या ज्ञानाची, योजनेची, सर्जनशीलतेची, दैवी उपयांची.

जसे, प्लॉट खरेदीदाराच्या वास्तुपंडिताचे, त्याच्या होकायंत्राचे नियंत्रण माझ्या मनगटावरील चुंबकात होते, तसे संपूर्ण जगाचे नियंत्रण भगवान लक्ष्मी-नारायणाच्या हातात आहे. किडामुंगीचे मनोगतपण भगवंतांना समजते. त्यामुळे वाचक लोक, तुम्ही भगवंताना अनन्य भावनेने शरण जा. ज्या वेळी तुमचा जीव व शिव एक होईल तेव्हा खरोखर तुम्हाला ईशान्य वाढलेला, पूर्वेचा व उत्तरेचा रस्ता असलेला प्लॉट मिळेल. तुमची आध्यात्मिक प्रगती होईल. यश, प्रसिद्धी, धन, ऐश्वर्य तुमच्या दारी चालून येईल. भगवंताच्या कृपेमुळे आरोग्य मिळेल. दुष्ट शक्तींपासून संरक्षण, ज्ञान, व्यवसायात प्रगती असे लाभ होतील. त्यामुळे प्लॉट खरेदी करताना असाच प्लॉट पाहिजे, तरच मी वास्तू बांधणार, असे न वागता कोणत्याही बाजूस रस्ता असलेला प्लॉट कमीत कमी किंमतीत स्वस्तात खरेदी करा व मी काढलेल्या ड्रॉइंगप्रमाणे भारतीय वास्तुशास्त्र व ज्योतिषशास्त्रानुसार त्यावर वास्तुनिर्मिती करा. शंभर टक्के तुमची आर्थिक भरभराट होईल. नाहीतर

तोता छाँव मे उडना चाहता है, लेकिन छाँव नही मिलती।
मैं ताजमहाल बनाना चाहता हूँ, लेकिन मुमताज नहीं मिलती ।

शायरीप्रमाणे तुमचे वास्तू बांधण्याचे स्वप्न कधीच पूर्ण होणार नाही. ते स्वप्न बनूनच राहील.

प्लॉटवर, वास्तूवर, आजूबाजूच्या रस्त्यांचा, त्यांच्या रूंदीचा, उंच-सखलपणाचा फार मोठा परिणाम होत असतो. रस्त्यावर रोजची वर्दळ, गाड्यांची ये-जा किती आहे? कोणता रस्ता कोणत्या दिशेला झुकलेला आहे? प्लॉटला, वास्तूला कितपत समांतर आहे? कुठल्या कोपऱ्यात वक्र झालेला आहे? यानुसार वास्तुमालकावर होणाऱ्या परिणामांची व्याप्ती अवलंबून असते. रस्ता डांबरी आहे, कच्ची सडक आहे, फक्त मुरूमाचा आहे, यावरपण बऱ्याच गोष्टी अवलंबून असतात. एका दिशेचा जास्त रूंदीचा रस्ता, दुसऱ्या दिशेच्या कमी रूंदीच्या रस्त्यावर मात करतो. त्यानुसार शुभाशुभ फळे ठरवता येतात. शिवाय, प्लॉट रस्त्यापेक्षा उंचावर आहे किंवा खाली आहे हेही पाहणे महत्त्वाचे ठरते. रस्त्याच्या व प्लॉटच्या मध्ये गटारे आहेत का व ती उघडी आहेत का झाकलेली आहेत? फक्त रस्ता आहे का रस्त्याला विथीशुलापण आहे? तसेच प्लॉटच्या कोणत्या दिशेला वास्तूत प्रवेश करण्याचे मेन गेट आहे याचेपण सूक्ष्म निरीक्षण करणे महत्त्वाचे ठरते.

प्लॉटलगतच्या रस्त्यांचे परिणाम अभ्यासणे एका निष्णात, अनुभवी वास्तुशास्त्रज्ञालाच शक्य आहे. निरंतर अभ्यास, शेकडो वास्तूंवर त्याच्या लगतच्या रोडचा होणारा परिणाम यांचे सूक्ष्म परीक्षण केल्यानंतरच तुम्हाला ते शक्य आहे. खाली प्लॉट व शेजारील रस्ते यांचा वास्तुमालकावर होणारा परिणाम स्थूलमानाने लिहीत आहे.

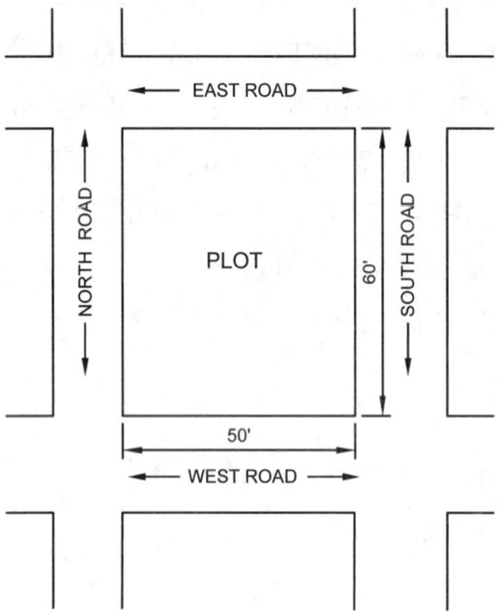

ज्या प्लॉटला चारी बाजूने रस्ते आहेत असा प्लॉट एकमुखी रूद्राक्ष, हिरा मिळण्याइतपत दुर्मिळ असतो. अशा प्लॉटमध्ये राहाणाऱ्या व्यक्तीवर प्रत्यक्ष लक्ष्मी-नारायण, शिव-पार्वती व ब्रह्मदेव यांचा वरदहस्त असतो. सरकारी कार्यालये, महानगरपालिका, आयकर ऑफिस, न्यायालय कोषागार ऑफिस इत्यादींना चारी बाजूला रोड असतो. तुम्ही कितीही श्रीमंत असा, विद्वान असा, नामांकित असा; पण अशा वास्तूत काम करणाऱ्या शिपायाला पण तुम्ही साहेब म्हणून संबोधता. जर तुम्ही अपार्टमेन्टमध्ये राहत असाल वा बंगल्यात राहत असाल तर वास्तूभोवती (चारी बाजूला समांतर) एक पायवाट तयार करावी व घरातील सर्वांनी किमान दोनदा वास्तूला प्रदक्षिणा घालावी. दुधाची तहान ताकावर भागेल. कायम पाणी पिण्यापेक्षा ताक मिळणे केव्हाही भाग्यदायक, आरोग्यदायकच. आयुष्यात प्रचंड फरक पडेल.

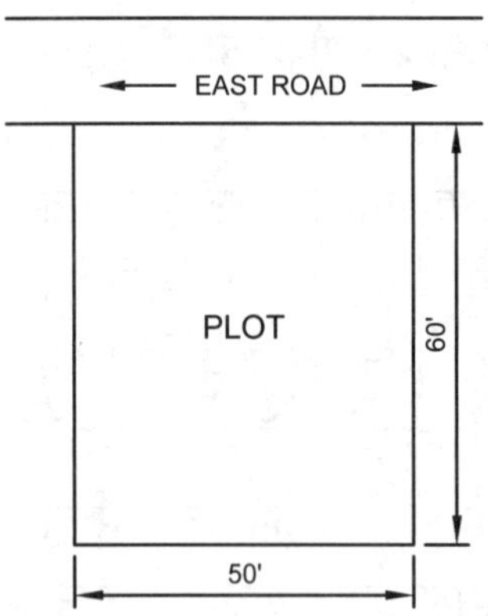

जसा सूर्य आकाशात उगवतो तसा मानसन्मान, प्रसिद्धी, उन्नती, भरभराट होते. नेत्रदीपक प्रगती होऊन घरादाराचे भाग्य बदलते. भाग्य बदलल्यावर ऐश्वर्यलक्ष्मी घरात प्रवेश करते. राजकारणी, मोठ्या हुद्यावरील अधिकारी, प्रतिष्ठित कंपन्यांचे चेअरमन, राज्यकर्ते, स्वकर्तृत्वावर मोठे झालेले उद्योगपती यांच्या वास्तूंना पूर्वेचा रोड असतो.

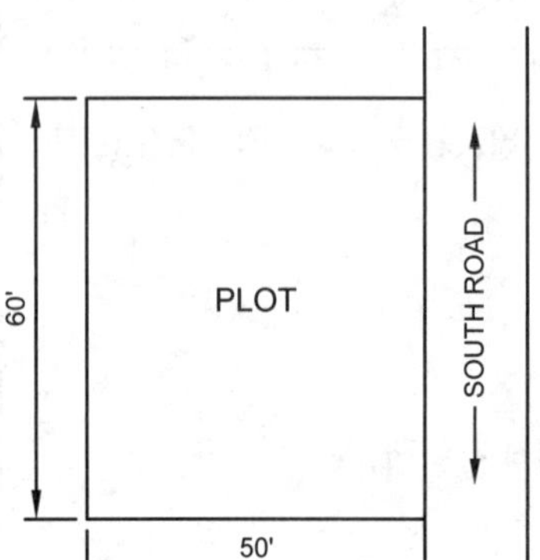

दक्षिण दिशा, पिशाच, दुष्ट शक्ती, काळी विद्या, संमोहनशास्त्र याची कारक आहे. दोन नंबरचे काळे धंदे, वेश्यालये, लेडिज बार, मटका, झटपट लॉटरी, जुगार, शहरातील गुंड, दादा लोक यांची करोडो रुपयांची उलाढाल होते. आज पैशाच्या गादीवर झोपणारा दादा कधी जेलच्या फरशीवर झोपेल याचा अंदाज हा रोड देत नाही. अशा रस्त्यावरून जाताना, 'एकदा जुगार, लॉटरी, खेळूया की' असा विचार तुमच्याही मनात डोकावतो. तुमची पावले कधी तिकडे वळतात हे खिसा खाली झाला तरी कळत नाही.

NE EAST SE

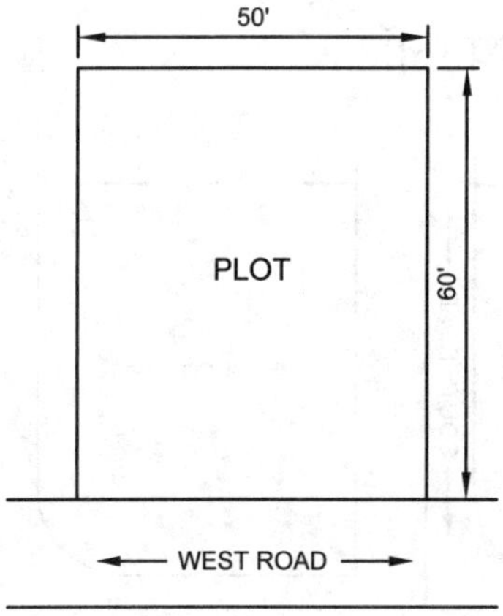

पश्चिमेला रस्ता असलेली वास्तू कधी प्रसिद्धीच्या शिखरावर विराजमान होईल, खोऱ्याने पैसा ओढेल तर कधी पैसा पैसा म्हणून टाचा घासेल याचा काही नेम नाही. भरभराटीच्या काळात योग्य दानधर्म केला, गरीब, मुक्या प्राण्यांचे आशीर्वाद घेतले तरी फार जमीन-अस्मानाचा फरक जाणवत नाही.

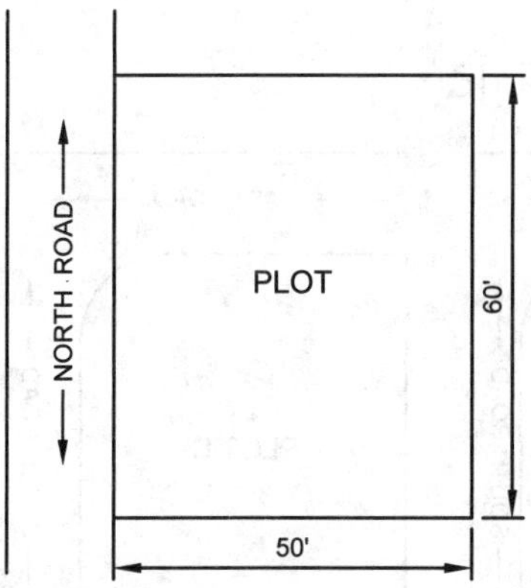

उत्तरेला रस्ता असणारा वास्तुमालक अफाट धनाचा स्वामी होतो. 'अर्थस्य पुरुषो दास:' या संस्कृत सुभाषिताप्रमाणे प्रत्येक माणसाची धडपड पैसा मिळवण्यासाठी चाललेली आहे. कलियुगात तुमचे ८० टक्के प्रॉब्लेम पैशाने मिटतात. जो पैशाचा सावकार आहे, तेथे राजापासून रंकापर्यंत सर्व लोक हात जोडून उभे राहतात. वास्तुमालकाच्या तोंडातून पडलेली थुंकी झेलण्यात पण इतर लोकांना धन्यता वाटते.

पूर्वेचा व उत्तरेचा रस्ता असलेले विविध प्लॉट

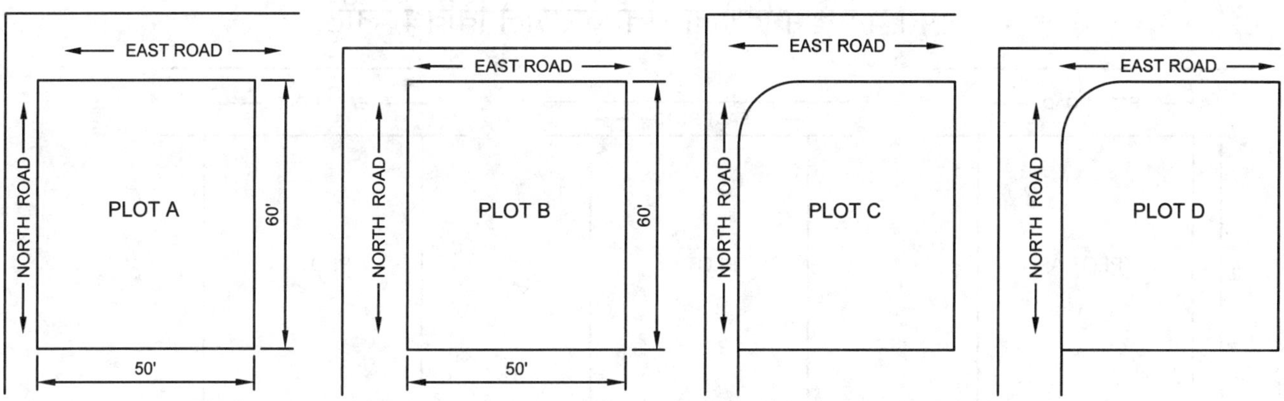

उत्तर व पश्चिम दिशेला रस्ता असलेले विविध प्लॉट

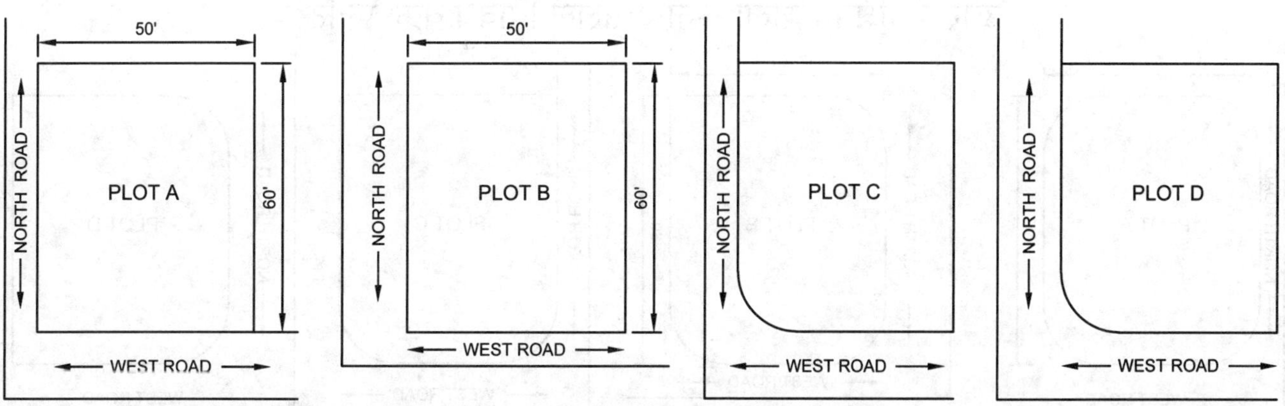

NW WEST SW

NE EAST SE

पश्चिम व दक्षिण दिशेला रस्ता असलेले विविध प्लॉट

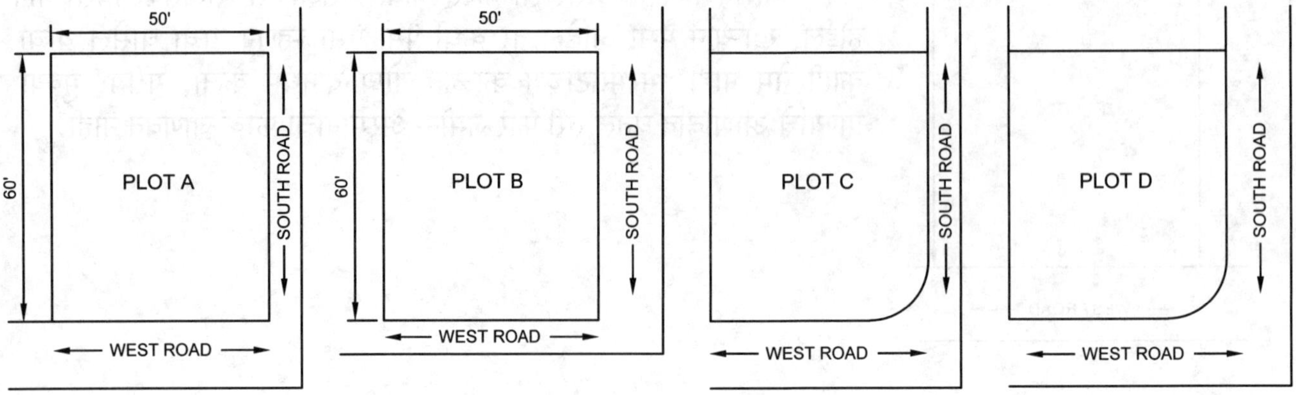

पूर्व व दक्षिण दिशेला रस्ता असलेले विविध प्लॉट

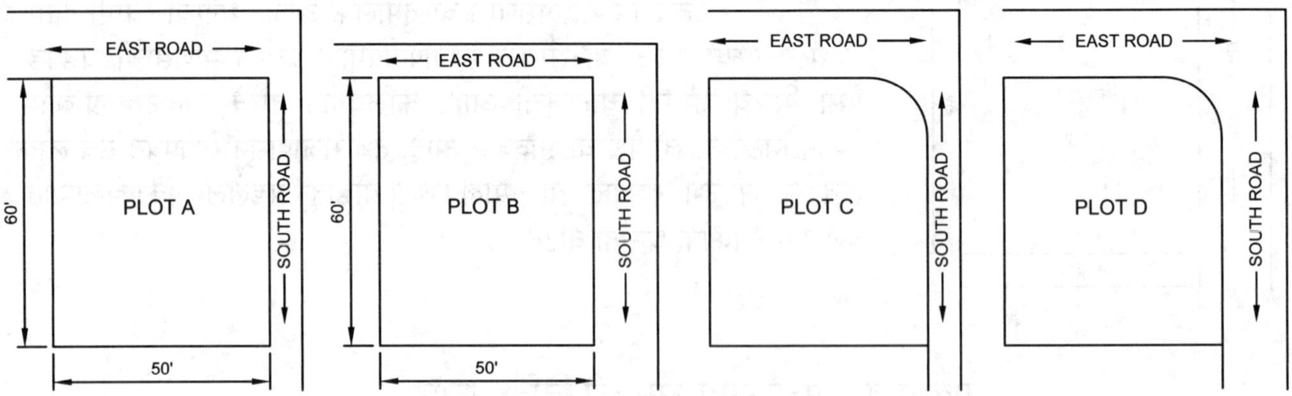

पूर्व व पश्चिम दिशेला रस्ता असलेले विविध प्लॉट

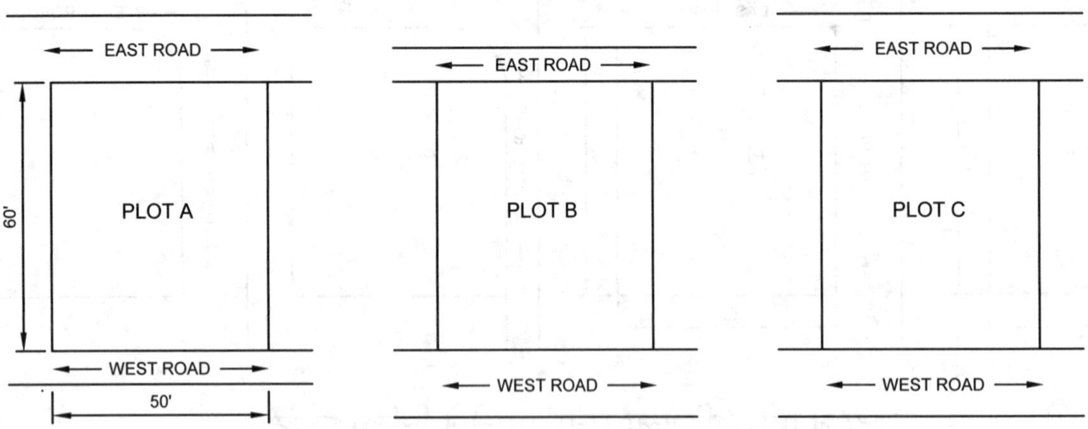

उत्तर व पश्चिम दिशेला रस्ता असलेले विविध वक्र प्लॉट

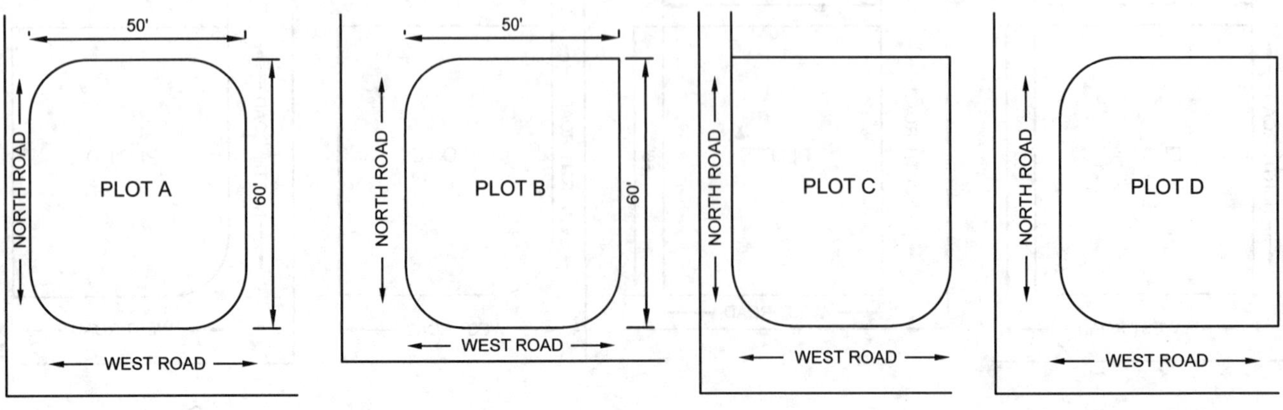

NW WEST SW

NE EAST SE

वास्तूच्या पूर्व, उत्तर व पश्चिम दिशेला रस्ता असलेला प्लॉट

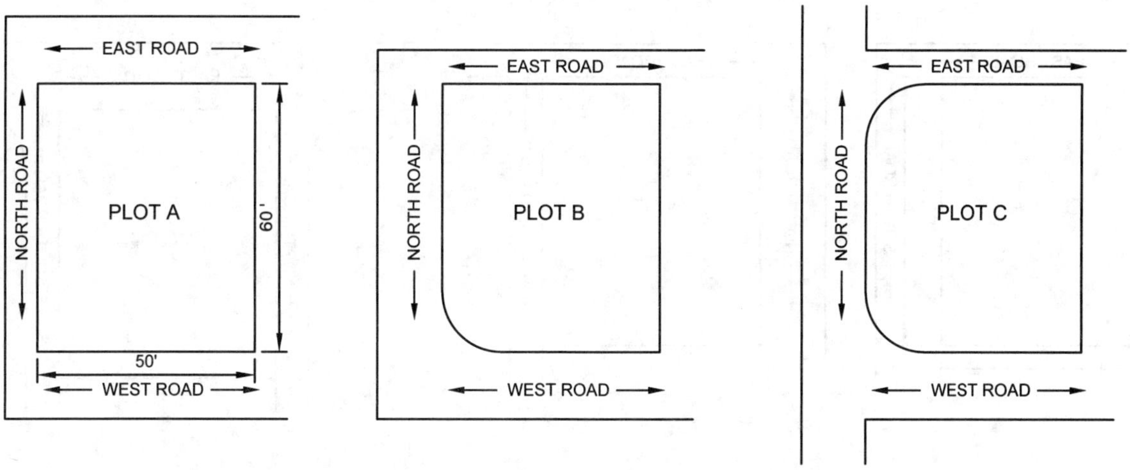

असे वेगवेगळ्या रूंदीचे रोड वक्र किंवा सरळ असलेले, प्लॉटला समांतर किंवा वक्र होऊन जाणारे रोड इत्यादी व कित्येक प्रकारचे प्लॉट

NORTH

वास्तूच्या उत्तर, पश्चिम व दक्षिण दिशेला रस्ता असणारे प्लॉट

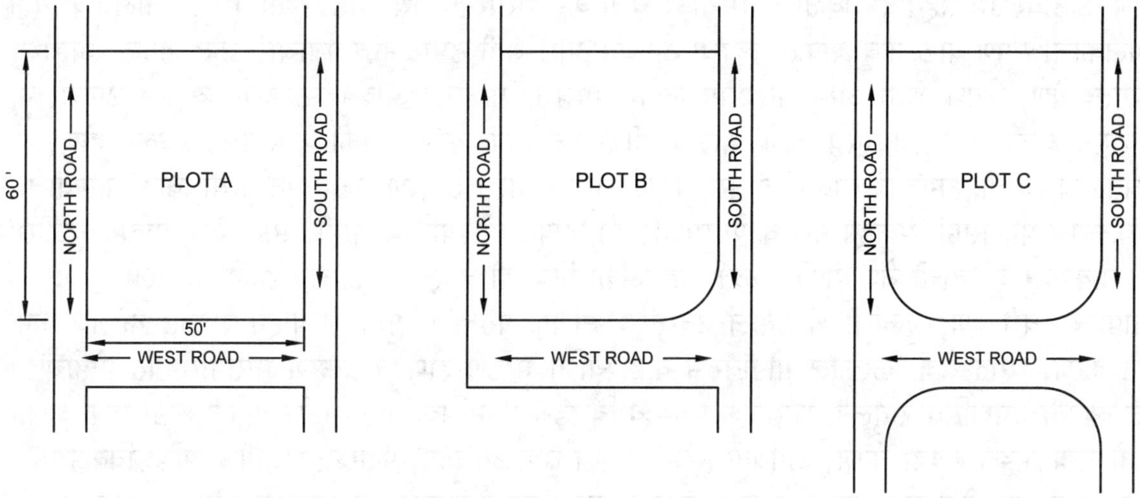

SOUTH

असे वेगवेगळ्या रूंदीचे रोड वक्र किंवा सरळ असलेले, प्लॉटला समांतर किंवा वक्र होऊन जाणारे रोड इत्यादी व कित्येक प्रकारचे प्लॉट

वास्तूच्या पश्चिम, दक्षिण व पूर्व दिशेला रस्ता असणारे प्लॉट

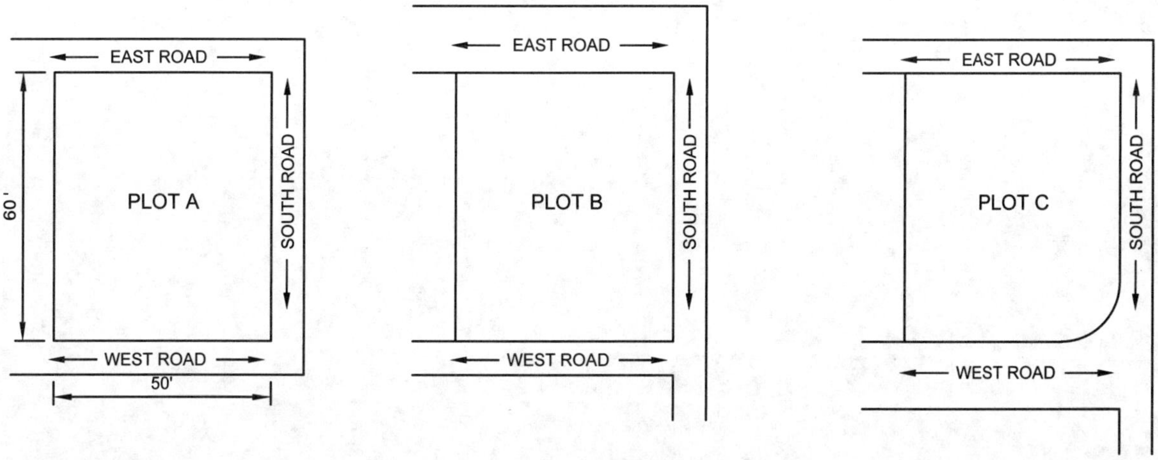

NW WEST SW

वास्तूच्या उत्तर, दक्षिण व पूर्व दिशेला रस्ता असणारे प्लॉट

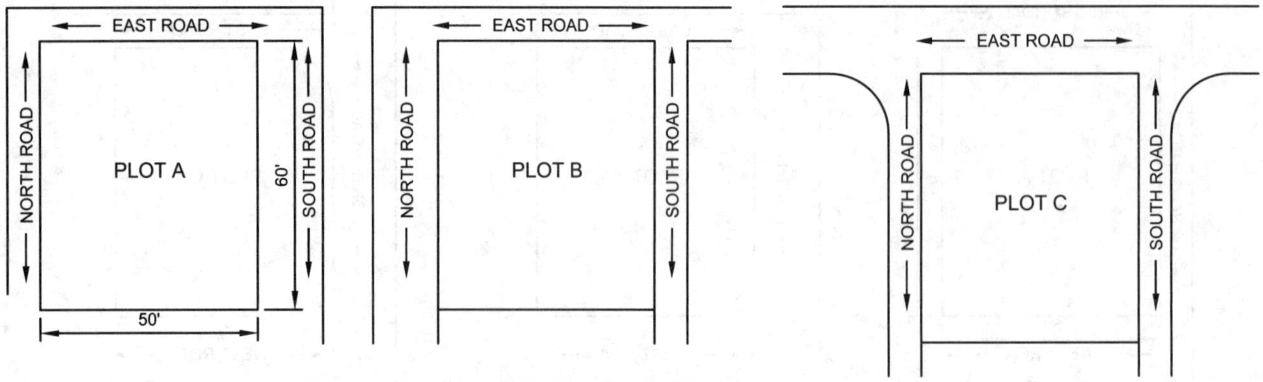

असे वेगवेगळ्या रूंदीचे रोड वक्र किंवा सरळ असलेले, प्लॉटला समांतर किंवा वक्र होऊन जाणारे रोड इत्यादी व कित्येक प्रकारचे प्लॉट

NORTH

जसे रोग्याची नाडीपरीक्षा केल्यावरच निष्णात धन्वंतरीला नेमक्या रोगाचे मूळ समजते व तो त्यावर इलाज करतो, तसे प्लॉटचे रोडपरीक्षण केल्याशिवाय त्याचे वास्तूवर होणारे परिणाम सांगणे म्हणजे म्हैस पाण्यात आहे व आपण काठावर उभे राहून दूध किती देणार यावर चर्चा करण्यासारखे व्यर्थ आहे. रस्ता परीक्षणातील एक चूक वास्तुमालकाची संपूर्ण वाट लावू शकते. त्याची आर्थिक परिस्थिती ढासळून कर्जबाजारी करू शकते. असाध्य रोग, पंगुत्व येणे, जेवण करत असताना आग लागून भाजणे, गाडीचा ॲक्सिडेन्ट होणे, वेळेवर उपचार न मिळाल्यामुळे कर्त्या व्यक्तीचा मृत्यू होणे, मोलकरणीवर बलात्कार करण्याइतकी कामवासना विकृत होणे, जो प्लॉट घेतलाय त्याची कागदपत्रे व्यवस्थित नसल्यामुळे बांधकामाला स्टे येणे, जबरदस्तीने बांधकाम करण्याचा प्रयत्न केल्यास पोलिसांनी पकडून नेणे व पेपरमध्ये नाव छापून आल्याने बदनामी, सामाजिक प्रतिष्ठा धुळीस मिळणे, नोकरदार व्यक्तीची जेथे पाणी मिळत नाही अशा ठिकाणी बदली होणे, लग्न झालेल्या मुली परत बापाच्या घरी येणे, मुलांची शाळेतील उतरती शैक्षणिक प्रगती व गुंडगिरी पाहून शाळा, कॉलेजमधून रस्टिकेट करणे. घरात रोज किरकोळ गोष्टींवरून कडाक्याची भांडणे होणे व प्रकरण मारामारीपर्यंत पोहोचणे. घरातील व्यक्तींचे मानसिक संतुलन, शारीरिक स्वास्थ्य बिघडणे, मानसिक शांतीसाठी ज्याने दारूला स्पर्श केला नाही, तो चक्क अट्टल बेवडा बनणे, आर्थिक स्थिती एवढी ढासळते की, अक्षरश: घरातील भांडी विकून पोट भरावे लागते व खाजगी कर्जदार एक दिवस तुमच्या वास्तूचा लिलाव करतात व तुम्हालाच घराबाहेर काढतात.

वरील गोष्टी मी प्रत्यक्ष पाहिलेल्या, अनुभवलेल्या आहेत. कित्येक वास्तुतज्ज्ञांची भेट झाल्याने, त्यांचे बरोबर आलेले व चुकीचे आलेले निष्कर्ष तपासून बघितलेले आहेत. ते ग्रंथ वाचल्यावर वाचकांना समजेलच.

SOUTH

प्लॉटचे वाढलेले किंवा कट झालेले कोपरे

ज्योतिषशास्त्र हाच वास्तुशास्त्राचा पाया आहे. वास्तुशास्त्रानुसार प्लॉटचा कुठला कोपरा वाढलाय व कमी झालाय, हे ठरवताना प्लॉटची लांबी व रूंदी कमी झालेल्या कोपऱ्याचे अंश व लांबी वाढलेल्या कोपऱ्याचे अंश, लांबी, एकूण प्लॉटची लांबी व रूंदी, प्लॉटची जमीन, जमिनीचा उतार, प्रत इत्यादी गोष्टींचे निरीक्षण करावे लागते. त्या अनुमानावरच प्लॉटधारकावर घडणाऱ्या शुभ, अशुभ परिणामांची तीव्रता अवलंबून असते.

प्लॉटची, जमिनीची, वास्तूची पत्रिका पुराणोक्त व शास्त्रीय पद्धतीने तयार करावी लागते. पत्रिका योग्य मापे घेऊन तयार केल्यावर प्लॉटच्या, वास्तूच्या फलादेशाबाबत वास्तुशास्त्रज्ञाचा निर्णय अचूक ठरतो व प्लॉट धारकाला त्याचा फायदा मिळतो. तज्ज्ञ धन्वंतरीने रोग्याची हृदयाचे ठोके, डोळे, जीभ, रक्त, लघवी, नाडी परीक्षण करणे व औषधे देणे व एखाद्या वैदूने नाडीपरीक्षण करून औषध देणे, यात जमीन-अस्मानाचा फरक आहे; कारण तज्ज्ञाने अचूक परीक्षण करून दिलेल्या औषधामुळे रोगी लवकर रोगमुक्त होईल व वैदूने अल्प परीक्षण करून दिलेल्या औषधामुळे काही सांगता येत नाही. तसे तज्ज्ञ वास्तुशास्त्रज्ञाचे मार्गदर्शन अचूक ठरते.

वास्तुकुंडलीनुसार त्या प्लॉटवर, वास्तूवर काय परिणाम होतो. याचे आकृतीसह खाली विवेचन दिलेले आहे. त्याचा वाचकांना प्रत्यक्ष अनुभव येईलच.

१)पूर्व-ईशान्य कोपरा वाढलेला प्लॉट:-

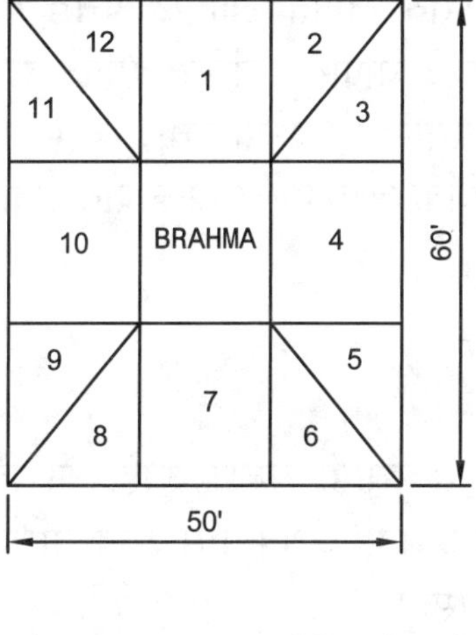

पूर्व-ईशान्य कोपऱ्याचा स्वामी परमेश्वर आहे. तर गुरू शुभ ग्रह त्याच्या स्वगृही मीन राशीत आहे. त्यामुळे उच्च शिक्षण, प्रसिद्धी, मानसन्मान, राजमान्यता, विद्वत्ता प्राप्त होते. प्लॉटधारक याची सहिष्णुता, चैतन्यमय, आध्यात्मिक, सत्संगती, पवित्र आचरण, श्रद्धा, उपासना यायोगे जीवनाच्या मुक्तीकडे वाटचाल होते. असे प्लॉटधारक दानधर्मी, परोपकारी, समाजसेवी वृत्तीचे बनतात. गुरूमुळे सुखाने संसार करता यावा इतके धन, पैसा त्या धनाबरोबर कौटुंबिक सुखशांती, संतुष्टपणा, प्रेम, सर्व समाधान मिळते. यश, आरोग्य, शुभ कार्याची, विवाहाची सुरुवात व सांगता गुरूबळाशिवाय होत नाही. त्यामुळे वास्तूचा पूर्व-ईशान्य कोपरा वाढणे अत्यंत शुभ लक्षण आहे. पुरुषाचे सौंदर्य त्याच्या सामर्थ्यात, प्रसिद्धीत, अधिकारात असते. तर स्त्रियांचे सामर्थ्य त्यांच्या सौंदर्यात असते. त्यामुळे पुरुषांनी मोनिका लेविन्स्की प्रकरणातील बिल क्लिंटन होऊ नये याची जरूर काळजी घ्यावी.

संतानलक्ष्मीच्या कृपेने मुले बुद्धिमान व कर्तबगार होतात. अशी कर्तव्यनिपुण, मानसिक व शारीरिकदृष्ट्या संपन्न संतती कुटुंबाला यशाच्या शिखरावर नेऊन ठेवते. आपल्या मुलाच्या वाढत्या प्रगतीचा, भरभराटीचा आलेख पाहून ऊर भरून येतो व बाप बनून जन्माचे सार्थक झाल्यासारखे वाटते.

२) उत्तर-ईशान्य कोपरा वाढलेला प्लॉट:-

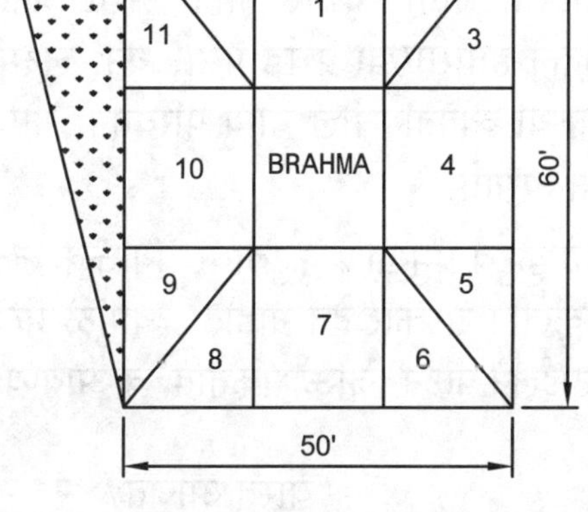

उत्तर-ईशान्य दिशेचा स्वामी प्रत्यक्ष देवांचा सावकार कुबेर आहे. या दिशेचे कारकत्व बुध या बुद्धिमान ग्रहाकडे असून, कुंभ रास आहे. ऐश्वर्याचा, धनाचा, पैशाचा, संपत्तीचा अक्षरश: पाऊस पडतो. कुबेरासमवेत भाग्य-धनलक्ष्मी आहे. म्हणजे धन मिळविण्यासाठी यश मिळवावे लागते. यश मिळविण्यासाठी बुधाच्या चपखल बुद्धीचा, मधुर वाणीचा, ज्ञानाचा अधिकाराचा उपयोग करावा लागतो. एवढे सर्व यश मिळाल्यावर मानसन्मान, प्रतिष्ठा, कीर्ती आपोआप मिळतेच.

पैशामुळे शिपायापासून मंत्र्यापर्यंत सर्व लोक मान देतात. कलियुगात ८०% भौतिक सुखे पैशाने विकत घेता येतात व भौतिक सुखामुळे कौटुंबिक जीवन सुखाचे, समाधानाचे जाते. कुटुंबप्रमुखाने स्वत:चे एकपत्नी व्रत जरूर पाळावे. अनेक स्त्रिया, युवती अशा व्यक्तीला आपल्या मदनबाणाने घायाळ करण्याचा, अंकित करण्याचा प्रयत्न करतात व बहुतांश यशस्वी होतात. त्यामुळे पुरुषाची ऐयाशी, छानछोकीपणा वाढून गृहलक्ष्मी असंतुष्ट राहते.

३) प्लॉटचा, वास्तूचा उत्तर-वायव्य कोपरा वाढणे:-

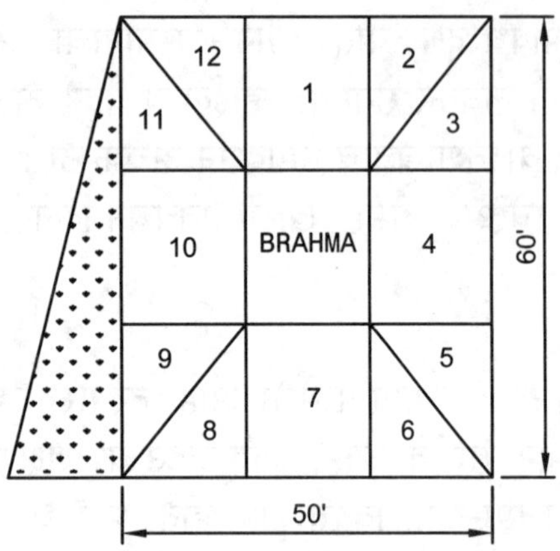

वायव्य दिशेचा स्वामी वरूण आहे. या उत्तर वायव्य दिशेचे कारकत्व चंद्र या स्त्रीग्रहाकडे असून धनू रास आहे. वायुतत्त्व, अस्थिर, गमनशील व भ्रमर वृत्तीचे आहे. त्यामुळे कुटुंब-प्रमुखाच्या पायाला चक्र असल्यासारखे सारखा तो एका गावातून दुसऱ्या गावात, तर शहरामागून शहरे पालथी घालत असतो.मोह, माया चंद्राच्या अंतर्गत येत असल्यामुळे कुटुंबाची मानसिक स्थिती चंचल, अस्थिर, दोलायमान, द्विधा अवस्थेसारखी बनते. मनामध्ये प्रचंड वैचारिक थैमान, उलथापालथ 'हे' का 'ते' अशी भावनिक आंदोलने चाललेली असतात. अशी माणसे प्रचंड मूडी असतात. विजयलक्ष्मीच्या कृपेमुळे व्यवसायाच्या, नोकरीच्या विजयाची पताका फडकवण्यासाठी जगभर फिरावे लागते. त्यामुळे प्रचंड पैसा कमवतात; पण स्वत:च्या कुटुंबाचा सहवास, वास्तूपासून मिळणारे फायदे यापासून वंचित राहावे लागते. पती-पत्नीच्या लैंगिक संबंधात खूप कलावधीचे अंतर पडते. त्यामुळे स्त्रियांना अन्य मार्गाचा, व्यभिचाराचा अनिच्छेने आधार घ्यावा लागू शकतो. आधार देणाऱ्या व्यक्ती नंतर आर्थिक ब्लॅकमेलिंग करू शकतात. धनू राशीचा स्वामी गुरू असल्यामुळे संतती हुशार व कर्तबगार निपजते.

४) पश्चिम-वायव्य कोपरा वाढलेला प्लॉट:-

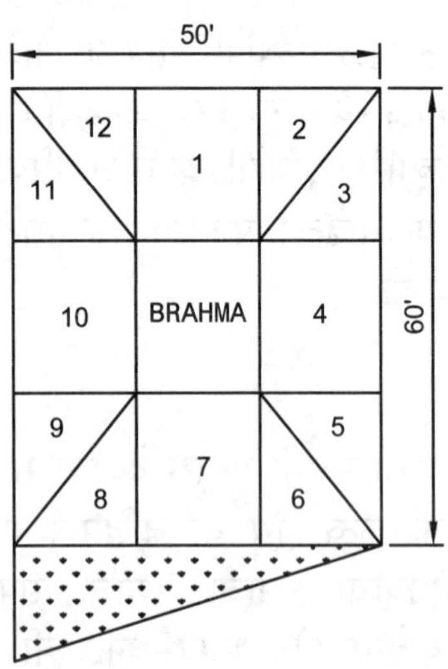

पश्चिम-वायव्य दिशेचा स्वामी वरूण आहे. या दिशेचे कारकत्व शनी महाराजांकडे असून, वृश्चिक रास आहे. पश्चिमेच्या तुला राशीत शनी उच्चीचा असतो.

वायुतत्त्व अस्थिर, गमनशील वृत्तीचे असल्यामुळे कुटुंबप्रमुख सारखा प्रवासात, देशाटनात असतो. शनी ग्रह प्रथम दु:ख, कष्ट, अपमान, कलंक देऊन कुटुंबप्रमुखाचे मध्यम वय उलटल्यावरच स्थैर्य व प्रगतीला कारण होतो. प्रचंड, दीर्घ काळ चालणारी कामे, उत्तुंग बिल्डिंग, मोठे कारखाने इत्यादी कामात दोन पिढ्या बसून खातील इतके धन शनी देतो. प्लॉट मालकाची वृत्ती गुप्ततेकडे, मनाचा थांगपत्ता लागू देणार नाही अशी बनते. गजलक्ष्मीच्या आशीर्वादाने हत्तीसारखा प्रचंड पैसा, धन, लक्ष्मी देऊन बघते. फक्त घेणाऱ्या व्यक्तीमधील योग्य परिवर्तन, योग्य विनियोग तिला अपेक्षित असतो.

नाहीतर लक्ष्मी चंचल आहे. आली तशी निघून जाते. देशाटनामुळे कुटुंब प्रमुखाचे कुटुंबावर वैयक्तिक लक्ष नसते. मुलांना ते पैसा देतात; पण स्वत:चा वेळ, मानसिक आधार, कुलीन संस्कार देत नाहीत. त्यामुळे मुली ड्रायव्हर, कामगार वगैरे हलक्या दर्जाच्या व्यक्तींबरोबर फिल्मी स्टाईलने पळून जाऊ शकतात व आयुष्य नरकात ढकलतात.

५) पश्चिम-नैर्ऋत्य कोपरा वाढलेला प्लॉट :-

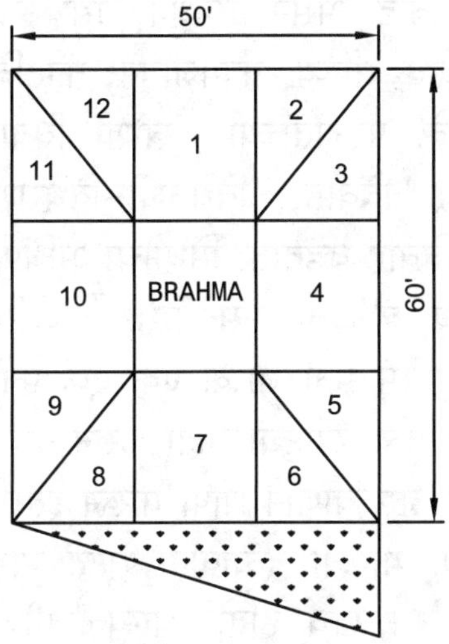

पश्चिम-नैर्ऋत्य दिशेचा स्वामी नैऋती नावाचा राक्षस आहे. या दिशेचे कारकत्व राहू व केतू या नीच, दुष्ट ग्रहांकडे आहे. कन्या रास हे स्वगृह आहे. प्रत्येक ग्रह आपल्या स्वगृही, उच्च राशीत, मूलत्रिकोण राशीत अत्यंत बलवान असतो. अशा प्लॉट धारकाला जुगार, मटका खेळणे, रेसवर, झटपट लॉटरीवर पैसे लावणे, देशी दारू पिणे, वेश्यागमन करणे असे वाईट, नीच नाद असतात. असे वाईट नाद पुरविण्यासाठी लागणारा पैसा हे लोक दरोडे, चोरी, मारामारी करून मिळवतात.

बऱ्याच प्लॉटधारकांचे नाव पोलिसांच्या यादीत सराईत गुन्हेगार म्हणून असते. अशा व्यक्ती अघोरी विद्या, पाशवी मंत्र-तंत्र यांचे उपासक असतात. दुसऱ्याच्या तोंडाला काळे लावण्या साठी प्रथम आपले हात काळे करावे लागतात, या निसर्गनियमा प्रमाणे किडे पडून, बेवारशी, पाणी पाणी आक्रोश करत, दुःखद असाध्य रोगांची संगत घेऊन टाचा घासून मरतात व पिशाच रूप धारण करतात.

धैर्यलक्ष्मीच्या कृपेने दोन नंबरचे धंदे करण्यासाठी लागणारे असामान्य धैर्य, अमानवी ताकद, कुटिल बुद्धी, मानसिक विकृती, प्राणघातक शस्त्रे अशा लोकांकडे असतात व त्या जोरावर ते प्रचंड पैसा कमवतात. असा कमी श्रमात लोकांच्या मुंड्या मुरगाळून आलेला पैसा मानसिक स्वास्थ्य व जीवनाचे स्थैर्यच बिघडवून टाकतो. जन्मपत्रिकेत राहू उच्च महादशेचा असेल तर राजयोग मिळवून देतो. जमिनीवरून सत्तेच्या सर्वोच्च खुर्चीपर्यंत पोहचवतो.

६) दक्षिण-नैर्ऋत्य कोपरा वाढलेला प्लॉट :-

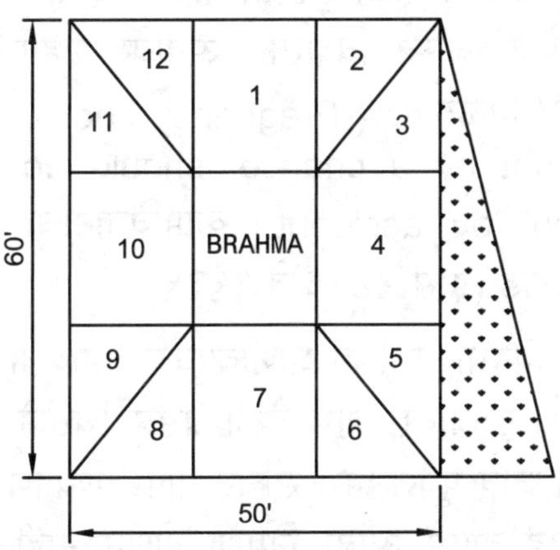

दक्षिण-नैर्ऋत्य दिशेचा स्वामी मृत्यूदेवता यम आहे. या दिशेचे कारकत्व मंगळ या ग्रहाकडे असून, सिंह रास आहे. नाश पावणे, लोप पावणे, मृत्यू होणे हे जीवनाचे अंतिम सत्य आहे. प्लॉटधारकाची प्रसिद्धी, मानसन्मान, इच्छा-आकांक्षा नाश पावतात. त्याला पूर्वकर्माची फळे, चित्रविचित्र आजार, पिशाच बाधा, दारिद्र्य, कष्टदायक अर्थार्जन यामुळे जीवन नरकासारखे वाटू लागते. त्याची जगण्याची इच्छाच नष्ट होते व मृत्यूदेवतेचा कालपाश त्याच्या नरड्याभोवती आवळला जातो. अल्पवयात मृत्यू, आत्महत्या, खून, अपघात, विजेचा शॉक बसून मरणे अशा भयानक पद्धतीने मृत्यू होतो. आदिलक्ष्मीच्या कृपेने प्रचंड पैसा मिळतो; पण मंगळाच्या शक्तीला योग्य वाव, न्याय न मिळाल्यामुळे उग्रपणा, दुराग्रहीपणा, हट्टीपणा, सूड घेण्याची प्रवृत्ती यामुळे तोच पैसा सर्वनाशाचे कारण बनतो. जन्मपत्रिकेत राहू उच्च महादशेचा असेल तर अत्यंत सामर्थ्यशाली, विलक्षण बुद्धीमत्ता प्रदान करतो. त्या जोरावर प्रचंड यश, पैसा प्राप्त होतो.

७) दक्षिण-आग्नेय कोपरा वाढलेला प्लॉट :-

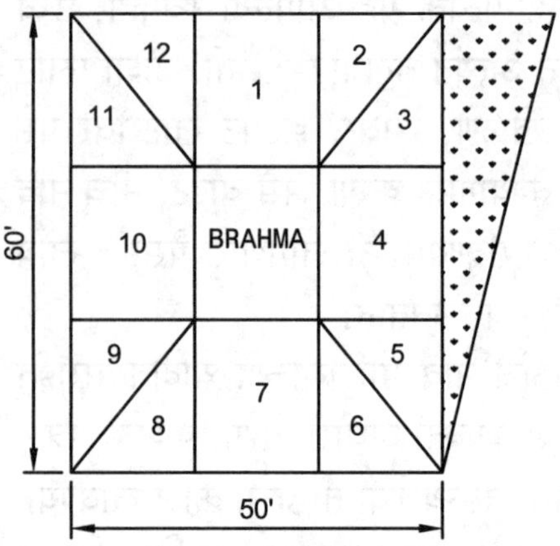

दक्षिण आग्नेय दिशेचा स्वामी अग्निदेवता आहे. या दिशेचे कारकत्व शुक्र या स्त्री ग्रहाकडे असून, मिथुन रास आहे. अग्निदेवतेच्या प्रकोपाने वैवाहिक सौख्य, कामजीवन, कौटुंबिक सुखसमाधान होरपळून निघते. परजातीच्या स्त्रीशी विवाह, आई-वडिलांच्या मनाविरुद्ध विवाह, विधवेशी-विधुराशी विवाह असे विचित्र, उशिरा विवाह घडतात. मिथुनेचा अधिपती चिकित्सक व बुद्धिमान बुध बौद्धिक फसवेगिरी, लुच्चेगिरी करतो. अग्नीच्या सान्निध्यात असे प्लॉटधारक एक एक प्लॉट खोटे स्टॅम्प, गाड्या, इतर साहित्य खोट्या सह्या करून दोघा-तिघांना विकतात व स्वत: मिठास वाणीने थापा मारून इतरांना गोत्यात आणतात. स्त्रियांच्या मागचा दवाखाना सुटत नाही. औषध उपचारांमध्ये प्रचंड पैसा खर्च होतो. धान्यलक्ष्मीच्या अवकृपेने जेवणाला चव लागत नाही. धान्याचा कायम तुटवडा राहतो. घरात पाहुणे आलेत व चहापूड संपली असे प्रकार घडतात.

८) पूर्व-आग्नेय कोपरा वाढलेला प्लॉट :-

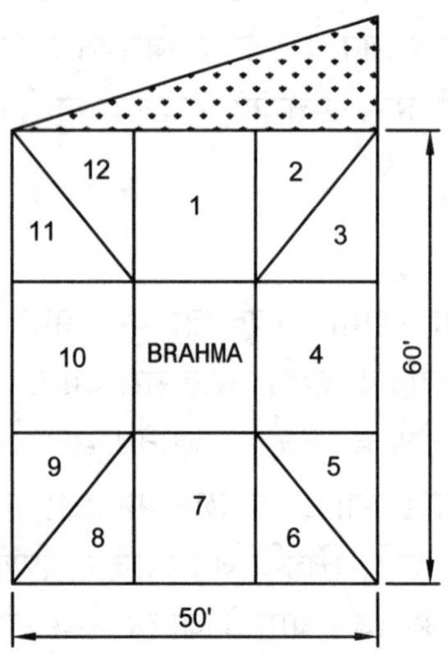

पूर्व-आग्नेय दिशेचा स्वामी इंद्र आहे. तर या दिशेचे कारकत्व रवी या ग्रहाकडे असून, वृषभ रास आहे. सूर्य व अग्नी एकत्र आल्यावर त्यांची प्रखरता, दाहकतेची झळ संपूर्ण कुटुंबाला बसते. वृषभ राशीचा अधिपती शुक्र ग्रह आहे. अग्नी व सूर्य एकत्र आल्यामुळे व्यवसाय, नोकरीत प्रचंड संघर्ष करावा लागतो. जे कार्य हाती घ्याल त्यात यश मिळत नाही. यश नाही म्हणजे पैसा नाही. घराला उतरती कळा लागते. दक्षिण-आग्नेय कोपरा वाढलेल्या प्लॉटपेक्षा जास्त विदारक, अंगावर शहारे आणणारे गुणधर्म पहायला मिळतात. (Pregnancy should be by choice and not by a chance, should be appointment and not by accident.) कामविज्ञानाचा आद्यप्रणेता डॉ. सिग्मंड फ्रॉईड (इ.स.१८५६ ते १९३९)

रतिरहस्य (कोक्कोळ), आयुर्वेद व वात्सायनाच्या 'कामसूत्रम्' ग्रंथानुसार गर्भ हा जाणीवपूर्वक राहायला हवा. गर्भात अवतरण्यासाठी उत्कृष्ट जीवाला, दिव्य आत्म्याला, शुभ नक्षत्रावर, शुभ वेळी प्रसन्न चित्ताने, स्वागतमय स्तोत्रे गाऊन आवाहन करणे अत्यंत महत्त्वाचे आहे; कारण जीव पूर्वजन्माचे संचित पाप, पुण्यपण घेऊन येत असतो. गावठी आंब्याच्या बीपासून फळांचा राजा देवगड हापूस आंबा निर्माण होणार नाही. त्यासाठी हापूस आंब्याचे बी पेरावे लागते. तसे दोन सूर्य एकत्र आल्यावर प्रणय, संभोग देवता शुक्र स्त्रीला एक तर कोमेजून टाकतो किंवा अतिकामातुर, व्यभिचारी बनवतो. स्त्रीच्या मासिक धर्माचे चक्र व्यवस्थित चालत नाही. अवेळी झालेल्या समागमातून राक्षसी, नालायक, मतिमंद, कुप्रजा निर्माण होते व समागमाच्या वेळी पुरूषाच्या मनात दुष्ट, घातकी, पापी विचार व मानसिक टेन्शन असल्यामुळे तेच गुण गर्भातील बालकात उतरतात.

१) पूर्व-ईशान्य कोपरा कट असलेला प्लॉट :-

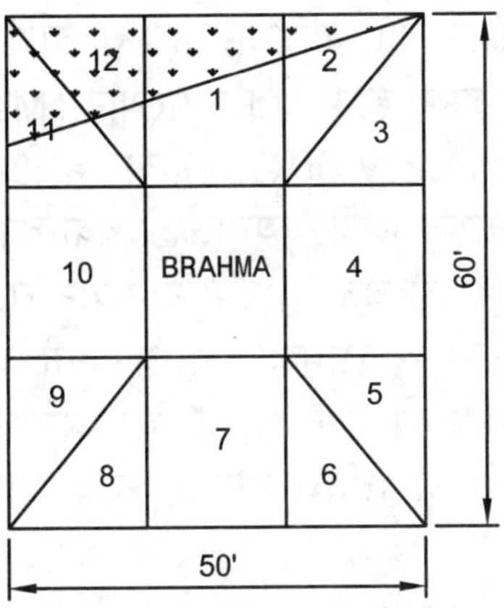

पूर्व-ईशान्य कट प्लॉटमध्ये व्ययस्थान, लग्नस्थान व धनस्थानाची हानी होते.

आर्थिक नाश, खर्च, स्थावर मालमत्तेची हानी, फसवल्यामुळे, जामीन राहिल्यामुळे, चोरीमुळे होणारी हानी होते. त्यामुळे मन काळजी, चिंतेने ग्रस्त होऊन स्वास्थ्य हरपून बसते. मंदबुद्धी, विकलांग संतती जन्माला येते. संतती अल्पशिक्षितच राहते. व्यक्ती अध्यात्माचा, मोक्षाचा धर्ममार्ग सोडून पिशाच, राक्षसी, अघोरी शक्तीची उपासना करते. द्वितीय स्थानाच्या हानीमुळे अपमानजनक बोलणे, शिवीगाळ करणे, विषारी बोलणे यामुळे समाजातील नैतिक प्रतिष्ठा, प्रसिद्धी लयाला जाते. ज्यांनी म्हातारपणात आधार द्यायचा त्या पिढीलाच तरुणपणात आधार द्यायची वेळ कर्त्या पुरुषावर येते.

२) उत्तर-ईशान्य कोपरा कट असलेला प्लॉट :-

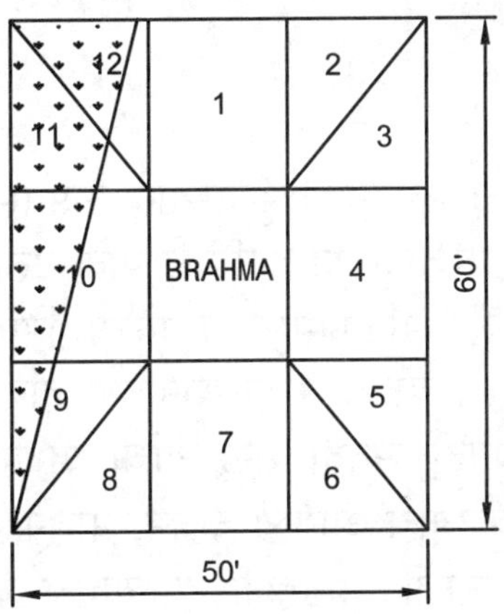

उत्तर-ईशान्य कट प्लॉटमध्ये भाग्यस्थान, कर्मस्थान व लाभ स्थानाची हानी होते.

भाग्य, कर्म व आकस्मिक लाभ स्थानाची हानी म्हणजे ऐश्वर्य संपन्नता, धन, पैसा वापरायला काय पण पाहायलाही मिळत नाही. माणूस अक्षरश: कंगाल होतो. भाग्य रूसल्यावर रस्त्यात पाचशे रुपयाची नोट सापडावी व जमावाने ती नोट पाकिटातून चोरली म्हणून बेदम मारावे, असे प्रकार घडतात. कुठे कामधंदा मागायला गेला तर आधीच काम दुसऱ्याला दिलेले असते. राजा हरिश्चंद्राला बायको व मुलगा विकायला लागून स्वत: डोंबाच्या घरी पाणी भरावे लागले, तशी एकापाठोपाठ एक संकटांची रांग लागते.

बाल्ये विद्याग्रहणामीदीनर्थान्। कामं च यौवने। स्थविरे धर्मं च ।

बालवयात विद्या, तारुण्यात कामजीवन व वार्धक्यात धर्म व मोक्षसंन्यास यांचा अवलंब करावा हे तत्त्व ईशान्यकट प्लॉटमध्ये उलटे अनुभवास येते.

३) उत्तर-वायव्य कोपरा कट असलेला प्लॉट :-

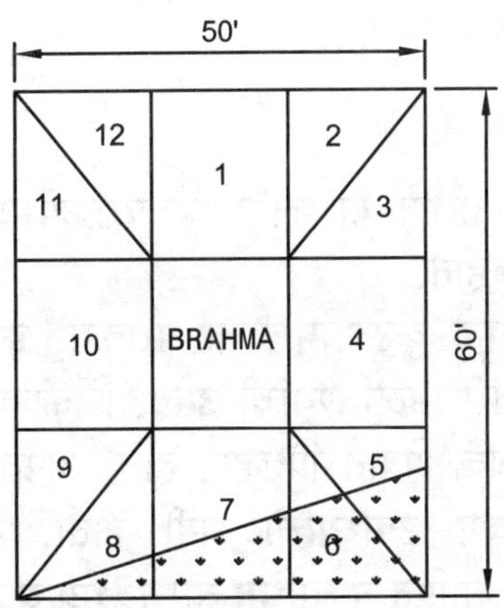

उत्तर-वायव्य कोपरा कट प्लॉटमध्ये रिपुस्थान, भार्यास्थान व मृत्युस्थानाची हानी होते. रोगस्थानाच्या हानीमुळे सर्दी-खोकल्या पासून मोठे अपघात, रक्तदोष, दृष्टिदोष, संधिवात यांसारखे रोग होतात. रोगस्थान विरोधकांचे, शत्रूचे मातब्बर स्थान आहे. या स्थानाच्या हानीमुळे सामाजिक शत्रू, कोर्टातील शत्रू, धंद्यातील भागीदार, नोकरीतील हितशत्रू यांच्याबरोबर कायम संघर्ष, कलह, अडचणी, द्वेष वाढून शत्रूकडून पराभूत व्हावे लागेल. मृत्युस्थानाच्या किरकोळ हानीमुळे दु:ख, दैन्यता, शारीरिक वैगुण्य येण्याचे प्रकार घडतात. विक्रीपश्चात सेवा द्यावी लागते; पण उधारी वसूल होत नाही; पण मृत्युस्थानाची हानी न झाल्यास, वारसा हक्काने मिळणारी प्रॉपर्टी, सावकारी धंदा, सासुरवाडीची प्रॉपर्टी, विम्याचे पैसे यापासून अचानक लाभ होतो.

४) पश्चिम-वायव्य कोपरा कट असलेला प्लॉट :-

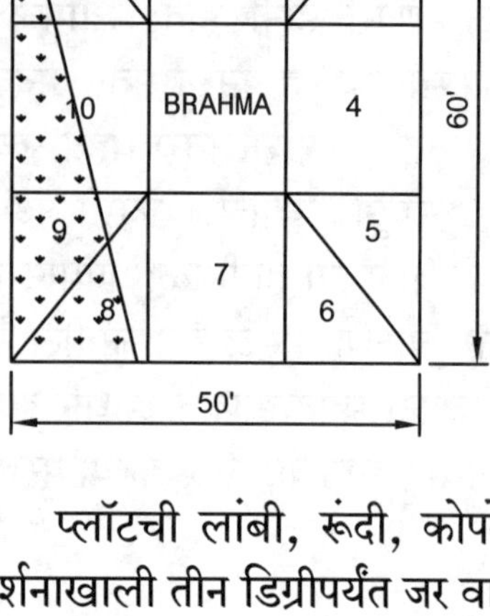

पश्चिम-वायव्य कट झालेल्या प्लॉटमध्ये भाग्यस्थान, कर्मस्थान व लाभस्थानाची हानी होते.

उत्तर-ईशान्य कोपरा कट झालेल्या प्लॉटसारखीच बहुतांश फळे मिळतात. फक्त भाग्यस्थानाची जास्त हानी होत असल्याने (Man's life fully depends on the mercy of God) या म्हणीप्रमाणे दैवी मार्गदर्शन, आशीर्वादच लाभत नाही. त्यामुळे प्रत्येक कार्यात अपयश, मानहानी, दु:ख अनुभवास येते. मानसिक टेन्शन वाढते. वास्तूत दारिद्र्याने प्रवेश केल्याने सुखसमृद्धी, ऐश्वर्यलक्ष्मी बाहेर पडते. पश्चिम-वायव्य कट प्लॉटमध्ये स्वत:चा वकील आयुष्यभर बाळगावा लागतो. कधी कसल्या आपत्तीचा सामना करावा लागेल याची काही गॅरन्टी नाही.

प्लॉटची लांबी, रूंदी, कोपरे व जन्मपत्रिका इतर सर्व गोष्टींचा विचार करून तज्ज्ञ वास्तुशास्त्रज्ञाच्या मार्गदर्शनाखाली तीन डिग्रीपर्यंत जर वायव्य कोपरा कट करू शकला तर तुमच्यासारखे भाग्यवान तुम्हीच; कारण अशा प्लॉटचे उत्तर-ईशान्य कोपरा वाढलेल्या प्लॉटमध्ये रूपांतर होते. रसायनशास्त्रानुसार सोन्याचा मूलद्रव्य क्रमांक ७९ आहे; तर पाऱ्याचा मूलद्रव्य क्रमांक ८० आहे. पाऱ्यातून एक क्रमांक खाली उतरल्यास त्याचे सोन्यात रूपांतर होते. या 'पारस विद्येमुळे' प्राचीन भारतात सोन्याचा धूर निघत होता. तसा सोन्याचा धूर तुमच्या घरातून निघेल.

५) पश्चिम-नैर्ऋत्य कोपरा कट असलेला प्लॉट :-

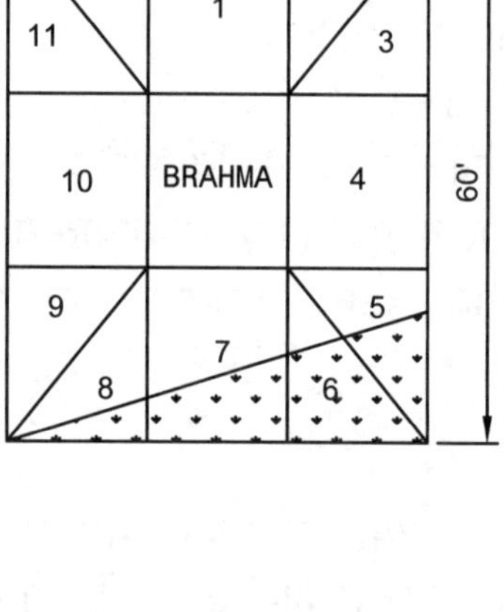

पश्चिम-नैर्ऋत्य कट झालेल्या प्लॉटमध्ये मृत्युस्थान, सप्तमस्थान व रोगस्थानाची हानी होते. सप्तमस्थानाच्या हानीमुळे पति-पत्नीची भांडण-तंटे, घटस्फोट, वैधव्य, अतिकामातुरता किंवा निरिच्छ कामभावना असे प्रसंग वाट्याला येतात. मृत्युस्थानाच्या हानीमुळे जीवनात यश, प्रसिद्धी, धन, प्रगती, संतती सुख यांचा अक्षरश: मृत्यू होतो. प्लॉटधारकाच्या कुटुंबाचे आयुष्य कुजून, नासून संपून मृत्यूच्या अधीन होते. रोगस्थानाची अतिहानी झाल्यामुळे वात, पित्त, कफ या त्रिदोषासह आधुनिक वैद्यकशास्त्राला आव्हान ठरणारे रोग, विषाणू, रोगजंतू शरीरात निर्माण होतात व कुटुंब वेदनेने, नैराश्येने जीवनातील आनंद, आसक्ती संपून मृत्युपंथाला लागते. कुटुंबप्रमुख अघोरी उपाय, स्मशानातील मंत्र-तंत्र, गंडे-दोरे यांचा उपयोग करून आयुष्य सुधारण्याचा आटोकाट प्रयत्न करतो; पण त्याच शक्ती जीवनाचा कर्दनकाळ बनतात.

६) दक्षिण-नैर्ऋत्य कोपरा कट असलेला प्लॉट :-

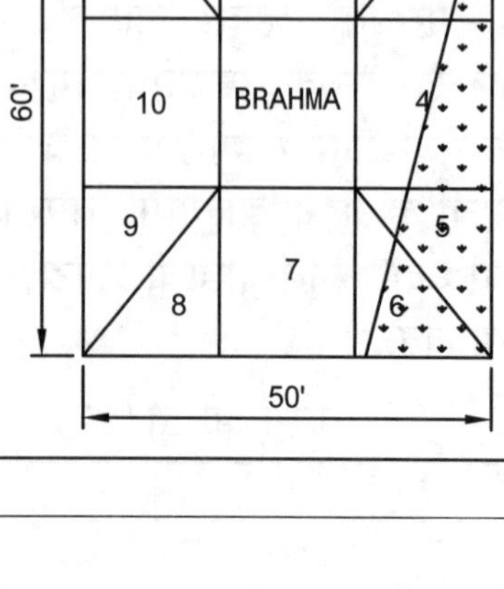

दक्षिण-नैर्ऋत्य कोपरा कट असलेल्या प्लॉटमध्ये पराक्रमस्थान, मातृस्थान व सुतस्थानाची हानी होते.

पराक्रमस्थानाच्या हानीमुळे कुटुंबप्रमुखाचा पराक्रम, ईर्ष्या, आकांक्षा, महत्त्वाकांक्षा काहीतरी मिळविण्याची उमेद, जिंकण्याची आशा याचा ऱ्हास होतो. प्रत्येक क्षेत्रात पिछेहाट होते. अपयशी, कमनशिबी, कपाळकरंटा अशा उपाध्यांचा धनी होतो. मातृ स्थानाच्या हानीमुळे वास्तुदोष, शापित व बाधित वास्तू, भग्न व

मोडकळीस आलेली वास्तू, भूत-पिशाचाचे वास्तव्य असलेली वास्तू, मानसिक स्वास्थ्य, शांती, प्रेम यांचा अभाव असणारी वास्तू, रखरखीत व भकास अनुभव देणाऱ्या वास्तुत, वाड्यात राहण्याची पाळी येते. फक्त शारीरिक आकर्षणातून प्रेमविवाह, विवाहबाह्य संबंध ठेवून संतती घराण्याची प्रतिष्ठा, इज्जत, अब्रू पार धुळीस मिळवते व घरातील इतर सदस्यांच्या लग्नसमारंभात आपल्या अनैतिक वागण्याने, अडथळा निर्माण करते. सुतस्थानाच्या हानीमुळे संततीपासून दु:ख, चिंता, शोक, मतिमंद संतती, विद्याभ्यासातील अधोगती वाट्याला येते. कुप्रवृत्तीच्या पुत्राला जन्म देण्यापेक्षा निपुत्रिक राहिलो असतो तर बरे झाले असते, असे विदारक भीषण अनुभव वाट्यास येतात.

७) दक्षिण-आग्नेय कोपरा कट असलेला प्लॉट :-

दक्षिण-आग्नेय कोपरा कट झालेल्या प्लॉटमध्ये पराक्रम स्थान, मातृस्थान व सुतस्थानची हानी होते.

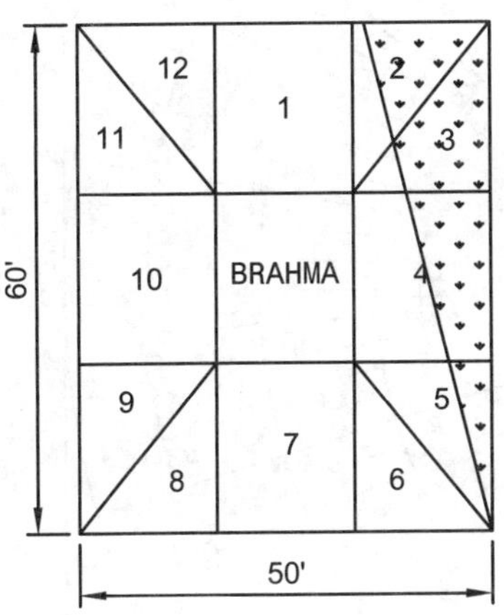

दक्षिण-नैर्ऋत्य कट असलेल्या प्लॉटसारखीच अशुभ फळे मिळतात. फक्त पराक्रमस्थानाची अतिहानी झाल्याने पुरुष उद्योगधंदा, नोकरी करून पैसा कमवण्याऐवजी स्वयंपाकघरात, घरात जास्त लक्ष घालतो. म्हणजे घरकोंबडा बनतो. कर्ता पुरुष घरात बसल्यामुळे कुटुंबाची आर्थिक परिस्थिती बिकट बनते. कर्जाचा डोंगर वाढतो. गृहिणीला अर्थार्जनासाठी वास्तूतून बाहेर पडावे लागते. जी स्त्री, व्यक्ती पैसा मिळवते तीच वास्तूत घडणाऱ्या प्रत्येक घटनेवर नियंत्रण ठेवते. (Empty mind is devil's workshop) या सुभाषितानुसार घरकोंबडे, पराक्रमहीन पुरुष कमवत्या गृहिणीच्या प्रत्येक कृतीचा फावल्या वेळात वेगवेगळा, विकृत अर्थ काढतात.

किरकोळ भांडणापासून सुरुवात होऊन विवाहबंधनाचे घटस्फोटात रूपांतर होते. कमवत्या स्त्रीला होणारा कामाचा ताण, वरिष्ठांचे अपमानजनक बोलणे, कामाच्या ठिकाणी दगदग, पुरुषांच्या विखारी नजरेपासून करावे लागणारे स्वत:चे रक्षण, महत्त्वाच्या कामासाठी करावा लागणारा ओव्हर टाईम याचा पुरुष विचार करत नाहीत.

८) पूर्व-आग्नेय कोपरा कट असलेला प्लॉट :-

पूर्व-आग्नेय कोपरा कट असलेल्या प्लॉटमध्ये व्ययस्थान, लग्नस्थान व धनस्थानाची हानी होते.

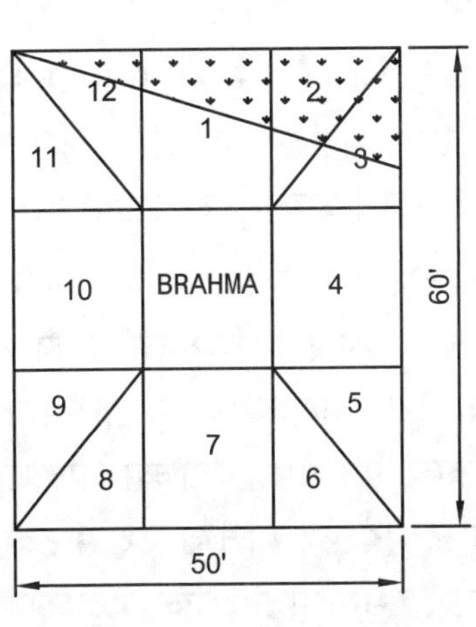

पूर्व-ईशान्य कट असलेल्या प्लॉटसारखीच बहुतांश अशुभ फळे मिळतात. धनस्थानाची अतिहानी झाल्यामुळे वास्तूत पैसा येण्याचे मार्गच खुंटतात. धनस्थानाला कुटुंबस्थानपण म्हणतात. संपूर्ण कुटुंबाची आर्थिक, मानसिक, सामाजिक घडी विस्कटते. स्त्रिया कमवत्या असल्याने वैवाहिक संबंधात समाजामध्ये पुरुषापेक्षा वरचढ ठरू शकतात. चुलीतील लाकूड चुलीत जळल्यावर अन्न शिजते, तर तेच लाकूड चुलीबाहेर जळल्यावर संपूर्ण घर जाळते. यानुसार स्त्रीमुक्ती, स्त्रीस्वातंत्र्य या नावाखाली स्त्रिया व्यभिचारी बनतात. भारतीय संस्कृती विसरून आधुनिक स्वैर, लैंगिक, विकृत संस्कृतीला बळी पडू शकतात. या प्लॉटचे सर्वाधिक परिणाम मुलांवर होतात.

मुलांसमोर आई-वडिलांचा विकृत, चंगळवादी संस्कृतीचा, दुर्योधनाचे प्रतिनिधित्व करणारा आदर्श निर्माण होतो. संपूर्ण प्लॉटचा विचार करून तीन डिग्रीपर्यंत पूर्व-आग्नेय कोपरा कट केल्यास त्याचे पूर्व-ईशान्य वाढलेल्या अतिशुभ प्लॉटमध्ये रूपांतर होते.

EAST

प्लॉटचा, जमीनीचा चढ उतार

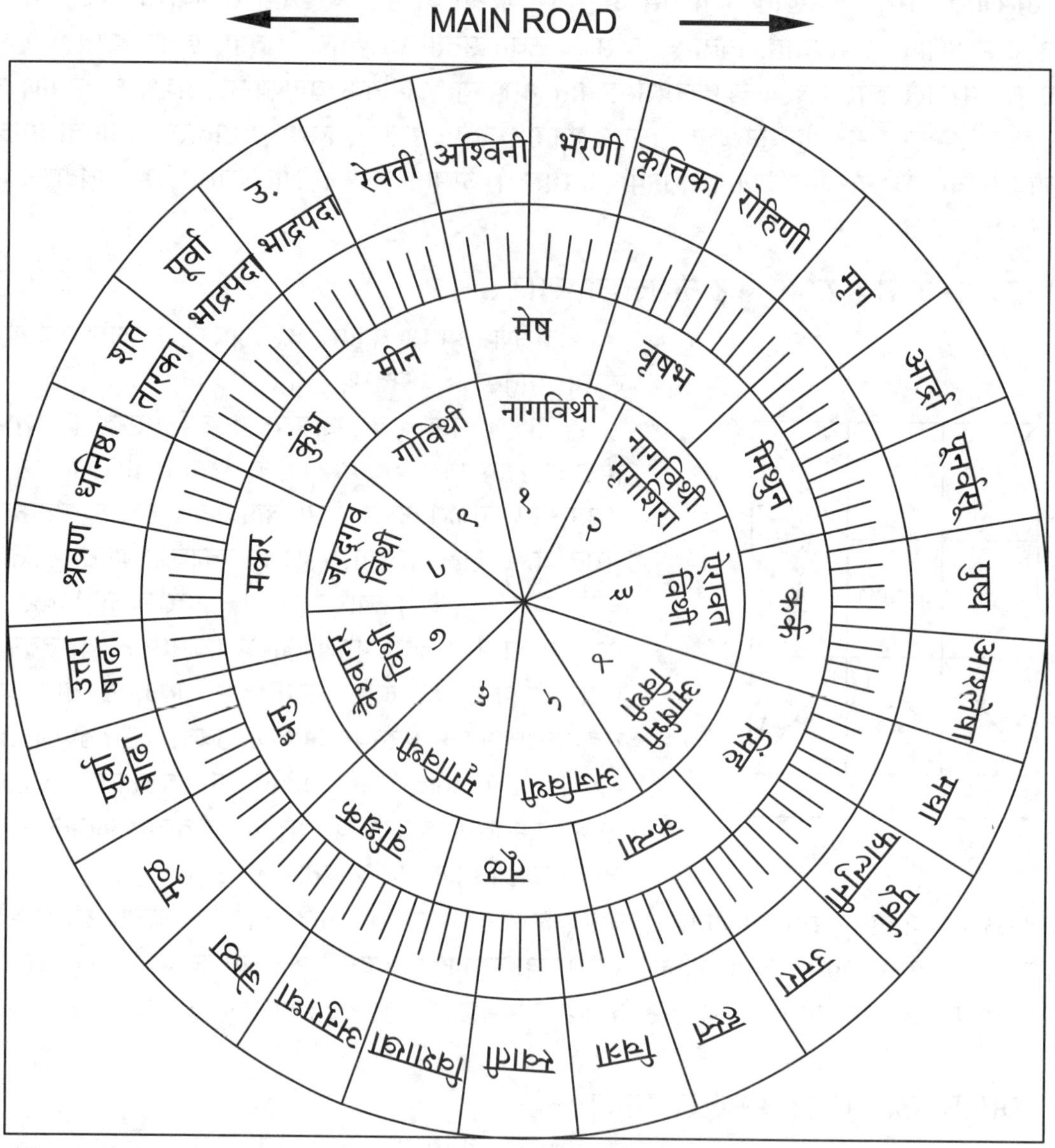

NORTH

SOUTH

सर्वदिक्षुप्रवाहां वा प्रागुदक्शंकरप्लवम् । भुवं परीक्ष्य सिंचेत पंचगव्येन कोविद ।।
माणिना स्वर्णरूप्येण विद्रुमेण फलेन वा । चतुःषष्टिपदैवास्तुं लिखेव्दापि शतांशकै । । (१.१२,१३ प्रासादमंडन)

पूर्वेकडे, उत्तरेकडे अथवा ईशान्येकडे उतार असलेली जमीन निवडून तेथील जमिनीची परीक्षा करावी व वास्तुशास्त्रज्ञाने सोन्याच्या काडीने पंचगव्याचा सडा घालून प्रत्यक्ष जागेवर ८१ पदाचे वास्तुमंडल आखावे.

प्रॉपर्टी कन्सलटन्ट असल्यामुळे शेकडो प्लॉट, शेतजमीन माझ्या नजरेखालून गेलेल्या आहेत. प्लॉटच्या, शेताच्या उताराचा जागामालकावर काय परिणाम होतो? यासाठी मी कित्येक प्लॉटचे पाण्याची पाइप घेऊन (Water Tube level Survey) परीक्षण केलेले आहे. त्यावेळी माझ्या असे लक्षात आले की, सूर्याच्या परिभ्रमणाचा प्लॉटवर, जमिनीच्या उंच-सखल भागावर परिणाम होतो. तोच परिणाम, ज्याच्या नावावर ती जमीन, प्लॉट आहे, त्या व्यक्तीवर होतो. ज्योतिषशास्त्राचा अभ्यास केल्यामुळे सूर्य २१ मार्च व २१ सप्टेंबर या दोनच दिवशी पूर्वेला उगवतो. पृथ्वी २३.५ अंश कललेली आहे. पृथ्वीला सूर्याभोवती एक प्रदक्षिणा पूर्ण करण्यास २३ तास ५६ मिनिटे लागतात. सूर्य हा स्वयंप्रकाशित तारा आहे. सूर्याभोवती अनुक्रमे बुध, शुक्र, पृथ्वी, मंगळ, गुरू, शनी, हर्षल, नेपच्यून, प्लूटो हे गोलाकार गतीने त्यांच्या उपग्रहासहित फिरत असतात. चुंबकीय बलाचा, वैश्विक किरणांचा (Cosmic Rays), त्याच्या गतीचा स्थानाचा, गरुत्वाकर्षणाचा, पृथ्वीवर, मानवावर, वास्तूवर, प्लॉटच्या उंच-सखलपणावर फार मोठा परिणाम असतो, हे मला माहीत होते.

WEST

NE SE

NORTH SOUTH

मत्स्य पुराणानुसार सूर्याच्या उत्तर दिशेच्या मार्गास नागविथी व दक्षिण दिशेच्या मार्गास अजविथी म्हणतात. सूर्य २१ मार्च ते २१ जून या कालावधीत नागविथी मार्गावर मेष, वृषभ, मिथुन, कर्क या राशीतून भ्रमण करतो व अगस्त्य शिखरावर पोहोचतो. परत २१ जून ते २१ सप्टेंबर या कालावधीत कर्क, सिंह, कन्या ते तूळ या परतीच्या मार्गावरून पूर्वेला येतो. याचप्रमाणे सूर्य पूर्वेकडून उत्तरेकडे अगस्त्य शिखरापर्यंत जातो. परत पूर्वेला येतो. या परिभ्रमणाला 'सूर्याचे उत्तरायण' असे म्हणतात.

सूर्य २१ सप्टेंबर ते २१ डिसेंबर या कालावधीत अजविथी मार्गावर तूळ, वृश्चिक, धनु, मकर या राशींतून भ्रमण करतो व पुष्कर द्वीपावर पोहोचतो. परत २१ डिसेंबर ते २१ मार्च या कालावधीत मकर, कुंभ, मीन ते मेष या परतीच्या मार्गावरून पूर्वेला येतो. याचप्रमाणे सूर्य पूर्वेकडून दक्षिणेकडे पुष्कर द्वीपावर जातो व परत पूर्वेला येतो. त्या परिभ्रमणाला 'सूर्याचे दक्षिणायन' असे म्हणतात.

दक्षिणायनाच्या वेळी सूर्याला साडेतेरा नक्षत्रांचे मंडळ, मध्यभागापासून पार करण्यास बारा मुहूर्त लागतात. तर रात्रीच्या वेळी त्याला नक्षत्रांना पार करण्यासाठी अठरा मुहूर्त लागतात. म्हणून दक्षिणायनात दिवस लहान व रात्र मोठी असते. या उलट उत्तरायणाच्या समयी सूर्य दिवसाच्या अठरा मुहुर्तात तेरा नक्षत्रांच्या मध्यात भ्रमण करतो. परत रात्री या नक्षत्रांना पार करताना त्याला बारा मुहूर्त लागतात. त्यामुळे उत्तरायणात दिवस मोठा व रात्र लहान असते. उत्तरायणावर देवाचे अधिपत्य असते. तर दक्षिणायनावर राक्षसांचे, असुरांचे अधिपत्य असते.

जन्माला आलेल्या व्यक्तीच्या कुंडलीमध्ये राशीची मांडणी घड्याळाच्या काट्याच्या विरुद्ध दिशेने (Anticlockwise) असते. तर वास्तूची कुंडली मांडताना राशीची मांडणी घड्याळाच्या काट्याच्या दिशेने (clockwise) असते. हाच मूलभूत फरक व्यक्तीची कुंडली व वास्तूच्या कुंडलीत असतो.

सोबतच्या आकृतीत सूर्याचे वार्षिक परिभ्रमण मार्ग, राशी दाखवलेल्या आहेत व प्लॉटच्या कुंडलीत त्या मार्गाची नावे, राशी, नक्षत्र इत्यादी गोष्टी विशद केलेल्या आहेत.

१) नागविथी प्लॉट व मृगशिरा नागविथी प्लॉट :- ज्या प्लॉटच्या जमिनीचा उतार पूर्व दिशेला असतो त्या प्लॉटला 'मृगशिरा नागविथी प्लॉट' असे म्हणतात. अशा सर्व प्लॉटचे मालक दृढनिश्चयी, उदार, मोठ्या मनाचे असतात. अधिकार, कीर्ती, यश, प्रतिष्ठा, मान, मोठ्या हुद्द्याचे, पदाचे मानकरी ठरतात. आपल्या अधिकाराच्या बुद्धीचा वापर करून अमाप पैसा, धन, ऐश्वर्य मिळवतात. राजकारणी, पुढारी, सामाजिक कार्यात रस असणाऱ्या व्यक्तींना असा प्लॉट लाभदायी ठरतो.

२) ऐरावतविथी प्लॉट :- ज्या प्लॉटचा आग्नेय कोपरा उंच असून इतर सर्व बाजूंनी उत्तर-ईशान्येकडे उतार असतो. अशा प्लॉटला 'ऐरावतविथी प्लॉट' असे म्हणतात. इंद्राच्या पांढऱ्या हत्तीचे नाव ऐरावत आहे. इंद्रासारखे राज्यपद, अमर्याद सत्ता, यश प्राप्त होते. यश, अनेक मानसन्मान, प्रसिद्धी, अधिकार, नेतृत्व, याचा मानाचा तुरा शिरपेचात रोवला जातो. महाऐश्वर्य, महावैभव यांची तुमच्यावर खैरात होते. समाजात, राजकारणात एक प्रसिद्ध, दानशूर नामांकित व्यक्ती म्हणून आदर प्राप्त होतो.

३) आर्षभीविथी प्लॉट :- ज्या प्लॉटचा उतार दक्षिण दिशेला असतो, त्या प्लॉटला 'आर्षभीविथी प्लॉट' असे म्हणतात. आर्षभ म्हणजे गाढव. आयुष्यभर गाढवासारखे दारिद्र्य, अपकीर्ती, अप्रतिष्ठा यांचे ओझे वाहावे लागते. गाढवाला दिवसभर काम करून शेवटी उकिरडाच फुंकावा लागतो. तसे, कितीही काम केले तरी यश मिळत नाही. पैसा, धनसंपत्ती हातात येता येता निघून जातो. असाध्य रोग, दुखणी, व्यसनाधीनता यांच्या लाथा खाव्या लागतात. फक्त दारिद्र्य, हालअपेष्टा, उपासमारीच वाट्याला येते.

४) अजविथी प्लॉट :- ज्या प्लॉटच्या जमिनीचा उतार नैर्ऋत्य कोपऱ्यात असतो. त्या प्लॉटला 'अजविथी प्लॉट' असे म्हणतात. ह्या प्लॉटचा मालक अकाली प्रौढ, वृद्ध होतो. कर्मदरिद्री म्हणजे काय? याचे मूर्तिमंत उदाहरण अशा प्लॉटधारकाकडे पाहिल्यावर येते. वैद्यकशास्त्राला आव्हान देणारे, भल्या भल्या सर्जनना धन्वंतरींची मती गुंग करणारे आजार, रोग अशा प्लॉटधारकाच्या वाट्याला येतात. धंद्यात फसवणूक होणे, नोकरीवरून क्षुल्लक कारणाने काढून टाकणे, जेणे करून आर्थिक कोंडी होईल असे प्रकार घडतात. अशा प्लॉटमध्ये भुतांचे, दुष्ट शक्तींचे, पिशाच योनींचे राज्य चालते. प्लॉटमालक त्यांचा गुलाम होतो. प्लॉटमालक जीवनाला कंटाळून आत्महत्या करतो व स्वत: पिशाच बनतो.

५) मृगविथी प्लॉट :- ज्या प्लॉटच्या जमिनीचा उतार पश्चिमेकडे असतो, अशा प्लॉटला 'मृगविथी प्लॉट' असे म्हणतात. पिसे गळून पडलेल्या मोरासारखी प्लॉटधारकाची अवस्था होते. प्रत्येक गोष्टीत विलंब, उशीर, अपयश मिळते. जवळच्या मित्राला, पाहुण्याच्या कर्जाला प्लॉट जामीन म्हणून द्या व आयुष्यभर जागत रहा अशी परिस्थिती निर्माण होते. जीवन अत्यंत प्रतिकूल होते. अपघाती मृत्यू, उशिरा संतती अशा घटना घडून घराण्याला उतरती कळा लागते.

६) वैश्वानरविथी प्लॉट :- ज्या प्लॉटचा किंवा जमिनीचा उतार वायव्य दिशेला असतो, त्याला 'वैश्वानरविथी प्लॉट' असे म्हणतात. अशा प्लॉट मालकाला वेडसरपणा, मानसिक अस्वास्थ्य, प्रापंचिक असमाधान अशा गोष्टींचा सामना करावा लागतो. मातृछत्र तरुणपणीच हरपते. प्लॉटधारकांच्या घरातील स्त्रियांना रक्तदोष, स्तनात गाठी होणे, बाळंतरोग, हर्षवायू होणे इत्यादी रोग होतात. अमावास्येला प्लॉटधारक यांच्या मुलांच्या बाबतीत भीतिदायक स्वप्ने पडणे, पिशाचाने झपाटणे, मानसिक विकृती होणे, शाळेत ढ राहणे असे प्रकार घडतात. मनोवैज्ञानिक डॉक्टरचा व अशा वास्तूचा अत्यंत घनिष्ठ संबंध असतो. बुद्धी निरोगी व स्थिर नसल्यामुळे वास्तुमालक कर्जबाजारी, भिकेकंगाल होतो. मंदबुद्धी माणसे पैसा, यश, प्रसिद्धी मिळवू शकत नाहीत.

७) जरद्गवविथी प्लॉट :- ज्या प्लॉटचा उतार मध्य उत्तरेकडे थोडा व आग्नेय दिशेकडे थोडा असा विचित्र असतो, अशा प्लॉटला 'जरद्गवविथी प्लॉट' असे म्हणतात. अशा प्लॉटमध्ये गृहिणीला जेवण करताना भाजणे, कापणे, मिक्सरमध्ये करंट उतरून शॉक बसणे अशा घटना घडतात. तर पुरुषांना स्त्री सौंदर्य प्रसाधने, लेडीज कपडे विक्री अशा स्त्रियांना उपयोगी वस्तूंचा धंदा सुरू केल्यास प्रचंड पैसा मिळतो; पण मिळवलेला बहुतांश पैसा गुहिणीच्या दुखण्यात खर्च होतो.

८) गोविथी प्लॉट :- ज्या प्लॉटचा उतार उत्तर ईशान्य दिशेला असतो, अशा प्लॉटला 'गोविथी प्लॉट' असे म्हणतात. गो म्हणजे गाय, प्रत्यक्ष समुद्रमंथनातून निघालेली कामधेनूच दारात बांधल्यासारखी प्लॉट मालकाच्या मनातील प्रत्येक इच्छा पूर्ण होणार. कुबेर जसा देवांचा सावकार आहे, तसं प्लॉटधारक समाजात सावकार बनेल. मोजताना हात थकतील; पण पैसा संपणार नाही, एवढे महाऐश्वर्य प्राप्त होईल. प्लॉटमालक खोऱ्याने पैसा ओढेल. अक्षरश: लोखंडाला हात लावला तर सोने बनेल, एवढं साम्राज्य समर्थपणे खांद्यावर घेणारी कर्तबगार संतती प्लॉटधारकाच्या पोटी जन्म घेईल.

माझ्या आजवरच्या अनुभवात प्रथम जमीन बुलडोझरने समांतर (Flat Land Level) केली जाते. नंतरच त्याचे लहान लहान प्लॉटमध्ये रूपांतर केले जाते. प्लॉट विकत घेतल्यावर प्रथम त्याला कंपाऊंड बांधावे व मुरूमाच्या ट्रॉल्या आणून ईशान्य भाग कमीत कमी ९'' खाली व नैर्ऋत्य भाग कमीत कमी ९'' वर असा ईशान्येकडे उतार करून घ्यावा. त्यामुळे ईशान्य ते नैर्ऋत्य असा १'-६'' उंचीचा स्लोप तयार होईल, अशा रीतीने जमिनीचे प्लॉटची खोदाई व भराव (Earth Cutting & Filling) करण्यासाठी जास्तीत जास्त दोन हजार रूपये खर्च येतो. 'वेळीच घातलेला एक टाका पुढचे नऊ टाके वाचवतो', या उक्तीची प्रचीती येते. त्यामुळे बांधकाम सुरळीत, वेळेवर पार पडते. अंदाजपत्रकातील (Building Estimate) एकूण रकमेची जोडणी कुठून झाली याचेच आश्चर्य वाटेल. कामागारांनी मन लावून काम केल्यास बांधकामाचा दर्जा उंचावेल. 'किसका फाट्या, किसका तुट्या, अपने को क्या पगार से मतलब' अशी कामगारांची भूमिका राहणार नाही. कामगार सिमेंट, सळी, वाळू, प्लंबिंग, पेंटिंग मटेरियल, ग्रॅनाइटचा किचनकट्टा, फ्लोअरिंग व बाथरूम मधील टाइल्स, दरवाजे व त्यांचे फिटिंग, लोखंडी ग्रील यांचा योग्य प्रमाणात वापर करतील. इंजिनिअर योग्य प्रमाणात मापे काढून मटेरियल मागेवल; कारण बांधकामावर अनावश्यक शिल्लक राहिलेले मटेरियल खराब होते व कोणताही सप्लायर ते मटेरियल परत घेत नाही. हजारो रुपयांचा भुर्दंड मात्र वास्तुमालकाला सोसावा लागतो. बँकेचे हप्ते चालू होण्याच्या आधीच घरात, वास्तूमध्ये राहायला मिळते. वास्तुनिर्मिती नियोजनबद्ध व वेळेत झाल्यामुळे वास्तुमालकाला प्रचंड आर्थिक फायद्याबरोबर मानसिक समाधान, सुखशांती मिळते. 'पैसा वाचवणे म्हणजे पैसा मिळवणे' या उक्तीनुसार वास्तुमालकाचे अंतर्गत फर्निचर, वास्तुशांती विधी व जेवण याचा खर्च वरच्यावर निघून जातो.

प्लॉटचा पूर्व व उत्तर ईशान्य कोपरा वाढविणे

प्लॉट ले-आऊटमधून उचित प्लॉट निवडून खरेदीपत्र झाल्यावरच, तुम्हाला अधिकृतपणे प्लॉटमध्ये काम करण्यास जमीनमालक परवानगी देतो. तोपर्यंत एका बाउंड्री स्टोनपासून दुसऱ्या स्टोनपर्यंतची अंतरेच तुम्हाला माहिती होतात; पण दिशा किती अंशात फिरलेली आहे, याचे ज्ञान तुम्हाला सिव्हिल इंजिनिअरिंगच्या मदतीने लाइन आऊट झाल्यानंतरच होते. जमीन मालकाने फक्त पांढरा रंग फासून व प्लॉटची लांबी व रूंदी बरोबर ठेवून बाउंड्री स्टोन जमिनीत रोवलेले असतात. येथेच सिव्हील इंजिनिअर व वास्तुशास्त्रज्ञाचे कसब पणाला लागते; कारण (Well begin is done half) या इंग्रजी म्हणीप्रमाणे प्लॉटचा ईशान्य कोपरा जर तुम्ही वाढवला व नैर्ऋत्य कोपरा काटकोनात ठेवला तर वास्तू बांधण्याची अर्धी लढाई तुम्ही जिंकलीच म्हणून समजा.

प्रथम ड्रॉइंगमध्ये दाखवल्याप्रमाणे प्लॉटच्या बाहेर तीन फुटांवर बांबू रोवावेत. त्यावर वॉटर ट्यूब लेव्हलचा वापर करून एक लाकडी पट्टी मारावी. प्लॉटच्या नैर्ऋत्य कोपऱ्यातील, बाउंड्री स्टोनवर होकायंत्र ठेवावे. होकायंत्राच्या चुंबक सुईला समांतर दक्षिण-उत्तर लाइन दोरी बांधावी. होकायंत्रावरील चुंबक सुईचा मध्य ओळंब्याने घेऊन त्या लाइन दोरीवर एक टाचणी टोचावी. त्या टाचणीला कोनाळी लावून पूर्व-पश्चिम लाइन दोरी बांधावी. ड्रॉइंगमधील प्लॉटला पूर्वेला रस्ता आहे व प्लॉट ५०'-०''x ६०'-०''=३००० स्क्वे. फूट आहे. नैर्ऋत्य कोपऱ्यातील टाचणीपासून ६०'-०'' अंतरावर आग्नेय दिशेला एक टाचणी रोवावी. नैर्ऋत्य कोपऱ्यातील टाचणीपासून ५०'-०'' अंतरावर वायव्य दिशेला एक टाचणी रोवावी. आग्नेय कोपऱ्यातील टाचणीला कोनाळी लावून ईशान्य ते आग्नेय अशी एक लाइनदोरी बांधावी. त्या लाइनदोरीवर आग्नेय कोपऱ्यातील टाचणीपासून ५०'-०'' अंतरावर ईशान्येला एक टाचणी रोवावी. वायव्य कोपऱ्यातील टाचणी व ईशान्य कोपऱ्यातील टाचणीवरून एक लाइन दोरी बांधावी. त्यानंतर भूमितीमधील पायथागोरस सिद्धांताचा वापर करावा.

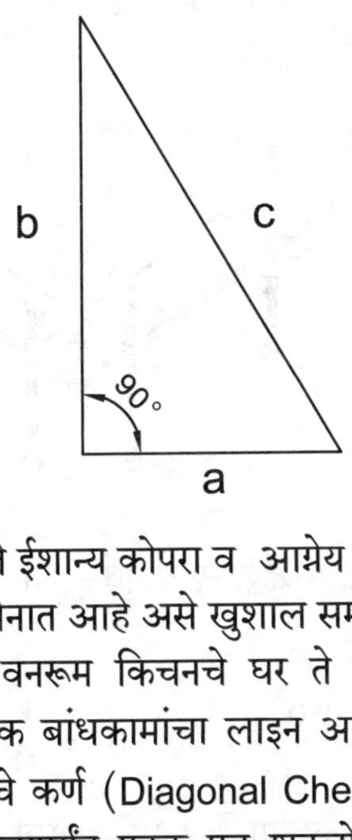

$$c^2 = a^2 + b^2$$
$$c^2 = 50^2 + 60^2$$
$$c^2 = 78'-1''-2'''$$

नैर्ऋत्य कोपरा ते ईशान्य कोपरा व आग्नेय कोपरा ते वायव्य कोपरा हे अंतर ७८'-१''-२''' असेल तर तुमचा प्लॉट काटकोनात आहे असे खुशाल समाजावे.

आजपर्यंत मी वनरूम किचनचे घर ते साखर कारखाना, कापड मार्केट, हॉटेल्स, अपार्टमेंट, शॉपिंग सेंटर इत्यादी कित्येक बांधकामांचा लाइन आउट यशस्वीपणे पूर्ण केलेला आहे व माझ्या अनुभवानुसार जर तुम्ही अखंड प्लॉटचे कर्ण (Diagonal Check) बघितले नाहीत तर प्लॉटच्या लांबी व रूंदीत कमीत कमी तीन इंच ते एक फुटापर्यंत फरक पडू शकतो व अंशात जवळजवळ दहा अंशापर्यंत फरक पडू शकतो, हे वास्तुशास्त्रानुसार अत्यंत घातक आहे. लाइनआउट करताना अंश फिरणे म्हणजे प्लॉटधारकाचे चांगले ग्रह फिरले, पैशाने भरलेले पाकिट पाकिटमाराने मारले असेच समजायचे.

प्रथम प्लॉट खरेदी करायचा, त्यावर कर्ज काढून वास्तू बांधायची. वास्तूच्या खर्चाच्या अंदाजपत्रकात (Building Estimating & Costing) जे (Specification, Quality, Quantity) दिलेले असते. त्यापेक्षा कितीतरी जास्त काम मालक वाढवतो; कारण आयुष्यात घर एकादाच बांधायचे असते. पुन्हा बांधायला मिळणार नाही, या नातेवाईक, मित्रमंडळी, घरातील व्यक्ती यांच्या सूचनेप्रमाणे व आग्रहानुसार मालकाला जादा वाढणाऱ्या (Extra Items) खर्चाची तरतूद होत नाही. जादा वाढणाऱ्या कामाचे (Extra Items)

बिल अदा करताना वास्तुमालक अगदी मेटाकुटीला येतो, हतबल होतो, अतिकर्जबाजारी होतो.

स्पारटेक्स टाइल्सऐवजी मार्बो ग्रॅनाइट, फरशी, कोटा, बाथरूममध्ये भारी किमतीचे फिटिंग, किचन कट्टा नेहमीपेक्षा लांबीला जास्त, हॉलला मार्बल, ॲल्युमिनियम खिडक्यांना पावडर कोटिंग, ऑइल बॉन्ड डिस्टेंपर ऐवजी लांबी करून रंगकाम, लाइट फिटिंग, टेलिफोनचे जादा पॉइन्ट, दरवाज्यांना पितळी फिटिंग इत्यादी गोष्टी वाढवल्या जातात व अंतिम बिल पेमेंट वास्तुमालक इंजिनिअर, कंत्राटदाराला देतो-देतो म्हणून कधीच देत नाही व वास्तुमालकाची विवशता, दुर्बलता, लाचारी बघून 'तेरा उधार पेक्षा नऊ नगद बरे' हा व्यवहारी विचार करून इंजिनिअरला शेवटच्या बिलातील बहुतांश रकमेवर पाणी सोडावे लागते. इंजिनिअर व कंत्राटदार यांच्याकडून शारीरिक, मानसिक, अपमानजनक बोलणी वास्तुमालकाला खावी लागतात. प्रसंगी मारहाण होते, पोलीस स्टेशनमध्ये कंप्लेन्ट केली जाते.

असा प्रकार घडू नये म्हणून मी लाइन आऊट करताना पश्चिम-वायव्य दिशा व दक्षिण आग्नेय दिशा १'-०'' रूंदीने कमी करतो. शेजारील ड्रॉइंगमध्ये लाइन आउट कसा करावा. परफेक्ट लाइन आउट झाल्यावर वायव्य ते ईशान्य, आग्नेय ते ईशान्य दिशा किती अंशाने वाढलेल्या आहेत याचे सविस्तर विवेचन दिलेले आहे. लाइन आउट झाल्यावर कम्पाउंड वॉल प्रकरणानुसार कम्पाउंड वॉल व गेट बांधावे.

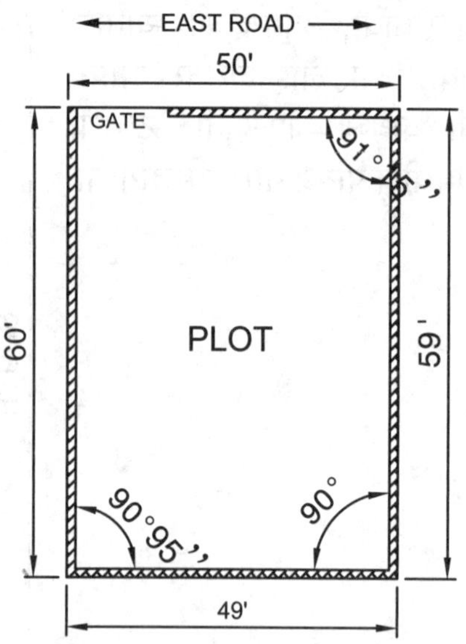

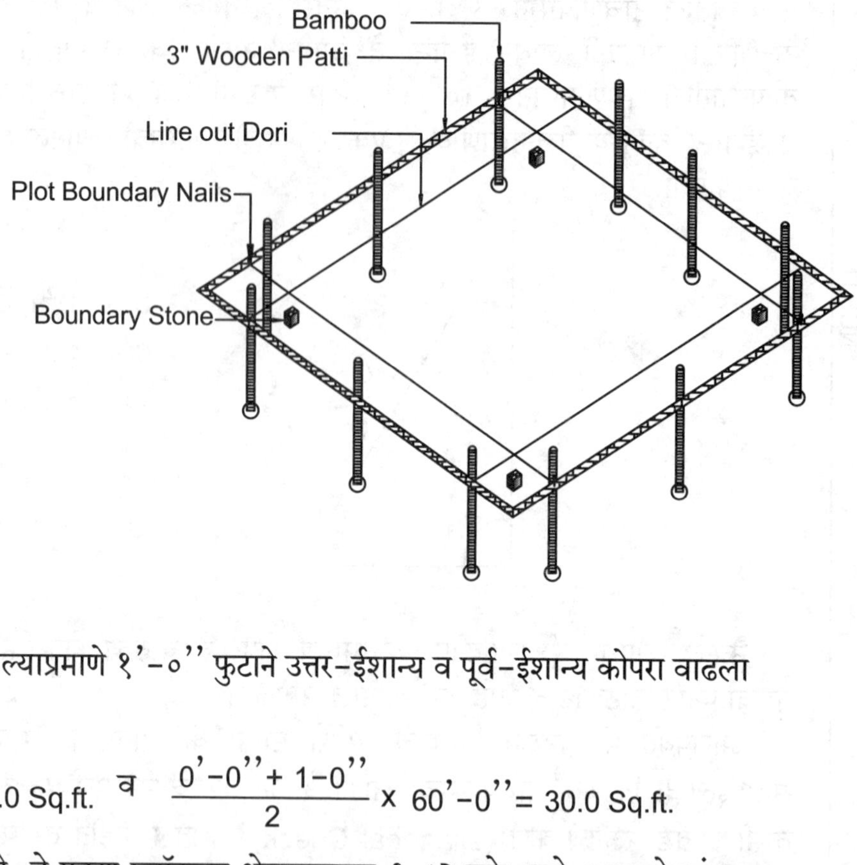

त्यामुळे प्लॉटचा ड्रॉइंगमध्ये दाखवल्याप्रमाणे १'-०'' फुटाने उत्तर-ईशान्य व पूर्व-ईशान्य कोपरा वाढला जातो. एकूण प्लॉटच्या

$$\frac{0'-0'' + 1-0''}{2} \times 50'-0'' = 25.0 \text{ Sq.ft.} \quad \text{व} \quad \frac{0'-0'' + 1-0''}{2} \times 60'-0'' = 30.0 \text{ Sq.ft.}$$

असे एकूण 55.0 Sq.ft. क्षेत्रफळ भरते. ते एकूण प्लॉटच्या क्षेत्रफळाच्या १.८३ टक्के भरते. त्यामुळे बांधकाम सुरूवातीपासून शेवटपर्यंत सुरळीत होते व सर्व कामगार, इंजिनिअर्स, आर्किटेक्ट, सप्लायर्स इत्यादी लोकांना त्याचा पूर्ण मोबदला मिळतो व एवढा जादा खर्चाचा पैसा आपणाला कुठून उपलब्ध झाला हे वास्तुमालकाला समजतच नाही. 'All well that ends well' या सुभाषिताप्रमाणे वास्तुमालक अत्यंत खूष होऊन मानसिक स्वास्थ्यासह, नव्या उमेदीने, नव्या धडाडीने वास्तूची वास्तुशांती करतो व यशाची, प्रतिष्ठेची एकामागून एक शिखरे पादाक्रांत करतो. अशा सोप्या रीतीने तुमचे आयताकृती प्लॉटचे पूर्व-ईशान्य व उत्तर-ईशान्य वाढलेल्या अतिशुभ प्लॉटमध्ये रूपांतर होते.

EAST

NE SE

बोअर व जमिनीखालील पाण्याची टाकी
(Bore & Underground Water Tank)

आधुनिक जगात प्रत्येक माणूस विलासी व ऐषारामी राहण्याचा प्रयत्न करतो. पूर्वी फक्त अंघोळ, धुणीभांडी व कपडे धुण्यासाठी मोजकेच पाणी लागायचे; पण आता बहुतांश घरात आधुनिक बाथटब, वॉशिंग मशीन, जेवण करण्यासाठी वेगवेगळ्या प्रकारची ढीगभर भांडी, प्रत्येक व्यक्तीचे वेगवेगळ्या फॅशनचे अनेक कपड्यांचे जोड, प्रत्येक बाथरूममध्ये गरम व गार पाण्याचा शॉवर, जवळजवळ प्रत्येक बेडरूमला संडास-बाथरूमची स्वतंत्र व्यवस्था या कारणामुळे प्रत्येक वास्तूत, घरात पाण्याचा बेसुमार वापर केला जातो. शासनाच्या सर्वेक्षणानुसार सरासरी १५० लिटर पाणी प्रतिदिन एक व्यक्ती वापरते. एका घरात सरासरी सहा व्यक्ती, माणसे धरल्यास कमीत कमी ९०० लिटर पाण्याचा प्रतिदिन वापर होतो. एवढे पाणी शासनाच्या नळ योजनेव्दारा वापरल्यास प्रति महिना येणारे बिल बघून वास्तुमालकाच्या तोंडातील पाणी सुकून जाईल. तसेच प्लॉटमधील पाणी प्लॉटमध्येच जिरवा, मुरवा (Water Harvest System) या शासनाच्या स्तुत्य उपक्रमामुळे अशी व्यवस्था प्लॉटमध्ये केल्याशिवाय तुमचा बांधकाम नकाशाच मंजूर होत नाही.

प्लॉटवर सिमेंट कॉंक्रीट वापरूनच वास्तू निर्माण केली जाते. बांधकाम करताना पुरातन काळासारखे चुना, शिसे, शाडू मिश्रित पांढरी माती वापरून भवन निर्माण करण्याची पद्धत कालबाह्य झालेली आहे. आधुनिक सिमेंट कॉंक्रीट स्लॅब बांधकामाला मजबुती, ताकद येण्यासाठी दिवसातून कमीत कमी चार वेळा पाणी मारणे अत्यावश्यक असते. बांधकामाला पाणी कमी पडल्यास, कॉंक्रीट ठिसूळ बनते व वास्तूचे आयुष्य कमी होते. त्यामुळे प्लॉटवर बांधकाम सुरू करण्याआधी बोअर मारण्याची गरज असते. शेतीभूषण शेतकरीपण शेतात विहीर खोदण्याच्या फंदात पडत नाही; कारण विहीर खोदण्याला जेवढा खर्च येतो. त्याच्यापेक्षा कमी पैशात, कमीत कमी चार बोअर मारून संपूर्ण शेतातील पिकांना पाइपमधून (Sprinkling Water System) पाणीपुरवठा करणे स्वस्त, बिनधोक व वेळ वाचवणारे असते.

NORTH SOUTH

बोअर मारण्यासाठी प्लॉटवरील सर्वोत्कृष्ट जागा म्हणजे वास्तूचा पूर्व-ईशान्य व उत्तर ईशान्य कोपरा; कारण शुभ गुरू ग्रह, जलतत्त्वाची मीन रास, प्रत्यक्ष परमेश्वराचे स्थान यामुळे ईशान्येस बोअर मारल्यास प्लॉट मध्ये जलतत्त्वास आपण उच्च स्थान प्रदान करतो.

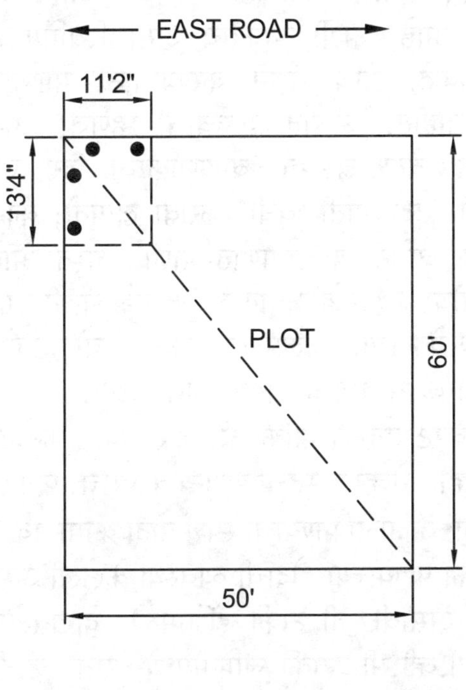

शेजारच्या ड्रॉइंगमध्ये प्लॉट ५०'-०'' लांब व ६०'-०'' रूंद आहे. त्याचा ड्रॉइंगमध्ये उत्तर-ईशान्य व पूर्व-ईशान्य कोपरा दाखविलेला आहे. त्याच ठिकाणी बोअरिंग मारणे वास्तुशास्त्रानुसार महत्त्वाचे आहे. (मणि-कांचन योग). चुकूनही ईशान्य ते नैर्ऋत्य कोपरा जोडणाऱ्या अक्षावर बोअरिंग मारू नये; कारण खिळ्यासाठी नाल गेला. नालासाठी घोडा गेला, घोड्यासाठी स्वार मेला, एवढा अनर्थ एका खिळ्याने केला. या म्हणीप्रमाणे वास्तूच्या अक्षावर मारलेला बोअर संपूर्ण कुटुंबाला रसातळाला पोहोचवतो. दारिद्र्य, अपयश, मतिमंदपणा, चोरी, अर्थनाश, असाध्य मानसिक टेन्शन, रोग यांचे मूर्तिमंत उदाहरण अशा वास्तू बनतात. बोअरिंग मारल्यावर पाण्याचा जडपणा, क्षारता कमी करणारे (Water Softner) उपकरण बसवावे. पिण्याच्या पाण्याचे स्टॅन्डर्ड्स खालीलप्रमाणे असावे लागतात:-

Colour = 10 - 20 on Platinum Cobalt Scale, PH Value = 6.6 - 8.0
Taste & Odour = No objectionable taste & odour, Hardness = 75 ppm - 115 ppm
Total Solids (Supended & dissolved) = up to 500 ppm.

NW WEST SW

कारण गवंडी, सेंटरिंगवाले व इतर कामगारपण बोअरिंगच्या पाण्याचा पिण्यासाठी उपयोग करतात व क्षारयुक्त जड पाणी पिऊन ते आजारी पडतात व तुमच्या प्लॉटमधील बोअरिंगचे पाणी पिऊन आजारी पडल्यामुळे कामगार, त्याचे कुटुंब यांचा तुम्हाला तळतळाट लागतो. बाधित, शापित वास्तू आपण बांधायला लागलो आहोत अशी कामगारांची भावना होते; कारण ते दूषित, न प्रमाणित केलेले पाणी पिऊन सर्व कामगार एकापाठी एक आजारी पडतात व एवढ्या सगळ्या वाईट भावनांचे एकत्रित प्रक्षेपण त्या वास्तूवर झाल्याने ती वास्तू खरोखरच बाधित होते, शापित होते.

तसेच, असे क्षारयुक्त व जड पाणी बांधकामासाठी वापरल्याने वास्तूचे आयुष्यपण कमी होते. वास्तूला भेगा, चिरा पडणे असे प्रकार होतात. सळी गंजते, क्षारांमुळे प्लंबिंग पाइप भरतात (Chock up). टाइल्सचा रंग फिक्का होतो. वास्तुमालकाने क्षारयुक्त पाण्याने अंघोळ केल्यास डोक्याचे केस झडतात. त्वचारोग उत्पन्न होतात. किडनीचे विकार उत्पन्न होतात. जेवणाची भांडी खराब होतात. परिणामी, अन्न बेचव बनून लवकर खराब होते.

प्रसिद्धी, अधिकार, सत्ता, यश यांच्यामार्फत धन, पैसा मिळवणाऱ्या व्यक्तींनी पूर्व-ईशान्येला बोअर मारावे. उदा. राजकीय नेते, पुढारी, मोठे अधिकारी, शिक्षण क्षेत्रातील व्यक्ती, वकील, डॉक्टर वैद्य, इंजिनिअर, वैदिक कार्य करणारे ब्राह्मण, ज्योतिषी इ.

धन, पैसा मुबलक मिळून यश, प्रसिद्धी, अधिकार सत्ता मिळवण्यासाठी उत्तर-ईशान्येला बोअर मारावे. उदा. सोनार, मोठे व्यापारी, बँका, सावकार, प्रगतिशील शेतकरी, खानदानी श्रीमंत व्यक्ती, उद्योगपती, सर्जन व इतर सर्वसाधारण लोक. कोणत्याही परिस्थितीत पूर्व-ईशान्य व उत्तर-ईशान्य या दोन्ही ठिकाणी बोअर मारू नये. 'अति तेथे माती' या म्हणीचा प्रत्यय येईल. ज्याचा प्लॉट १०,००० स्क्वेअर फुटापेक्षा मोठा आहे, त्यांनी पूर्व-ईशान्य किंवा उत्तर- ईशान्य दिशेला एक छोटा स्विमिंग टँक बांधावा. तो खालील ड्रॉइंगमध्ये दाखवल्या प्रमाणेच असावा.

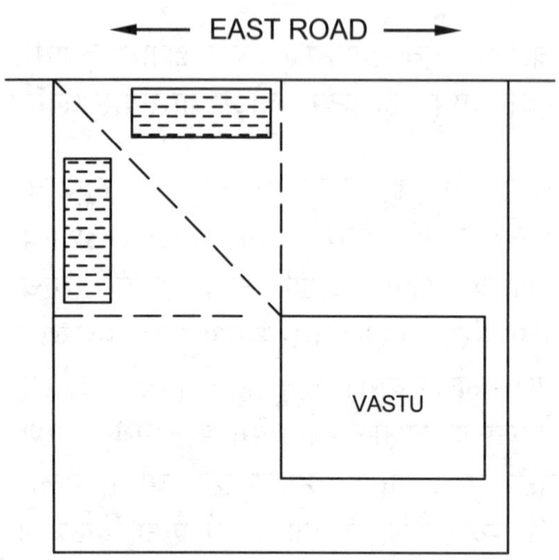

त्याने बिल्डिंग लाइन व कम्पाउंडला स्पर्श केलेला नसावा, हे अत्यंत महत्त्वाचे आहे. स्विमिंग टँक आयताकृती असावा. त्याचा आय शुभ असावा. उदा. २५'-०'' लांब व १५'-०'' रूंद = बाकी ०.८७५ = ७ गजाय, ज्याच्या पत्रिकेत राजयोग आहे, दैवी वरदहस्त आहे, अशी व्यक्तीच असा स्विमिंग टँक बांधू शकते. याचे वर्णन करण्यासाठी माझ्याकडे शब्दच नाहीत. अत्यंत महत्त्वाचे म्हणजे, अशा प्लॉटमध्ये वेदशास्त्रसंपन्न ब्राह्मणाकरवी दर सहा महिन्यांनी 'उदकशांती विधी' करावा लागतो; कारण प्लॉटमध्ये जमिनीच्या प्रमाणात पाणी जास्त आहे. जसे पृथ्वीवर २१ टक्के जमीन व ७९ टक्के पाणी आहे. नाहीतर प्रत्येक युगात जलप्रलय होऊन पृथ्वी नष्ट होते, तसा विदारक अनुभव वास्तुमालकास येईल.

चुकूनसुद्धा टँकच्या पाण्याने अक्षाला स्पर्श केल्यास पाण्यात करंट उतरून शॉक बसल्यासारखा कुटुंबाला अनुभव येईल. जेव्हा प्लॉटच्या समोरील नैर्ऋत्य कोपरा दिसत नाही, तेव्हा वास्तूचा ईशान्य कोपराच, प्लॉटचा नैर्ऋत्य कोपरा धरावा असा माझा अनुभव आहे. त्यामुळे प्लॉटच्या अक्षाला पाण्याचा स्पर्श होता कामा नये.

अपार्टमेन्ट, बंगले, रो-हाउसमध्ये शक्यतो जमिनीखाली एका पाण्याच्या हौदाची व्यवस्था केलेली असते. सहा व्यक्तींच्या कुटुंबासाठी दोन हजार लिटर पाण्याची टाकी असावी. ती टाकी ड्रॉइंगमध्ये दाखवलेल्या जागेतच बोअरला घासून घ्यावी. शक्यतो चांगल्या कंपनीची पी.व्ही.सी. टाकी जमिनीमध्ये पुरावी. टाकीचे झाकण व जमिनीचा पृष्ठभाग एकच असावा. टाकीचे झाकण काचेचे करून त्यावर फॅब्रिकेशनची जाळी बसवावी, म्हणजे सूर्याची किरणे आरपार टाकीतील पाण्यात जातात व पाणी निर्जंतुक होऊन शारीरिक व्याधींपासून मुक्तता होते. तसेच तयार टाकीला वॉटर प्रूफिंगची आवश्यकता नसते.

EAST

NE SE

NORTH SOUTH

अपार्टमेन्टमध्ये लोकांच्या संख्येनुसार जास्त क्षमेतेची आर.सी.सी. पाण्याची टाकी ईशान्य भागात घ्यावी. टाकी थोडी मध्य-पूर्व व मध्य-उत्तरेकडे सरकली तरी चालते. आर.सी.सी. टाकी आतून 100% Waterproof करून घ्यावी; कारण जमिनीतील सांडपाणी, इतर पाणी त्या टाकीत जाण्याची दाट शक्यता असते. त्यामुळे टाकीतील पाणी दूषित होऊन फ्लॅटधारकांना पाण्यापासून होणारे कॉलरा, गॅस्ट्रो, कावीळ यासारख्या (Water Bourn Diseases) रोगांना बळी पडावे लागते. तसेच टाकीचे झाकण जमीन पातळीपासून कमीत कमी तीन इंच उंचावर ठेवावे, म्हणजे जमिनीवरील पाणी टाकीत जाऊन दूषित होणार नाही.

कित्येक वास्तुपरिक्षणांत असे दिसून आले की, वास्तूच्या नैर्ऋत्येच्या बोअरिंगला भरपूर व गोड पाणी आहे. त्यामुळे नैर्ऋत्येचे बोअर मुजवून ईशान्येला त्या बोअरपेक्षा ५०'-०'' खोल व रूंदीला जास्त बोअर मारावे. शुभ वेळी, शुभ नक्षत्रावर बोअर मारल्यास ईशान्येला पाणी लागत नाही. बोअर निकामी (Fail) होते. त्या वेळी नैर्ऋत्येच्या बोअरमधून पाणी वापरावे; पण त्या बोअरिंगपासून नवीन कम्पाउंड घालून त्या बोअरच्या जागेचा व वास्तूचा संबंध तोडावा. बोअरची जागा कागदोपत्री दान करावी किंवा दुसऱ्याच्या नावावर करावी. अत्यंत महत्त्वाची व अनुभवसिद्ध सूचना आहे.

आग्नेय कोपऱ्यात बोअर मारल्यास जलतत्त्वाची स्थापना अग्नीत केल्याचा प्रकार, त्यामुळे वास्तूत अग्नीला व जलतत्वाला नीच स्थान प्रदान. अग्नी स्वयंपाकघरात काम करणाऱ्या गृहिणीला जननेंद्रियासंबंधीचे विकार, मासिक धर्म वेळेवर न होणे, काम करण्यातला उत्साह निघून जाणे, सारखे आपण आजारी आहोत असे वाटणे इत्यादी विकार निर्माण करतो. ज्या घरात गृहलक्ष्मी आजारी आहे, तेथे पैसा टिकत नाही. मानसिक स्वास्थ्य लाभत नाही. प्रगती होत नाही.

नैर्ऋत्य व वायव्येला बोअर मारल्यास जलतत्त्वाची स्थापना जमिनीवर व वाऱ्यात केल्याचा प्रकार. अरेबियन नाइटमधील अरबाने उंटाला तंबूत मान घालायची परवानगी काय दिली, उंटाने अरबाला तंबूतून बाहेर काढले व स्वत: तंबूत राहिला. तशा प्रकारे दुष्ट अघोरी, राक्षसी, पिशाच योनीतील वाईट शक्ती वास्तूत ठाण मांडतात व कुटुंबाला अनारोग्य, दारिद्र्य, मानसिक टेन्शन, मोठी दुखापत, कोर्ट कचेऱ्या, आपसातील भांडणे, घटस्फोट यांच्या आहेरासहित वास्तूतून बाहेर काढतात. अशा वास्तूत राजासारखी असणारी व्यक्ती अक्षरश: भिकेकंगाल, भुकेकंगाल झालेली व वास्तूचा बँकेने थकबाकीपोटी लिलाव केल्याचे मी पाहिलेले आहे.

PYRAMID SHAPE OVER HEAD WATER TANK

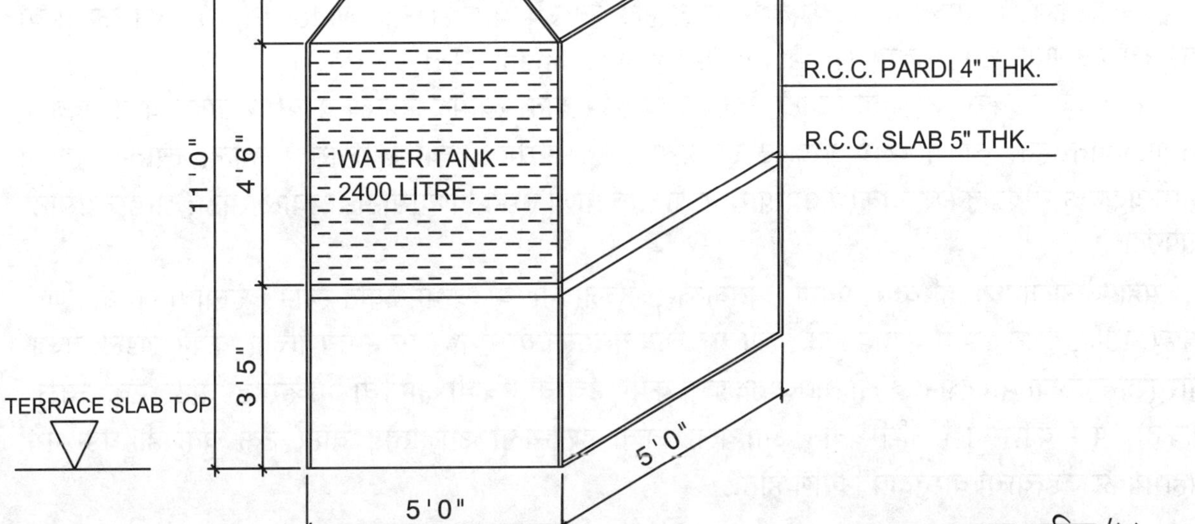

NW WEST SW

टेरेस स्लॅबवरील पाण्याची टाकी (Overhead Water Tank)

ओव्हरहेड वॉटर टँक बांधण्यासाठी वास्तूमधील सर्वोत्कृष्ट जागा म्हणजे वास्तूचा नैर्ऋत्य कोपऱ्याचा टेरेस.

१) ड्रॉइंगमध्ये दाखवल्याप्रमाणे ओव्हरहेड टँकची रचना करावी. ओव्हरहेड वॉटर टँकचा तळ टेरेसपासून तीन फूट उंचीवर घ्यावा. म्हणजे तळाचे लिकेज, प्लंबिंग मटेरियलचे फिटिंग या गोष्टी करता येतील. तपासता येतील.

२) ओव्हरहेड टँकची निर्मिती करताना टँक चार कॉलमवर रेस्ट करावा. काही ठिकाणी असे दिसून आले की, नैर्ऋत्येला जडत्व देण्यासाठी ५'-०'' लांब x ५'-०''रूंद x ४'-०'' उंच वीट बांधकामाचा चौथरा स्लॅबवर कोपऱ्यात बांधला जातो. त्यावर वॉटर टँक बांधला जातो. वीट बांधकामाच्या चौथऱ्याचे वजन जवळजवळ २२०० kg/m^3 प्रमाणे ६.२५ टन होते. चौथरा कोपऱ्यात बांधला गेल्याने इंजिनिअरिंगदृष्ट्या दाब बिंदू (Point Load) होतो. त्यामुळे स्लॅबला भेगा, चिरा पडून वास्तूची आयुष्यहानी होते व जीवितहानी होण्याची शक्यता असते. पाण्याचे वजन १००० kg/m^3 प्रमाणे २.५ टन होते. टाकीचे स्वत:चे काँक्रीट वजन २४०० kg/m^3 याप्रमाणे ३.५ टन होते.

३) वॉटर टँकला गळती (Leakage) राहणार नाही, याची विशेष काळजी घ्यावी; कारण नैर्ऋत्येच्या वॉटर टँकला गळती म्हणजे वास्तूत राहणाऱ्या कुटुंबाच्या आयुष्याला गळती लागल्यासारखे आहे. जसजसे गळतीचे पाणी पडेल तसतसं यश, मान, प्रतिष्ठा, आरोग्य, भाग्य तुम्हाला सोडून बाहेर पडले असे समजायचे.

४) ओव्हरहेड वॉटर टँक सिमेंट काँक्रिटचा ४'' रूंद आर.सी.सी. पडदीचा चौकोनी घ्यावा. त्यावरील स्लॅबला ड्रॉइंगमध्ये दाखवल्याप्रमाणे पिरॅमिड शेप द्यावा. इजिप्तमधील गिझाच्या पिरॅमिडचा उताराचा कोन ५१.०८° आहे. तोच कोन टाकीच्या स्लॅबला द्यावा.

५) पूर्वेकडील स्लॅबच्या उतारावर २'-०'' x २'-०'' ग्लासची लोखंडी खिडकी ठेवावी. म्हणजे सूर्याची सकाळची आरोग्यदायक व रोगप्रतिकारक किरणे त्या खिडकीतून आरपार टाकीतील पाण्यात पोहोचतील. फक्त शेवाळे साचण्यापासून काळजी घ्यावी.

६) दुपारनंतरची प्रखर संहारक किरणे त्या टाकीतील पाण्यात पोहोचणार नाहीत. सूर्याच्या उत्तरायणात व दक्षिणायनात सूर्याची किरणे टाकीच्या तळापर्यंत पोहोचण्यासाठी टाकीच्या आत ड्रॉइंगमध्ये दाखवल्याप्रमाणे १'-६'' x २'-०'' प्लेन ग्लास बनवावी. त्यामुळे खिडकीतून येणाऱ्या सूर्यकिरणाचे आरशात परावर्तन होऊन ते टाकीच्या तळापर्यंत पोहोचतील. तसेच, मॅन होलचा साफसफाईसाठी पण उपयोग होईल.

७) कोणत्याही परिस्थितीत प्लॅस्टिकची व पी.व्ही.सी. ची काळ्या कलरची टाकी ओव्हरटँक म्हणून वापरू नये; कारण उन्हाळ्यात टाकीतील पाणी एवढे तापते की, नळाखाली हात धरल्यास ४४० व्होल्टचा दिवसा करंट बसतो. हात, बोटे भाजून फोड उठतात. शिवाय एवढ्या उष्णतेचे वहन जी.आय. पाइपमधून होत असल्याने दिवसा प्रसरण व रात्री आकुंचन (Expansion & Contraction Action) होऊन जी. आय. पाइप, एलबो, रिड्युसर, टी, कॉलरमधून लिकेज चालू होते. बाथरूममध्ये भिंतीच्या आत पाइप असतो व बाथरूमच्या भिंती फोडूनच लिकेज थांबवावे लागते. फक्त गिझर ते नळ या उष्ण पाणी (Hot Water Pipe) वहन करणाऱ्या पाइपलाच उष्णतारोधक आवरण (Heat Insulation Treatment) केलेले असते.

फक्त विचार करा. ओव्हरहेड वॉटर टँक नैऋत्य कोपऱ्यात. त्यामुळे नैऋत्य कोपरा सर्वात उंच व भक्कम, तो गळतीविरहित. त्याचा स्लॅब परफेक्ट इजिप्तचा गिझा पिरॅमिड. त्यावर ग्लास मॅनहोल. त्यातून सूर्याची आरोग्यदायक, रोगप्रतिकारक किरणे आरपार पाण्यात. ते पाणी तुम्ही पिण्यासाठी, अंघोळीसाठी, झाडांच्यासाठी वापरणार.

महापर्वकालामध्ये हरिव्दार, प्रयाग, त्र्यंबकेश्वर, उज्जयिनी या कुंभमेळ्यात स्नान केल्यावर जे अगणित पुण्य, मोक्ष, ऐश्वर्य, आरोग्य प्राप्त होतो, त्याचा प्रत्यय तुम्हाला वास्तूमध्ये सूर्यनारायणाच्या कृपेने येईल. तज्ज्ञ वास्तुशास्त्रज्ञाच्या मार्गदर्शनाखाली वायव्य दिशेला कमी उंचीचा, कमी क्षमतेचा ओव्हरहेड वॉटर टँक चालू शकतो; पण कोणत्याही परिस्थितीत आग्नेयेला किंवा ईशान्येला ओव्हरहेड वॉटर टँक चुकूनही घेऊ नये. महाभयंकर जडत्वाचा वास्तुदोष निर्माण होतो.

कम्पाउंड वॉलचे मुख्य फाटक

कम्पाउंड वॉलचे गेट वास्तुशास्त्रानुसार पूर्व-ईशान्य, उत्तर-ईशान्य, दक्षिण-आग्नेय व पश्चिम-वायव्य या उच्चस्थानी असणे अत्यंत महत्त्वाचे आहे. कम्पाउंड वॉलचे गेट तुम्हाला वास्तूचा, त्यात राहणाऱ्या कुटुंबाचा भूतकाळ, वर्तमानकाळ व भविष्यकाळ सांगण्यास सुरुवात करते.

कम्पाउंड वॉलचे गेट ड्रॉइंगमध्ये दाखवल्याप्रमाणे असावे.

१) गेट दिसण्यास सुंदर व मजबूत, टिकावू असावे.

२) गेट सरकत असताना त्यातून कर्रर असा आवाज येता कामा नये.

३) गेट शक्यतो (M.S. Sliding Gate) सरकणारे असावे. उघडणारे असल्यास ते दोन भागांत विभागलेले (M.S. Two Panel Openable Gate) असावे.

४) गेटच्या दोन्ही बाजूंस सुंदर दिव्यांची (Dome) आरास असावी.

५) कम्पाउंड वॉलला एक गेट घ्यायचे की, दोन गेट्स घ्यायची हे ज्या त्या प्लॉटच्या लांबी-रूंदीवर, दिशेवर, असणाऱ्या रस्त्यांवर अवलंबून आहे.

६) गेट कम्पाउंड वॉलपेक्षा उंचीला अती जास्त नसावे. 'नाकापेक्षा मोती जड' असा प्रकार व्हायचा.

७) गेट रंगवलेले असावे. गेट ॐ, स्वस्तिक या शुभचिन्हांनी युक्त असावे.

कम्पाउंड वॉल

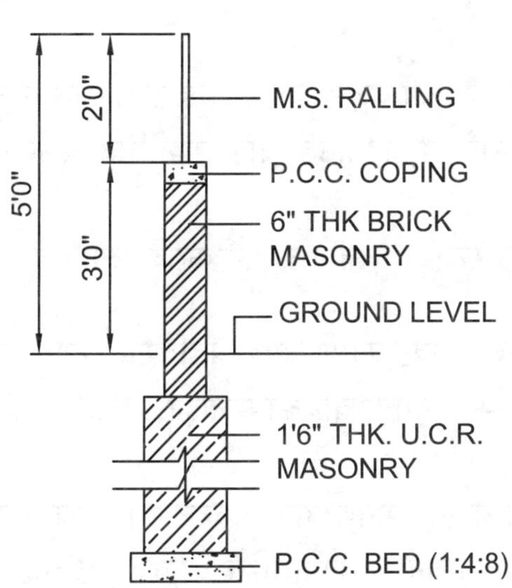

EAST & NORTH SIDE COMPOUND WALL DETAIL

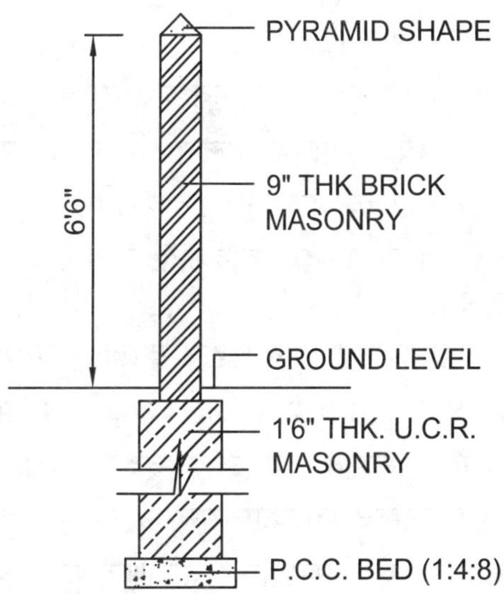

WEST & SOUTH SIDE COMPOUND WALL DETAIL

वास्तुशास्त्रानुसार प्लॉटला, जागेला कम्पाउंड वॉल बांधणे म्हणजे मुख्य दिशांना, उपदिशांना बंधन घालणे होय. आकाशस्थ ग्रहांवर, त्यांच्या गतींवर, गुरुत्वाकर्षणावर सूर्याचे बंधन आहे. म्हणून सूर्याभोवती प्रदक्षिणा घालत स्वत:भोवती प्रदक्षिणा घेणे हे ग्रहांचे कार्य जगाच्या उत्पत्तीपासून चालू आहे. बारा राशींवर सर्व ग्रहांचे बंधन आहे. सत्तावीस नक्षत्रांवर सर्व राशींचे बंधन आहे.

तसेच वास्तुपुरुषाचे वास्तूवर व प्लॉटवर बंधन आहे. आत्म्याला शरीराचे बंधन आहे. त्यामुळे बंधन असणे हा सृष्टीचा नियम आहे. हे बंधन तुटले, थांबले तर विश्वाचे रहाटगाडगेच थांबेल व पुराणात सांगितलेल्या प्रलयामुळे पृथ्वी नामशेष होऊन जाईल. दुसरी गोष्ट, कलियुगात स्क्वे. फुटावर प्लॉटचे दर ठरलेले असतात. लोक सोन्यापेक्षा जमिनीमध्ये, प्लॉटमध्ये जास्त गुंतवणूक करतात. व्यक्ती इंच इंच जागा लढविण्यासाठी, मिळविण्यासाठी कोर्टाची पायरी चढतात. माझा प्लॉटपण माझाच व कम्पाउंड नसलेला शेजारचा प्लॉटपण माझाच अशी लोकांचा प्रवृत्ती वाढत आहे. त्यामुळे कम्पाउंड नसलेला प्लॉट म्हणजे देवाला सोडलेली दुभती म्हैसच. कुणीही त्या म्हशीला पकडावे व रातोरात तिचा बाजार करावा.

त्यामुळे प्लॉटला कम्पाउंड वॉल बांधणे, मोकळ्या जागेवर, प्लॉटवर मालकाचे नाव व पत्त्यासहित पाटी असणे वास्तुशास्त्रानुसार अत्यंत महत्त्वाचे आहे.

ड्रॉइंगमध्ये दाखविल्याप्रमाणे कम्पाउंड वॉलची निर्मिती करावी.

१) कम्पाउंड वॉल बांधताना खोदाईची सुरुवात पूर्व-ईशान्य कोपऱ्यापासून आग्नेय कोपऱ्यापर्यंत करावी. आग्नेय कोपऱ्यापासून नैर्ऋत्य कोपऱ्यापर्यंत करावी. तसेच उत्तर-ईशान्य कोपऱ्यापासून वायव्य कोपरा व वायव्य कोपऱ्यापासून नैर्ऋत्य कोपऱ्यापर्यंत करावी. खोदाईची उंची कमीत कमी २'-६'' फूट ठेवावी. शक्यतो खोदाईला एक आठवड्यापेक्षा जास्त वेळ लावू नये.

२) कम्पाउंड वॉलचे बांधकाम करताना हाच क्रम उलट दिशेने करावा.

३) कम्पाउंड वॉल बांधताना मुद्दाम कमीत कमी एक फुटाने पूर्व-ईशान्य व उत्तर-ईशान्य कोपरा वाढवावा. प्लॉटचा ईशान्य कोपरा वाढविणे हे प्रकरण वाचावे.

४) कम्पाउंड वॉलच्या पश्चिम व दक्षिण भिंतींना दर सात फूट अंतरावर पिरॅमिड शेप द्यावा. (ड्रॉइंगमध्ये दाखविल्याप्रमाणे)

५) कम्पाउंड वॉलची पूर्व व उत्तर भिंत सहा इंच वीट बांधकामाची घेऊन त्यावर लोखंडी तार बसवावी.

६) सर्व कम्पाउंड वॉलला गिलावा करून रंगकाम करावे व कम्पाउंड वॉल सुशोभित करूनच मुख्य वास्तुच्या खोदकामला सुरूवात करावी.

७) मुख्य वास्तूचे खोदकाम, बांधकाम कम्पाउंड वॉलसारख्याच पद्धतीने क्रमाने करावे. त्यात काही बदल करू नये.

८) कम्पाउंड वॉल घडीव दगडाची बांधण्याचा प्रयत्न करू नये; कारण दगड घडविणारे, टापणारे मिस्त्री जवळजवळ नामशेष झालेले आहेत व सध्याचे गवंडी, मिस्त्री दगडी बांधकाम लाइन, लेव्हल, ओळंब्यात करू शकत नाहीत ,त्यामुळे वास्तुदोष उत्पन्न होऊ शकतो.

९) प्लॉटचे खोदकाम सुरू करण्यापूर्वी भूमीची रीतसर परवानगी मागणे अत्यावश्यक आहे. त्यासाठी शुभ नक्षत्रावर वेदशास्त्रसंपन्न ब्राह्मणाकडून यथोचित पुण्याहवाचन प्रयोगासहित पूजा करून घ्यावी. बांधकामाच्या पहार, पाट्या, कुदळ, हातोडा, खोरे इ. साहित्याचीपण पूजा करावी.

१०) खोदकाम सुरू करण्यापूर्वी अनाथाश्रम, वृद्धाश्रम, गरीब व रंजल्या-गांजलेल्या लोकांना यथाशक्ती गुप्त दान करावे. बांधकामाला पैशाची अडचण येत नाही.

११) खोदकाम सुरू करण्यापूर्वी कमीत कमी दोन वृक्ष लावून त्यांचे आयुष्यभर संगोपन करण्याची प्रतिज्ञा करावी व प्रतिज्ञा पाळावी; कारण जमिनीत खोदकाम करत असताना वृक्ष, वनस्पती व रोपटी उपटून टाकलेली असतात. त्यामुळे त्यांची शापवाणी वास्तुमालकाला लागलेली असते. त्यांचे उतराई होणे आवश्यक असते.

TYPICAL MODERN COLONY AS PER INDIAN VASTU-SHASTRA

ARCHITECTS & CIVIL ENGG.
AJIT R. JADHAV

PLOT LAYOUT AS PER INDIAN VASTUSHASTRA

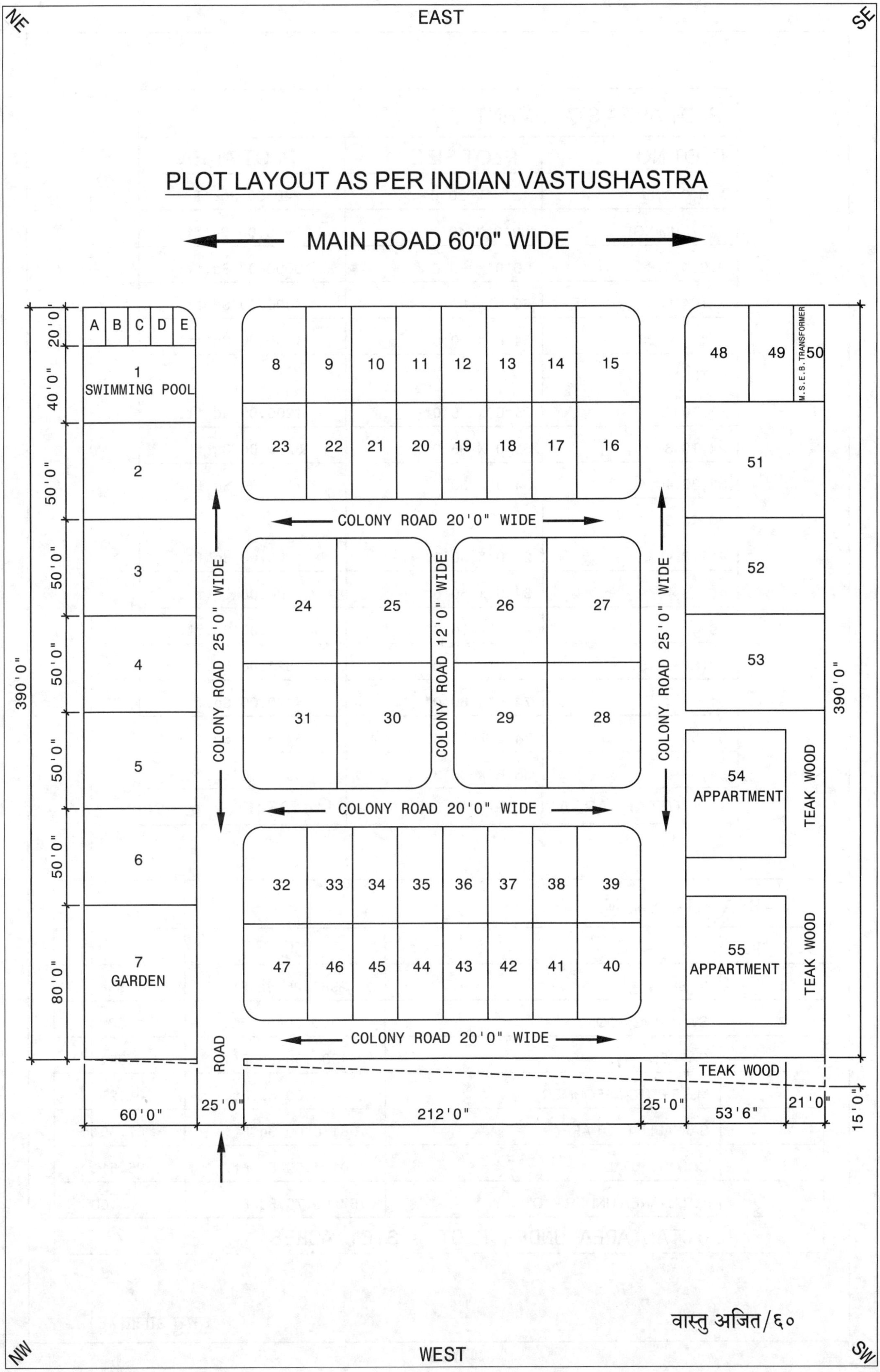

NE | EAST | SE

NORTH | SOUTH

PLOT AREA STATEMENT		
PLOT NO.	PLOT SIZE	PLOT AREA
A,B,C,D,E	12'0"X 20'0"	240.00 Sq.ft.
1 (SWIMMING)	60'0"X 40'0"	2400.00 Sq.ft.
2,3,4,5,6	60'0"X 50'0"	3000.00 Sq.ft.
7 (GARDEN)	60'0"X 80'0"	4800.00 Sq.ft.
8,15,16,23	34'0"X 50'0"	1700.00 Sq.ft.
9 TO 14 & 17 TO 22	24'0"X 50'0"	1200.00 Sq.ft.
24 TO 31	50'0"X 65'0"	3250.00 Sq.ft.
32,39,40,47	34'0"X 50'0"	1700.00 Sq.ft.
30 TO 38 & 41 TO 46	24'0"X 50'0"	1200.00 Sq.ft.
48	34'0"X 50'0"	1700.00 Sq.ft.
49	24'0"X 50'0"	1200.00 Sq.ft.
50(M.S.E.B.)	16'6"X 50'0"	825.00 Sq.ft.
51	74'6"X 60'0"	4470.00 Sq.ft.
52,53	74'6"X 50'0"	3725.00 Sq.ft.
54,55	53'6"X 66'3"	3545.00 Sq.ft.
TOTAL AREA UNDER PLOT		114135.00 Sq.ft.

% AREA STATEMENT			
S.R.NO.	NAME	SQ.FT.	%
1	KOSE	2966.25 Sq.Ft.	1.89%
2	SWIMMING POOL	2400.00 Sq.Ft.	1.53%
3	GARDEN	4800.00 Sq.Ft.	3.05%
4	M.S.E.B.TRANSFORMER	825.00 Sq.Ft.	0.52%
5	SALEABLE PLOT AREA	106110.00 Sq.Ft.	67.50%
6	COLONY ROAD	40104.50 Sq.Ft.	25.51%
	TOTAL AREA UNDER PLOT	157205.75 Sq.Ft.	100.00%
TOTAL AREA UNDER PLOT = 3.61 ACRES			

NW | WEST | SW

वास्तुशास्त्रानुसार जमिनीचा ले-आउट

(Plot Layout as per Indian Vastushastra)

प्रथम शेताची, जमिनीची हिरव्या पट्ट्यातून (Green Zone) पिवळ्या पट्ट्यात (Yellow Zone) नोंदणी, रूपांतर व्हावे लागते. तसे सर्टिफिकेट कलेक्टर ऑफिसमधून मिळाल्यावरच, शेताचा ले-आऊट करून प्लॉट पाडण्यास परवानगी मिळते. प्लॉट ले-आउट ग्रामपंचायत ते महानगरपालिका ऑफिसमधून मंजूर करून घ्यावा लागतो. उदा. महानगरपालिका हद्दीत शेत जमीन असल्यास शहर विकास कार्यालयामधील (Town Planning Office) इंजिनिअरकडून ले-आउट मंजूर करून घ्यावा लागतो व खालील सर्व बाबींची पूर्तता केल्यावरच प्लॉट ले-आउटला अंतिम मंजुरी (Final Layout Sanction) मिळते.

१) प्लॉटचे अंतर्गत रस्ते डांबरीकरण करणे.

२) प्लॉटच्या चार ही बाजूला नियमानुसार सेट बॅक अंतर सोडणे.

३) लाइट व पाणी पुरवठा विभागाकडून (Electricity & Water Supply Department) ना-हरकत दाखला घेणे.

४) कॉर्नर प्लॉटला अपघात होऊ नये म्हणून वक्रता (Half Round Champher) करणे.

५) जमिनीतून दुसऱ्याच्या जमिनीला जाण्याच्या रस्त्यासाठी (Road Access) जागा देणे.

६) जमिनीअंतर्गत मैला, सांडपाणी वाहतुकीची (Drainage System) सोय करणे.

७) नियमानुसार गार्डन, हॉस्पिटल, मैदान, शाळेसाठी मोकळी जागा सोडणे.

अंतर्गत रस्ते (Internal Raod - 15%) व मोकळी जागा (Open Space - 10%) सोडून उरलेली जागा विकासासाठी किंवा प्लॉटसाठी उपलब्ध केली तरच एक बांधकाम निर्देशांक (Floor Space Index = 1 F.S.I.) उपलब्ध होईल.

सोबतच्या प्लॉट ले-आउट कोष्टकात प्लॉटचा नंबर, लांबी व रूंदी, एकूण क्षेत्रफळ इत्यादी माहिती दिलेली आहे. तसेच, दुसऱ्या कोष्टकात कोस, स्विमिंग टँक, गार्डन, एम.एस.ई.बी. ट्रान्सफॉर्मर, अंतर्गत रस्ते इत्यादींसाठी किती टक्के जागा लागली याची सविस्तर माहिती दिलेली आहे.

भारतीय वास्तुशास्त्रानुसार संपूर्ण प्लॉट ले-आउट केलेला आहे. शासनाच्या नियम व अटींना बांधील राहिल्यामुळे कॉर्नर प्लॉटला वक्रता आलेली आहे. वास्तुशास्त्रानुसार ले-आउट प्लॉट कोणत्या प्रकारात मोडतात याचे सविस्तर विवरण खाली दिलेले आहे.

प्लॉट नंबर	वास्तुशास्त्रानुसार सविस्तर विवरण
A, B, C, D	पूर्वेचा मुख्य रस्ता असलेले प्लॉट
E, 15	पूर्वेचा मुख्य रस्ता, दक्षिणेचा रस्ता, आग्नेय दिशा कट प्लॉट
1	दक्षिणेचा मुख्य रस्ता असलेला प्लॉट
2, 5, 7	दक्षिणेचा मुख्य रस्ता. दक्षिण-नैर्ऋत्य अशुभ विथीशुला असलेला प्लॉट
3, 6	दक्षिणेचा मुख्य रस्ता. दक्षिण-आग्नेय शुभ विथीशुला असलेला प्लॉट
4	दक्षिणेचा मुख्य रस्ता असलेला प्लॉट
8	पूर्वेचा मुख्य रस्ता. उत्तरेचा रस्ता, ईशान्य दिशा कट असलेला प्लॉट
9 to 14, 49, 50	पूर्वेचा मुख्य रस्ता असलेला प्लॉट
23, 31, 47	उत्तरेचा मुख्य रस्ता, पश्चिमेचा रस्ता, वायव्य कोपरा कट प्लॉट
17, 18, 21, 22	पश्चिमेचा मुख्य रस्ता असलेला प्लॉट
19	पश्चिमेचा मुख्य रस्ता व पश्चिम वायव्य शुभ विथीशुला असलेला प्लॉट
20	पश्चिमेचा मुख्य रस्ता व पश्चिम-नैर्ऋत्य अशुभ विथीशुला असलेला प्लॉट
24, 32	उत्तरेचा मुख्य रस्ता, पूर्वेचा रस्ता, ईशान्य दिशा कट प्लॉट
25	पूर्वेचा मुख्य रस्ता, दक्षिणेचा रस्ता, आग्नेय दिशा कट प्लॉट
26	पूर्वेचा मुख्य रस्ता, उत्तरेचा रस्ता, ईशान्य दिशा कट प्लॉट

EAST

NE SE

27, 39	दक्षिणेचा मुख्य रस्ता, पूर्वेचा रस्ता. आग्नेय दिशा कट प्लॉट
16, 28, 40	दक्षिणेचा मुख्य रस्ता, पश्चिमेचा रस्ता. वायव्य दिशा कट प्लॉट
29	पश्चिमेचा मुख्य रस्ता, उत्तरेचा रस्ता. नैर्ऋत्य दिशा कट प्लॉट
30	पश्चिमेचा मुख्य रस्ता, दक्षिणेचा रस्ता. वायव्य दिशा कट प्लॉट
33, 34, 37, 38	पूर्वेचा मुख्य रस्ता असलेले प्लॉट
35	पूर्वेचा मुख्य रस्ता व पूर्व-आग्नेय अशुभ विथीशुला असलेला प्लॉट
36	पूर्वेचा मुख्य रस्ता व पूर्व-ईशान्य शुभ विथीशुला असलेला प्लॉट
41 to 46	पश्चिमेचा मुख्य रस्ता असलेले प्लॉट
48	पूर्वेचा मुख्य रस्ता, उत्तरेचा रस्ता व ईशान्य दिशा कट प्लॉट
51	उत्तरेचा मुख्य रस्ता व उत्तर-वायव्य अशुभ विथीशुला असलेला प्लॉट
52	उत्तरेचा मुख्य रस्ता व उत्तर-ईशान्य शुभ विथीशुला असलेला प्लॉट
53	उत्तरेचा मुख्य रस्ता असलेला प्लॉट
54	चारी दिशेला रस्ते असलेला व मध्य-उत्तर शुभ विथीशुला असलेला प्लॉट
55	चारी दिशेला रस्ते असलेला व उत्तर-वायव्य अशुभ विथीशुला असलेला प्लॉट

एका प्लॉट ले-आउटचे एवढे प्रकार बघितल्यावर वाचकांच्या लक्षात आले असेल की, प्लॉट परीक्षण करणे केवढे कठीण काम आहे. तज्ज्ञ व अनुभवी वास्तुशास्त्रज्ञाचा इथे कस लागतो. प्रत्येक प्लॉटच्या अशुभ व शुभ परिणामांची फलिते वास्तुशास्त्रज्ञाच्या प्लॉटकडे बघण्याच्या नजरेवर, ज्ञानावर, वेळेवर, मानसिक स्थितीवर अवलंबून असतात.

या संपूर्ण ले-आउट प्लॉटला आधारभूत मानून वास्तुशास्त्राचा एकत्रित शुभ परिणाम (Good Combined Effect) अनुभवास येण्यासाठी लेखकाने खालीलप्रमाणे संपूर्ण जमीनच विकसित केलेली आहे.

NORTH SOUTH

१) संपूर्ण ले-आउटच्या ईशान्य कोपऱ्यात स्विमिंग टँक घेऊन जलतत्त्वास उच्च स्थान प्रदान केलेले आहे.

२) वायव्य कोपऱ्यात गार्डन, बागेचे निर्माण करून वायुतत्त्वाशी सुसंवाद साधलेला आहे.

३) पश्चिम-वायव्य या शुभ विथीशुलेचा लाभ पश्चिमेच्या जमीनधारकाला रस्ता देऊन मिळविलेला आहे.

४) नैर्ऋत्य कोपऱ्यात सहा मजली अपार्टमेन्ट बांधून नैर्ऋत्य कोपरा उंच व जड केलेला आहे. त्यामुळे नैर्ऋत्य कोपऱ्यातील पृथ्वी तत्त्वास चारी मुंड्या चीत केलेले आहे.

५) नैर्ऋत्य कोपरा ९०° वरून कोस काढून नैर्ऋत्य दिशा वाढण्याच्या अशुभ परिणामापासून सुटका करून घेतलेली आहे.

६) नैर्ऋत्य कोपऱ्यात उंच व जलद वाढणारी अशोक, साग उत्पन्न देणारी सागवान यासारखी झाडे लावलेली आहेत.

७) संपूर्ण स्कीमला पाणीपुरवठा करणारी पाण्याची टाकी (Over head Water Tank) नैर्ऋत्य कोपऱ्यातील अपार्टमेन्टच्या नैर्ऋत्य कोपऱ्यात बांधलेली आहे.

८) अंतर्गत रस्त्यांचा उतार नैर्ऋत्येकडून मुख्य पब्लिक रोडला म्हणजे पूर्व-ईशान्येकडे दिलेला आहे.

९) नैर्ऋत्येकडील अपार्टमेन्टची उंची ८० फूट असून, ईशान्येकडील दुकानगाळ्याची उंची १४ फूट आहे. असा ईशान्येकडून नैर्ऋत्येकडे उंचीचा वाढता क्रम आहे. त्यामुळे शुभ ऊर्जेच्या प्रवाहास अडथळा येणार नाही.

१०) आग्नेय कोपऱ्यात एम.एस.ई.बी. ट्रान्सफॉर्मर बसवून अग्नितत्त्वास नमन केलेले आहे.

या संपूर्ण प्लॉट ले-आउटच्या आकाशातून घेतलेल्या पक्षी दृश्या (Bird View Perspective) मधून आपल्याला कल्पना येईलच.

आधुनिक काळात आवश्यक असलेला स्विमिंग टँक, हेल्थ क्लब, गार्डन, किरकोळ खरेदीची दुकाने, उदा. लॉन्ड्री, किराणामाल, डेअरी, टेलिफोन बूथ, अल्पोपहार हॉटेलची सोय, अंतर्गत काटकोनात डांबरी रस्ते, लाइट-पाण्याची चोवीस तास सोय इत्यादी सुखसोयींशिवाय भारतीय वास्तुशास्त्र व ज्योतिषशास्त्राला अनुसरून बंगले, रो-बंगले, अपार्टमेन्ट यांची निर्मिती जमीनमालकाला निश्चितच करोडपती बनवेल व खरेदीदारांना सुख, शांती, ऐश्वर्य, भरभराट प्रदान करेल व लोकांनी हेवा करावा अशी सुंदर, अत्याधुनिक, सुखसुविधांनी युक्त कॉलनी तयार होईल.

NW WEST SW

NE EAST SE

पुरुषाची / स्त्रीची कृष्णमूर्ती पद्धतीने अंशात्मक कुंडली

जर दिनांक १९-१-२००३ रोजी सकाळी ९-०० वाजता बालक जन्मले तर त्याची कुंडली खालीलप्रमाणे होईल व त्याच क्षणी वास्तुभूमिपूजन केले तर पुढील प्रकरणातील त्याची कुंडली पुढे दिलेली आहे. बालकाची कुंडली घड्याळ्याच्या विरुद्ध दिशेने (Anti clockwise) असते, तर वास्तूची कुंडली घड्याळ्याच्या काट्याच्या दिशेने (Clock wise) असते. त्यामुळे दोन्ही कुंडल्यांतील मूलभूत फरक वाचकांच्या लगेच लक्षात येईल. त्यामुळे वास्तूच्या व व्यक्तीच्या आयुष्याचे फलादेशाव्दारे मार्गदर्शन करणे सोपे जाते.

कुंडलीची प्रमुख चिन्हे :-

मेष	मंगळ	अग्नी	चर	आडवा	वक्री
वृषभ	शुक्र	पृथ्वी	स्थिर	रेषांतील	शत्रू-घर
मिथुन	बुध	वायू	द्विस्वभाव	ठळक	मित्र-घर
कर्क	चंद्र	जल	चर		अस्त
सिंह	सूर्य	अग्नी	स्थिर	↑	उच्च
कन्या	बुध	पृथ्वी	द्विस्वभाव	↓	नीच
तूळ	शुक्र	वायू	चर		
वृश्चिक	मंगळ	जल	स्थिर	+	मित्र
धनू	गुरू	अग्नी	द्विस्वभाव	–	शत्रू
मकर	शनि	पृथ्वी	चर	*	सम
कुंभ	शनि	वायू	स्थिर	++	अधिमित्र
मीन	गुरू	जल	द्विस्वभाव	--	अधिशत्रू

NORTH SOUTH

लिंग	- पुरुष		
जन्म दिनांक	- १९-१-२००३	जन्म दिवस	- रविवार
जन्म वेळ	- ९:००:००	इष्टकाल (घटी)	- ४:३७:९
स्थान	- कोल्हापूर		
देश	- भारत	अक्षांश	- ०१६:४२: उत्तर
मध्य रेखांश	- +५:३०	रेखांश	- ०७४:१६: पूर्व
स्थानिक वेळ संस्कार	- -०:३२:५६	स्थानिक वेळ	- ८:२७:३
युद्ध वेळ संस्कार	- ०:००:००	ग्रीष्म वेळ संस्कार	- ००:००:००

अवकहडा चक्र:		घात चक्र	
योग	- प्रीति	- राशी	- कर्क
करण	- कौलव	- मास	- पौष
वर्ण	- ब्राह्मण	- तिथी	- २-७-१२
तत्त्व	- वारि	- दिवस	- बुधवार
वश्य	- जलचर	- नक्षत्र	- अनुराधा
वर्ग	- श्वान	- योग	- व्याघात
योनि	- मेष	- करण	- नाग
गण	- देव	- प्रहर	- १
युंजा	- मध्य	- चंद्र	- सिंह
नाडी	- मध्य	- स्त्रीचंद्र	- मीन

NW WEST SW

NE EAST SE

तिथी	– कृष्ण–१	– शक सवंत्	– १९२४
सांपत्तिक काल	– १६–१९–३५	– अयनांश	– २३:४७:३९
सूर्योदय	– ०७:०९:०८	– सूर्यास्त	– १८:१७:५२
चंद्र राशी	– कर्क	– राशी अक्षर	– ड ह
नक्षत्र	– पुष्य	– नक्षत्र अक्षर	– डा
योग	– प्रीति	– करण	– कौलव
सूर्य राशी (पाश्चात्य)	– मकर	– नक्षत्र पाया	– चांदी

निरयन स्पष्ट ग्रह

ग्रह	अक्षांश	स्थिती	नक्षत्र	रा स्वा	न स्वा	उ स्वा	अवस्था
लग्न	कुंभ ०५:२३:४६	–	धनिष्ठा (४)	शनि	मंगळ	रवि	–
रवि	मकर ०४:४९:५५	–	उत्तराषाढा (३)	शनि	रवि	शनी	मृत
चंद्र	कर्क १३:३६:०५	–	पुष्य (४)	चंद्र	शनि	राहू	युवा
मंगळ	वृश्चिक ०७:२२:१३	–	अनुराधा (२)	मंगळ	शनि	केतु	वृद्ध
बुध	धनु १९:३०:४७	वक्री	पूर्वाषाढा (२)	गुरू	शुक्र	राहू	वृद्ध
गुरू	कर्क २१:०३:२८	वक्री	आश्लेषा (२)	चंद्र	बुध	शुक्र	कुमार
शुक्र	वृश्चिक १८:०३:५६	–	ज्येष्ठा (१)	मंगळ	बुध	बुध	युवा
शनि	वृषभ २९:१७:२४	वक्री	मृग (२)	शुक्र	मंगळ	शनि	बाल
राहू	वृषभ १२:१६:३८	वक्री	रोहिणी (१)	शुक्र	चंद्र	राहू	वृद्ध
केतू	वृश्चिक १२:१६:३८	वक्री	अनुराधा (३)	मंगळ	शनि	मंगळ	वृद्ध
हर्षल	कुंभ ०३:१४:५२	–	धनिष्ठा (३)	शनी	मंगळ	शुक्र	बाल
नेपच्यून	मकर १६:१९:१८	–	श्रवण (२)	शनि	चंद्र	शनि	युवा
प्लुटो	वृश्चिक २४:५९:५४	–	ज्येष्ठा (३)	मंगळ	बुध	राहू	कुमार
मांदी	मिथुन १४:५२:०१	–	आर्द्रा (३)	बुध	राहू	केतु	–
भा–सहम्	सिंह १४:०९:५६	–	पूर्वा–फा. (१)	रवि	शुक्र	शुक्र	–

NORTH SOUTH

लग्न कुंडली

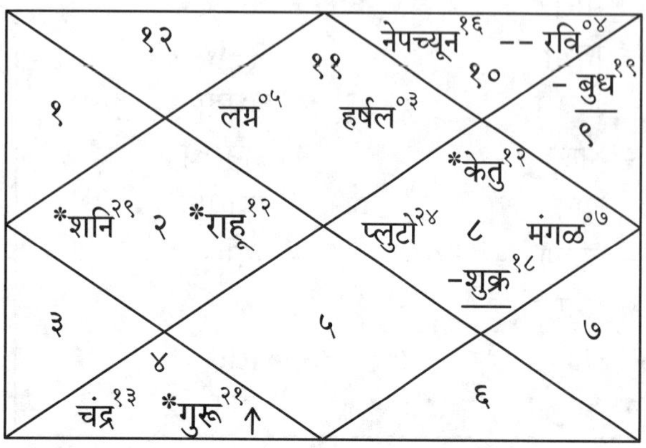

राशी कुंडली

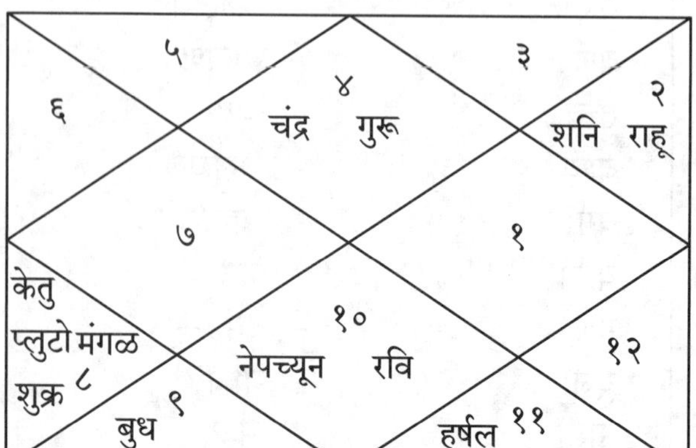

NW WEST SW

NE | EAST | SE

विंशोत्तरी महादशा

शनि ०२-०६-२००७	बुध ०२-०६-२०२४	केतु ०२-०६-२०३१
--	बुध २९-१०-२००९	S केतू २९-१०-२०२४
--	+ केतू २६-१०-२०१०	* शुक्र २९-१२-२०२५
--	S++ शुक्र २६-०८-२०१३	* सूर्य ०६-०५-२०२६
--	S++ सूर्य ०२-०७-२०१४	-- चंद्र ०५-१२-२०२६
--	-- चंद्र ०२-१२-२०१५	* मंगळ ०३-०५-२०२७
--	+ मंगळ २८-११-२०१६	-- राहू २०-०५-२०२८
--	- राहू १७-०६-२०१९	- गुरू २६-०४-२०२९
--	- गुरू २२-०९-२०२१	-- शनि ०५-०६-२०३०
S-- राहू १९-११-२००४	S- शनि ०२-०६-२०२४	+ बुध ०२-०६-२०३१
S- गुरू ०२-०६-२००७		

शुक्र ०२-०६-२०५१	सूर्य ०२-०६-२०५७	चंद्र ०२-०६-२०६७
S शुक्र ०२-१०-२०३४	सूर्य २०-०९-२०५१	चंद्र ०२-०४-२०५८
S* सूर्य ०२-१०-२०३५	S * चंद्र २०-०३-२०५२	- मंगळ ०१-११-२०५८
S--चंद्र ०२-०६-२०३७	S++मंगळ २६-०७-२०५२	* राहू ०२-०५-२०६०
S- मंगळ ०२-०८-२०३८	S--राहू २०-०६-२०५३	S- गुरू ०१-०९-२०६१
* राहू ०२-०८-२०४१	S * गुरू ०८-०४-२०५४	S+ शनि ०२-०४-२०६३
- गुरू ०२-०६-२०४४	-- शनि २१-०३-२०५५	S * बुध ०१-०९-२०६४
* शनि ०२-०६-२०४७	+ बुध २६-०१-२०५६	S-- केतू ०२-०४-२०६५
++ बुध ०२-०४-२०५०	* केतू ०२-०६-२०५६	S- शुक्र ०२-१२-२०६६
* केतू ०२-०६-२०५१	* शुक्र ०२-०६-२०५७	S * सूर्य ०२-०६-२०६७

मंगळ ०२-०६-२०७४	राहू ०२-०६-२०९२	गुरू ०२-०६-२१०८
S मंगळ २९-१०-२०६७	राहू १२-०२-२०७७	गुरू २१-०७-२०९४
-- राहू १६-११-२०६८	+ गुरू ०९-०७-२०७९	+ शनि ३१-०१-२०९७
* गुरू २३-१०-२०६९	S* शनि १५-०५-२०८२	-- बुध ०९-०५-२०९९
S- शनि ०२-१२-२०७०	- बुध ०१-१२-२०८४	- केतू १४-०४-२१००
S* बुध २९-११-२०७१	-- केतू २०-१२-२०८५	-- शुक्र १४-१२-२१०२
S* केतू २६-०४-२०७२	* शुक्र १९-१२-२०८८	* सूर्य ०२-१०-२१०३
S- शुक्र २६-०६-२०७३	-- सूर्य १३-११-२०८९	* चंद्र ३१-०१-२१०५
++ सूर्य ०१-११-२०७३	* चंद्र १५-०६-२०९१	* मंगळ ०७-०१-२१०६
* चंद्र ०२-०६-२०७४	-- मंगळ ०२-०६-२०९२	+ राहू ०२-०६-२१०८

NORTH | SOUTH

Notes:- Dates Mentioned above are the ending dates
The Sign in front of the date indicates the following

S = Sadesati　　s = Small Panoti
+ = Friend　　- = Enemy
* = Neutral　　-- = Better Enemy
++ = Intimate

NW | WEST | SW

NE EAST SE

वास्तू भूमिपूजनाची विभागात्मक राशी, नक्षत्र, नक्षत्राचे योग, तारे व ग्रह स्थिती

दिनांक : १९ जानेवारी २००३ वास्तू भूमिपूजन वेळ : सकाळी ९ वाजता, कोल्हापूर

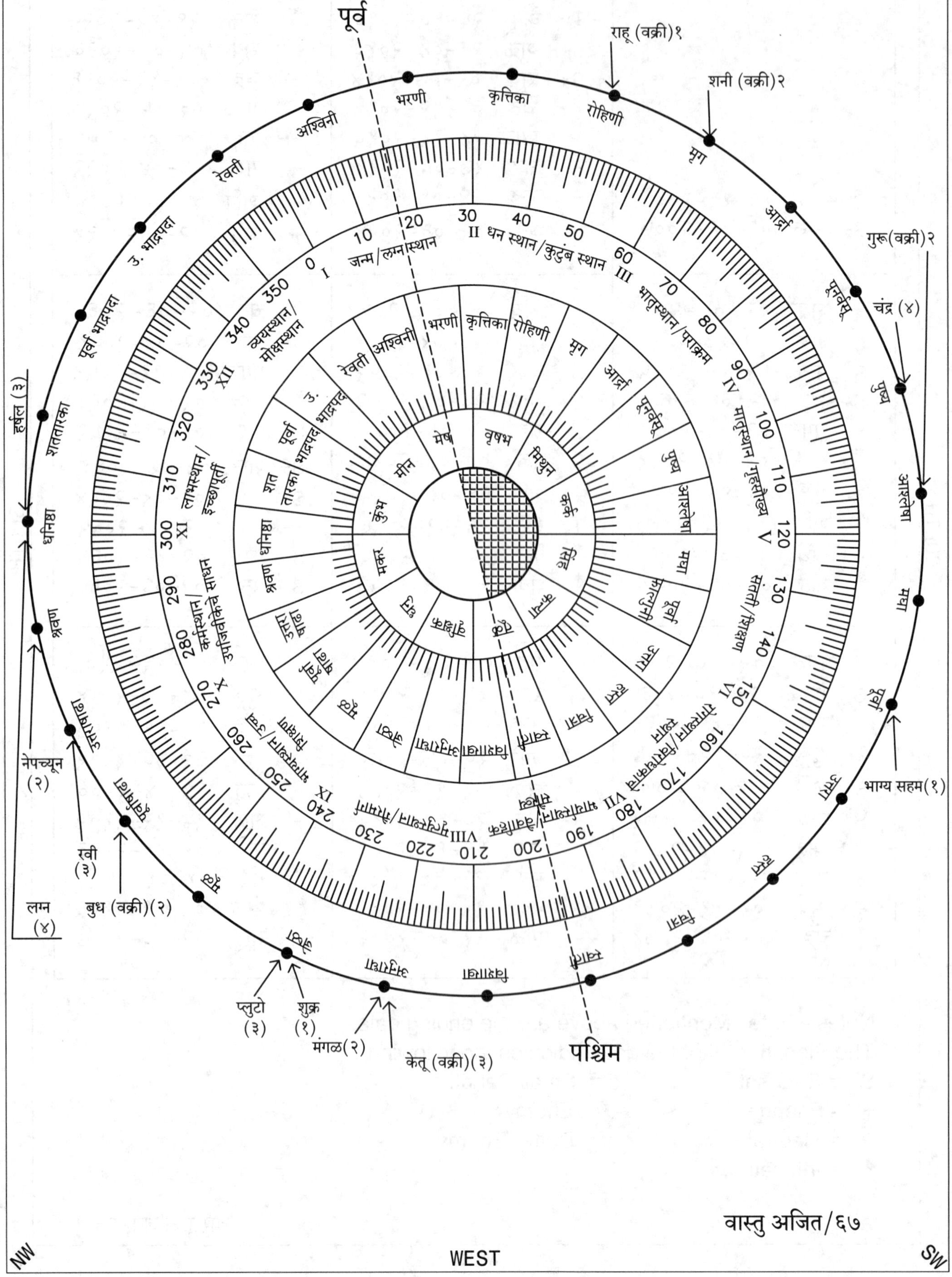

वास्तु अजित/६७

NW WEST SW

वास्तूची पुराणोक्त कुंडली रास, ग्रह, स्वामी आणि लक्ष्मी सह

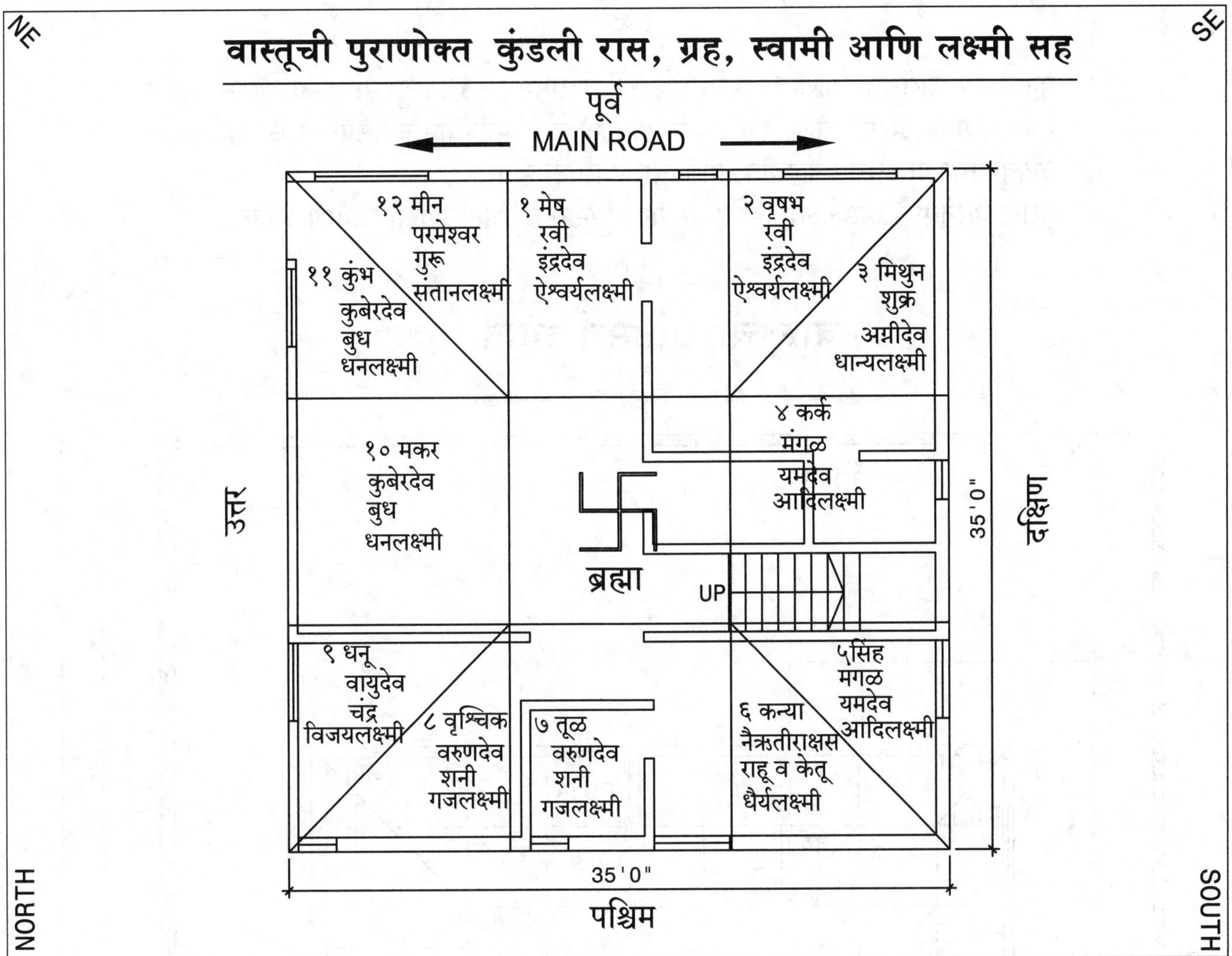

वास्तूची उच्च स्थाने (+VE) व नीच स्थाने (-VE)

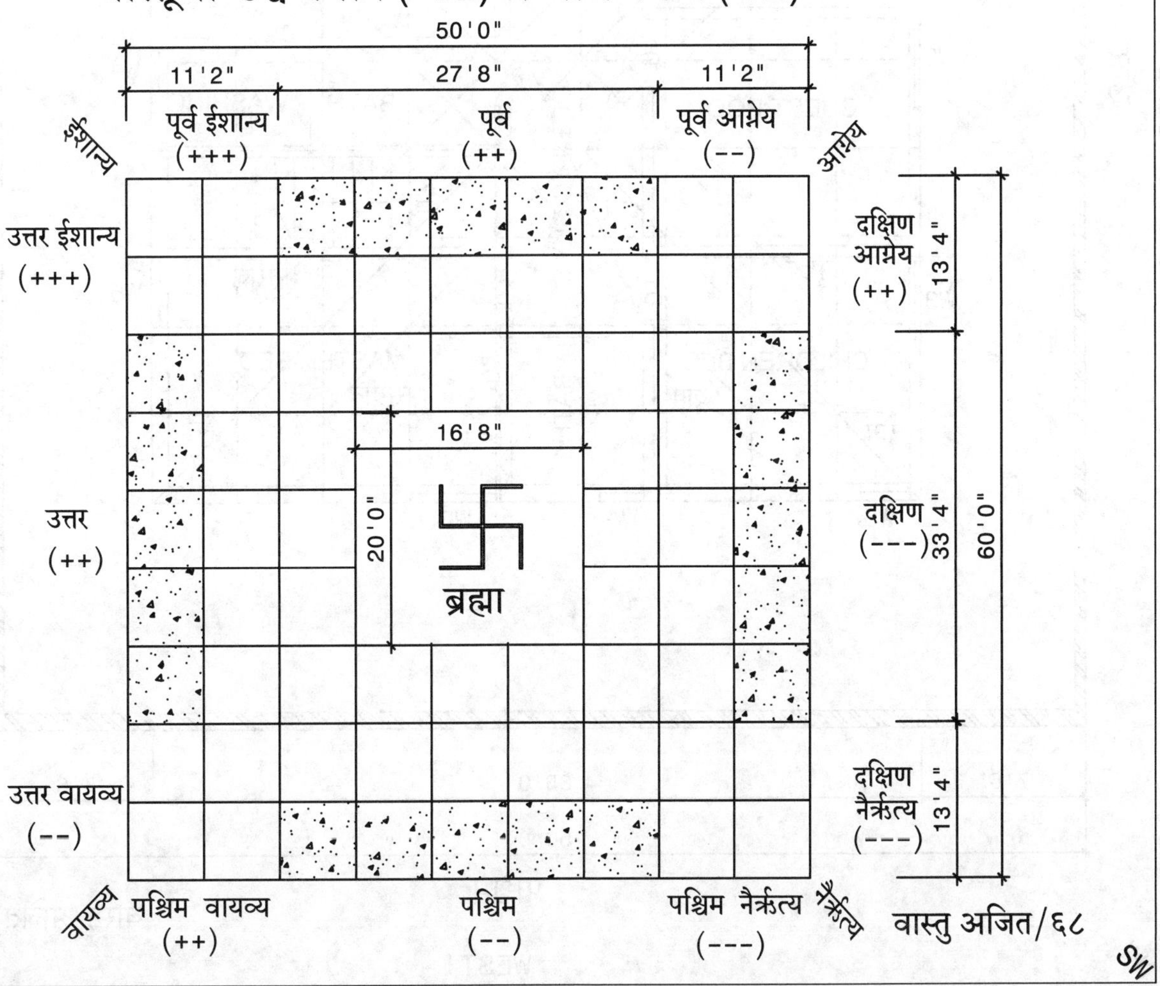

NE EAST SE

मनुष्याच्या शरीरात एकूण ११ मांसमर्म, ४१ शिरामर्म, २७ स्नायुमर्म, ८ अस्थिमर्म आणि २० संधिमर्म अशी एकूण १०७ मर्मस्थाने आहेत. मर्मस्थानांचा उपयोग ॲक्युप्रेशर व ॲक्युपंक्चर या उपचार पद्धतीत रोग निवारण्यासाठी होतो.

तसेच वास्तुमध्ये असलेल्या अतिमर्मस्थानांची नावे व स्थाने खालीलप्रमाणे आहेत.

पूर्व

वास्तुची अतिमर्म स्थाने

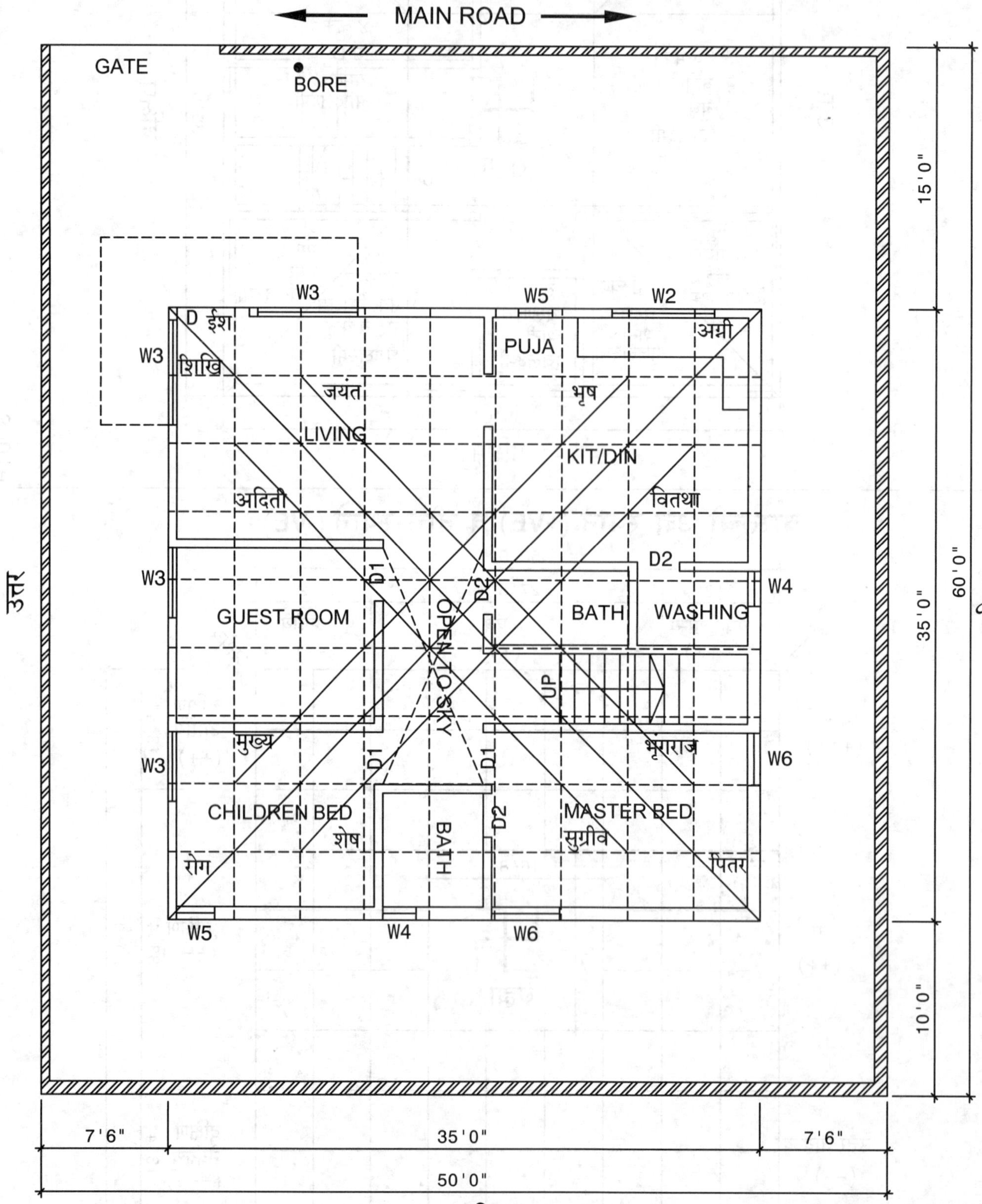

पश्चिम

NW WEST SW

EAST & NORTH ROAD MODEL BUNGALOW AS PER INDIAN VASTU-SHASTRA

ARCHITECTS & CIVIL ENGG.
AJIT R. JADHAV

INTERNAL FURNITURE LAYOUT AS PER INDIAN VASTU-SHASTRA

NORTH

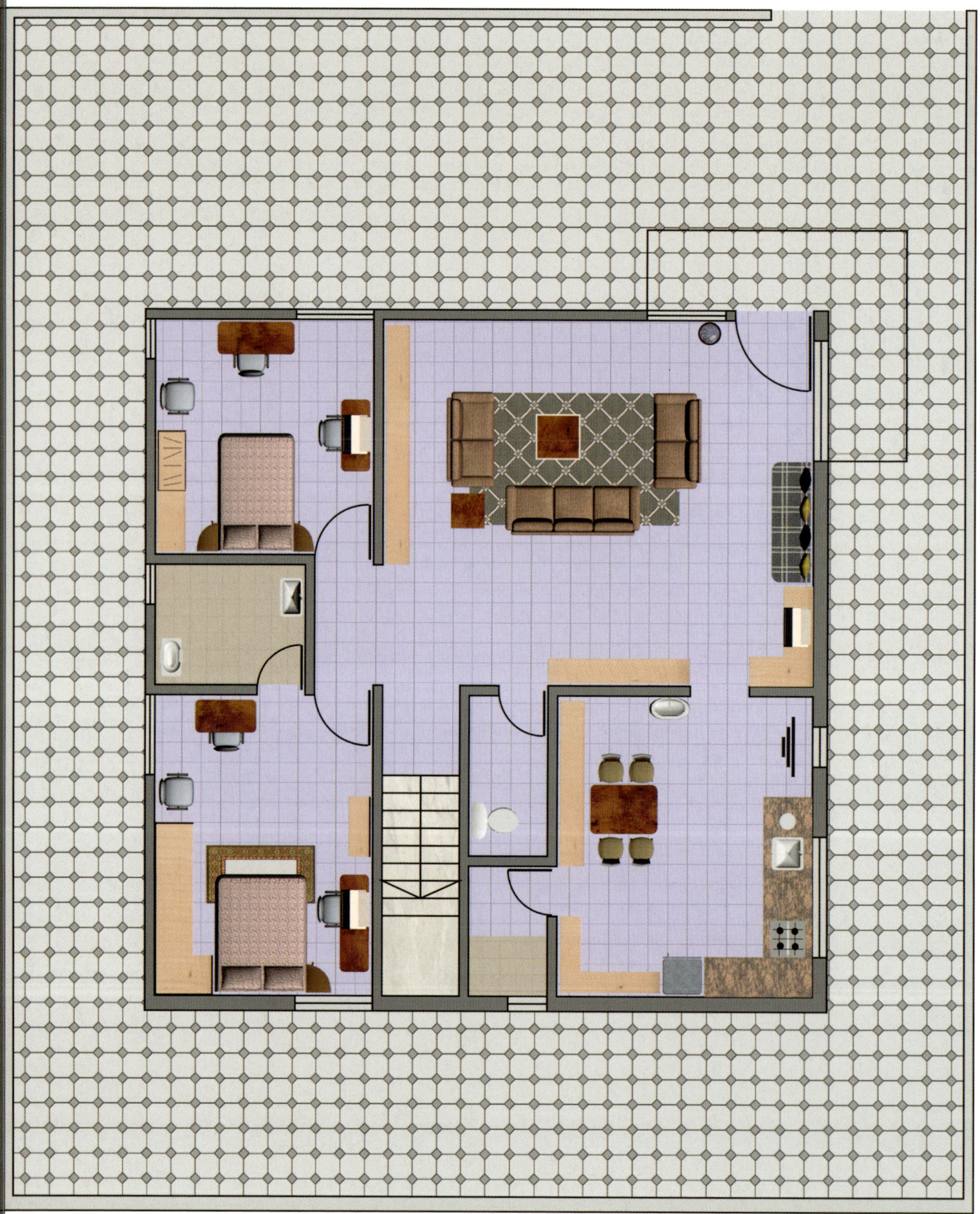

SOUTH

ARCHITECTS & CIVIL ENGG.
AJIT R. JADHAV

NE EAST SE

NORTH WEST- NORTH SIDE EXTENDED PLOT

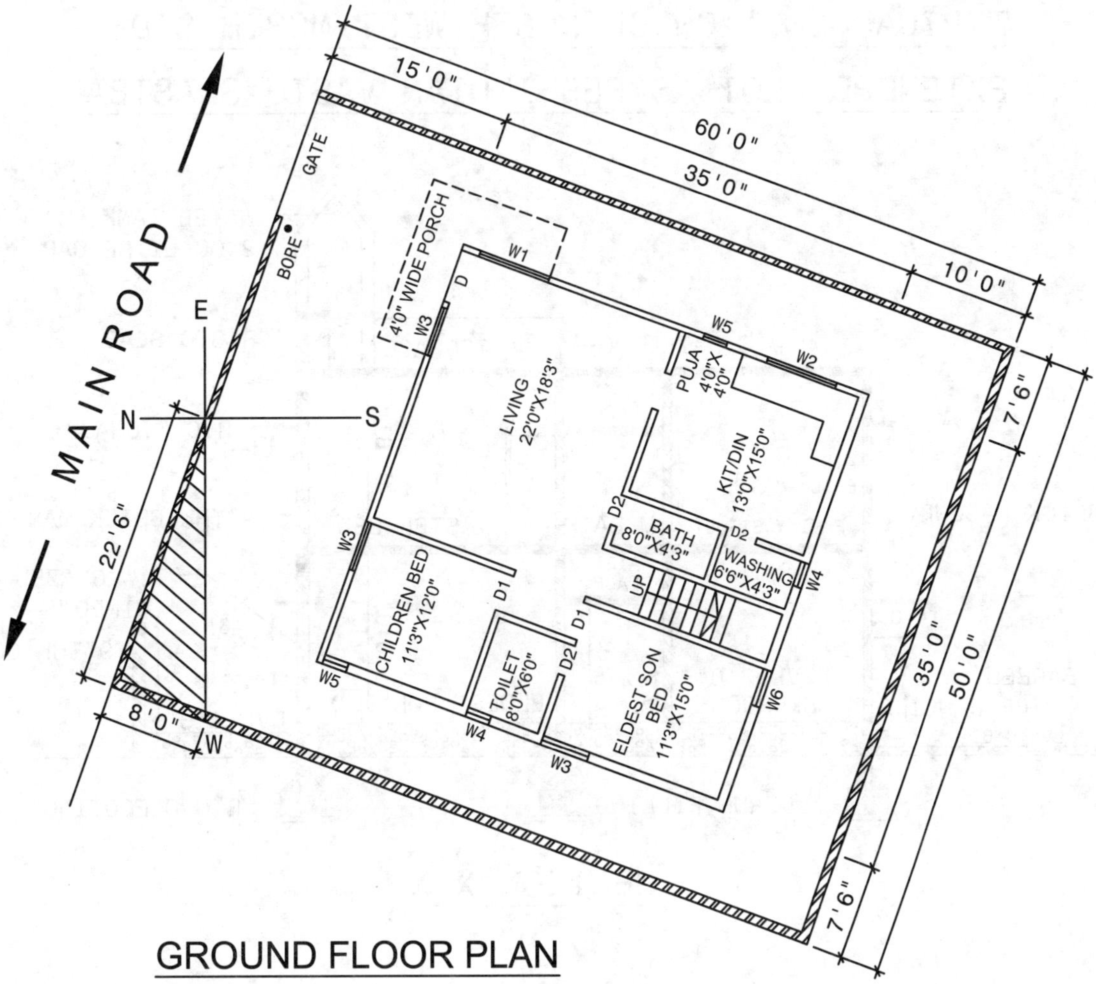

GROUND FLOOR PLAN

NORTH SOUTH

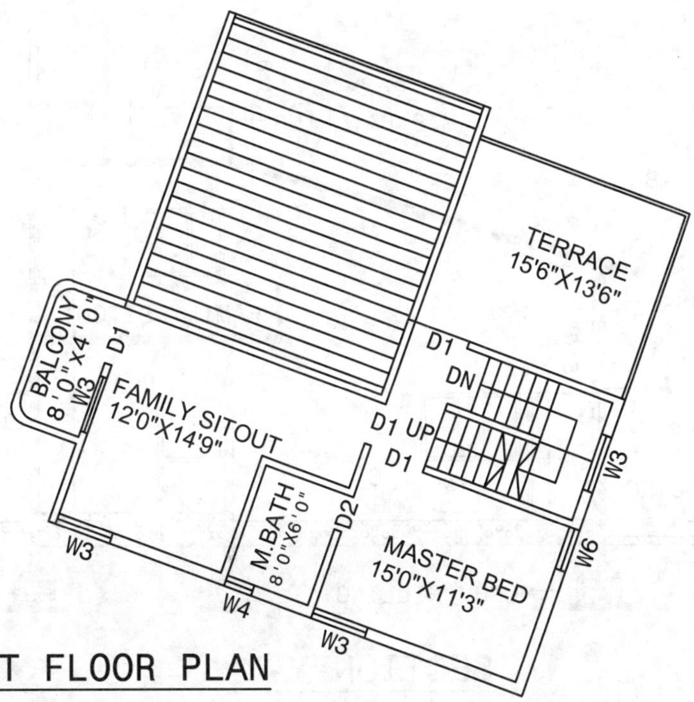

FIRST FLOOR PLAN

AREA STATEMENT	
FLOOR	AREA
GROUND FLOOR	1225.00 SQ.FT.
FIRST FLOOR	653.37 SQ.FT.
TOTAL BUILT UP AREA	1878.37 SQ.FT.

वास्तु अजित/७२

NW WEST SW

NE EAST SE

TYPICAL SECTION OF NORTH-WEST-NORTH SIDE EXTENDED PLOT AS PER INDIAN VASTU-SHASTRA

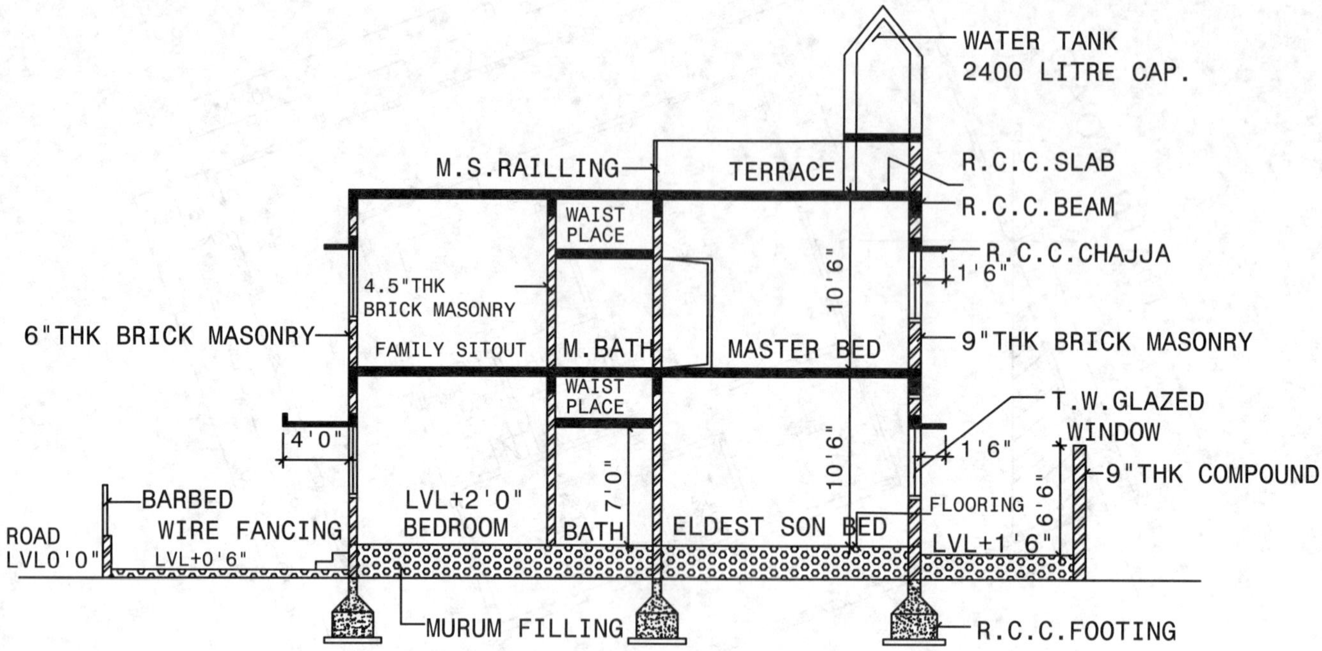

SECTION-X-X

NORTH SOUTH

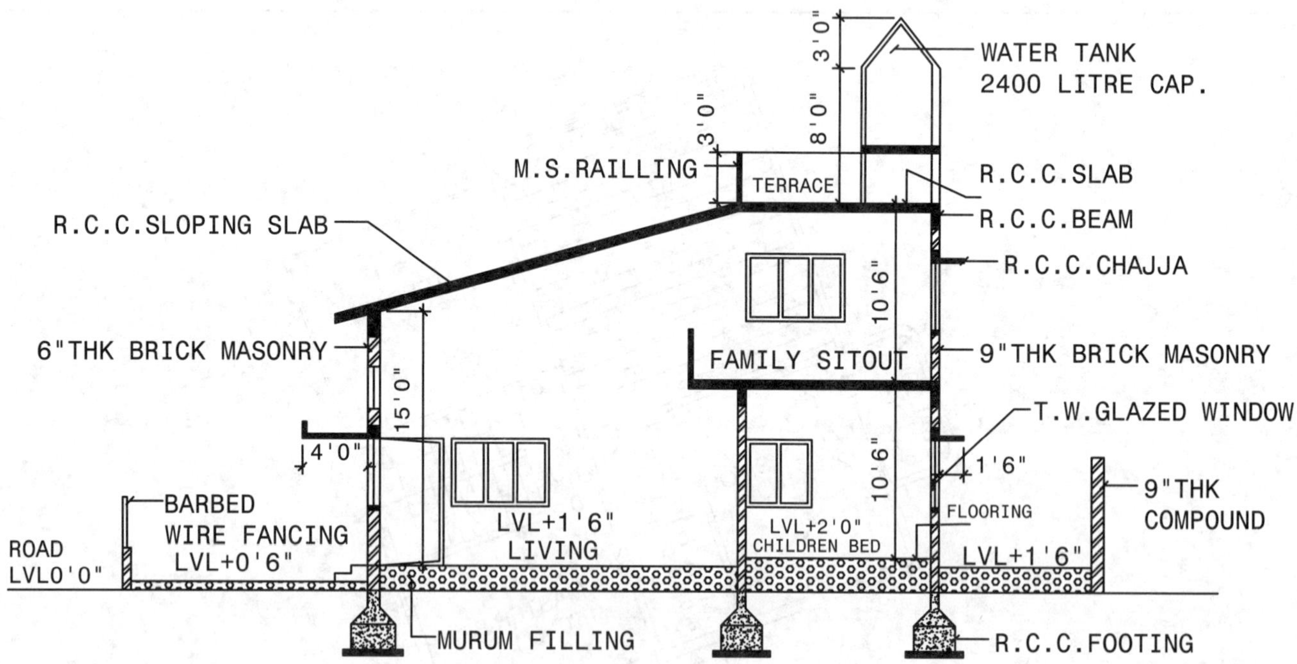

SECTION-Y-Y

NW WEST SW

उत्तर-वायव्य दिशा वाढलेला विदिशा प्लॉट (NorthWest - North Side Extended Plot)

शेजारील ड्रॉइंगमध्ये असणारी प्लॉट जमीन उत्तर-वायव्य दिशा वाढलेला विदिशा प्लॉट आहे. भारतीय वास्तुशास्त्र व ज्योतिषशास्त्रानुसार प्लॉटवर खालीलप्रमाणे वास्तू बांधावी.

१) प्लॉटच्या पूर्वेच्या व उत्तरेच्या कम्पाउन्ड वॉलपेक्षा (6" thick) पश्चिम व दक्षिणेची कम्पाउन्ड वॉल जास्त जाडीची (9" thick) व जास्त उंचीची आहे. कम्पाउन्ड वॉलचा नैर्ऋत्य कोपरा ९०° आहे.

२) प्लॉटच्या उत्तर-ईशान्य या उच्च स्थानी मुख्य गेट (Entrance) आहे.

३) प्लॉटच्या उत्तर-ईशान्य या उच्च स्थानी बोअर मारलेले आहे. बोअर चंद्राच्या नक्षत्रात शुभ वेळी मारावे.

४) संपूर्ण वास्तूचा आय शुभ आहे.

उदा. $\frac{35'\text{-}0'' \times 35'\text{-}0''}{8} \times 9$ = शेषबाकी १ = ध्वजाय

५) वास्तूचा हॉल ईशान्य, मध्य उत्तर व मध्य पूर्वमध्ये पसरलेला आहे. हॉलचा आय शुभ आहे.

उदा. $\frac{22'\text{-}0'' \times 18'\text{-}3''}{8} \times 9$ = शेषबाकी ५.५० = वृषभाय

६) वास्तूचे किचन आग्नेय कोपऱ्यात आहे. किचनकट्टा पूर्वाभिमुख आहे. किचनचा आय शुभ आहे.

उदा. $\frac{13'\text{-}0'' \times 15'\text{-}3''}{8} \times 9$ = शेषबाकी ३ = सिंहाय

७) वास्तूचे मुख्य शयनकक्ष नैर्ऋत्य कोपऱ्यात आहे. बेडरूमचा आय शुभ आहे.

उदा. $\frac{11'\text{-}3'' \times 12'\text{-}0''}{8} \times 9$ = शेषबाकी ६.७५ = गजाय

८) वास्तूमध्ये मुलांची खोली वायव्य कोपऱ्यात आहे. चिल्ड्रन बेडरूमचा आय शुभ आहे.

उदा. $\frac{11'\text{-}3'' \times 12'\text{-}0''}{8} \times 9$ = शेषबाकी ७ = गजाय

९) वास्तूमध्ये मास्टर बेडरूमला ॲटॅच बाथरूम पश्चिम-वायव्य प्रभागात आहे. त्याचा आय शुभ आहे.

उदा. $\frac{6'\text{-}0'' \times 8'\text{-}0''}{8} \times 9$ = शेषबाकी ० = ध्वजाय

१०) वास्तूमध्ये कॉमन बाथरूम मध्य दक्षिण प्रभागात आहे. कॉमन बाथरूमचा आय अशुभ आहे.

उदा. $\frac{8'\text{-}0'' \times 4'\text{-}3''}{8} \times 9$ = शेषबाकी २ = धुमाय

११) वास्तूमध्ये कपडे धुणे, भांडी घासणे यासाठी आवश्यक असणारी खोली मध्य दक्षिण प्रभागात आहे. खोलीचा आय अशुभ आहे.

उदा. $\frac{6'\text{-}6'' \times 4'\text{-}3''}{8} \times 9$ = शेषबाकी ०.६३ = ध्वजाय

१२) वास्तूमध्ये जिना दक्षिण मध्य व नैर्ऋत्य प्रभागात आहे. जिना जास्त रूंदीचा (4'-0" Wide) तबावा-सहित असल्यामुळे जास्त वजनाचा (Dog Legged Stair Case) आहे. जिन्याचा आय अशुभ आहे.

उदा. $\frac{15'\text{-}6'' \times 4'\text{-}0''}{8} \times 9$ = शेषबाकी ६ = खराय

१३) वास्तूमध्ये देव्हारा पूर्वाभिमुख असून किचनच्या ईशान्य कोपऱ्यात आहे. त्याचा आय शुभ आहे.

उदा. $\frac{4'\text{-}0'' \times 4'\text{-}0''}{8} \times 9$ = शेषबाकी ० = शून्याय

१४) कॉमन बाथरूम व वॉशिंग प्लेसवरील स्टोअर रूमची उंची ३'-६''आहे. त्या जागेचा उपयोग स्टोअर

रूम म्हणून करता येतो. अडगळीच्या जागे (Store Place) चा आय शुभ आहे.

उदा. $\frac{15'\text{-}0'' \times 4'\text{-}9''}{8} \times 9 =$ शेषबाकी १.२४ = ध्वजाय

१५) संपूर्ण वास्तू दीर्घायुषी आहे.

उदा. $\frac{35'\text{-}0'' \times 35'\text{-}0''}{8} \times 9 =$ ९१ वर्षे, १० महिने, १५ दिवस

१६) वास्तूच्या पूर्वेच्या व उत्तरेच्या भिंतीपेक्षा (6'' thick) पश्चिम व दक्षिणेची भिंत (9'' thick) जाडीला जास्त आहे.

१७) वास्तूच्या पूर्व-ईशान्य व उत्तर-ईशान्य कोपऱ्यात पोर्च आहे त्यामुळे वास्तूचा ईशान्य कोपरा वाढलेला आहे.

१८) वास्तूचे ब्रह्मस्थळ हलके, वजनविरहित, बांधकामविरहित आहे.

१९) वास्तूमधील प्रत्येक रूमचे दरवाजे उच्च स्थानी आहेत. वास्तूचा मुख्य दरवाजा उत्तर-ईशान्य या उच्च स्थानी आहे.

२०) वास्तूमध्ये प्रत्येक रूमच्या खिडक्या उच्च स्थानी आहेत. खिडक्यांतून पुरेसे वायुविजन होते.

२१) ड्रॉइंगमध्ये Section XX दाखवल्याप्रमाणे प्लॉटच्या जमिनीचा उतार नैर्ऋत्येकडून (1'-6'') ईशान्य दिशेकडे (0'- 6'') आहे.

२२) ड्रॉइंगमध्ये Section YY मध्ये दाखवल्याप्रमाणे ईशान्येचा हॉल (+1'-6'') व नैर्ऋत्येची बेडरूम (+2'-0'') अशी फ्लोअरींग लेव्हल आहे. त्यामुळे ईशान्य हलका, उताराचा व नैर्ऋत्य उंच व जड आहे.

२३) वास्तूच्या पहिल्या मजल्यावर नैर्ऋत्येला मुख्य शयनकक्ष आहे. त्याला अॅटॅच मास्टर बाथरूम मध्य-पश्चिम प्रभागात आहे. त्याचा आय शुभ आहे.

२४) पहिल्या मजल्यावरील वायव्य कोपऱ्यात कौटुंबिक जागा (Family Sitout) आहे. तेथून हॉलमध्ये चाललेल्या कोणत्याही कार्यक्रमाचा आस्वाद घेता येतो. त्याचा आय शुभ आहे.

उदा. $\frac{12'\text{-}0'' \times 14'\text{-}9''}{8} \times 9 =$ शेषबाकी १ = ध्वजाय

२५) वास्तूच्या ईशान्य कोपऱ्यात उताराचे छत आहे. त्यामुळे हॉलला जास्त उंची मिळते व बंगल्याच्या नैसर्गिक सौंदर्यात भर पडते. शिवाय पावसाचे पाणी छतावरून ईशान्येकडे वाहते.

२६) पहिल्या मजल्याचा आग्नेय कोपरा बांधकामविरहित (Open Terrace) आहे. त्याचा आय शुभ आहे.

उदा. $\frac{15'\text{-}6'' \times 13'\text{-}6''}{8} \times 9 =$ शेषबाकी ३.२४ = सिंहाय

२७) ड्रॉइंगमध्ये Section YY मध्ये दाखवल्याप्रमाणे वास्तूच्या दुसऱ्या मजल्यावर नैर्ऋत्य कोपऱ्यात पाण्याची टाकी आहे. टाकीचे छत गिझाचा पिरॅमिड चिकित्सेनुसार तयार केलेले आहे.

२८) वास्तू शासनाच्या नियम व अटींना अनुसरून बनविल्यामुळे तत्काळ मंजूर होईल.
(Front Setback = 15'-0'', Rear Setback = 10'-0'' & Side Setback = 7'-6'')

२९) वास्तूचे ग्राउंड फ्लोअर व फर्स्ट फ्लोअर क्षेत्रफळाचे कोष्टक दिलेले आहे.

३०) या वास्तूची त्रिमिती आकृती (Three Dimensional Perspective View) सोबत जोडलेला आहे.

३१) वास्तू व प्लॉटची जमीन ईशान्येकडून नैर्ऋत्येकडे चढती (Ascending Order) व नैर्ऋत्येकडून ईशान्येकडे उतरती (Descending Order) आहे. ड्रॉइंगचा सेक्शन पाहिल्यावर कल्पना येईल.

३२) या वास्तूचे आर.सी.सी. ड्रॉइंगसोबत दिलेले आहे. त्यावरून सळी किती लागेल, कॉलम, बीम, स्लॅब, जिना, फूटिंग किती लांबी, रूंदी व उंचीचे आहेत याचा अंदाज येईल. त्याचे डिझाइन समजेल.

अशा रीतीने मध्यमवर्गीय व्यक्तीच्या खिशाला परवडेल, अत्याधुनिक सर्व सुखसोयींनीयुक्त, भारतीय वास्तुशास्त्र व ज्योतिषशास्त्राला अनुसरून अत्यंत देखणी, सुलक्षणी वास्तू निर्माण करता येते. आवश्यकता आहे फक्त योजकाची.

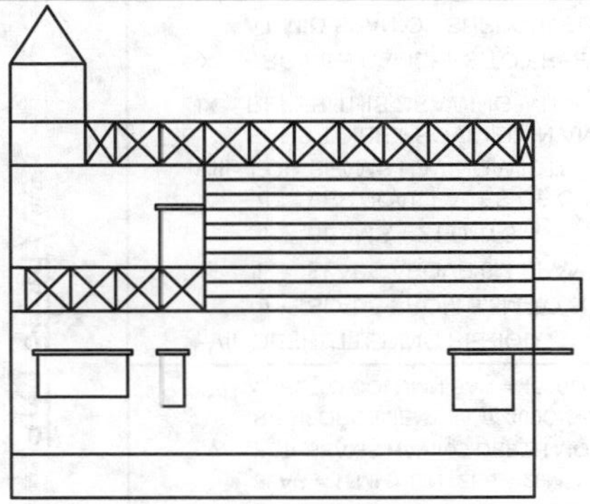

FRONT ELEVATION

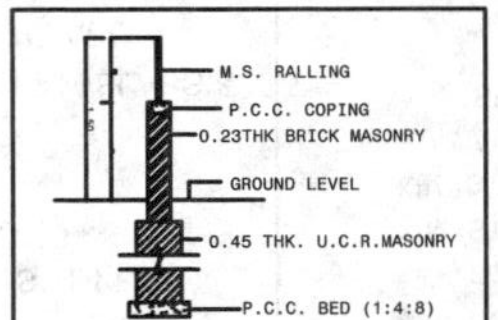

COMPOUND WALL DETAIL

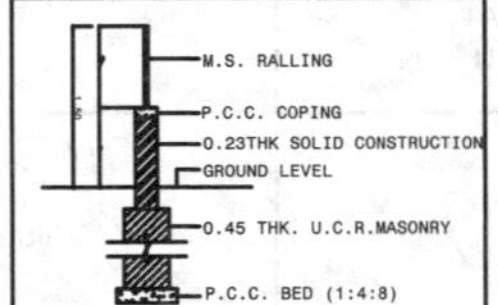

COMPOUND WALL CROSS SECTION (10.0 M FROM CORNER)

SCHEDULE OF DOORS & WINDOWS

TYPE	SIZE	DESCRIPTION
D	4'0"X 7'0"	TEAK WOOD FRAME FRAME & T.W.PANEL DOOR
D1	3'0"X 7'0"	TEAK WOOD FRAME & COMMERCIAL FLUSH DOOR
D2	2'6"X 7'0"	TEAK WOOD FRAME & WATERPROFF FLUSH DOOR
GATE	10'0"X 5'0"	SLIDING M.S.DECORATIVE GATE
W	8'0"X 4'0"	ALUMINIUM WINDOW(3/4" SECTION) WITH M.S. GRILL
W1	6'0"X 4'0"	ALUMINIUM WINDOW(3/4" SECTION) WITH M.S. GRILL
W2	6'0"X 3'0"	ALUMINIUM WINDOW(3/4" SECTION) WITH M.S. GRILL
W3	4'0"X 4'0"	ALUMINIUM WINDOW(3/4" SECTION) WITH M.S. GRILL
W4	2'0"X 3'0"	ALUMINIUM LOUWERED WINDOW (3/4" SECTION) WITH M.S.GRILL
W5	1'6"X 4'0"	ALUMINIUM WINDOW(3/4" SECTION) WITH M.S. GRILL
W6	3'0"X 4'0"	ALUMINIUM WINDOW(3/4" SECTION) WITH M.S. GRILL
W7	3'0"X 5'0"	ALUMINIUM WINDOW(3/4" SECTION) WITH M.S. GRILL
V	6'0"X 2'0"	M.S. GRILL WITH GLASS
R1	12'0"X 7'0"	ROLLING SHUTTER

AREA STATEMENT

FLOOR	AREA
GROUND FLOOR	1225.00 SQ.FT.
FIRST FLOOR	653.37 SQ.FT.
TOTAL BUILT UP AREA	1878.37 SQ.FT.

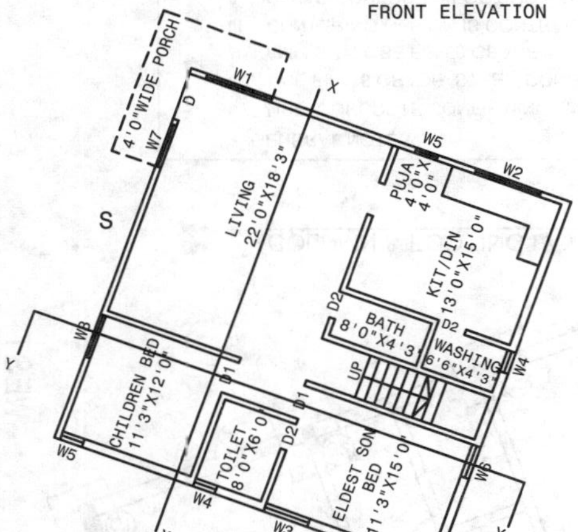

GROUND FLOOR PLAN

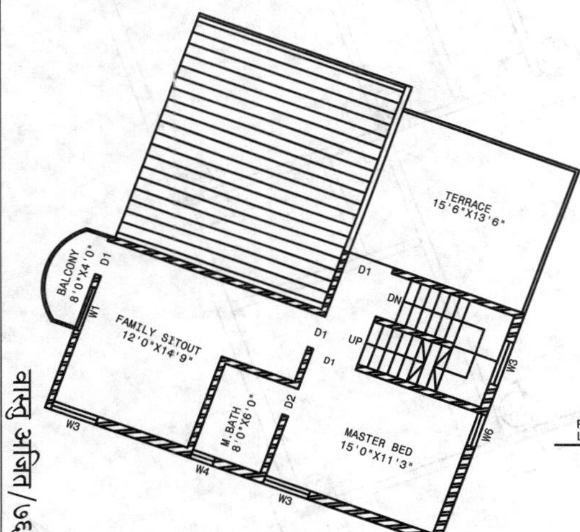

FIRST FLOOR PLAN

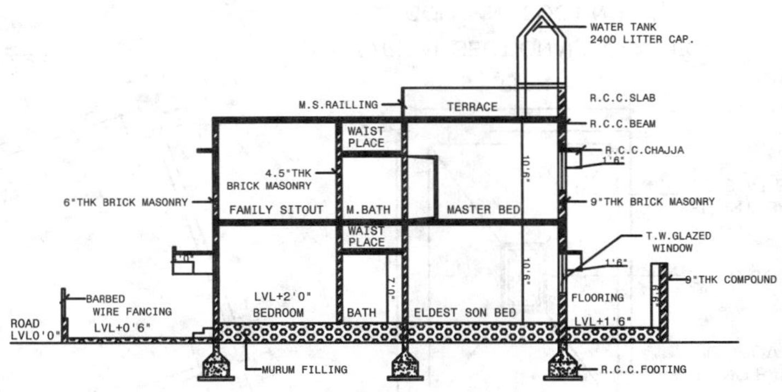

SECTION-X-X

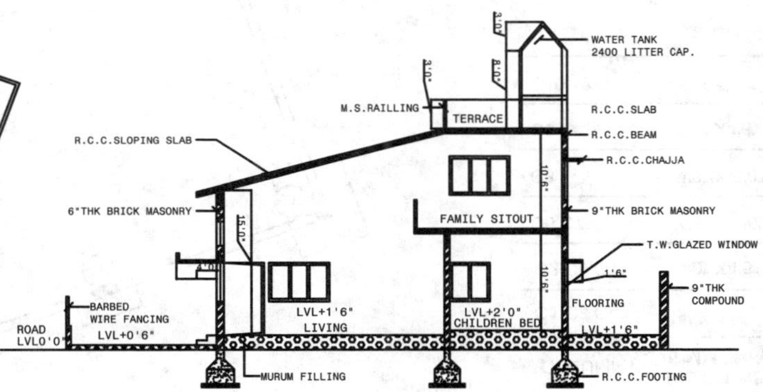

SECTION-Y-Y

SOUTH

PLOT LAYOUT AS PER INDIAN VASTRUSHATRA

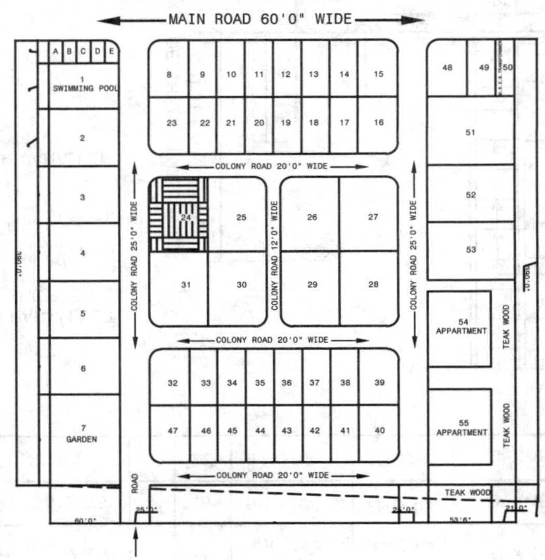

SITE PLAN

SCALE :- 1:500

PROFORMA-I

		SFT.
A	AREA STATEMENT	SFT.
1	AREA OF PLOT	3000.0
2	DEDUCTION FOR	
	a) ROAD ACQUISITION AREA	NIL
	b) PROPOSED ROAD	NIL
	c) INTERNAL ROADS	NIL
	TOTAL AREA	NIL
3	NET GROSS AREA	3000.0
4	DEDUCTION FOR	
	a) RECREATION GROUND AS PER BY LAW	NIL
	b) ANY RESERVATION	NIL
	TOTAL	NIL
5	NET AREA OF PLOT	3000.0
6	ADDITION FOR F.A.R. (TOTAL BUILT UP AREA)PURPOSE	
	a) 100% OF SET BACK AREA	3000.0
	b) PERMISSIBLE AREA FOR TENANT	NIL
	c) ACTUAL AREA OF TENANT	NIL
	d) T.D.R. PERMISSIBLE-40%	1200
7	TOTAL AREA	3000.0
8	F.A.R. PERMISSIBLE 01+.40 = 1.40 / TOTAL BUILT UP AREA PERMISSIBLE 3000 + 1200= 4200	
9	TOTAL PERMISSIBLE FLOOR AREA (a+b+d)	4200
10	EXISTING FLOOR AREA	NIL
11	PROPOSED AREA OF	
	LOWER GROUND FLOOR AREA	-----
	UPPER GROUND FLOOR & STILT FLOOR AREA	1225
	FIRST FLOOR AREA	653.37
	SECOND FLOOR AREA	-----
	THIRD FLOOR AREA	-----
12	EXCESS BALCONY AREA TAKEN IN F.A.R. AS PER B (C) BELOW	NIL
13	TOTAL BUILT AREA PROPOSED	1878.37
14	F.A.R. CONSUMED (13/7)	0.63
B	BALCONY AREA STATEMENT	
	a) PERMISSIBLE BALCONY AREA PER FLOOR	300.0
	B) TOTAL PROPOSED BALCONY AREA	28.0
	c) EXCESS BALCONY AREA	-----
C	TENAMENT STATEMENT	
	a) NET AREA OF PLOT ITEM A7 ABOVE	4200
	b) LESS DEDUCTION OF NON RESIDENTIAL	NIL
	c) AREA OF TENAMENT	NIL
	d) TENAMENT PERMISSIBLE	1
	e) TENAMENT PROPOSED	1
	TOTAL TENAMENT	NIL
D	PARKING STATEMENT	
	a) PARKING REQUIRED AS PER RULE	1
	b) PROPOSED PARKING	1
	c) PERMISSIBLE GARAGE	NIL

PROFORMA-II

CONTENTS OF SHEETS:-ALL FLOOR PLANS,ELEVATIONS,SECTIONS, SITE PLAN, SCHEDULE OF DOORS & WINDOWS PROFORMA.

PROJECT :- PROPOSED BUNGLOW AS PER INDIAN VASTU SHTRA FOR SOU.MAYURA AJIT JADHAV, PLOT NO.15,BAVADA,KOLHAPUR

OWNER SIGNATURE — OWNER NAME:-

DATE	SCALE	DRG.NO.	CHECKED BY	DRAWN BY
19/01/2003	1:100,1:500	ARCH-01	A.R.J.	PATIL

NOTE:-ALL DIMENSIONS SHOULD BE FOLLOWED ALL DIMENSIONS ARE IN METERS,CUP,BALCONIES,OPEN SPACES,TERRACES,STILT AREAS ARE NOT TAKEN IN F.S.I.CALCULATIONS,ALL INTERNAL& EXTRNAL WALLS ARE 100/150/230mm THICK, ANY DIMENSIONS DESCREPENCES & OTHER MUST BE REPORTED TO ARCHITECT.

CERTIFICATE OF AREA

CERTIFIED THAT PLOT UNDER REFERENCE WAS SURVEYED BY ME ON 1.1.2003 AND DIMENSION OF SIDES ETC. OF PLOT STATED ON PLAN ARE MEASURED ON SITE & AREAS SO WORKEDOUT TALLIES WITH AREA STATED IN DOCUMENT OF OWNERSHIP T.P.ACT.

SIGNATURE OF ARCHITECT

SHOWN THUS	
PROPOSED WORK SHOWN IN-----------	RED
PLOT BOUNDRY SHOWN IN -----------	THICK BLACK
DRAINGE LINE SHOWN IN -----------	RED DOTTED
STAMP OF APPROVED OF PLAN	STAMP OF RECEPIT OF PLAN

AJIT JADHAV AND ASSOCIATES D.C.E.
ARCHITECTS & CIVIL ENGINEERS
1371 'A' WARD RANKALA TOWER,
JOCKEY BUILDING , KOLHAPUR - 416012
TEL NO.-0231(2545013)

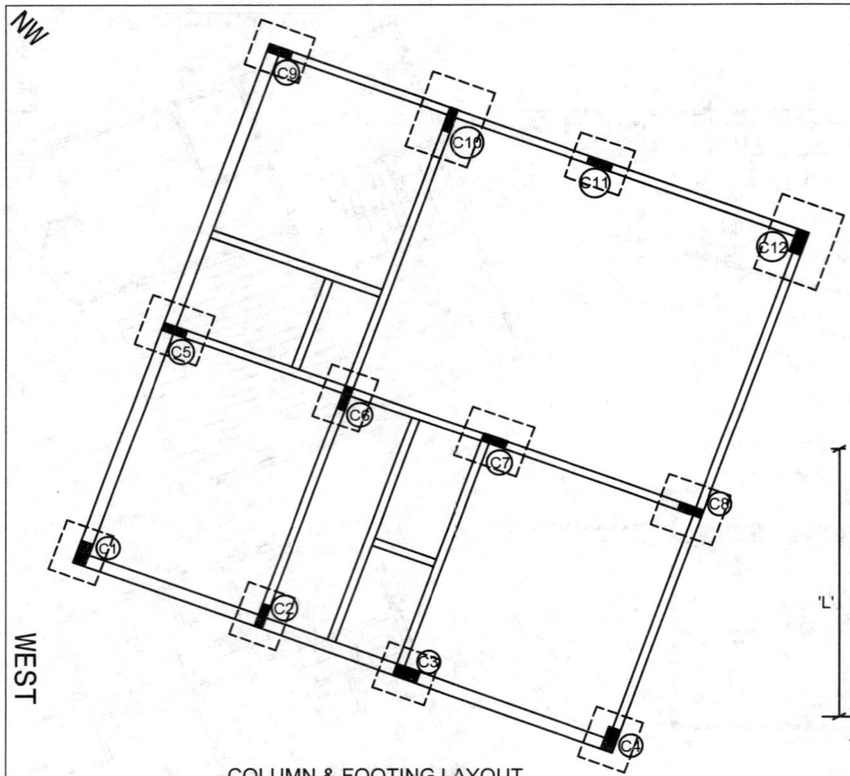

COLUMN & FOOTING LAYOUT

SCHEDULE OF COLUMN AND FOOTING

COLUMN NO.	P.C.C.1:4:8 (6"MM THK.)	R.C.C .FOOTING SIZE & STEEL					COLUMN SIZE	VERTICAL STEEL	RINGS
		SIZE BXL	d	D	SHORT BAR	LONG BAR			
C1,C3,C4	4' X 4'6"	3' X 3'6"	8"	14"	6 NO 8#	6 NO 8#	9" X 12"	6NO12#	6ø @ 7"
C2,C9,C11	4'0" X4'6"	3'0" X 3'6"	8"	15"	7 NO 8#	6 NO 8#	9" X 12"	6 NO 12 #	6ø @ 7"
C5,C7	4'6" X 5'0"	3'6" X 4'0"	8"	16"	9NO 8#	8 NO 8#	9" X 15"	8NO 12#	6ø @ 7"
C8	4'6" X 5'0"	3'6" X 4'0"	8"	16"	9NO 8#	8 NO 8#	9" X 15"	6NO 12#	6ø @ 7"
C6	4'0" X4'6"	3'0" X 3'6"	8"	15"	9NO 10#	8NO 10#	9" X 18"	8NO 16#	6ø @ 7"
C10,12	5' X 6'	4' X 5'	8"	22"	8 NO 8#	7NO 8#	9" X 15"	6NO 12#	6ø @ 7"

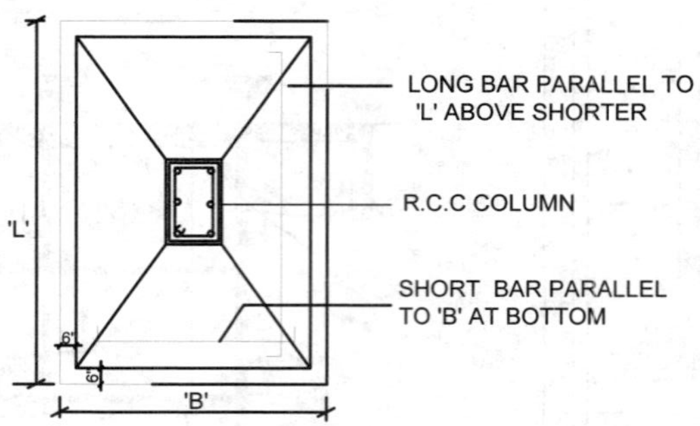

PLAN

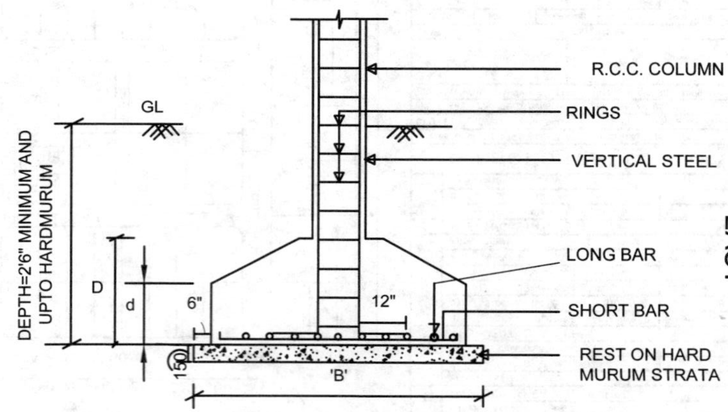

SECTIONAL ELEVATION

TYPICAL SECTIONAL DETAIL FOR COLUMN - FOOTING

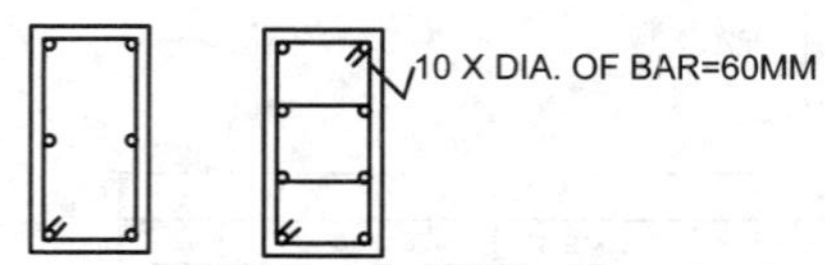

ARRANGEMENT OF BARS IN COLUMNS

GENERAL NOTES

I. USE CONCRETE CONFIRMING I. S. CODE 456(2000)

II. USE Fe 415 GRADE STEEL CONFIRMING I.S. CODE 1786 EXCEPT 6MM SHALL BE FE250 GRADE

III. CENTERING DESIGN IS CONTRACTORS RESPONSIBILITY.

IV. CLEAR COVERS TO FOOTING = 50MM, COLUMN = 25MM, BEAM = 25MM, SLAB = 15MM, LINTELS = 20MM.

V. FOR BEAMS HAVING DEPTH MORE THAN 750MM PROVIDE SIDE FACE REINFORCEMENT 8# @ 300C/C ON BOTH FACES.

VI. LAPS TO COLUMN BAR = 45 X D. LAPS TO SLAB / BEAM = 69 X D.

VII. DESHUTTERING PERIOD
  a. SLABS FROM 3.5M TO 6M SPAN = 14 DAYS
  b. SLABS ABOVE 6M SPAN = 21 DAYS
  c. BEAMS = 21 DAYS
  d. VERTICAL FACES OF COLUMNS, BEAMS & WALLS =24 HRS.

VIII. FOR BEAMS HAVING WIDTH 150MM OR LESS ONLY TWO BARS TO BE PROVIDED IN ANY ONE LAYER.

IX. REFER THIS DRAWING WITH ARCHITECT'S DRAWING.

X. PROVIDE CAMBERS TO FREE END OF CANTILEVER BEAM/SLABS & AT MID SPAN OF SUPPORTED BEAMS HAVING SPAN 7M ABOVE.

XI. THE CARE SHALL BE TAKEN BY THE CONTRACTOR WHILE WORKING ON SITE HAVING ABUTTING ADJUCENT BUILDINGS, WE ARE NOT RESPONSIBLE FOR ANY DAMAGE IF CAUSED TO ABUTTING BUILDINGS.

XII. FOR CANTILIVER BEAMS, TOP REINFORCEMENT SHOULD BE ANCHORED BEHIND FOR 70XDIA OF BAR OR SPAN OF CANTILIVER WICHEVER IS GREATER.

XIII. STRATA SHOULD BE GOT APPROVED BY STR. ENGG. BEFORE CASTING OF CONCRETE.

XIV. STEEL SHOULD BE GOT CHEKED BY STR. ENGG. BEFORE CASTING CONCRETE

XV. ANY DISCREPANCY BETWEEN THIS DRG/ARCH DRG/SITE CONDITION SHOULD BE BROUGHT TO OUR NOTICE BEFORE EXECUTION.

(# - TOR SIGN, ST- STRAIGHT BAR, BT- BENT BAR.)

AJIT R. JADHAV D.C.E.
ARCHITECTS & CIVIL ENGINEERS
1371, 'A' WARD RANKALA TOWER, KOLHAPUR.
PH:(0231) 2545013

STRUCTURAL ENGINEER:
I.S.PATIL M.E.STRUCTURE
B2 BAGESHREE APRT.,
SUDHAKAR NAGAR, KOLHAPUR.
PH:(0231)2692456. MOBILE:3103855

EAST

NORTH

SOUTH

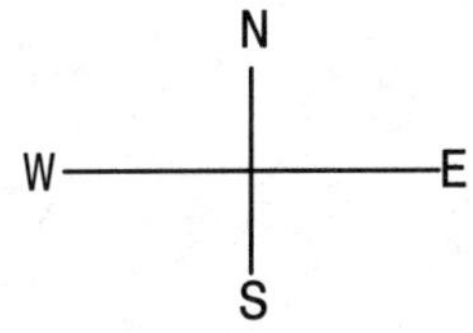

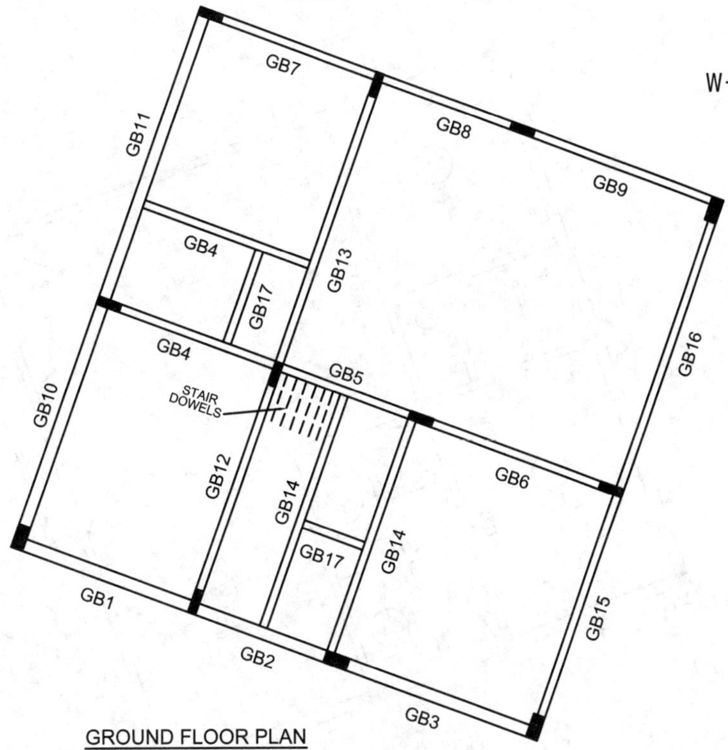

GROUND FLOOR PLAN

SCHEDULE OF GROUND BEAMS							
BEAM NO.	SIZE	TOP BAR	BOTTOM BAR		RINGS NEAR		REMARK
			STRAIGHT	BENT	SUPPORT	CENTRE	
GB1	9" X 12"	2NO 8#	2NO 12#	2NO 12#	6Ø @ 4"	6Ø@7"	
GB2	9" X 18"	2NO 8#	2NO 12#		8# @ 5"	8# @ 7"	
GB3	9" X 12"	2NO 8#	2NO 16#	2NO 10#	8# @ 5"	8# @ 7"	
GB4	6" X 18"	2NO 8#	2NO 10#		6Ø @ 6"	6Ø @ 8"	
GB5	6" X 18"	2NO 8#	2NO 12#	2NO 12#	6Ø@ 6"	6Ø@ 8"	
GB6,9	6" X 12"	2NO 8#	3NO 12#		6Ø @ 5"	6Ø@ 7"	
GB7	6" X 12"	2NO 8#	2NO 12#	1NO 10#	6Ø @ 5"	6Ø @ 7"	
GB8	6" X 15"	2NO 8#	2NO 12#	2NO 12#	6Ø@ 6"	6Ø@ 8"	
GB10	9" X 12"	2NO 8#	2NO 16#	1NO 12#	6Ø @ 4"	6Ø@ 6"	
GB11	9" X 18"	2NO 10 #	2NO 16#	2NO 16#	6Ø @ 5"	6Ø @ 7"	
GB12	6" X 15"	2NO 8#	2NO 12#	2NO 10#	8# @ 6"	8# @ 8"	
GB13	6" X 21"	2NO 10#	1NO 20#	2NO 16#	6Ø @ 5"	6Ø@ 7"	
GB14	6" X 18"	2NO 10#	2NO 16#	2NO 12#	6Ø @6"	6Ø @0"	
GB15	6" X 18"	2NO 8#	2NO 16#	1NO 12#	6Ø @ 4"	6Ø@ 6"	
GB16	6" X 21"	2NO8 #	2NO 16#	1NO 16#	6Ø @ 4"	6Ø @ 6"	
GB17	6" X 12"	2NO 8#	2NO 10#		6Ø @ 6"	6Ø @ 8"	

NOTE : REFER ALL GENERAL NOTES FROM COLUMN FOOTING DRG.

9" X 15"
T- 2NO 10#
B- 2NO 12# +
2NO 10#
R- 6Ø@ 6"

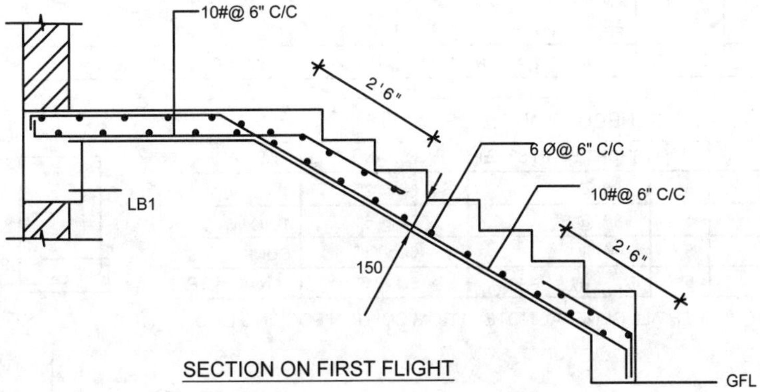

SECTION ON FIRST FLIGHT

AJIT R. JADHAV D.C.E.
ARCHITECTS & CIVIL ENGINEERS
1371 `A' WARD, RANKALA TOWER,
JOCKEY BUILDING, KOLHAPUR
PHONE NO. 2545013

STRUCTURAL ENGINEER:
I.S.PATIL M.E.STRUCTURE
B2 BAGESHREE APRT.,
SUDHAKAR NAGAR, KOLHAPUR.
PH:692456.

WEST

वास्तु अजित/७८

NE SE NW SW

NE

EAST

SE

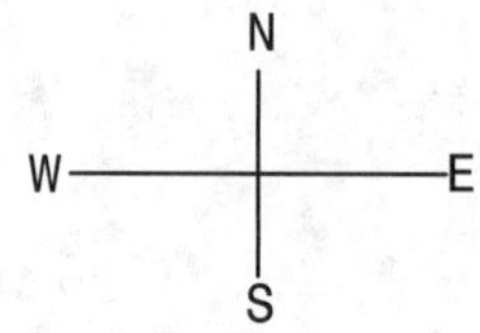

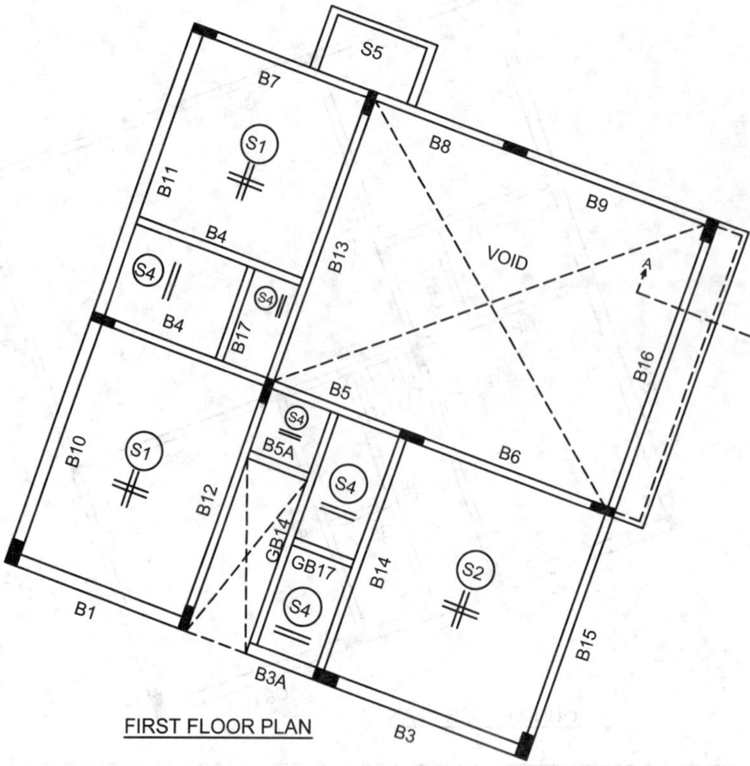

FIRST FLOOR PLAN

NORTH

SOUTH

SCHEDULE OF F.F.L. BEAMS							
BEAM NO.	SIZE	TOP BAR	BOTTOM BAR		RINGS NEAR		REMARK
			STRAIGHT	BENT	SUPPORT	CENTRE	
B1	9" X 15"	2NO 8#	2NO 16#	1NO 16#	8# @ 5"	8# @ 7"	
B3	9" X 15"	2NO 16# + 1NO 12# FROM B3A	2NO 12# FROM B3A		6Ø@ 6"	6Ø@ 8"	
B4	6" X 21"	2NO 8#	2NO 16#	1NO 16#	8# @ 5"	8# @ 6"	
B5	6" X 15"	2NO 8#	2NO 12#	2NO 12#	8# @ 4"	8# @ 6"	
B6	6" X 18"	2NO 8#	2NO 12#	2NO 12#	6Ø@ 4"	6Ø@ 6"	
B7	6" X 15"	2NO 8#	2NO 12#	2NO 12#	6Ø @ 4"	6Ø@ 6"	
B8	6" X 18"	2NO 8#	2NO 12#	2NO 12#	6Ø @ 4"	6Ø@ 6"	
B9	6" X 18"	2NO 10#	2NO 16#	1NO 16#	8# @ 6"	8# @ 8"	
B10	9" X 18"	2NO 8#	2NO 16#	2NO 16#	6Ø @ 4"	6Ø@ 6"	
B11	9" X 24"	2NO 10#	3NO 16#	2NO 16#	6Ø @ 4"	6Ø@ 6"	
B12	6" X 21"	2NO 8#	2NO 16#	1NO 16#	8# @ 6"	8# @ 8"	
B13	6" X 27"	2NO 8#	2NO 16#	1NO 20#	6Ø @4"	6Ø @ 6"	
B14	6" X 21"	2NO 10#	2NO 16#	2NO 12#	6Ø @ 5"	6Ø @ 7"	
B15	6" X 18"	2NO 8#	2NO 16#	2NO 10#	6Ø @ 6"	6Ø @ 8"	
B16	6" X 18"	2NO 8#	2NO 16#	2NO 16#	6Ø @ 5"	6Ø @ 7"	
B17	6" X 12"	2NO 8#	2NO 10#		6Ø @ 6"	6Ø @ 8"	
B3A	9" X 15"	2NO 16# + 1NO 12# FROM B3	2NO 12# FROM B3		8# @ 5"	8# @ 5"	
B5A	9" X 12"	2NO 10#	2NO 10#	2NO 12#	6Ø @ 6"	6Ø @ 6"	

SCHEDULE OF SLABS				
SLAB NO.	THK.	SHORT SPAN STEEL	LONG SPAN STEEL	REMARK
S1	5"	8# @ 7"	8# @ 7"	TWO WAY
S2	5"	8# @ 6"	8# @ 6"	TWO WAY
S4	5"	8# @ 6"	6Ø @ 6"	SUNK
S5	5"	8# @ 6" AT TOP ULT. BAR SPRING	6Ø @ 6"	CANTILEVER

NOTE : REFER ALL GENERAL NOTES FROM COLUMN FOOTING DRG.

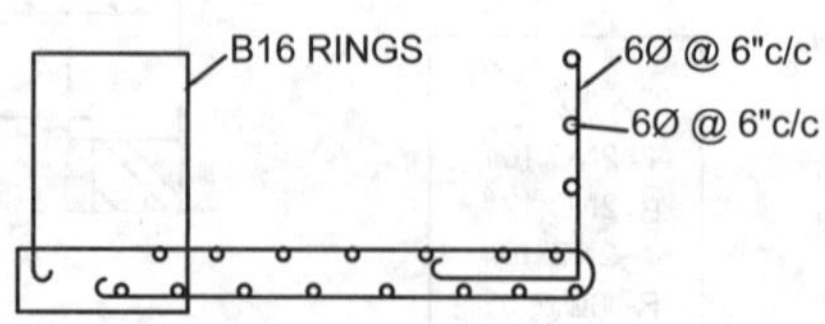

SECTION A - A

NAME OF WORK:

R.C.C. DETAIL AS PER INDIAN VASTUSHASTRA FOR NORTH, NORTH-EAST SIDE EXTENDED PLOT KOLHAPUR

AJIT R. JADHAV
ARCHITECTS & CIVIL ENGINEERS
1371 `A' WARD, RANKALA TOWER,
JOCKEY BUILDING, KOLHAPUR
PHONE NO. 2545013

STRUCTURAL ENGINEER:
I.S.PATIL M.E.STRUCTURE
B2 BAGESHREE APRT.,
SUDHAKAR NAGAR, KOLHAPUR.
PH:692456.

WEST

वास्तु अजित/७९

NW

SW

EAST

NE SE

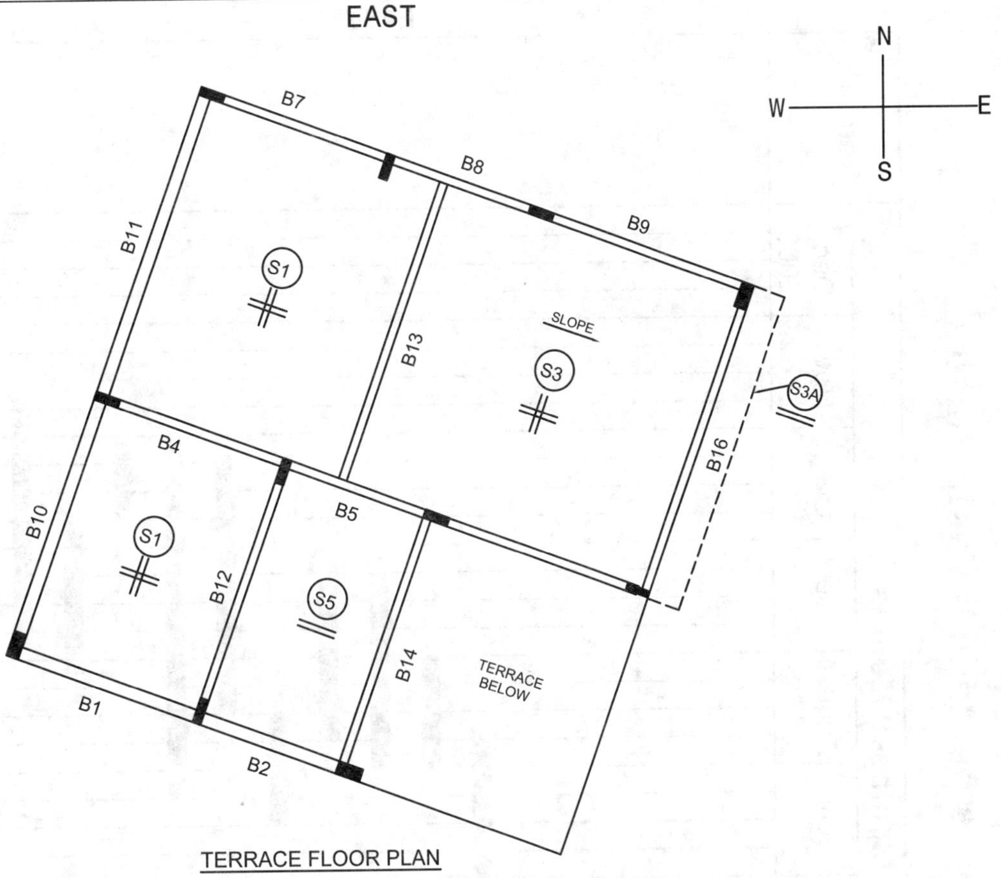

TERRACE FLOOR PLAN

NORTH SOUTH

SCHEDULE OF TERRACE LEVEL BEAMS							
BEAM NO	SIZE	TOP BAR	BOTTOM BAR		RINGS NEAR		REMARK
			STRAIGHT	BENT	SUPPORT	CENTRE	
B1	9" X 12"	2NO 8#	2NO 12#	2NO 12#	6Ø @ 4"	6Ø@ 6"	
B2	9" X 15"	2NO 8#	2NO 16#	2NO 16#	8# @ 5"	8# @ 7"	
B4,7	6" X 18"	2NO 8#	2NO 12#	2NO 12#	6Ø @ 6"	6Ø@ 8'	
B5,8	6" X 24"	2NO 12#	2NO 12#	1NO 16#	6Ø @ 7"	6Ø @ 7"	
B6,9	6" X 18"	2NO 8#	2NO 16#	1NO 12#	8# @ 5"	8# @ 7"	
B10	9" X 12"	2NO 8#	2NO 16#	2NO 16#	6Ø @ 6"	6Ø@ 8'	
B11	9" X 21"	4NO 12#	2NO 20#	2NO 16#	6Ø@ 6"	6Ø@ 8"	
B12	6" X 21"	2NO 12#	1NO 20	2NO 16#	8# @ 4"	8# @ 6"	
B13	6" X 24"	2NO 12#	2NO 20#	1NO 16#	6Ø @ 5"	6Ø @ 7"	
B14	6" X 21"	2NO 10#	2NO 16#	2NO 12#	6Ø @ 4"	6Ø @ 6"	
B16	6" X 24"	2NO 16#	2NO 20#	2NO 16#	8# @ 4"	8# @ 6"	

SCHEDULE OF SLABS				
SLAB NO.	THK.	SHORT SPAN STEEL	LONG SPAN STEEL	REMARK
S1	5"	8# @ 7"	8# @ 7"	TWO WAY
S2	5"	8# @ 6"	8# @ 6"	TWO WAY
S3	6"	10# @ 6"	10# @ 6"	SLOPING
S4	5"	8# @ 6"	6Ø @ 6"	SUNK
S5	4.5"	8# @ 7"	6Ø @ 6"	ONE WAY
S3A	6"	10# @ 6"	6Ø @ 6"	CANTILEVER

NOTE : REFER ALL GENERAL NOTES FROM COLUMN FOOTING DRG.

NAME OF WORK:
R.C.C. DETAIL AS PER INDIAN VASTUSHASTRA FOR NORTH, NORTH-EAST SIDE EXTENDED PLOT KOLHAPUR

AJIT R. JADHAV
ARCHITECTS & CIVIL ENGINEERS
1371 `A' WARD, RANKALA TOWER,
JOCKEY BUILDING, KOLHAPUR
PHONE NO. 2545013

STRUCTURAL ENGINEER:
I.S.PATIL M.E.STRUCTURE
B2 BAGESHREE APRT.,
SUDHAKAR NAGAR, KOLHAPUR.
PH:692456.

NW WEST SW

वास्तु अजित/८०

NW NORTH NE

Bar Chart & Monthly Cash Flow for New Bungalow as per Indian Vastushastra

Sr. No.	Activity	March 2003	April	May	June	July	August	Sept.	Oct.	Nov.	Dec. 2003	Remark
		Period in Months- 9 Months										
1	Lining out the Structure & Compound Wall											
2	R.C.C.Footing & Plinth Beams											
3	Plinth Work with P.C.C.											
4	R.C.C.Column & Stair -Case											
5	R.C.C. Slab Ground Floor											
6	Brick Masonry with Lintel, Loft Chajja											
7	Internal Sand Faced Plaster											
8	Doors, Windows & Railing Fitting											
9	Flooring, Dado Tiles,Kitchen Katta Fitting											
10	R.C.C. Slab First Floor											
11	First Floor Construction											
12	Sanitation & Plumbing Work											
13	Overhead Water Tank Fitting											
14	I.P.S.& Parapet for Terrace											
15	External Sand Faced Plaster											
16	Electrification											
17	Internal & External Painting											
18	Handling over the Site											
19	Vastushanti & Gruh Pravesh											
	Cash Flow / Months in %	5.0%	5.25%	6.0%	6.5%	11.0%	17.0%	21.0%	18.25%	10.0%	100.0%	

WEST EAST

SW SOUTH SE

NE EAST SE

TOTAL ESTIMATE BREAK-UP OF R.C.C.VASTU

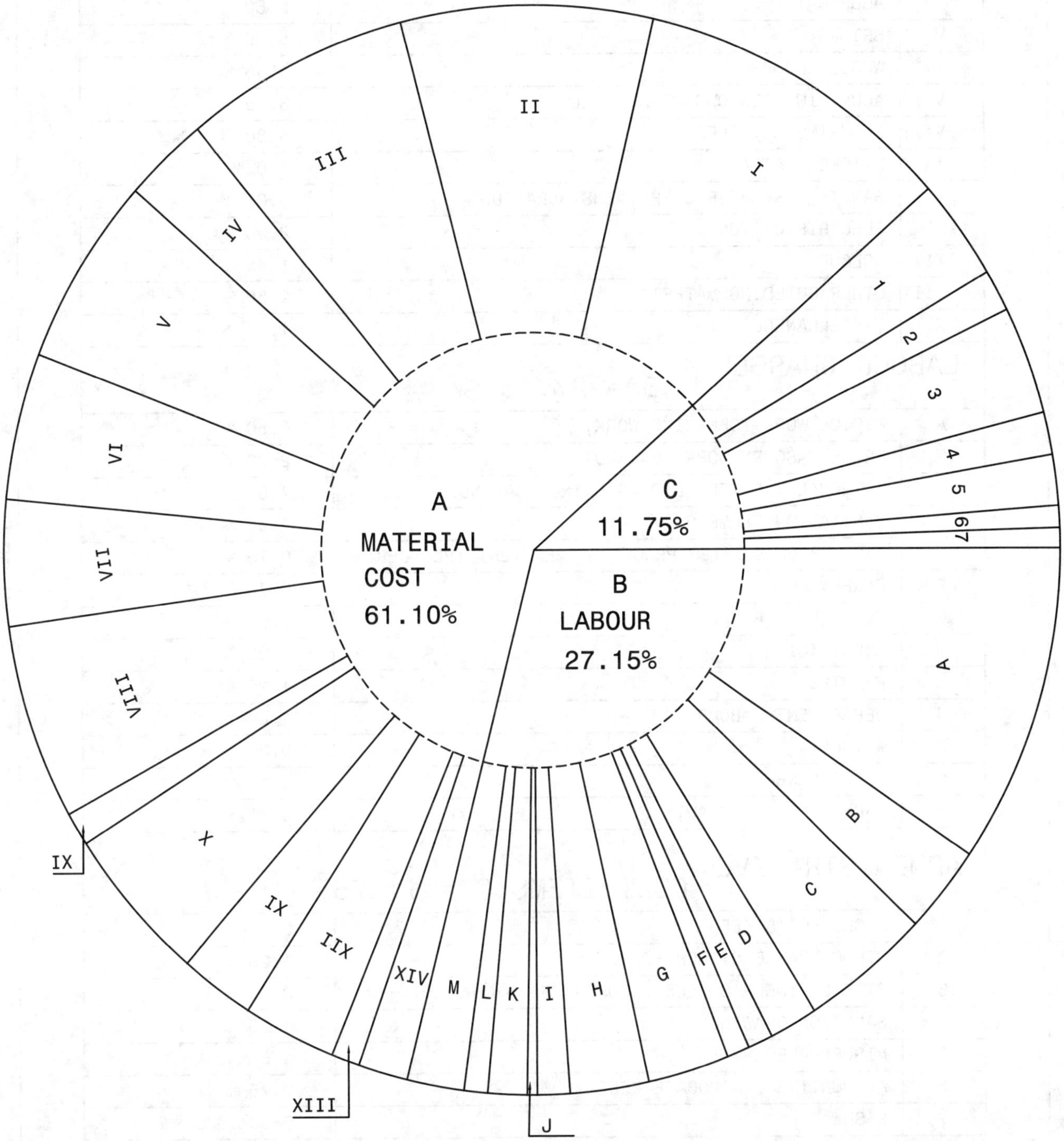

वास्तु अजित/८२

NW WEST SW

EAST

NE SE

NORTH SOUTH

TOTAL ESTIMATE BREAK-UP OF R.C.C. VASTU

MATERIAL COST A = 61.10 %

I	CEMENT	11.30 %
II	STEEL	7.65 %
III	SAND	6.90 %
IV	AGGREGATE	2.60 %
V	BRICKS	5.60 %
VI	WOODEN DOORS	4.35 %
VII	ALUMINIUM WINDOWS WITH GRILL	3.75 %
VIII	FLOORING & TILES	5.80 %
IX	KITCHEN KATTA	1.0 %
X	SANITARY & WATER SUPPLY INSTALLATION	4.65 %
XI	ELECTRIFICATION	2.30 %
XII	COLOUR	1.45 %
XIII	OTHER BUILDING MATERIAL	2.50 %
XIV	MISCELLANEOUS	1.25 %

LABOUR CHARGES B = 27.15 %

A	R.C.C. WORK (CENTRING WORK)	9.50 %
B	BRICK MASONRY WORK (GAVANDI)	2.60 %
C	INTERNAL & EXTERNAL PLASTERING (GAVANDI)	4.0 %
D	SANITATION PLUMBER	1.50 %
E	DAMP PROOF & WATER PROOFING TREATMENT (PLUMBER)	0.75 %
F	CARPENTER	0.70 %
G	TILES FITTER	2.50 %
H	ELECTRICIAN	1.25 %
I	PAINTER	1.15 %
J	DEPARTMENT LABOUR	1.0 %
K	WATCHMAN	0.30 %
L	MISCELLANEOUS	1.15 %
M	ARCHITECTURAL BEAUTY	0.75 %

ADMINISTRATIVE COST ITEMS C = 11.75%

1	ARCHITECT'S FEES	3.0 %
2	STRUCTURAL ENGINEER'S FEES	1.25 %
3	SITE ENGINEER'S FEES / SUPERVISION CHARGES	3.50 %
4	SANCTION DRAWING	1.25 %
5	MISCELLANEOUS	1.5 %
6	ACCOUNTING / ADVOCATE FEES	0.75 %
7	RISHWAT	0.50 %

	MATERIAL COST	RS. 61.10 /-
	LABOUR CHARGES	RS. 27.15 /-
	ADMINISTRATIVE COSTS	RS. 11.75 /-
	TOTAL ESTIMATE OF PROJECT	RS. 100.0 /-

NW WEST SW

EAST ROAD MODEL BUNGALOW AS PER INDIAN VASTU-SHASTRA

ARCHITECTS & CIVIL ENGG.
AJIT R. JADHAV

NE EAST SE

SOUTH EAST-EAST SIDE EXTENDED PLOT

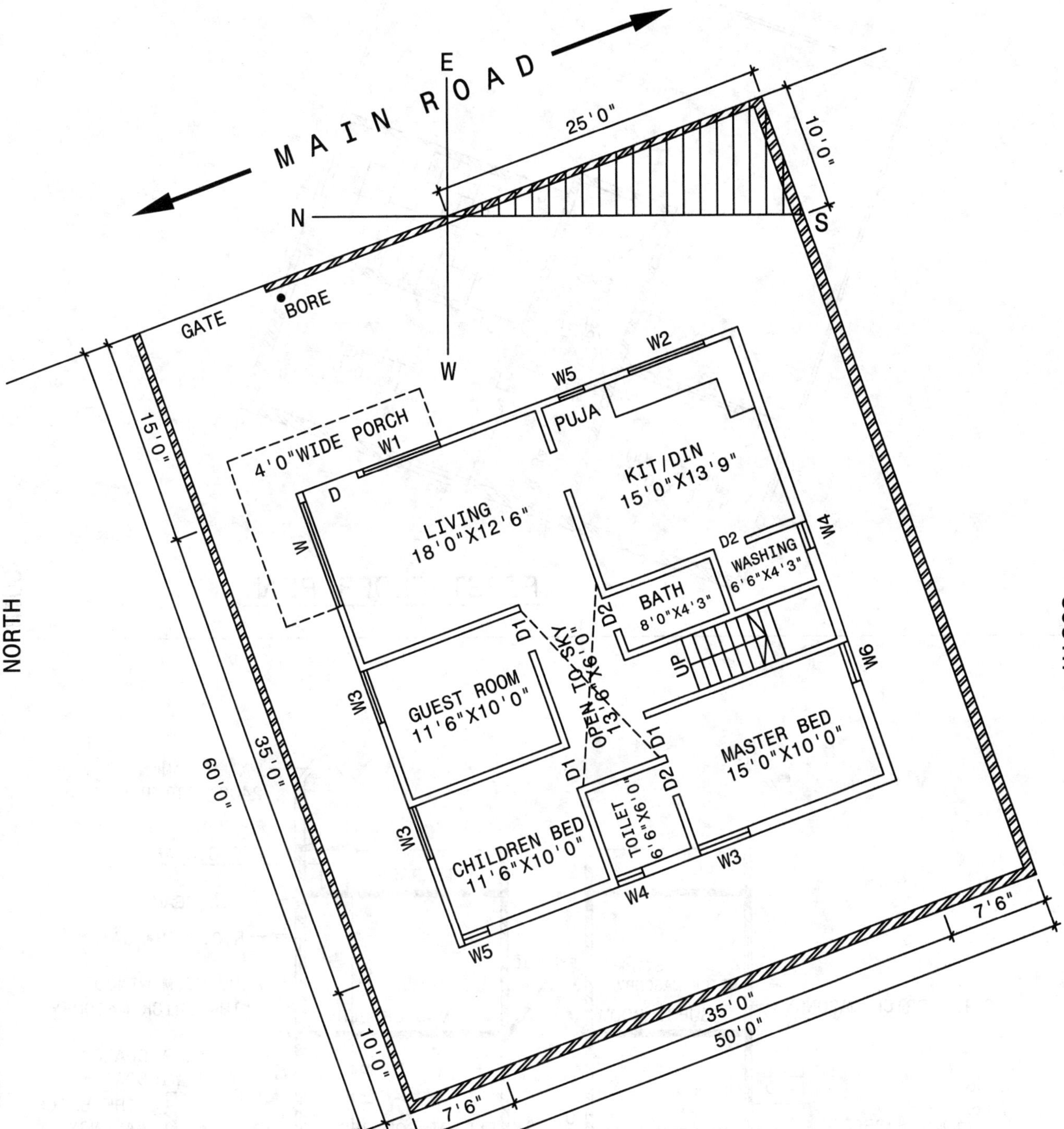

NORTH

SOUTH

GROUND FLOOR PLAN

BUILT UP AREA = 1225.00 SQ.FT.

NW WEST SW

EAST

SOUTH EAST-EAST SIDE EXTENDED PLOT

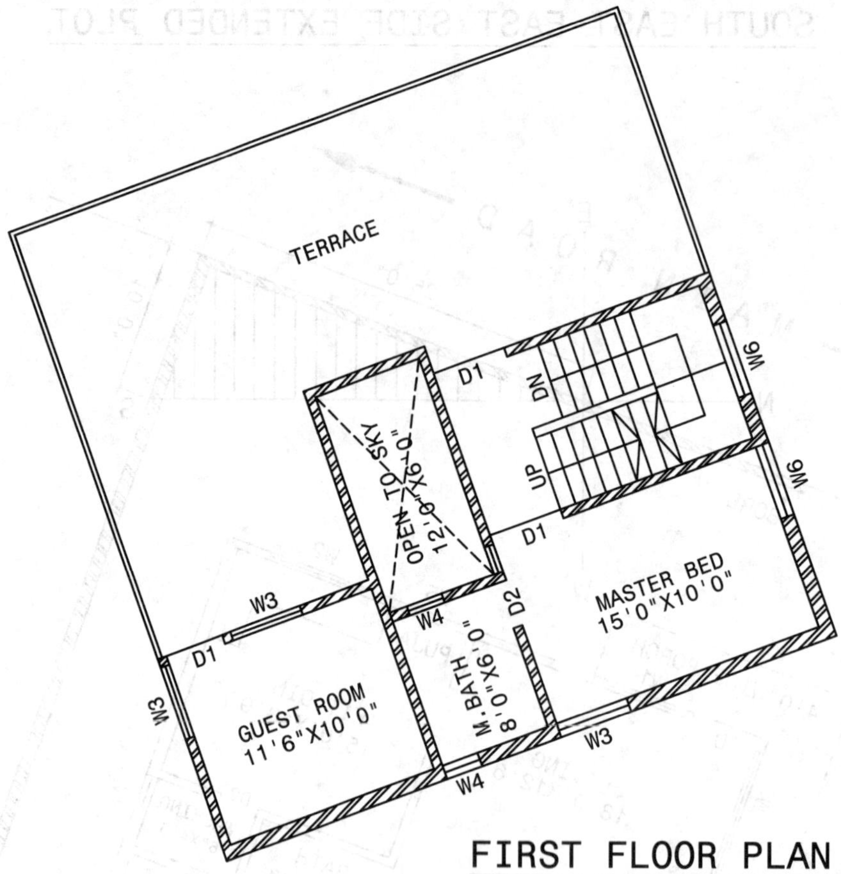

FIRST FLOOR PLAN

NORTH

SOUTH

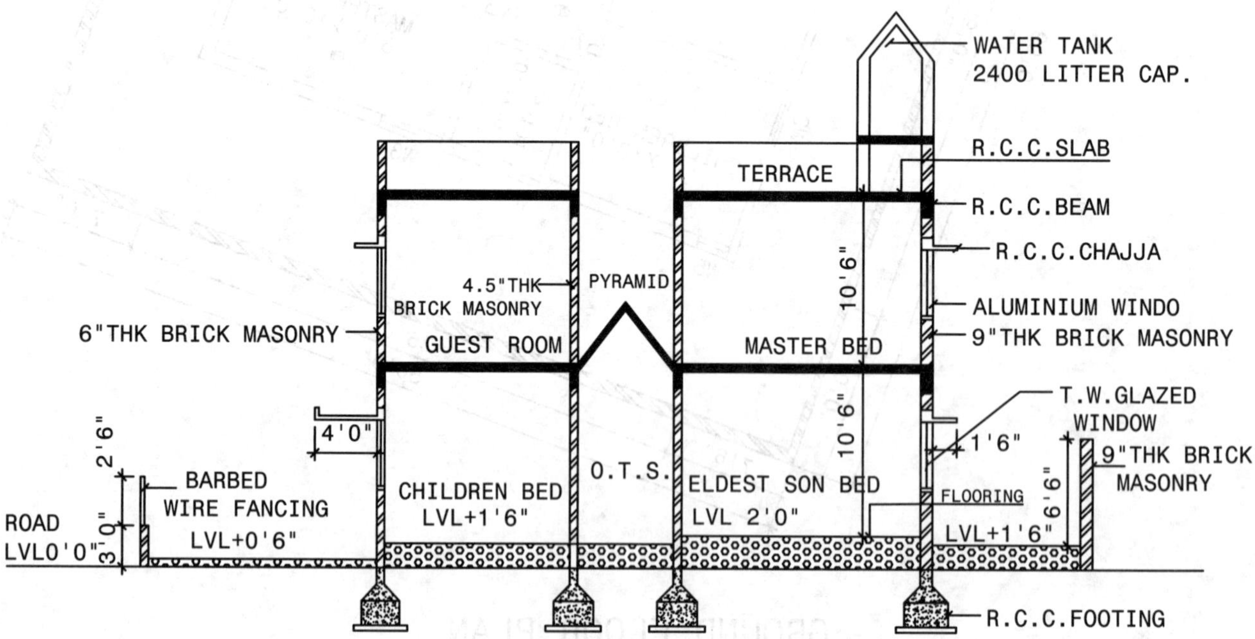

SECTION-X-X

WEST

EAST

NE SE

पूर्व-आग्नेय दिशा वाढलेला प्लॉट (South East - East Side Extended Plot)

भारतीय वास्तुशास्त्र व ज्योतिषशास्त्रानुसार प्लॉटवर खालीलप्रमाणे वास्तू बांधावी.

१) प्लॉटच्या पूर्वेच्या व उत्तरेच्या कम्पाउन्ड वॉलपेक्षा (6" thick) पश्चिम व दक्षिणेची कम्पाउन्ड वॉल (9" thick) जास्त जाडीची व जास्त उंचीची आहे. कम्पाउन्ड वॉलचा नैर्ऋत्य कोपरा ९०° आहे.

२) प्लॉटच्या पूर्व-ईशान्य या उच्च स्थानी मुख्य गेट आहे. गेटवर ॐ व स्वस्तिक ही शुभ चिन्हे आहेत.

३) वास्तूच्या पूर्व-ईशान्य या उच्च स्थानी मुख्य दरवाजा आहे. मुख्य दरवाजा सागवानी, सुशोभित, शुभ चिन्हांनी युक्त आहे.

४) प्लॉटच्या पूर्व-ईशान्य या उच्चस्थानी बोअर मारलेले आहे. बोअर चंद्राच्या शुभ नक्षत्रावर मारावे.

५) संपूर्ण वास्तूचा व आतील प्रत्येक रूमचा आय शुभ आहे. त्यामुळे वास्तू दीर्घायुषी आहे.

६) ईशान्येला हॉल, आग्नेयेला किचन, किचनमध्ये ईशान्येला देव्हारा, वायव्येला मुलांचे शयनकक्ष, मध्य उत्तरेला पाहुण्यांची खोली, नैर्ऋत्येला मुख्य शयनकक्ष ॲटॅच बाथरूमसहित, कॉमन बाथरूम व कपडे धुण्याची जागा मध्य दक्षिणेला अशी वास्तुशास्त्रानुसार अंतर्गत रचना आहे.

७) वास्तूचे ब्रह्मस्थळ वजनविरहित व बांधकामविरहित आहे. त्यामुळे वास्तुपुरुषाचे मर्मस्थान निरोगी राहते.

८) वास्तूचा पूर्व-ईशान्य व उत्तर-ईशान्य कोपरा पोर्च घेऊन वाढविलेला आहे.

९) वास्तूच्या पूर्वेच्या व उत्तरेच्या भिंतीपेक्षा (6" thick) पश्चिम व दक्षिणेची भिंत (9" thick) जास्त जाडीच्या आहेत. पूर्वेला व उत्तरेला खिडक्यांची लांबी-रूंदी, पश्चिमेच्या व दक्षिणेच्या खिडक्यांपेक्षा जास्त आहे.

१०) वास्तूमध्ये प्रत्येक रूमचे दरवाजे व खिडक्या उच्च स्थानी आहेत. खिडक्यांवर पावसापासून संरक्षण व्हावे यासाठी छज्जे आहेत.

११) वास्तूमध्ये जिना दक्षिण-मध्य प्रभागात येतो. जिना जास्त रूंदीचा, जास्त जागा व्यापणाऱ्या वेस्ट स्लॅब सहित असल्यामुळे जास्त वजनाचा आहे.

NORTH SOUTH

१२) ड्रॉइंगमध्ये Section X-X मध्ये दाखवल्याप्रमाणे प्लॉटच्या जमिनीचा उतार नैर्ऋत्येकडून (1'-6") ईशान्येकडे (0'-6") आहे. ईशान्येपेक्षा रस्ता पातळी (0'-0") खाली आहे.

१३) Section X-X मध्ये दाखवल्याप्रमाणे ईशान्येचा हॉल (+1'-0") व नैर्ऋत्येची बेडरूम (+2'-0") असा फ्लोअरिंग लेव्हल डिफरन्स आहे.

१४) Section X-X मध्ये दाखवल्याप्रमाणे दुसऱ्या मजल्याच्या नैर्ऋत्य कोपऱ्यात पिण्याच्या पाण्याची टाकी आहे. टाकीचे छत पिरॅमिड शेपमध्ये आहे. पाणी टाकीवर पूर्वेकडे स्लोपिंगवर सूर्यप्रकाश आत येण्यासाठी एक काचेची खिडकी आहे.

१५) वास्तूच्या पहिल्या मजल्यावर नैर्ऋत्येला मुख्य शयनकक्ष ॲटॅच मास्टर बाथरूमसहित आहे.

१६) वास्तूच्या पहिल्या मजल्यावर पाहुण्यांची खोली वायव्येला आहे.

१७) वास्तूच्या ब्रह्मस्थळावर पिरॅमिड शेपचे प्लॅस्टिकचे आवरण आहे. ब्रह्मस्थळावर पिरॅमिड चिकित्सेचा योग्य वापर केलेला आहे. त्यामुळे उजेडही आत येईल.

१८) वास्तूच्या पहिल्या मजल्याचा पूर्व-ईशान्य ते दक्षिण-आग्नेय व मध्य उत्तर भाग बांधकामविरहित (Open Terrace) आहे. टेरेसवर निवांतपणा अनुभवण्यासाठी एक झोपाळा आग्नेय कोपऱ्यात असावा.

१९) वास्तू प्लॅन शासनाच्या नियम व अटींना अनुसरून बनवल्याने तत्काळ मंजूर होईल.

२०) वास्तू व प्लॉटची जमीन ईशान्येकडून नैर्ऋत्येकडे (Ascending Order) चढती आहे.

२१) या वास्तूची त्रिमिती आकृती (Three Diamensional Perspective View) सोबत दिलेली आहे.

२२) वास्तूचे ग्राउंड फ्लोअर व फर्स्ट फ्लोअर क्षेत्रफळाचे कोष्टक दिलेले आहे.

२३) सेकंड फ्लोअर टेरेसवर चढण्यासाठी लागणारी लोखंडी शिडी वायव्य बेडरूमच्या पहिल्या मजल्याच्या भिंतीला फिट केलेली आहे. त्या शिडीचा उपयोग सोलर सिस्टिम बसवणे, पाण्याची टाकी साफ करणे, पतंग उडवण्यासाठी वर जाणे इत्यादी विविध कारणांसाठी होतो.

अशा रीतीने मध्यमवर्गीयांना, कनिष्ठ श्रीमंतांना परवडेल, अत्याधुनिक सुखसोयींनीयुक्त भारतीय वास्तुशास्त्र व ज्योतिषशास्त्राला अनुसरून अत्यंत देखणी, सुलक्षणी वास्तू, घर निर्माण करता येते. आवश्यकता आहे फक्त योजकाची.

NW WEST SW

NE EAST SE

A) A MAGNETIC NEEDLE ON CENTRE OF THE PLOT

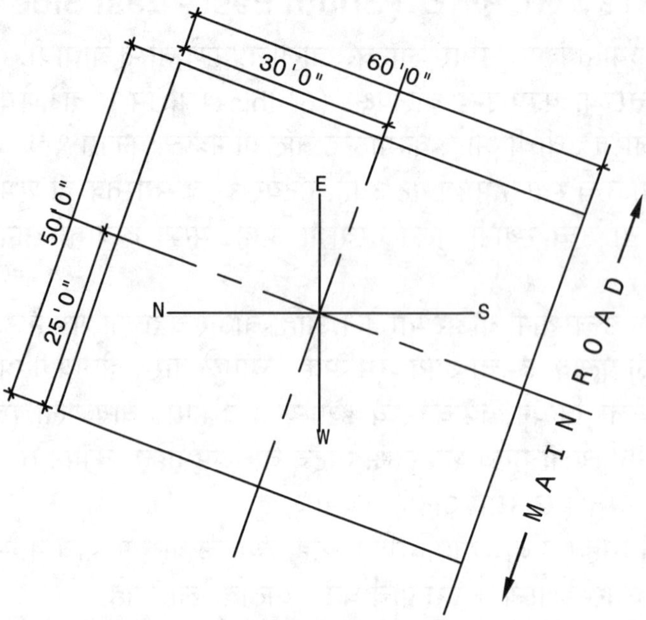

B) A MAGNETIC NEEDLE ON ROAD & PLOT SIDE CENTRE

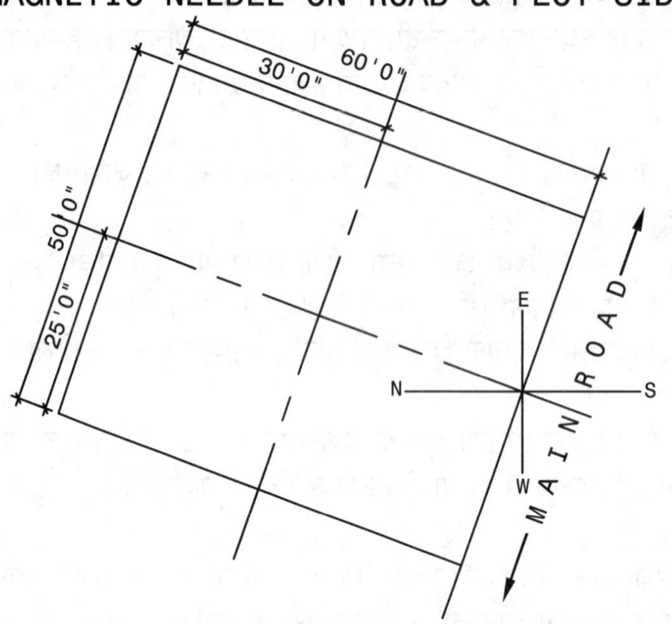

NORTH SOUTH

C)HATCHING INDICATES EXTENDED SIDE OF PLOT

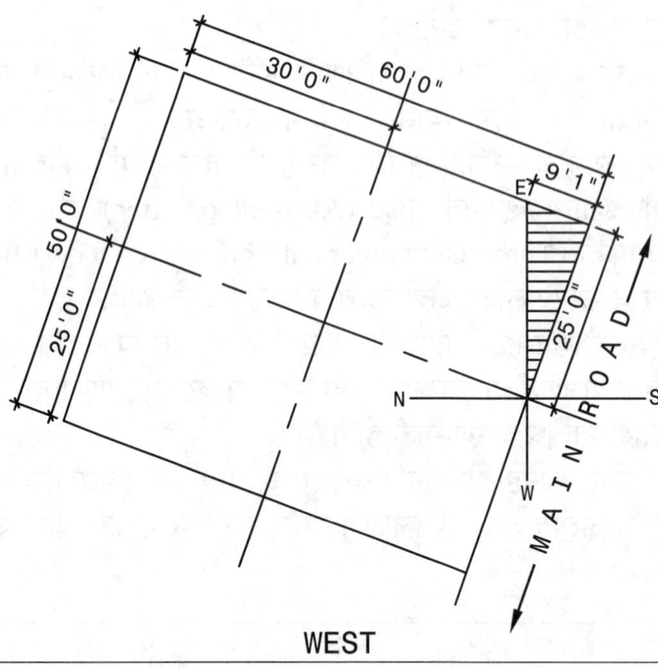

NW WEST SW

दर्शन (Indepretion), स्पर्शन (Palpation) व प्रश्न (Interrogation) या त्रिविध पद्धतीने वैद्य परीक्षा करतो. त्याच वेळी शरीरात असंतुलनाची एक सूक्ष्म प्रतिक्रिया निर्माण होते. त्याच्यावर अचूक निदान करू शकतो व कमीत कमी औषधोपचारात रोगाचे समूळ उच्चाटन करतो. असाच प्रकार प्लॉट परीक्षणाबाबत आहे. कोपरा वाढलेले एकूण आठ प्रकारचे प्लॉट खालीलप्रमाणे आहेत.

१) पूर्व-आग्नेय दिशा वाढलेला विदिशा प्लॉट (Southeast - East Side Extended Plot)

२) दक्षिण-आग्नेय दिशा वाढलेला विदिशा प्लॉट (Southeast - South Side Extended Plot)

३) दक्षिण-नैर्ऋत्य दिशा वाढलेला विदिशा प्लॉट (Southwest - South Side Extended Plot)

४) पश्चिम-नैर्ऋत्य दिशा वाढलेला विदिशा प्लॉट (Southwest - West Side Extended Plot)

५) पश्चिम-वायव्य दिशा वाढलेला विदिशा प्लॉट (Northwest - West Side Extended Plot)

६) उत्तर-वायव्य दिशा वाढलेला विदिशा प्लॉट (Northwest - North Side Extended Plot)

७) उत्तर-ईशान्य दिशा वाढलेला विदिशा प्लॉट (Northeast - North Side Extended Plot)

८) पूर्व-ईशान्य दिशा वाढलेला विदिशा प्लॉट (Northeast - East Side Extended Plot)

कोपरा वाढलेल्या सर्व प्रकारच्या प्लॉटवर वास्तुशास्त्र व ज्योतिषशास्त्राला अनुसरून कशी वास्तू बांधावी? याची ड्रॉइंग्ज पुढे दिलेली आहेत. ड्रॉइंगप्रमाणे वास्तू निर्माण केल्यास –

१) वास्तुमालकाचे जीवन सुखाचे, समृद्धीचे, भरभराटीचे बनते.

२) उद्योगधंदा चांगला चालतो, नोकरीत बढती मिळते. त्यामुळे कुटुंबाचा आर्थिक स्तर उंचावतो.

३) मानसिक, कौटुंबिक, वैवाहिक जीवन आनंदमय, निरामय बनते.

४) शारीरिक स्वास्थ्य चांगले राहते. कुटुंब निरोगी राहते. निरोगी शरीरात निरोगी मन राहते.

५) मुलांची शैक्षणिक प्रगती नेत्रदीपक होते. मुले, मुली कर्तबगार व आज्ञाधारक बनतात. स्वत:चे शिक्षण शिष्यवृत्ती मिळवून पूर्ण करतात.

६) समाजामध्ये प्रतिष्ठा व कीर्ती प्राप्त होते. शब्दाला किंमत येते. जबान चेकची भूमिका बजावते.

७) फक्त गुप्त शत्रूंच्या संख्येत वाढ होते. त्यामुळे अतिशय सावधगिरीने मार्गक्रमण करावे लागते. कोर्ट कचेऱ्या, भागिदारी यापासून दूर राहावे. खुषमस्करे, बगलबच्चे यांचा वेढा सावधगिरीने तोडावा. यांच्याकडून अतिमहत्त्वाच्या बातम्या फुटतात.

ड्रॉइंगला अनुसरून बांधकाम न केल्यास किंवा प्लॉट तसाच पडून राहिल्यास मात्र वास्तुमालकाला भयानक परिणामांना, आपत्तींना, संकटांना तोंड द्यावे लागते. प्लॉटचे कोपरे वाढणे या प्रकरणात दिलेल्या अशुभ परिणाम व त्यांची तीव्रता अनुभवास येते. विदिशा प्लॉट घरात असलेल्या उपवर मुलीसारखा आहे. जर उपवर मुलगी घरी ठेवली तर ती झुरते. तिचा शाप कुटुंबाला लागतो किंवा ती पळून जाऊन प्रेमविवाह करते व घराची प्रतिष्ठा, लौकिक धुळीस मिळवते. कुटुंबाच्या वाट्याला फक्त कुसंस्कार केल्याची बदनामी येते. वेळीच लग्न केल्यास कन्यादानाचे अगणित पुण्य प्राप्त होते.

विदिशा प्लॉट तसाच न वापरता ठेवला तर तो प्लॉट नावावर असलेली व्यक्ती आर्थिक अडचणीत येते. व्यक्तीची सामाजिक प्रतिष्ठा, कीर्ती धुळीस मिळते. जीवन रखरखीत, भकास वाटते. अपयशाचे वाटेकरी व्हावे लागते. त्यामुळे बांधायचा नसल्यास विदिशा प्लॉट येईल त्या किमतीला विकून टाका. हाच एकमेव राजमार्ग आहे; कारण नदी, नारी व विदिशा प्लॉट गमनशीलतेच्या, भ्रमरवृत्तीच्या दृष्टीने समान आहे. नदी जलाने, नारी स्वच्छंदी वृत्तीने, विदिशा प्लॉट वास्तुदोषाने कुल (तट), कुल (वंश) यांचा नाश करतो. नदी तट पाडते तर विदिशा प्लॉट स्वकुलाला पतित करतो.

NE EAST SE

कोपरा वाढलेले विदिशा प्लॉट (Corner Extended Plot)

प्रथम प्लॉट परीक्षण करताना प्लॉटच्या मध्यावर होकायंत्र घेऊन उभे रहावे. होकायंत्रावरील उत्तर दिशा स्थिर होताच समजते की, प्लॉटच्या मध्यातून दक्षिणोत्तर चुंबकीय वृत्त गेलेले आहे की प्लॉटच्या दुसऱ्या ठिकाणावरून गेले आहे? त्यामुळे तो प्लॉट विदिशा असावा किंवा कोपरा वाढलेला असावा, असा प्रथमदर्शनी अंदाज बांधता येतो. कोणता कोपरा वाढलेला आहे हे समजणे अत्यंत कठीण काम (Skilled work) आहे; कारण रस्त्याच्या लांबीच्या बाजूला काटकोनात सर्व प्लॉट असतात व रस्ता निर्माण कार्य शासनाच्या नियमानुसार होते.

शेकडो प्लॉटचा शास्त्रशुद्ध अभ्यास करून मी खालील अत्यंत सोपा फॉर्म्युला तयार केलेला आहे. त्या फॉर्म्युल्याच्या आधारे आपण प्लॉट किती अंशात विदिशा झालेला आहे, किती लांबी-रूंदीच्या क्षेत्रफळाने प्लॉटचा कोपरा वाढलेला आहे. प्लॉट कोणत्या दिशेला वाढलेला आहे, हे समजते.

१) प्रथमदर्शनी प्लॉटच्या मध्यावर उभे राहून होकायंत्राच्या साहाय्याने विदिशा प्लॉट असल्याबद्दल नजरेने प्राथमिक अंदाज बांधावा.

२) ड्रॉइंग १A मध्ये दाखवल्याप्रमाणे लाइन दोरी घेऊन प्लॉटच्या दोन्ही रूंदीचा मध्य व दोन्ही दिशेच्या लांबीचा मध्य घेऊन त्या ठिकाणी जमिनीवर एक फूट येईल अशी सळी मारावी.

३) त्या चार सळ्यांना रूंदीला व लांबीला अशा दोन लाइन दोऱ्या बांधाव्यात. त्यामुळे प्लॉटचा परफेक्ट सेंटर मिळेल. तेथे होकायंत्र ठेवावे, म्हणजे प्लॉट विदिशा असल्याची पक्की खात्री होईल.

४) ड्रॉइंग १B मध्ये दाखवल्याप्रमाणे रस्त्याला मिळणाऱ्या लाइनदोरीवरून चालत रस्त्याच्या बाउंड्रीवर यावे.

५) ड्रॉइंग १B मध्ये दाखवल्याप्रमाणे होकायंत्राच्या पूर्व-पश्चिम दिशेवर किंवा दक्षिण-उत्तर दिशेवर एक लाइन दोरी बांधावी.

NORTH SOUTH

६) ड्रॉइंग १C मध्ये दाखवल्याप्रमाणे होकायंत्राच्या पूर्व-पश्चिम दिशेवर किंवा दक्षिण-उत्तर दिशेवर एक लाइन दोरी बांधावी.

७) ड्रॉइंग १C मध्ये दाखवल्याप्रमाणे (Line Hatching) भागाची लांबी-रूंदी मोजून क्षेत्रफळ काढावे.

८) तेवढ्या क्षेत्रफळाचा भाग वाढलेला आहे, असा शास्त्रोक्त निष्कर्ष येतो. उदा. वरील प्लॉट ५०'-०'' x ६०'-०'' = ३००० Sq.ft. आहे. त्याचा २५'-०'' x ९'-१''= २२७.०८ Sq.ft. क्षेत्रफळाचा भाग वाढलेला आहे. वरील प्लॉट दक्षिण-आग्नेय कोपरा वाढलेला विदिशा प्लॉट (South East-South Side Extened Plot) या प्रकारात मोडतो.

९) रस्त्याच्या बाउंड्रीवर प्लॉटची रूंदी व होकायंत्राची लाइन दोरी यांच्या मध्यावर कोनमापक लावला असता प्लॉट किती अंशात विदिशा झालेला आहे हे समजते. उदा. वरील प्लॉट १८° विदिशा आहे.

वाचकांनी तज्ज्ञ वास्तुशास्त्रज्ञाचा सल्ला घेतल्याशिवाय प्लॉट कोणत्या प्रकारात मोडतो हे ठरवू नये. शिवाय फक्त होकायंत्राच्या साहाय्याने प्लॉटचा प्रकार ठरवू नये. लाइनदोऱ्या बांधूनच शास्त्रोक्त अनुमान काढावे. विदिशा प्लॉट परीक्षण व निरीक्षण करणे म्हणजे एखाद्या नामांकित वैद्याकडून नाडीपरीक्षा करून घेतल्यासारखे आहे. तज्ज्ञ वैद्य जसा आपल्या हाताने रूग्णाच्या उजव्या हाताच्या मनगटाजवळ तर्जनी, मध्यमा, अनामिका या तिन्ही बोटांनी नाडीची गती, तणाव, नियमितपणा, अनियमितपणा, शक्ती, स्पंदने तपासतो व प्राचीन ऋषी धन्वंतरी, वाग्भट, सुश्रुतांनी सांगितल्याप्रमाणे-

दर्शनस्पर्शन प्रश्ने परीक्षेत च रोगिणाम्
रोगनिदानं प्राग्रूपं लक्षणोपंशयाऽऽमितार्थः । (अ. ह. सु. १.२२)
तत्तु न सम्यक् षडविधो हि रोगाणां विज्ञानो
पाय तद्यथा पंचभिः श्रोत्रादिभिः प्रश्नेन चेति (सु.सं. १०-४)

वास्तु अजित/८९

NW WEST SW

NORTH EAST-EAST SIDE EXTENDED PLOT

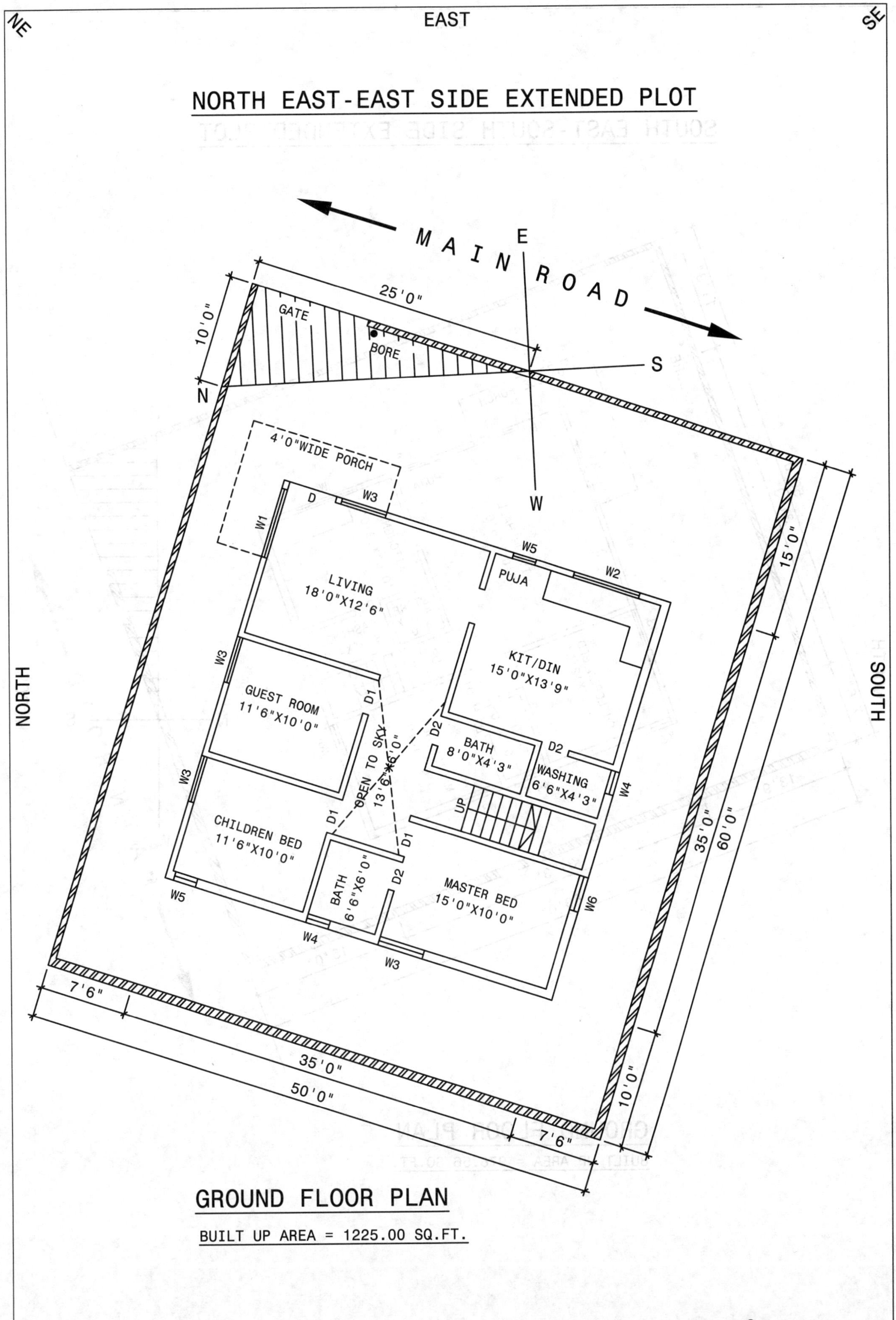

GROUND FLOOR PLAN

BUILT UP AREA = 1225.00 SQ.FT.

वास्तु अजित/९१

EAST

SOUTH EAST-SOUTH SIDE EXTENDED PLOT

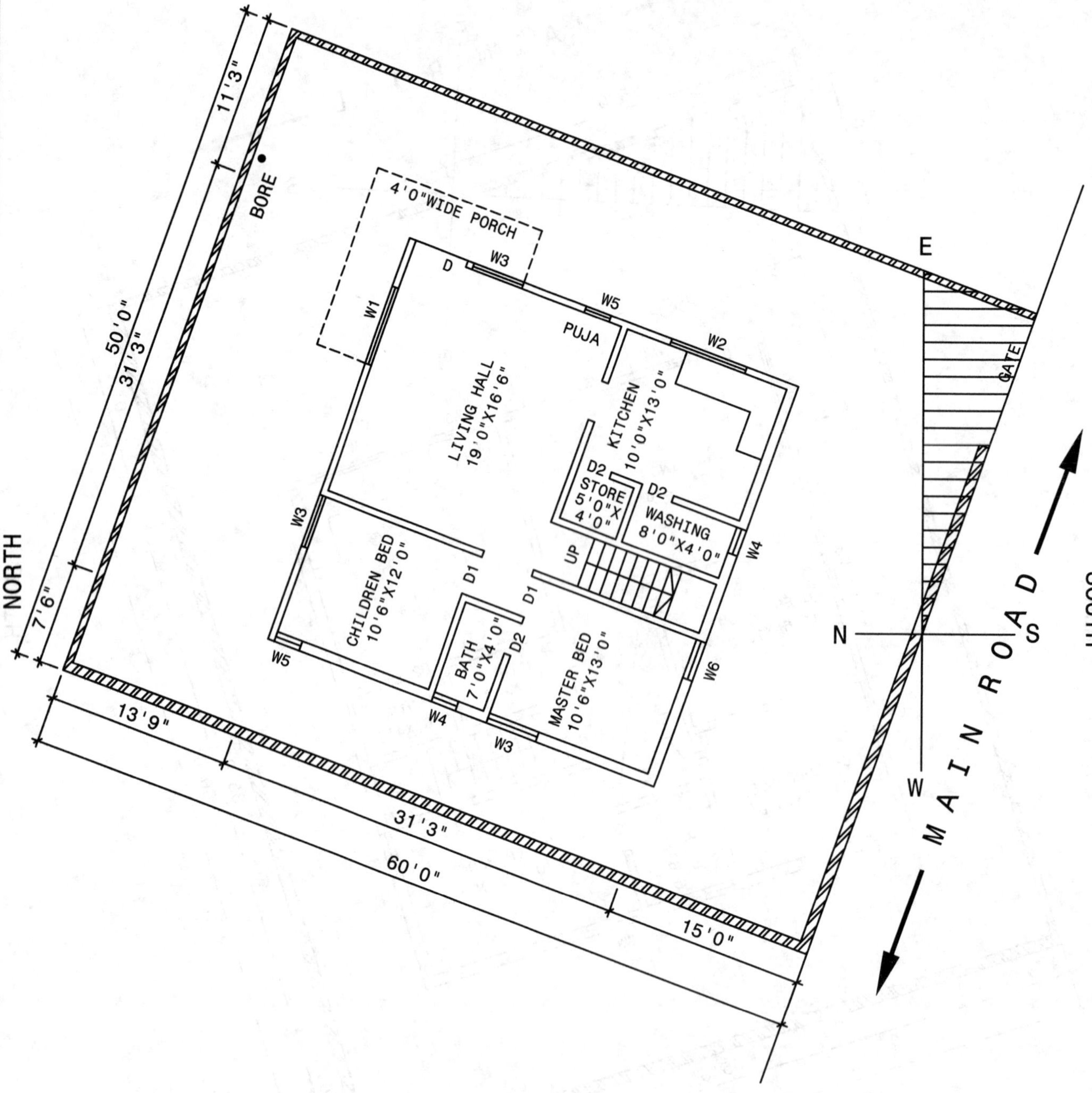

GROUND FLOOR PLAN

BUILT UP AREA = 976.56 SQ.FT.

वास्तु अजित/९२

WEST

NE EAST SE

SOUTH WEST-SOUTH SIDE EXTENDED PLOT

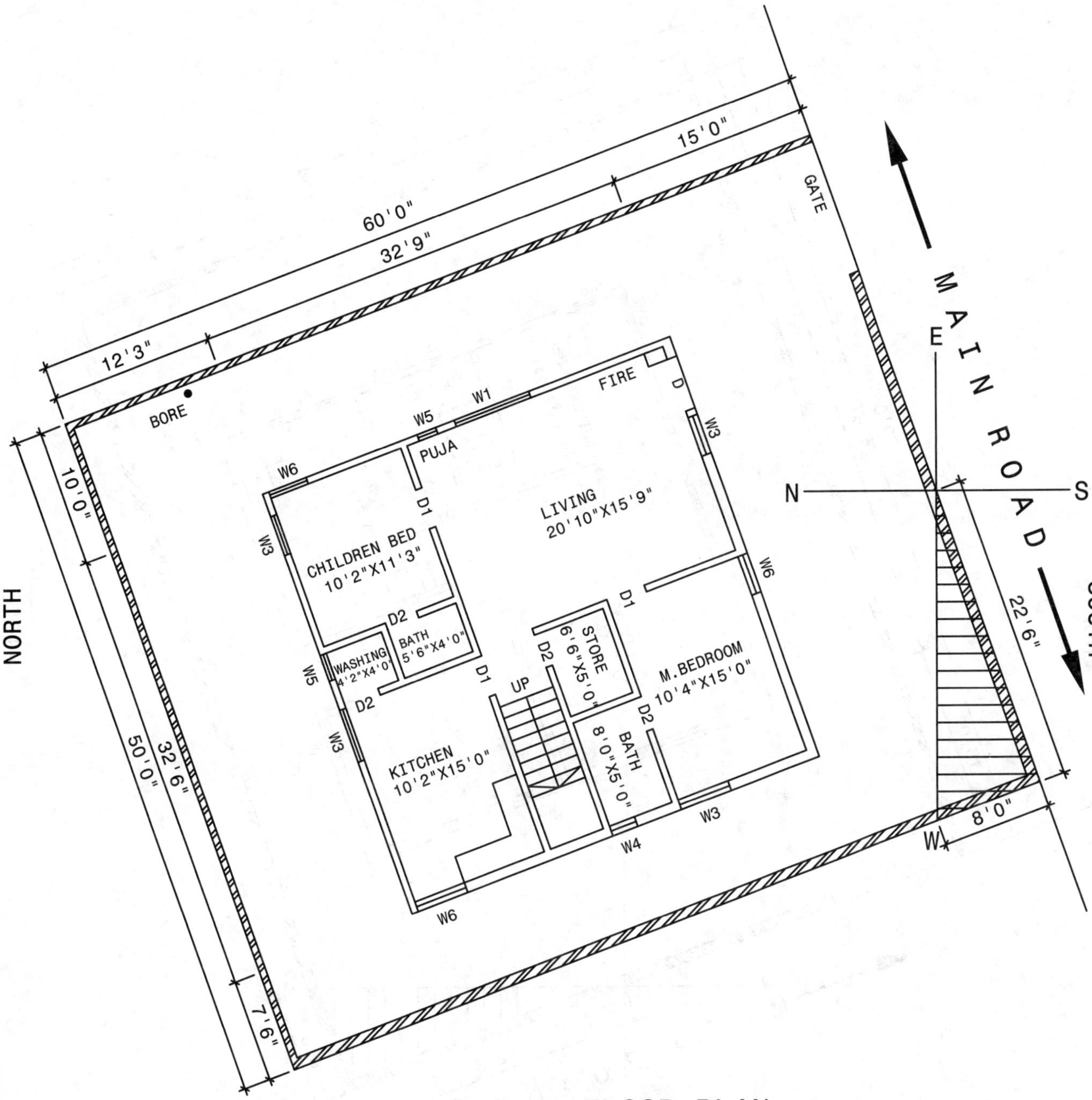

GROUND FLOOR PLAN

BUILT UP AREA = 1064.38 SQ.FT.

वास्तु अजित/९३

NW WEST SW

SOUTH WEST-WEST SIDE EXTENDED PLOT

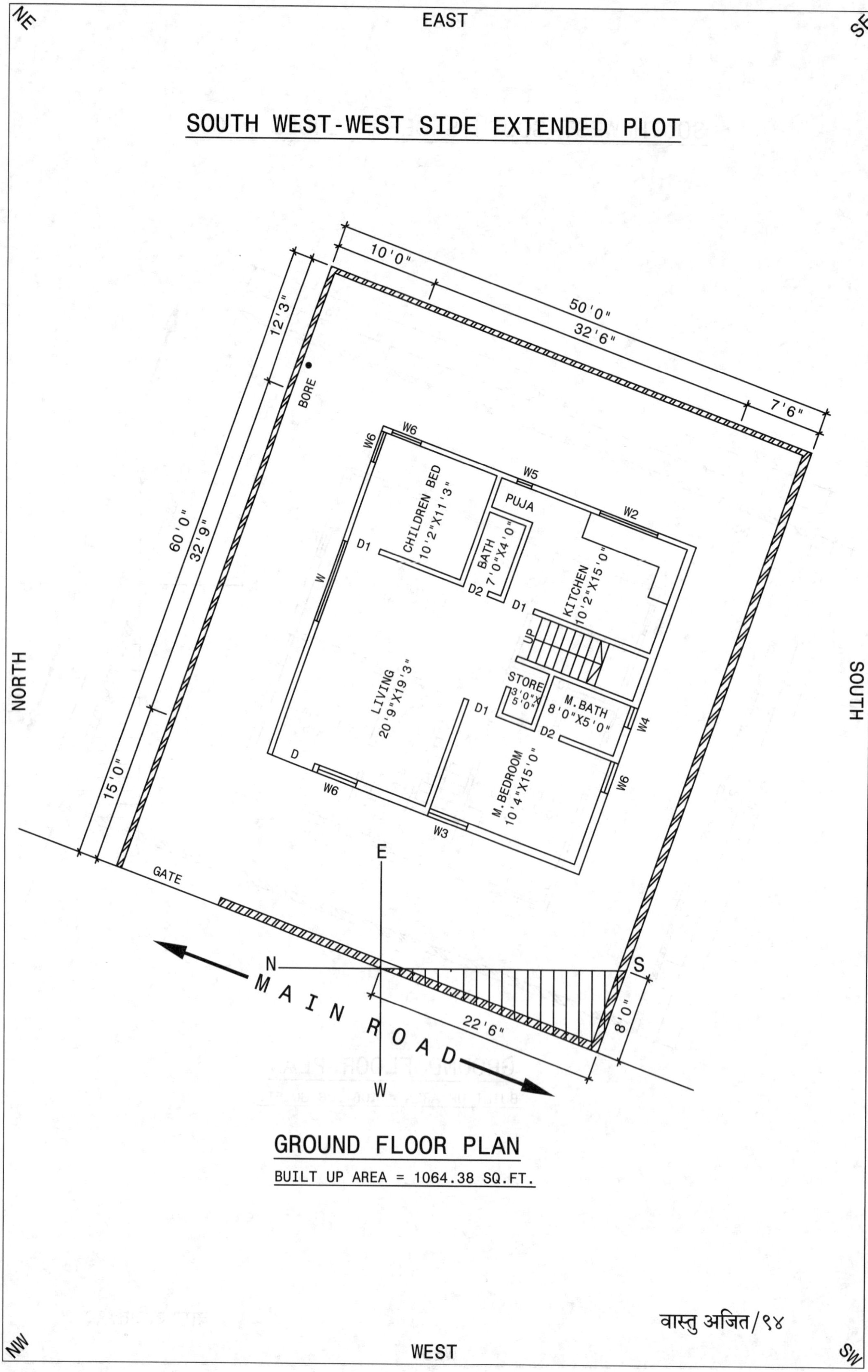

GROUND FLOOR PLAN

BUILT UP AREA = 1064.38 SQ.FT.

वास्तु अजित/९४

NORTH WEST-WEST SIDE EXTENDED PLOT

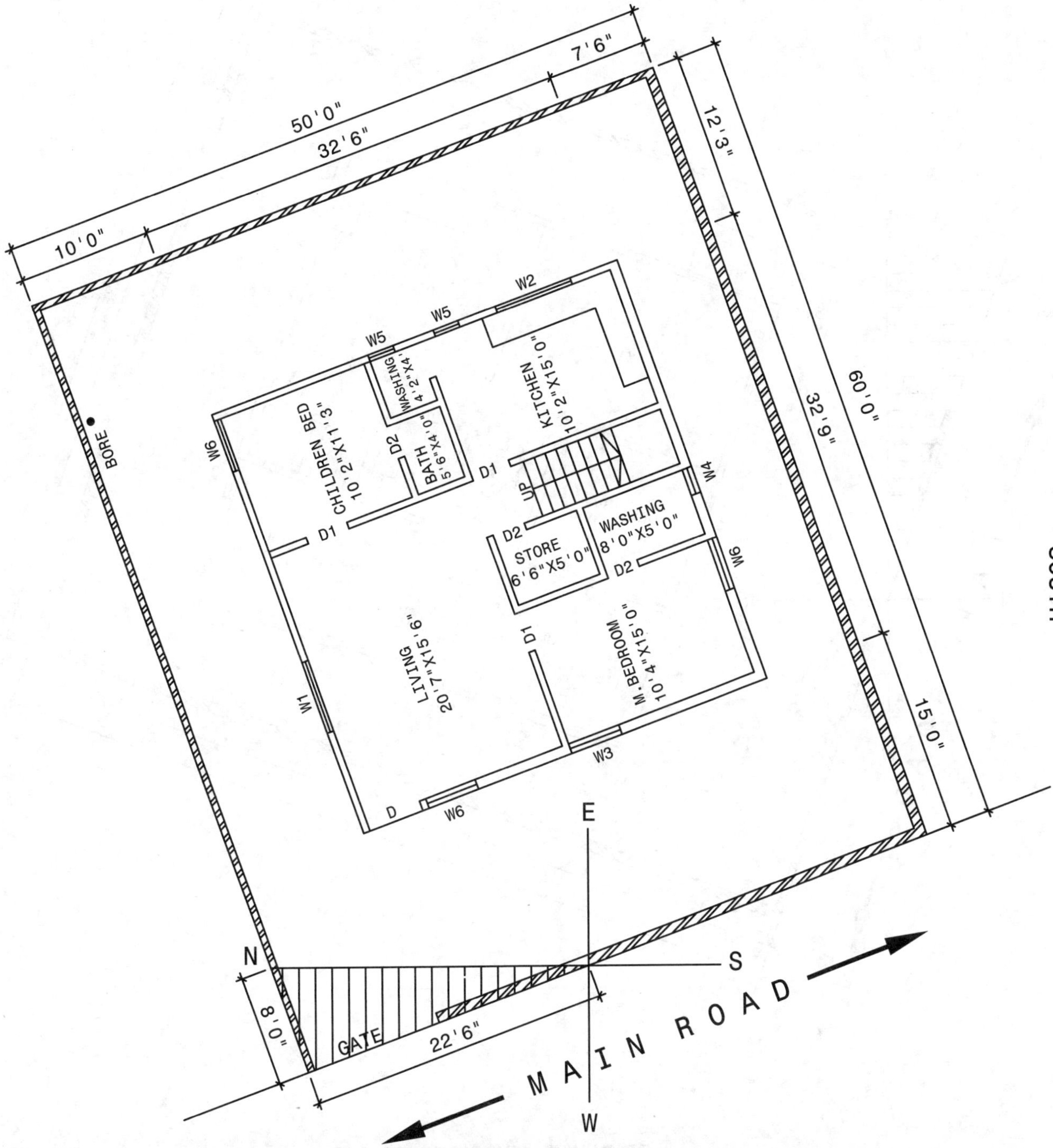

GROUND FLOOR PLAN

AREA STATEMENT	
FLOOR	AREA
GROUND FLOOR	1064.38 SQ.FT.
FIRST FLOOR	409.50 SQ.FT.
TOTAL BUILT UP AREA	1473.78 SQ.FT.

वास्तु अजित/९५

NORTH EAST-NORTH SIDE EXTENDED PLOT

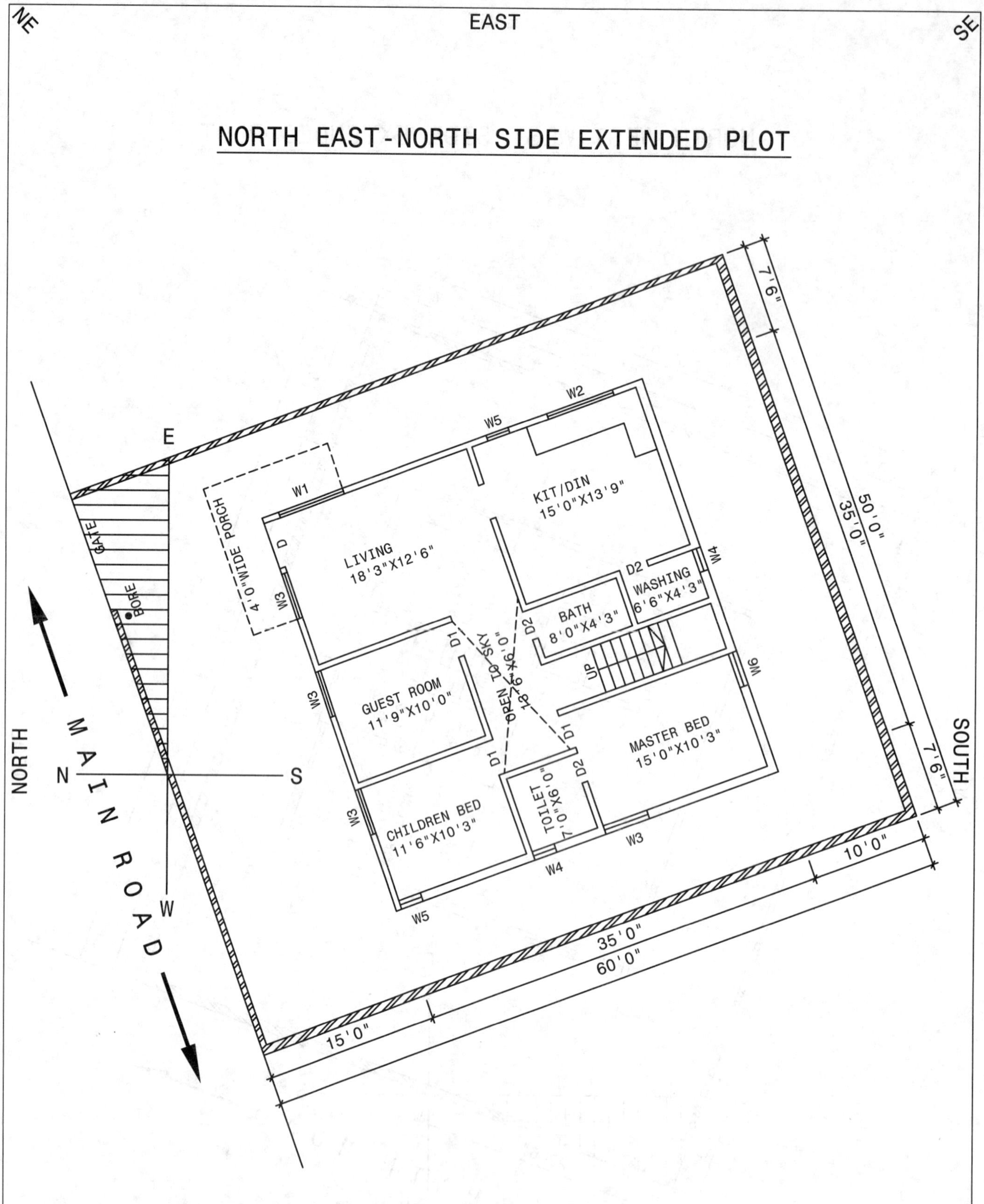

GROUND FLOOR PLAN

BUILT UP AREA = 1225.00 SQ.FT.

वास्तु अजित/९६

प्लॉटचा अक्ष व पृथ्वीचा अक्ष साधणारे प्लॉट (Only One Main Road Plot)

वास्तुशास्त्रानुसार त्या प्लॉटच्या दक्षिणोत्तर दिशेस होकायंत्रातील चुंबकसुई स्थिर राहते, जेव्हा होकायंत्र प्लॉटच्या मध्यावर ठेवलेले असते. होकायंत्राच्या अक्षास प्लॉटच्या पूर्व व पश्चिम बाजू समांतर असतात. अशा प्लॉटमध्ये मुख्य दिशा ९०° तर उपदिशा ४५° जमिनीच्या पोटातून जाणाऱ्या चुंबकीय वृत्ताबरोबर प्लॉटचा अक्ष साधणाऱ्या असतात. त्यामुळे असा प्लॉट परफेक्ट आयताकृती किंवा चौकोनी असतो. प्लॉटच्या एकाच दिशेला समांतर रस्ता असतो. रस्त्याच्या समांतरतेत ५° पेक्षा जास्त फरक येत नाही.

असे फारच थोडे प्लॉट माझ्या आजवरच्या शेकडो परीक्षणात निदर्शनास आलेले आहेत. एकतर असा प्लॉट कोस काढून निर्माण करावा लागतो. याची शक्यता त्या प्लॉटच्या लांबी, रूंदीवर, रस्त्यावर, पृथ्वीच्या चुंबकीय वृत्तावर अवलंबून असते. असा नैसर्गिक प्लॉट भाग्यवान व्यक्तीच्या वाट्याला देवकृपेने येतो.

मुख्य एकच रस्ता असलेल्या प्लॉटचा व पृथ्वीचा दक्षिणोत्तर अक्ष साधणाऱ्या प्लॉटचे खाली चार प्रकार आहेत.

१) एकच उत्तरेचा मुख्य रस्ता असलेला प्लॉट (North Side Main Road Plot)

२) एकच पूर्वेचा मुख्य रस्ता असलेला प्लॉट (East Side Main Road Plot)

३) एकच दक्षिणेचा मुख्य रस्ता असलेला प्लॉट (South Side Main Road Plot)

४) एकच पश्चिमेचा मुख्य रस्ता असलेला प्लॉट (West Side Main Road Plot)

प्लॉट कितीही चांगला, शुभ असू दे; पण वास्तुशास्त्राच्या विरुद्ध बांधकाम केल्यास त्याची तीव्र अशुभ फळेच भोगावी लागतात हे निर्विवाद सत्य आहे. पूर्व-आग्नेय दिशा वाढलेला विदिशा प्लॉट व जागेवर (South East-East Side Extended Plot) वास्तुशास्त्र व ज्योतिषशास्त्राला अनुसरून कसे बांधकाम करावे याचे सविस्तर मार्गदर्शन दिलेले आहे. त्याच पद्धतीने शुभ आयवर वास्तुनिर्माण करावे. चारी प्रकारच्या प्लॉटची वास्तुनिर्माण ड्रॉइंग्ज सोबत दिलेली आहेत. ड्रॉइंगप्रमाणेच वास्तू बांधल्यास कुटुंब स्वतःचे जीवन सुखसमृद्धीचे, आरोग्यसंपन्नतेचे, आनंदाचे व्यतीत करेल. शासनाच्या नियमानुसार ३०००Sq. ft. प्लॉटसाठी पुढे १५'-०'' फूट, मागे १०'-०'' फूट व साईडला ७'-६'' फूट सेट बॅक म्हणून सोडावी लागते. त्यामुळे -

१) दक्षिणेचा मुख्य रस्ता असलेल्या प्लॉटचे गेट दक्षिण-आग्नेय या उच्च ठिकाणी असावे, तर वास्तूचा हॉल, मुख्य प्रवेशव्दार पूर्व-ईशान्य या उच्च स्थानी असावे. बोअर मात्र वास्तूच्या मुख्य दरवाज्यासमोर न घेता उत्तर-ईशान्य कोपऱ्यात मारावे.

२) वास्तूत जिना (Modern Type Zig-Zag Type Stair-Case) कमी वजनाचा, कमी रूंदीचा, कमी जागेत बसणारा मध्य-पूर्व प्रभागात घ्यावा. कोणत्याही परिस्थितीत जिना ईशान्य किंवा उत्तरेला घेऊ नये; कारण लोकांना प्रसिद्धीपेक्षा पैसा जास्त प्रिय व हवा असतो. जिना फर्स्ट फ्लोअर स्लॅब ओतण्याच्या आदल्या दिवशी कास्ट करावा. जिना ओतून स्लॅब जोडण्यास घेऊ नये. सेंटरिंग कामगारांनी अनपेक्षित दांड्या मारल्याने स्लॅब काँक्रिट अपेक्षित वेळेत पूर्ण होणार नाही. तसेच मध्य पूर्वेचा जिना ओतल्यानंतर जास्तीत जास्त तीन महिन्यांत वास्तुशांती झालीच पाहिजे, हे पक्के ध्यानात ठेवूनच कंत्राटदाराला माणसे वाढविण्यासाठी सांगावी. तीन महिन्यांनंतर मध्य पूर्वेचा जिना वास्तुमालकावर काय आफत आणेल, काय अनंत संकटे, अडचणी आणेल हे प्रत्यक्ष ब्रह्मदेवालाही सांगता येणार नाही; पण वास्तुपुरुषाची स्थापना योग्य वेळी वास्तूच्या आग्नेय कोपऱ्यात केल्यास जिन्याचा कुटुंबावरील इफेक्ट शून्य होतो, असा माझा आजवरचा अनुभव आहे.

३) पश्चिमेचा मुख्य रस्ता असलेल्या प्लॉटवर मुख्य गेट पश्चिम-वायव्य या उच्च ठिकाणी घ्यावे. वास्तूचा हॉल मुख्य प्रवेशव्दार पश्चिम-वायव्य या उच्च ठिकाणी असावे. किचन मात्र आग्नेय या उच्च दिशेलाच घ्यावे. बोअर मात्र पैसा हवा असल्यास उत्तर-ईशान्येला मारावे. प्रसिद्धी हवी असल्यास पूर्व-ईशान्येला मारावे.

हॉलला कोणत्याही परिस्थितीत पोर्च काढू नये. अन्यथा चुंबकीय क्षेत्राला (Magnetic Field) अडथळा निर्माण होऊन पश्चिम-वायव्य दिशा वाढल्याच्या किंवा पश्चिम-नैर्ऋत्य दिशा कट झाल्याच्या परिणामांना तोंड द्यावे लागते. मुख्य रस्त्यापासून कम्पाउंडचे अंतर, कम्पाउंडपासून वास्तूचे अंतर, पोर्चची लांबी-रूंदी, पोर्चची जमिनीपासूनची उंची, पोर्चची पडणारी सावली, वास्तूची लांबी-रूंदी-उंची या सर्व गोष्टींचा अभ्यास करूनच एक श्रेष्ठ तज्ज्ञ वास्तुशास्त्रज्ञच पोर्चबाबत मार्गदर्शन करू शकेल.

EAST MAIN ROAD PLOT-VASTUNIRMAN

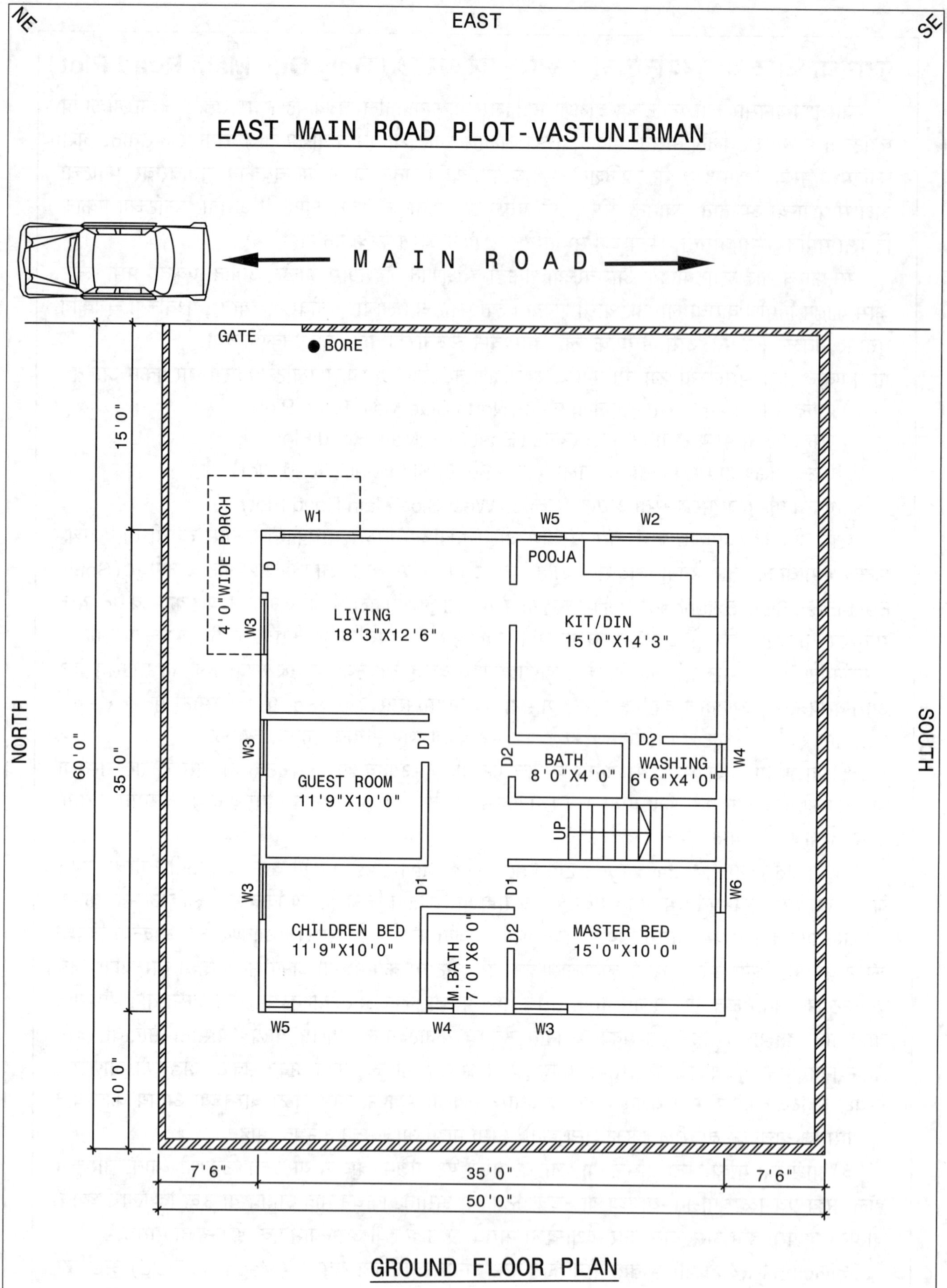

GROUND FLOOR PLAN

TOTAL BUILT UP AREA = 1225.00 SQ.FT.

वास्तु अजित/९८

NW WEST SW

SOUTH MAIN ROAD PLOT-VASTUNIRMAN

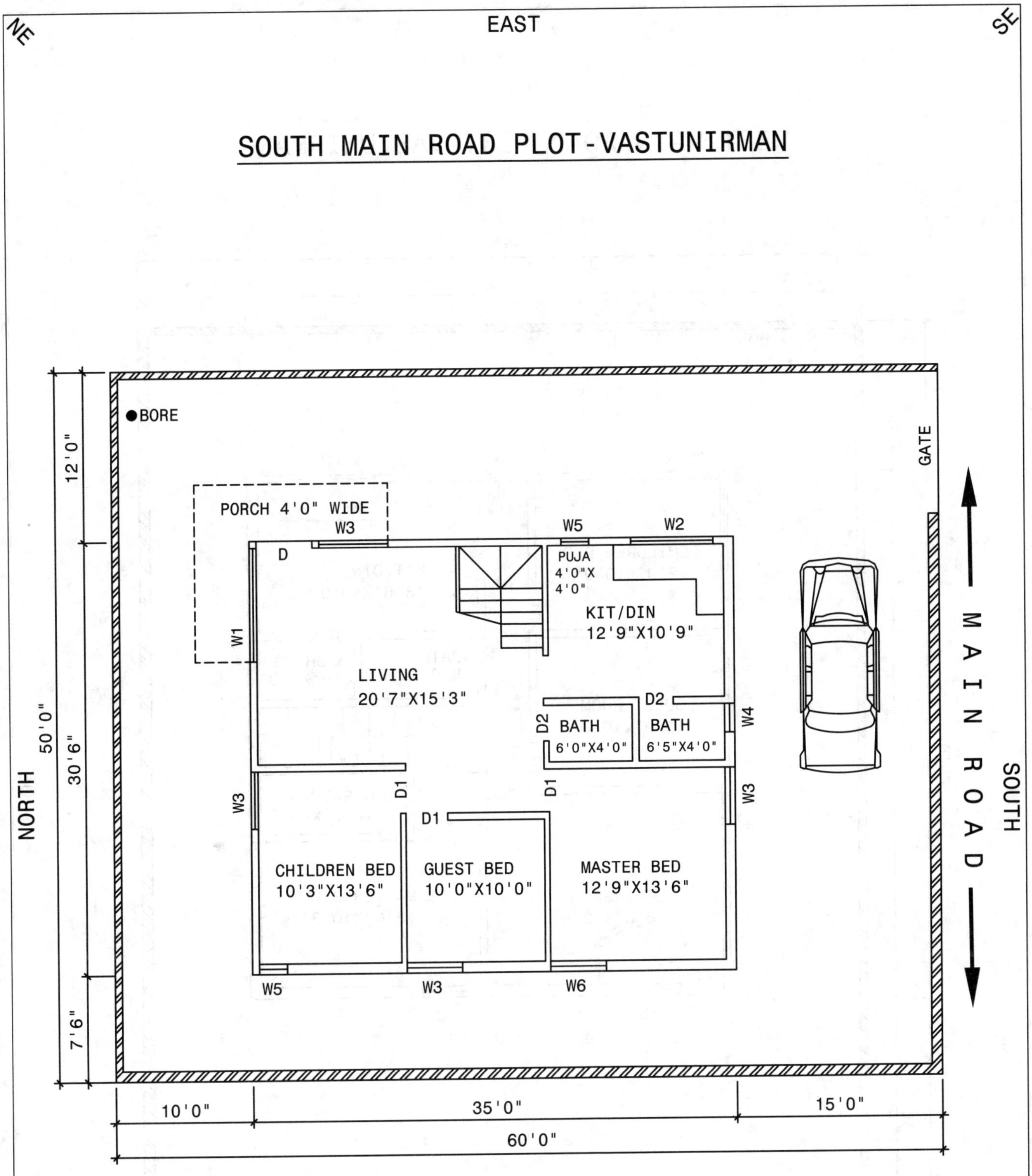

GROUND FLOOR PLAN

TOTAL BUILT UP AREA = 1067.50 SQ.FT.

वास्तु अजित/९९

NW WEST SW

NE EAST SE

WEST MAIN ROAD PLOT-VASTUNIRMAN

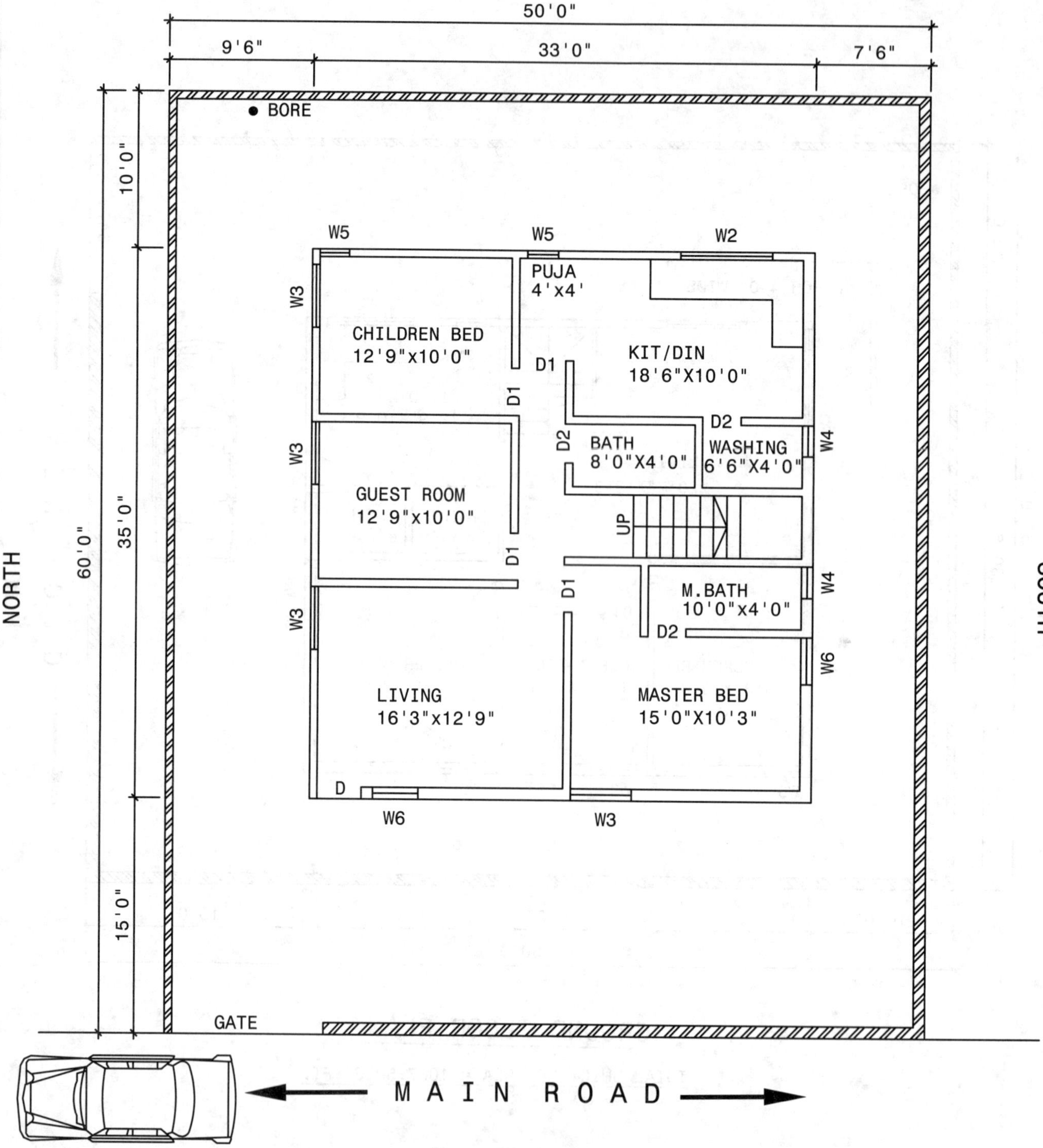

GROUND FLOOR PLAN

TOTAL BUILT UP AREA = 1155.00 SQ.FT.

वास्तु अजित/१००

NW WEST SW

EAST

NORTH MAIN ROAD PLOT-VASTUNIRMAN

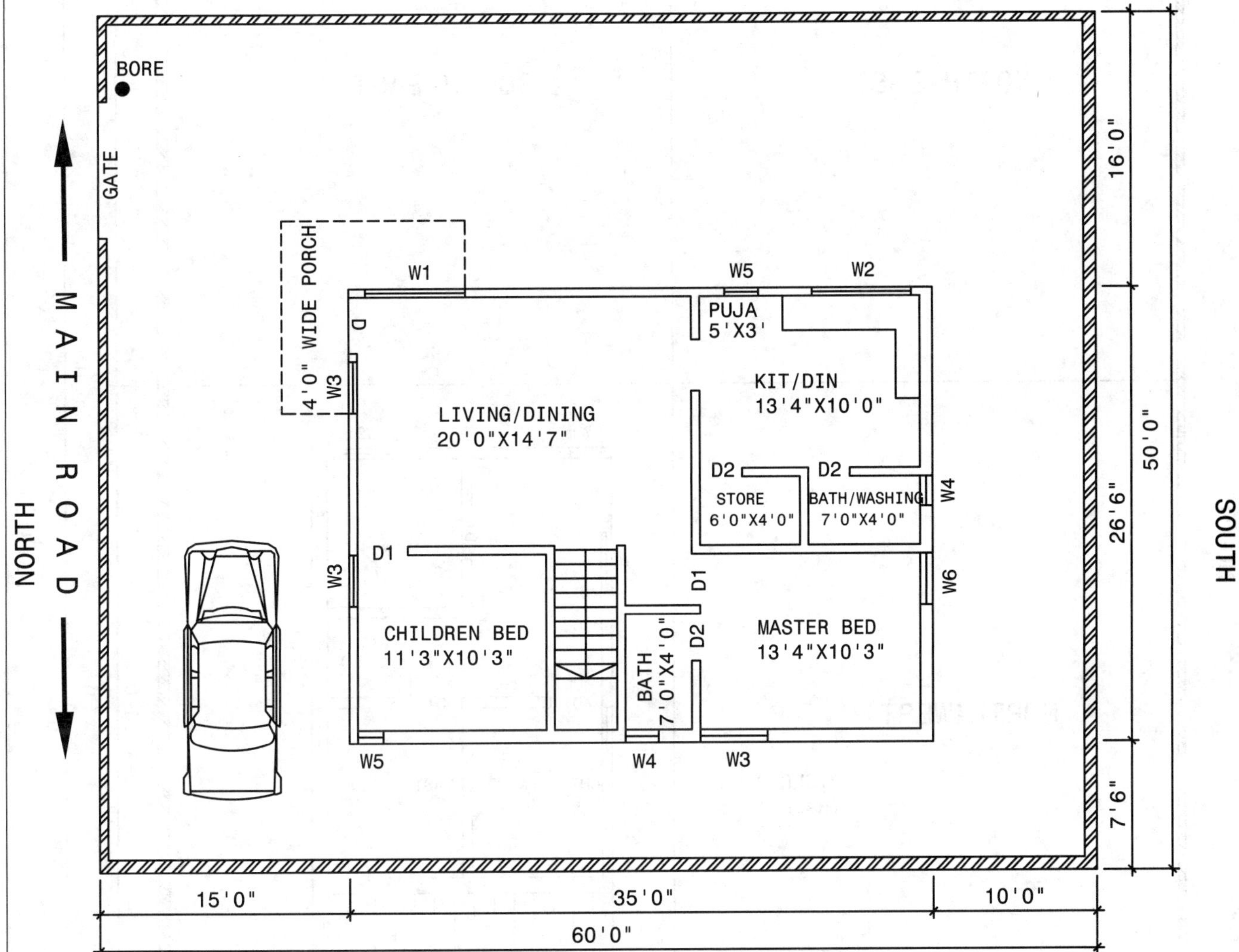

GROUND FLOOR PLAN

TOTAL BUILT UP AREA=918.75 SQ.FT.

वास्तु अजित/१०१

NW

WEST

SW

NE EAST SE

TYPICAL VASTU CONSTRUCTION (SW PLOT) SUGGESTED BY VASTUSHASTRI

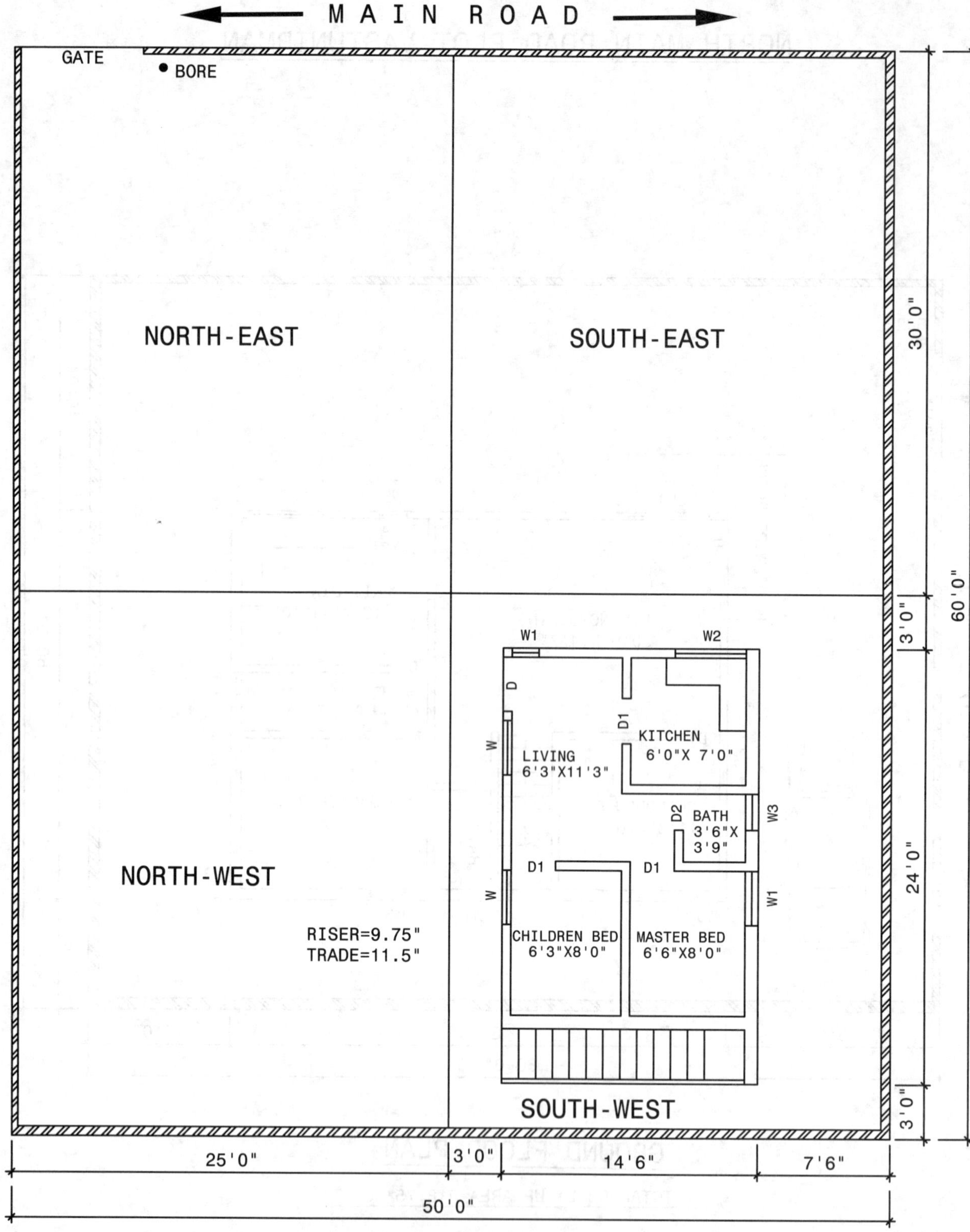

GROUND FLOOR PLAN

BUILT UP AREA-14'6"X24'0" = 348.00 SQ.FT.

SCHEDULE OF DOORS & WINDOWS		
TYPE	SIZE	DESCRIPTION
D	3'0"X7'0"	T.W.PANELLED DOOR
D1	2'6"X7'0"	T.W.PANEL FLUSH DOOR
D2	2'0"X7'0"	T.W.PANEL FLUSH DOOR
W	3'0"X4'0"	M.S.GLAZED WINDOW
W1	1'6"X4'0"	M.S.GLAZED WINDOW
W2	4'0"X3'0"	M.S.GLAZED WINDOW
W3	2'0"X2'0"	M.S.GLAZED WINDOW

NW WEST SW

नैर्ऋत्य खंडातील वास्तुनिर्मिती

मुख्य वास्तूचे बांधकाम नैर्ऋत्य खंडातच करावे, असे अनेक नामांकित वास्तुशास्त्रज्ञांचे मत आहे. शेजारील ड्रॉइंगमध्ये दाखवलेला प्लॉट ५०'-०'' x ६०'-०''= ३००० Sq.ft. आहे. या पूर्वेला रोड असणाऱ्या प्लॉटचे चार समान भाग केल्यावर नैर्ऋत्य खंड २५'-०'' x ३०'-०'' = ७५०.० Sq.ft. चा येतो. परत नैर्ऋत्य तयार करणाऱ्या पूर्व-पश्चिम व दक्षिण-उत्तर रेषेवर (Axis) बांधकाम येता कामा नये; कारण वास्तूचे मुख्य प्रवेशव्दार प्लॉटच्या ब्रह्मस्थळाच्या मध्यात येते. हा महाभयंकर वास्तुदोष आहे, असे प्रसिद्ध वास्तुपंडितांचे मत आहे. त्यामुळे १०० टक्के भारतीय वास्तुशास्त्रानुसार वास्तू बांधायची असल्यास नैर्ऋत्य खंडात कमीत कमी पूर्वेकडून ३'-०'', पश्चिमेकडून ३'-०'', दक्षिणेकडून ७'-६'' व उत्तरेकडून ३'-०'' अंतर सोडणे आवश्यक आहे. अशा वास्तूचा ड्रॉइंगमध्ये दाखवल्याप्रमाणे बिल्टअप एरिया ३४८.० Sq.ft. आहे. सोबत दरवाजे व खिडक्यांचे कोष्टक दिलेले आहे. या शंभर टक्के वास्तुशास्त्रानुसार बांधकामाचे तोटे खालीलप्रमाणे आहेत.

१) वास्तूचा हॉल ६'-३'' x ११'-३'' लांबी-रूंदीचा आहे. या हॉलमध्ये बसणार कुठे, टीव्ही लावणार कुठे, फर्निचर ठेवणार कुठे व किती, हे प्रश्न बुद्धीला चॅलेंज देणारे व मती गुंग करणारे आहेत.

२) वास्तूचे किचन ६'-०'' x ७'-०'' लांबी-रूंदीचे आहे. या किचनमध्ये जेवण करताना गृहिणीला तारेवरची कसरत करावी लागणार. त्यामुळे किचनमध्ये जेवण कमी, भांड्यांची आदळआपट जास्त होणार. त्याचा परिणाम जेवणाच्या दर्जावर होणार.

३) वास्तूचे मास्टर बेडरूम ६'-६'' x ८'-०'' लांबी-रूंदीचे आहे. या बेडरूममध्ये खाट (Double Bed) ठेवल्यास बेडरूममध्ये दरवाज्यातून माकडासारखी उडी मारूनच जावे लागणार. या अति छोट्या बेडरूममध्ये पति-पत्नीचा प्रणयाराधनाचा आवाज, कुजबुज आरामात शेजारच्या हॉलमध्ये, चिल्ड्रन बेडरूममध्ये ऐकू जाणार. त्यामुळे पतीला पत्नीबाबत 'असून अडचण नसून खोळंबा' या म्हणीचा प्रत्यय यायचा.

४) वास्तूचे चिल्ड्रन बेडरूम वायव्य कोपऱ्यात बरोबर आहे; पण रूमचा आकार बघितल्यावर कोणत्याही मुलाची तेथे अभ्यास करायचीच काय, राहायचीपण इच्छा होणार नाही. त्यामुळे मुलाची शैक्षणिक प्रगती, दर्जा जेमतेम राहील.

५) वास्तूचे बाथरूम ३'-६'' x ३'-९'' लांबी-रूंदीचे आहे. यात संडास करणार कुठे, अंघोळ करणार कशी, हे न उलगडणारे कोडे आहे. बहुतेक महानगरांसारखी संडास भांड्यावर पत्रा टाकून अंघोळ करण्याची सवय करावी लागणार.

६) वास्तूचा जिना नैर्ऋत्य कोपऱ्यात येतो. तो संपूर्ण उत्तरेकडे उतरता आहे. ६.५'' (१६५mm) जिना टप्पा आय. एस. आय. स्टॅन्डर्डनुसार प्रमाणित व चढण्यास योग्य आहे. या वास्तूचा जिना टप्पा ९.६/८'' इतका उंच आहे. या वास्तूचा जिना चढणे, उतरणे म्हणजे रायगड किल्ला चढण्यातला प्रकार आहे. पहिल्या मजल्यावर पोहोचल्यावर पायात गोळे येऊन धाप लागलीच पाहिजे. जिना उतरताना कधी तोल जाऊन कपाळमोक्ष होईल याची गॅरन्टी नाही. वास्तुशास्त्रात मजल्याच्या प्रवेशाला अत्यंत महत्त्व आहे.

७) वास्तूच्या पहिल्या मजल्यावरचा प्रवेश पश्चिम-नैर्ऋत्य या अशुभ ठिकाणाहून होतो.

८) शासनाच्या नियमानुसार ३००० Sq. ft. प्लॉटसाठी मागे ७'-६'' जागा सोडणे अनिवार्य आहे. मागे पश्चिमेला फक्त ३'-०'' जागा सोडल्यामुळे एकतर ४'-६'' रूंदीचे बांधकाम अनधिकृत म्हणून पाडावे लागणार किंवा १४'-६'' x ४'-६''= ६५.२५ Sq.ft.= ६.०६ Sq.m. अनधिकृत बांधकामासाठी दंड भरावा लागणार.

९) शासनाचा अनधिकृत बांधकाम, नियम, शर्ती व अटी लागू करून अधिकृत करण्यासाठी स्क्वे. मीटरला ७,२००/- रूपये दंड आहे. म्हणजे ६.०६ Sq.m. x ७२००/- = रू. ४३,६३२/- इतका दंड विनाकारण भरावा लागणार.

१०) असा प्लॅन शासन मंजूरच करणार नाही; कारण नियमानुसार प्रत्येक रूम कमीत कमी १०'-०'' रूंदीची असावी लागते. उदा. बेडरूम, हॉल, किचन इत्यादी ज्या आर्किटेक्ट, इंजिनिअरने वास्तुमालकाचे ऐकून प्लॅन

मंजुरीसाठी पाठवला असणार त्या आर्किटेक्टची शासनाचा ज्युनिअर इंजिनिअर बिन पाण्याने चंपी करणार.

११) शासनाचे नियम, शर्ती व अटी (Bye-Laws) माहीत असून ते धाब्यावर बसवून प्लॅन मंजुरीसाठी पाठविल्याबद्दल आपले लायसन्स का रद्द करू नये, कारणे दाखवा, अशी नोटीस आर्किटेक्टला नाहक मिळेल.

१२) ३००० Sq.ft. चा प्लॉट घ्यायचा व वास्तुशास्त्रानुसार नैर्ऋत्य खंडातच बांधकाम करणार या नावाखाली संपूर्ण प्लॉटच्या फक्त ११.६० टक्के बांधकाम करायचे. म्हणजे सूट शिवण्यासाठी उंची महाग कापड घ्यायचे व आध्यात्मिक प्रवचन ऐकून कपडा हे शरीरलज्जा रक्षणाचे साधनमात्र आहे. शरीराला उंची वस्त्रे लेवून सुशोभित करणे म्हणजे मोहमायेत अडकणे. मुक्तीपासून, परमेश्वरापासून दूर जाणे, असा विचार करून सुटाच्या कापडाची लज्जारक्षणापुरती अर्धी चड्डी शिवायची व उरलेले कापड फेकून देण्यातला प्रकार आहे. 'बिकट वाट वहिवाट नसावी' या उक्तीनुसार नैर्ऋत्य खंडातच वास्तू पाहिजे, असा वास्तुमालकाने आग्रह धरून आधुनिक जगताचा शासननिर्मित राजमार्ग सोडू नये. या संपूर्ण प्रकरणात वास्तुशास्त्र बदनाम होते. वास्तुशास्त्रज्ञ नाही. इतिहास साक्षी आहे.

'अति दानात् बलिर्बद्धः, हि अतिमानात् सुयोधनः।
विनष्टो रावणो लौल्यात्–अति सर्वत्र वर्जयेत् ।। '

या सुभाषितानुसार कित्येक प्राचीन विद्या, कला, ग्रंथ, शास्त्रे कालाच्या ओघात नष्ट झालेली आहेत.

शास्त्रीय होकायंत्र (Scientific Magnetic Needle)

EAST

NE SE

हॉल (Living Room)

ऐश्वर्यस्य समग्रस्य, धर्मस्य, यशस: श्रिय:।
ज्ञानवैराग्ययो: च एव षण्णां भग: इति ईरणा ।। (विष्णुपुराण ६.५.७)

अर्थ:- समग्र ऐश्वर्य, धर्म, यश, संपत्ती, ज्ञान आणि वैराग्य या सहा गोष्टींना भग म्हणतात. भग म्हणजे भाग्य, कल्याण वरील सहा गोष्टी ज्याच्यापाशी आहेत त्यांना भगवान परमेश्वर म्हटले जाते. परमेश्वराचे निवास स्थान ईशान्य दिशेस असल्यामुळे तेथे हॉल घेतल्यास कुटुंबप्रमुखाला वरील गोष्टींची प्राप्ती होते.

NORTH SOUTH

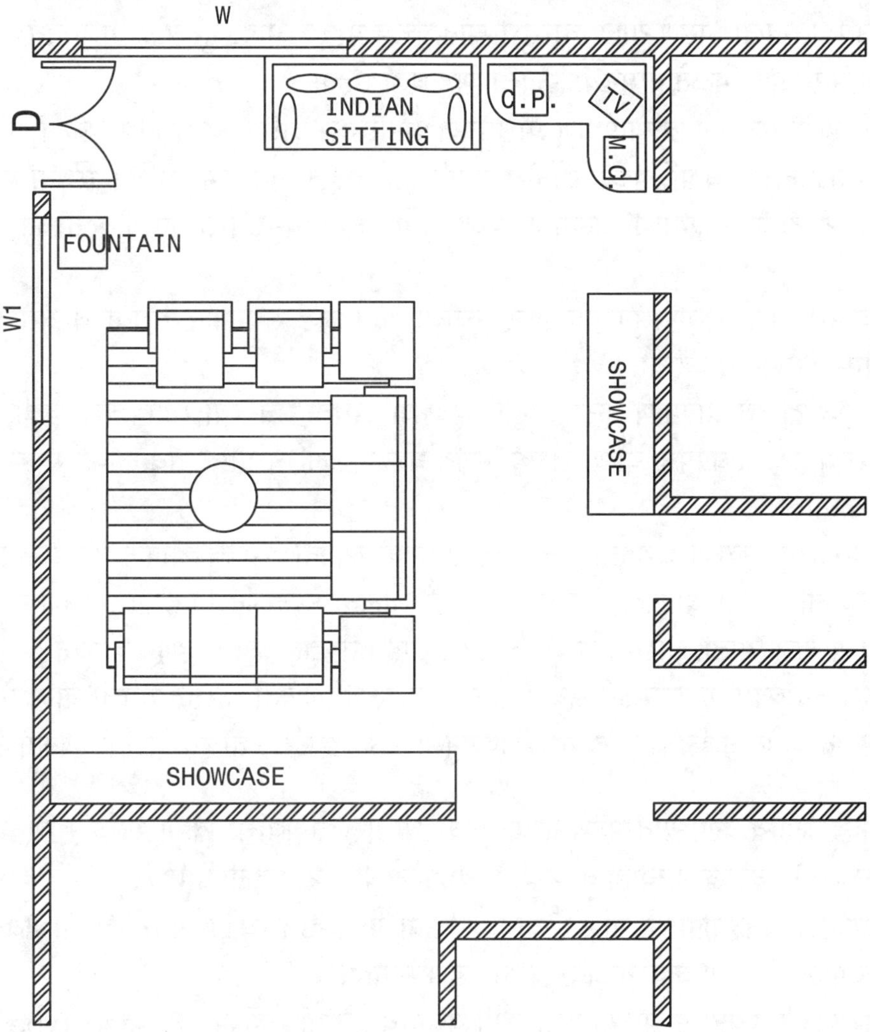

LIVING FURNITURE LAY-OUT AS PER INDIAN VASTUSHASTRA

LIVING HALL SIZE-22'0"X18'3"

१) हॉल हा इतर खोल्यांपेक्षा आकाराने, लांबी व रूंदीने मोठा असावा.

२) ईशान्य कोपऱ्यात हॉल घेतल्यास सर्वोत्तम, त्यात जर तो ७'' ने (१ टप्पा) इतर रूम्सच्या फ्लोअरिंगपेक्षा खाली घेतल्यास दुग्धशर्करा योग.

३) ईशान्येकडे हॉल घेण्यास अडचण आल्यास वायव्य किंवा आग्नेय कोपऱ्यात घ्यावा. हॉल कोणत्याही परिस्थितीत नैर्ऋत्येला घेऊ नये.

४) हॉलचा मुख्य दरवाजा पूर्व-ईशान्य, उत्तर-ईशान्य, पश्चिम-वायव्य व दक्षिण-आग्नेय सारख्या उच्च ठिकाणी असावा.

५) मुख्य दरवाजा ४'-०'' रूंदीचा व ७'-०'' उंचीचा, दोन झडपांचा (Double Panel), सुबक, सुंदर

NW WEST SW

प्रमाणबद्ध असावा. चार फूट रूंदीचा दरवाजा एक पॅनलचा केल्यास स्वत:च्या वजनाने तो उतरतो व हॉलच्या फरशीला घासतो. त्यामुळे कर्र कर्र्र आवाज निर्माण होतो. त्यामुळे भयानक वातावरणनिर्मिती होते व मानसिक स्वास्थ्य ढासळते. त्यामुळे समोर दिसेल त्याला रागावण्याचा, चिडण्याचा प्रकार घडतो.

६) मुख्य दरवाज्याच्या झडपा आत उघडणाऱ्या असाव्यात; कारण बाहेर उंबरापट्टी असते.

७) मुख्य दरवाज्याच्या बाहेर चौकटीवर किंवा भिंतीवर गणपतीची स्थापना करावी. गणपतीच्या मूर्तीसोबत गणपतीचे वाहन उंदीर असणे अत्यंत महत्त्वाचे आहे.

८) मुख्य दरवाज्याच्याबाहेर झडपा असणारा लोखंडी दरवाजा (Sliding M.S. Door) बसवावा. मुख्य दरवाजा नेहमी उघडा, खुला असणे याला वास्तुशास्त्रात प्रचंड महत्त्व आहे. मुख्य दरवाजा उघडा ठेवून लोखंडी दरवाजा लावल्यास संरक्षण मिळते व मुख्य दरवाजापण उघडा राहतो.

९) हॉलमध्ये ड्रॉइंगमध्ये दाखवल्याप्रमाणे पश्चिमेच्या भिंतीस व दक्षिणेच्या भिंतीस खेटून, चिकटून शोकेस कपाट घ्यावे, त्यामुळे दक्षिण व पश्चिमेच्या भिंतीस जडत्त्व प्राप्त होईल, पर्यायाने आर्थिक स्थिती भक्कम होईल.

१०) ड्रॉइंगमध्ये दाखवल्याप्रमाणे हॉलमध्ये मध्य-पूर्वेस व मध्य-उत्तरेस भारतीय तक्का, लोडची बैठक ठेवावी.

११) शो-केसचा फ्लोअरिंगपासून तीन फूट उंचीचा भाग जड सामानाने भरावा व वरील उंचीचा भाग शो-पीस ठेवण्यासाठी उपयोग करावा.

१२) ड्रॉइंगमध्ये दाखवल्याप्रमाणे कुटुंबप्रमुखाने पूर्वेच्या अथवा उत्तरेच्या सोफ्यावर, खुर्चीवर बसून चर्चा, बोलणी करावी. त्यामुळे कुटुंबप्रमुख योग्य, सक्षम निर्णय घेऊ शकेल. घरातील सर्व लोक, सदस्य त्याची त्वरीत अंमलबजावणी करतील.

१३) कुटुंबप्रमुखाला एखाद्या धंद्यात, व्यवहारात समोरची व्यक्ती, साहेब आपले ऐकत नाही , असे वाटत असेल तर त्या व्यक्तीला, साहेबाला चहापाण्यासाठी घरी बोलवा. उत्तर दिशेकडे तोंड करून त्या व्यक्तीसमोर, साहेबासमोर तुमची बाजू मांडा. वास्तूबाहेर जी व्यक्ती, साहेब तुम्हाला वाघ म्हणून डाफरत असेल व स्वत:च्या म्हणण्यानुसार तुम्हाला काम करण्यासाठी सक्ती करत असेल, ती व्यक्ती वास्तूत तुमची बाजू ऐकल्यावर मांजर म्हणून शेपूट हलवत बाहेर जाईल व तुमच्या म्हणण्यानुसार काम होईल. तो साहेब, ती व्यक्ती तुमच्या अंकित होईल.

१४) हॉलमध्ये ईशान्य कोपऱ्यात मुख्य दरवाज्यावर श्री गुरूदत्तात्रेयांचा किंवा भगवान शिवांचा मोठा फोटो लावावा. जेणेकरून हॉलच्या कोणत्याही कोपऱ्यात त्या फोटोची दृष्टी पडली पाहिजे.

१५) हॉलमध्ये दाखवल्याप्रमाणे पश्चिम-वायव्य किंवा मध्य-उत्तर कोपऱ्यात चहाच्या टेबलावर स्लॅबला झुंबर लावावे. त्यामुळे हॉलच्या ब्रह्मस्थळावर वजन पडणार नाही.

१६) हॉलमध्ये जिना घ्यायचा झाल्यास तो कमी वजनाचा, कमी रूंदीचा (Zig-zag Type Stair Case) घ्यावा. तो फक्त हॉलच्या आग्नेय, वायव्य, नैर्ऋत्य कोपऱ्यातच घ्यावा. कोणत्याही परिस्थितीत जिना ईशान्य कोपऱ्यात घेऊ नये. ईशान्य कोपऱ्यातील जिन्यावरून वरती चढले म्हणजे तुमचे भाग्य, पैसा, प्रतिष्ठा, यश त्याच जिन्यावरून खाली उतरते व वास्तूच्या बाहेरचा रस्ता धरते.

१७) हॉलच्या आग्नेय कोपऱ्यात ड्रॉइंगमध्ये दाखवल्याप्रमाणे भिंतीपासून कमीत कमी ३'' जागा सोडून उलट्या एल शेपमध्ये एक शो-कपाट तयार करावे. त्यावर टिव्ही, टेप, म्युझिक सिस्टिमची व्यवस्था करावी व मेन स्विच, डी.पी., स्विच बोर्ड इत्यादी दक्षिण भिंतीवर खेटून आग्नेय कोपऱ्यात बसवावेत.

१८) ड्रॉइंगमध्ये दाखवल्याप्रमाणे हॉलमध्ये पूर्व-ईशान्य व उत्तर-ईशान्य दिशेला दरवाज्यासमोर न येईल असा कारंजा (Water Fountain) ठेवावा. प्रत्यक्ष पाणी, जल असणे व पाण्याचे पोस्टर लावणे यात जमीन-अस्मानाचा फरक आहे. कोणत्याही परिस्थितीत ब्रह्मस्थानी वास्तूच्या फ्लोअरिंगपेक्षा उतरण (Down) करून तेथे कारंजे (Water Fountain) करू नये; कारण ब्रह्मा हा स्वच्छ व कोरडा असणे अत्यंत महत्त्वाचे आहे. अशा घरात प्रत्यक्ष कलियुगातील महाभारत पाहायला मिळते.

१९) ड्रॉइंगमध्ये दाखवल्याप्रमाणे फक्त पूर्वेस व उत्तर दिशेस महानगरपालिका ते ग्रामपंचायत नियमानुसार आकाराने मोठ्या खिडक्या ठेवाव्यात. पश्चिमेस व दक्षिणेस आकाराने लहान (Cross Ventilation) खिडकी ठेवावी.

२०) हॉलमध्ये निसर्गचित्र लावायचे असल्यास ईशान्येच्या भिंतीवर धबधबा, पाण्याचे निसर्गचित्र लावावे. धबधब्याचे पाणी वेगाने ईशान्येकडे वाहत आहे, असे चित्र असावे. वायव्येकडे निसर्गचित्र लावायचे झाल्यास सोसाट्याचा वारा पूर्वेकडे वाहात आहे, असे निसर्गचित्र लावावे.

नैर्ऋत्येकडे निसर्गचित्र लावायचे असल्यास उघडाबोडका डोंगराचा सुळका आकाशाला भिडलाय, असे निसर्गचित्र लावावे. हिमालयाचे, बर्फाच्छादित पर्वताचे चित्र अजिबात नैर्ऋत्येला लावू नये. हिमालयाचे चित्र नैर्ऋत्येस लावल्यास संपूर्ण कुटुंब मान, प्रतिष्ठा, ऐश्वर्य, पैसा, आरोग्य, उच्चपद या पर्वतावरून सरळ जमिनीवर, पृथ्वीतत्त्वावर येते.

आग्नेय दिशेला निसर्गचित्र लावायचे झाल्यास ज्वालामुखीचे (Volcano) निसर्गचित्र लावावे.

२१) कुटुंबप्रमुखाने आठवड्यातून दोन वेळा हॉलमध्ये नैर्ऋत्य कोपऱ्यातील सोफ्यावर बसून आपल्या कुटुंबातील इतर सदस्यांची मीटिंग घ्यावी. सगळ्यांच्या अडीअडचणींचे, शंकांचे निवारण करावे. अशा प्रकारे कुटुंबप्रमुखाची वास्तूमधील प्रमुख ही पदवी खऱ्या अर्थाने भक्कम होईल.

हॉलनिर्मितीसाठी वास्तूमधील सर्वांत योग्य जागा म्हणजे ईशान्य कोपरा, मध्य उत्तर व मध्य पूर्वेचा यात समावेश झाल्यास अतिउत्तम.

ईशान्येचा स्वामी प्रत्यक्ष परमेश्वर आहे. मध्य पूर्वेचा स्वामी इंद्र, तर मध्य उत्तरेचा स्वामी देवांचा अर्थमंत्री कुबेर आहे. आपण जसे परमेश्वराच्या चरणी लीन होतो, नतमस्तक होतो, तसेच वरील देवतांच्या चरणी लीन व्हावे. म्हणजे वास्तुमालकाला परमेश्वराच्या कृपेने सुख, समृद्धी, यश लाभेल. निरोगी व हुशार संतती प्राप्त होईल. आरोग्य व आयुष्याची वृद्धी होईल.

कुबेराच्या कृपेने महाऐश्वर्य व महावैभव प्राप्त होईल. इंद्राच्या कृपेने प्रतिष्ठा, मानसन्मान, गौरव, राजयोग पद प्राप्त होईल.

हॉलनिर्मितीसाठी ईशान्य कोपरा उपलब्ध न झाल्यास वायव्येस किंवा आग्नेयेस हॉल घ्यावा; पण त्याची अंतर्गत सजावट ड्रॉइंगमध्ये दाखवल्याप्रमाणे वास्तुशास्त्रानुसार करावी.

कोणत्याही परिस्थितीत हॉलची निर्मिती वास्तूच्या नैर्ऋत्य कोपऱ्यात करू नये; कारण नीच व दुष्ट ग्रहांच्या प्रभावामुळे कुटुंबप्रमुखाचे विचार, मत कोणी शांतपणे ऐकून घेत नाही. इतर सदस्यांना वाटते कुटुंबप्रमुख आता म्हातारा झालाय. 'साठी बुद्धी नाठी' या म्हणीप्रमाणे त्याची बुद्धी चालत नाही. त्यामुळे त्याच्या निर्णयामुळे आपल्या घराचे वाटोळे होणार. त्यामुळे कुटुंबप्रमुखाच्या निर्णयाची अंमलबजावणी होत नाही. कुटुंबप्रमुखाचा आपल्या मुलांकडून अपमान, निर्भत्सना होते. आयुष्यभर साथ देणारी अर्धांगिनीसुद्धा कुटुंबप्रमुखाची बाजू न घेता इतर सदस्यांना प्रोत्साहन देते. त्यामुळे कुटुंबप्रमुख शारीरिक, मानसिकरीत्या खचतो व आजारात विकलांग होतो. नैर्ऋत्य कोपऱ्यातील हॉलमध्ये लग्नासाठी मुलगी दाखवण्याचा कार्यक्रम झाल्यास शक्यतो लग्न ठरत नाही आणि लग्न ठरल्यास अनंत अडचणी, आर्थिक चणचणीला, वर पक्षाकडील रुसव्या-फुगव्याला तोंड देता देता कुटुंबप्रमुख अक्षरश: मेटाकुटीला येतो.

कारण, सुंदर मुलगी नवऱ्यामुलाला व त्याच्या आईला नकट्या शूर्पणखेसारखी दिसते. तर हॅन्डसम व मिळवता मुलगा नवऱ्यामुलीला व तिच्या आईला बावळट व ध्यान वाटतो.

NE EAST SE

KITCHEN FURNITURE LAY OUT AS PER INDIAN VASTUSHASTRA

NORTH

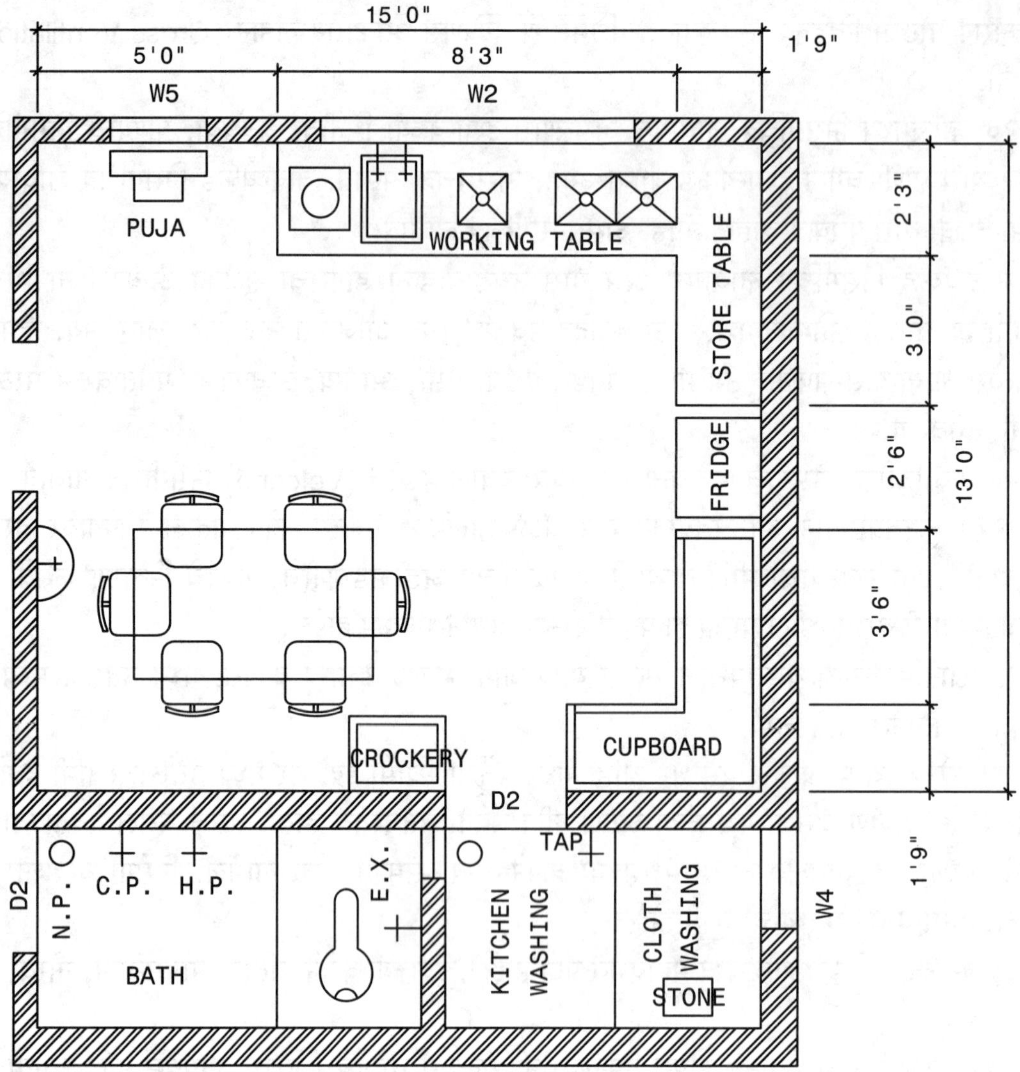

SOUTH

KITCHEN/DINING SIZE-13'0"X15'0"

COMMON BATHROOM SIZE-4'0"X8'0" & WASHING PLACE SIZE-4'0"X6'6"

SCHEDULE OF DOORS & WINDOWS

TYPE	SIZE	DESCRIPTION
D	4'0"X 7'0"	TEAK WOOD FRAME & T.W.PANEL DOOR
D1	3'0"X 7'0"	TEAK WOOD FRAME & COMMERCIAL FLUSH DOOR
D2	2'6"X 7'0"	TEAK WOOD FRAME & WATERPROOF FLUSH DOOR
GATE	10'0"X 5'0"	SLIDING M.S.DECORATIVE GATE
W	8'0"X 4'0"	ALUMINIUM WINDOW(3/4" SECTION) WITH M.S. GRILL
W1	6'0"X 4'0"	ALUMINIUM WINDOW(3/4" SECTION) WITH M.S. GRILL
W2	6'0"X 3'0"	ALUMINIUM WINDOW(3/4" SECTION) WITH M.S. GRILL
W3	4'0"X 4'0"	ALUMINIUM WINDOW(3/4" SECTION) WITH M.S. GRILL
W4	2'0"X 3'0"	ALUMINIUM LOUVERED WINDOW (3/4" SECTION) WITH M.S.GRILL
W5	1'6"X 4'0"	ALUMINIUM WINDOW(3/4" SECTION) WITH M.S. GRILL
W6	3'0"X 4'0"	ALUMINIUM WINDOW(3/4" SECTION) WITH M.S. GRILL
W7	3'0"X 5'0"	ALUMINIUM LOUVERED WINDOW (3/4" SECTION) WITH M.S.GRILL
V	6'0"X 2'0"	M.S. GRILL WITH GLASS
R1	12'0"X 7'0"	ROLLING SHUTTER

NW WEST SW

स्वयंपाक घर (Kitchen + Dining Room)

धर्मार्थकाममोक्षाणाम् आरोग्य मूलमुत्तमम् ।
रोगस्तस्यापहर्तार: श्रेयसो जीवितस्य च ।।

अर्थ:- निरोगी असणे हा धर्म, अर्थ, काम आणि मोक्ष या चारी पुरुषार्थांचा पाया आहे आणि रोग, निरोगी व श्रेयस अशा आयुष्याचा अपहार करणारे आहेत.

वरील संस्कृत सुभाषित आयुर्वेदातील आहे. याचा अर्थ निरोगी रहाण्यासाठी तुम्ही खाणारे अन्न सात्त्विक, पौष्टिक असले पाहिजे. अशा प्रकारचे शुद्ध अन्न फक्त अग्निदेवतेच्या आशीर्वादानेच प्राप्त होते. म्हणून अग्नीची स्थापना वास्तूच्या त्याच्या उच्च स्थानात, भागात आग्नेय कोपऱ्यात करणे क्रमप्राप्त आहे. आग्नेय कोपऱ्यात किचन घेतल्यास तुमची उत्तरोत्तर प्रगती, भरभराटच होत जाईल. समाजात मान, प्रतिष्ठा, पद, अधिकार प्राप्त होतील. उत्तम व पौष्टिक भोजन मिळाल्यामुळे तुमच्या चेहऱ्यावर तृप्तीचे तेज येईल. पूर्वीपेक्षा तुमची काम करण्याची ताकद, जोम, उत्साह वाढेल.

आग्नेय कोपरा स्त्रीग्रह शुक्र या सौंदर्यावर व तारुण्यावर अंमल गाजवणाऱ्या ग्रहाच्या कारकत्वाखाली येत असल्याने पती-पत्नी एकमेकांशी एकनिष्ठ राहतील. जेथे पती-पत्नी एकमेकांशी एकनिष्ठ, एकवचनी असतात तेथे उत्तम संतान जन्म घेते. कामजीवन निरामय राहते. पती-पत्नी व्यभिचारी होत नाहीत.

आग्नेय कोपऱ्याची देवता धान्यलक्ष्मी असल्याने वास्तूत धनधान्याची कधी कमी पडत नाही व अन्नाची नासाडी होत नाही.

१) स्वयंपाक घरातील किचनकट्टा पूर्व-आग्नेय व दक्षिण-आग्नेय कोपऱ्यात भिंतीला चिकटून उलट्या एल (ℸ) शेपमध्ये असावा.

२) किचनकट्टा पूर्वेला लांबीला व रूंदीला जास्त असावा. त्याचा मुख्य कट्टा (Working Table) गृहिणीला स्वयंपाक करण्यासाठी उपयोगी होईल.

३) किचनकट्टा दक्षिणेला कमी लांबीचा व कमी रूंदीचा असावा. त्याचा सहायक कट्टा (Store Table) म्हणून गृहिणीला उपयोग करता येईल.

४) ड्रॉइंगमध्ये दाखवल्याप्रमाणे मुख्य कट्ट्यावर आग्नेय बाजूला मोठी दोन बर्नरची शेगडी व त्याच्या लगत एक बर्नरची शेगडी अशी व्यवस्था करावी. त्यामुळे एकाच वेळी दोन गृहिणी पूर्व दिशेला तोंड करून पाकक्रिया करू शकतील.

५) सहायक कट्ट्यावर मिक्सर, ग्राइंडर, ओव्हन, टोस्टर आदी विजेवर चालणारी उपकरणे ठेवावीत. तसेच सहायक कट्ट्याचा उपयोग चिरणे, कापणे, पीठ मळणे इत्यादी पाकक्रियेच्या पूर्वतयारीसाठी करावा.

६) फ्रीजमधील वस्तू पाकक्रियेला पूर्वतयारीसाठी लागत असल्याने तो सहायक किचनकट्ट्याला चिकटून ठेवावा.

७) ड्रॉइंगमध्ये दाखवल्याप्रमाणे उलट्या एल शेपमध्ये कडाप्प्याचे कपाट (Kaddappa Rack) दक्षिण व पश्चिम भिंतीचा आधार घेऊन अशा पद्धतीने बनवावे की, तळात मोठे डबे, गव्हाचे किंवा तांदळाचे पोते बसेल व वर छोटे डबे बसतील.

८) किचन रूममध्ये ड्रॉइंगमध्ये दाखवल्याप्रमाणे मध्य-पश्चिमेत आधुनिक भांडी, चिनी मातीची नक्षीची भांडी, किमती काटे चमचे (Crockery) यांचे रॅक बनवावे.

९) कडाप्पाचे दक्षिण व पश्चिम भिंतीस खेटून असणारे कपाट किचनच्या फ्लोअरिंगपेक्षा ३'' उंच असावे. त्याचा दुहेरी फायदा असा की, किचन धुतल्यावर धान्याची पोती, मोठे डबे भिजणार नाहीत व दक्षिण व पश्चिम कोपरा उंच झाल्यामुळे कुटुंबाची सांपत्तिक स्थिती भक्कम होईल.

१०) स्वयंपाक घरात डायनिंग टेबल वायव्य कोपऱ्यात असावे.

EAST

११) ड्रॉइंगमध्ये दाखवल्याप्रमाणे गॅस शेगडीची रचना मुख्य कट्ट्यावर केल्यामुळे बाहेरून गॅस शेगडी दिसणार नाही.

१२) किचन कट्ट्याचे सिंक ड्रॉइंगमध्ये दाखवल्याप्रमाणे कट्ट्याच्या ईशान्य कोपऱ्यात घ्यावे व कट्ट्याच्या ईशान्य कोपऱ्यात पिण्याच्या पाण्याचा तांब्याचा फिल्टर ठेवावा. त्यामुळे सूर्याची किरणे त्या वॉटर फिल्टरवर पडून पाणी निर्जंतुक होईल.

१३) सिंकच्या वर पिण्याच्या व वापराच्या पाण्याचा असे दोन नळ असावेत.

१४) शक्यतो काळा ग्रॅनाइट (Black Granite), मार्बलचा किचन कट्टा करतात; परंतु जर तुमची परिस्थिती चांगली असेल तर कुंकुम ग्रॅनाइटचा (Red Granite) किचन कट्टा तयार करावा. तुमच्या प्रगतीचा आलेख सापशिडीतील शिडीप्रमाणे १३ वरून ८५ वर जाईल.

१५) किचन रूमला उच्च स्थानातून दरवाजा, एकच दरवाजा असावा. दरवाजा नसल्यास पडदा अवश्य लावावा.

१६) नव्वद टक्के बंगल्यात किचनला दोन दरवाजे असतात. भांडीवाली, धुणीवाली यांच्यासाठी दक्षिणेच्या दरवाज्याचा वापर केला जातो; पण तो दरवाजा फक्त कामापुरताच उघडून बंद करण्यास गृहिणी विसरते, हे वास्तुशास्त्रानुसार अत्यंत घातक आहे.

कारण, दक्षिणेचा दरवाजा उघडा ठेवणे म्हणजे तुमच्या प्रगतीचा, प्रतिष्ठेचा, आर्थिक स्थितीचा, आरोग्याचा दरवाजा बंद केल्यासारखे आहे. म्हणून किचनला दक्षिण-आग्नेयेला दरवाजा घ्यायचा असल्यास तो सहायक कट्ट्याला खेटून २'-०'' x ६'-६'' चा घ्यावा. तो दरवाजा भांडीवाली, धुणीवाली आत आल्यावर, बाहेर गेल्यावर झटकन बंद करावा. कोणत्याही परिस्थितीत तो दरवाजा उघडा ठेवू नये. अन्यथा अपकीर्ती, अनारोग्य, दरिद्रलक्ष्मी त्या दरवाज्यातून वास्तूत प्रवेश करील व ठाण मांडून बसेल.

१७) किचन रूममधील पूर्वेच्या व पश्चिमेच्या भिंतीवर लाइट कलरच्या सिरॅमिक टाइल्स (Dado Tiles) गृहिणीच्या पसंतीने लावून घ्याव्यात. कमीत कमी ४'-०'' उंचीच्या लावाव्यात. गृहिणी खूष होईल. त्यावर मागे पुढे स्वस्तिक काढून ॐ अन्नपूर्णा देवतायै नम: असे हळदी-कुंकवाने लिहावे. गृहिणीवर अन्नपूर्णा देवीचा वरदहस्त राहील. अचानक कितीही पाहुणे आले तरी देवीच्या कृपेने अन्न कमी पडणार नाही.

१८) ड्रॉइंगमध्ये दाखवल्याप्रमाणे उत्तरेच्या भिंतीला ईशान्येकडे वॉश बेसिन ठेवावे.

१९) स्वयंपाक करत असताना पूर्वेची किचन कट्ट्यावरील खिडकी कधीही बंद ठेवू नये.

२०) ईशान्य म्हणजे जलतत्त्व व आग्नेय दिशा म्हणजे अग्नितत्त्व. ईशान्येला किचन घेतल्यास अग्नीची स्थापना पाण्यात केल्याचा प्रकार. त्यामुळे धड पाण्याला थंडपणा नाही व विस्तवाला उजाळा नाही. पुरुषाचे पुरुषत्व गेले, पुरुष बायकी झाला. स्वत:चे सत्त्व विसरला, पराक्रम गेला. मला वाटत नाही यापेक्षा जास्त सांगायची गरज आहे.

२१) नैर्ऋत्य दिशा म्हणजे पृथ्वीतत्त्व व आग्नेय दिशा म्हणजे अग्नितत्त्व. नैर्ऋत्येला किचन घेतल्यास अग्नीची स्थापना जमिनीवर केल्याचा प्रकार. त्या जमिनीवर जो कोणी पाय ठेवील त्याला तो भाजणार. जाळून भस्मसात करणार. गृहिणीला असाध्य रोगाच्या मरणप्राय यातना देणार. त्या अग्नीमध्ये दुष्ट व राक्षसी शक्ती हवन करणार. त्यामुळे त्याची ताकद कितीतरी पटीने वाढणार.

२२) वायव्य दिशा म्हणजे वायुतत्त्व व आग्नेय दिशा म्हणजे अग्नितत्त्व. वायव्येला किचन घेतल्यास वाऱ्यात अग्नीची स्थापना केल्याचा प्रकार. वाऱ्यात अग्नी मिणमिणणार. म्हणजे स्वयंपाक करण्यासाठी पुरेसा अग्नी, जाळ उपलब्ध होणार नाही. त्यामुळे जेवण, अन्न बाहेरून मागवावे लागणार, याचा अर्थ वायफळ, अनावश्यक खर्च वाढणार; पण अन्न तर मिळणार. त्यामुळे वायव्येस किचन रूम चालते. किचन कट्टा वायव्य कोपऱ्यात येता कामा नये; कारण वायव्येचा अधिपती चंद्र आहे. 'चंद्रमा मनसो जात:' या उक्तीप्रमाणे मानसिक टेन्शन वाढणार. गृहिणीचे जेवणाकडे कमी व टीव्हीकडे जास्त लक्ष असते. मानसोपचार डॉक्टरची पायरी चढावी लागणार.

WEST

NORTH

SOUTH

NE SE NW SW

शौचालय-बाथरूम (Water Closet)

स्नानं नाम मनः प्रसादजननं दुःस्वप्नविध्वंसनम् । शौचास्यायतनं मलापहरणं संवर्धनं तेजसः ।
रूपद्योतकरं रिपुप्रमथनं कामाग्निसन्दीपनं । नारीणांच मनोहरं श्रमहरं स्नाने दशैते गुणाः।। (आयुर्वेद)

अर्थः- स्नानाचे, शौचाचे दहा गुण पुढीलप्रमाणे - स्नान मनाला प्रसन्नता देणारे, दुःस्वप्ननाशक, पवित्रतेचे अधिष्ठान, अपवित्रता दूर करणारे, तेजवर्धक, रूपवर्धक, शत्रुनाशक, कामाग्निदीपक, स्त्रियांचे मन आकर्षित करणारे, थकावट दूर करणारे आहे.

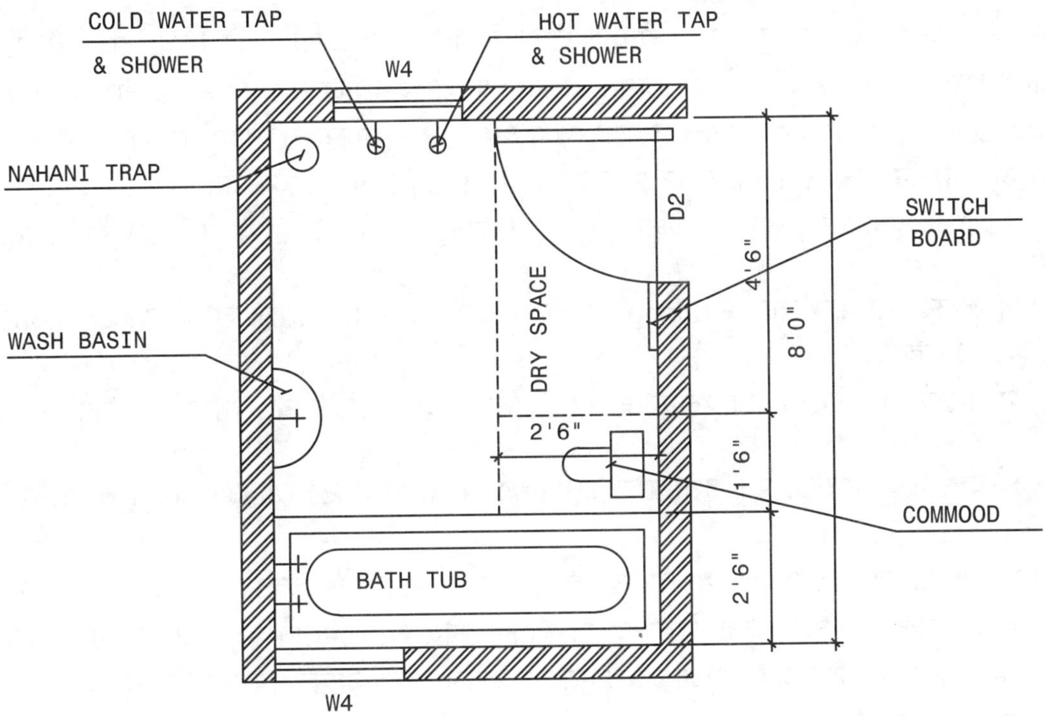

INTERNAL LAYOUT OF MASTER BATHROOM
SIZE-6'0"X8'0"

नारद पुराणामध्ये 'गृहस्थाचा शिष्टाचार व सदाचार' नावाचे एक प्रकारण आहे. त्यामध्ये असे लिहिलेले आहे, गृहस्थ पुरुषाने ब्राह्ममुहूर्तावर उठावे. दिवसा व सायंकाळी उत्तरेकडे तोंड करून मलमूत्राचा त्याग करावा. रात्री दक्षिणेस तोंड करून हा विधी करावा. व्दिजाने डोक्यावर वस्त्र घेऊन भूमीवर तृण पसरून मौन होऊन शौचास बसावे. मलत्याग केल्यावर शुद्धीसाठी फक्त उंदरानी खोदलेलीच माती घ्यावी. लिंगास तीनवेळा माती लावून धुवावे. अंडकोशास दोनदा माती लावून ते पाण्याने धुवावेत. तर दोन्ही हातांना सातवेळा व दोन्ही पायांना तीनदा माती लावून धुवावे. अशा रीतीने रस्त्यावर, नदीच्या तटावर, तलावाच्या, घराच्या शेजारी, देवळाजवळ, गाय, ब्राह्मण व स्त्रियांसमोर मलमूत्राचा त्याग करू नये. मनुष्याच्या शरीरातून निघणारे वसा, शुक्र, रक्त, मज्जा, लाळ, विष्ठा, मूत्र, कर्ण, गुद, आश्रू, श्लेष्मा व स्वेद (कफ) असे बारा प्रकारचे मल आहेत.

मला सांगा, वास्तूच्या ३'-०'' x ४'-०'' संडासमध्ये सकाळी उत्तरेकडे तोंड करून व रात्री दक्षिणेकडे तोंड करून मलमूत्राचा त्याग (संडास) करणे व उंदरांनी खोदलेली मातीने तीनदा लिंग व अंडकोश धुणे शक्य आहे काय? आजूबाजूच्या लोकांनाच काय, पण तुमच्या घरातील सदस्यांना तुमच्याबद्दल वाटेल, माणूस पार कामातून गेलाय. वेड्यांच्या दवाखान्यातून (Mental Hospital) मेंदूला शॉक ट्रीटमेन्टच दिली पाहिजे. माझ्या ओळखीच्या एका उच्चशिक्षित अधिकाऱ्याला त्याच्या वास्तुपंडिताने सांगितले, उत्तर दिशेकडे तोंड करून मल-विसर्जन करा, म्हणजे तुमचं आरोग्य सुधारेल. या महाशयाचे संडासचे भांडे दक्षिण दिशेकडे तोंड करून होते. उत्तर दिशेकडे तोंड करून बसा या वास्तुपंडितांच्या उपदेशाचे त्यांनी तंतोतंत पालन करण्याचे ठरवले. संडासला

उलटे बसले. संडासच्या ट्रॅपमधील संडास, तीव्र घाण वास यामुळे ते बेशुद्ध पडले. शेवटी संडासचा दरवाजा तोडून त्यांना बाहेर काढले व हार्ट अॅटॅक झटका आला असेल म्हणून हृदय विकार तज्ज्ञाकडे नेले. ओळखीचा इंजिनिअर असल्यामुळे दरवाजा बदलण्याचे काम माझ्याच सुताराला करावे लागले. त्या वेळी ही सत्य घटना समजली. मला हसावे की रडावे तेच समजले नाही. त्या अधिकारी मित्राला मी साष्टांग दंडवत घातला व उद्गारलो 'धन्य ते वास्तुशास्त्र! धन्य तो वास्तुपंडित! धन्य तो तुमच्यासारखा वास्तुशास्त्राचं तंतोतंत पालन करणारा महापुरुष!'

शौचालय (Water Closet - W.C.)

शौचालय बांधायची वास्तूमधील सर्वोत्कृष्ट जागा म्हणजे वास्तूचा पश्चिमेचा किंवा दक्षिणेचा मध्य भाग. नॉर्मली संडास ४'-०'' x ३'-०'' आकारात असतो. या साईजमधील संडासमध्ये भारतीय बैठकीचा संडास (Indian Orissa Pan) असतो. शौचालयाची रचना वास्तुशास्त्रानुसार खालीलप्रमाणे करावी.

१) ओरीसा पॅन शौचालयाच्या बरोबर मध्ये बसवावा. तो ट्यूब लेव्हलमध्ये असावा.

२) शौचालय पूर्वेला व उत्तरेला रूंदीला ३'-०'' असावे, म्हणजे ओरीसा पॅनचे तोंड पूर्वेला किंवा उत्तरेला होईल.

३) शौचालयाच्या फरशीचा (Flooring) उतार भांड्यात असावा. म्हणजे शौचालयाचे फ्लोअरिंग नेहमी कोरडे (Dry) राहते.

४) शौचालयाचा वापर करताना प्लॅस्टिक चप्पल, स्लीपरचा वापर करावा. शौचास कधीही अनवाणी बसू नये.

५) शौचालयाचा दरवाजा पूर्व-ईशान्य व उत्तर-ईशान्य या उच्च ठिकाणी असावा व तो पाणी प्रतिबंधक (Waterproof Door) असावा.

६) शौचालयाच्या खिडक्या पश्चिम-वायव्य किंवा दक्षिण-आग्नेय या उच्च ठिकाणी असाव्यात. त्या लोअर्स खिडक्या असाव्यात. एकाच बाजूला खिडक्या घेतल्यामुळे ड्रेनेज पाइप भिंतीवरून व्यवस्थित खाली येईल.

७) शौचालयाची उंची सात फुटांपेक्षा जास्त नसावी. वरील जागा पोटमाळा म्हणून वापरता येते.

८) शौचालयाच्या भिंतींना कमीत कमी खिडकीच्या तळापर्यंत फरश्या (Dado Tiles) लावून घ्याव्यात.

९) शौचालयाला दोन इंच उंचीचा काळा कडाप्पा फरशीचा उंबरा असावा.

१०) शौचालयाचा आय शक्यतो अशुभ असावा.

११) शौचालयात बसताना नळ (Bib Cock) उजव्या हाताला असावा. नळ गळका नसावा.

१२) मलविसर्जन झाल्यावर स्वच्छतेसाठी डाव्या हाताचा उपयोग करावा व साबणाने हात-पाय स्वच्छ धुवावेत .

१३) कोणत्याही परिस्थितीत प्लंबरला संडासचे भांडे कमोड याच दिशेला पाहिजे, नळ याच ठिकाणी पाहिजे, फरशीचा उतार याच दिशेला हवा, फ्लोअरिंगखालून पाइप याच दिशेने काढा, नहाणी ट्रॅप याच दिशेला हवा, असे शिकवण्याचा प्रयत्न करून नये; कारण 'जो तुमको हो पसंद वही बात करेंगे, तुम दिन को अगर रात कहो तो रात कहेंगे!' याप्रमाणे वास्तुमालकाला खूष करण्याच्या प्रयत्नात प्लंबर 'धर की ओढ' अशा पद्धतीचे काम करतो. प्रत्यक्ष प्लंबर काम करणार असतो. तुम्ही त्याच्यावर असेच काम केले पाहिजे, असे मानसिक दडपण (Mentally Pressure) आणू नका. तुमच्या जबरदस्तीमुळे हातातील काम जाऊ नये म्हणून प्लंबर काम करतो; कारण संडास-बाथरूमचे सर्व पाईप भिंतीच्या अंतर्गत (Concealed Fitting) असतात व संडास-बाथरूमचे कन्सिल्ड पाइपिंग करणे अत्यंत जिकीरीचे (Risky) व कष्टदायक नाजूक काम असते. वास्तुमालक वास्तुपंडित, इंजिनिअरला वास्तुज्ञान शिकवत असल्यामुळे पाइप गिलाव्याने बुजवण्यापूर्वी जर एखाद्या ठिकाणी कामच करता येत नसल्यामुळे व नकळत एखादे लीकेज संडासचे ट्रॅप फिटिंग लीकेज असेल तर साइट इंजिनिअर मनात नसूनपण लीकेजकडे पूर्ण दुर्लक्ष करतो; कारण कोपऱ्यात कामच करणे अशक्य असते. वास्तुमालक त्या ठिकाणावरील सत्य परिस्थितीला सामोरा जात नाही. त्याला फक्त वास्तुशास्त्र हवे असते. साईट इंजिनिअरला

वास्तुमालकाचा स्वभाव पूर्ण माहीत असतो. 'साहेबाच्या पुढे व गाढवाच्या मागे उभे राहिल्यावर फक्त लाथाच मिळतात' हे त्याला पक्कं ठाऊक असतं व तो वास्तुपंडित ज्याला कन्सिल्ड प्लंबिंगमधील काडीचीही अक्कल नाही तो 'साहब ! मेरेकु ये मंगता है ! कैसा करना आप देखो !' असं म्हणत उंटावरून शेळ्या हाकत असतो.

अशा रितीने ते छोटेसे लीकेज थोड्या दिवसांनी मोठे होते व अनाहूतपणे महाभयंकर वास्तुदोष निर्माण होतो. आधीच तो मध्य-पश्चिम, मध्य-दक्षिण भाग दुष्ट व अघोरी शक्तींचे, पिशाचांचे, भुतांचे निवासस्थान. त्यात तुमच्या संडास पाइपमुळे भिंतीत ओल पसरलेली, गळती असलेली. एक प्रकारे त्या दुष्ट शक्तीच्या भोजनाची व निवासाची तुम्ही अनाहूतपणे सोय करता. मग त्या अघोरी शक्ती अधिक शक्तिशाली बनून संपूर्ण घरात तांडवनृत्य करतात. आपले बस्तान बसवतात, घरातील सदस्यांची मानसिक, शारीरिक, आर्थिक राखरांगोळी करतात.

स्नानगृहासह शौचालय (Attach Bathroom)

वास्तूमध्ये ॲटॅच बाथरूम बांधायची सर्वोत्कृष्ट जागा म्हणजे वास्तूचा पश्चिम व दक्षिण मध्यभाग. साधारणपणे (Normally) बाथरूमचा आकार ७'-०'' लांब व ४'-०'' रूंद असतो. या साइजमधील ॲटॅच बाथरूमची अंतर्गत रचना वास्तुशास्त्रानुसार खालीलप्रमाणे करावी.

१) बाथरूमचा आय शक्यतो अशुभ असावा.

२) बाथरूमला पूर्व-ईशान्य, उत्तर-ईशान्य, दक्षिण-आग्नेय या उच्च स्थानी एकच दरवाजा ठेवावा. दरवाजा पाणीप्रतिबंधक (Waterproof Door) असावा.

३) बाथरूम पूर्वेला किंवा उत्तरेला रूंदीला ४'-०'' फूट असावे.

४) बाथरूमला पश्चिम-वायव्य, दक्षिण-आग्नेय या उच्च स्थानी एकच खिडकी ठेवावी. ती लोअर्स खिडकी असावी.

५) संडासचे भांडे किंवा कमोड, ड्रॉइंगमध्ये दाखवल्याप्रमाणे पश्चिम व दक्षिण भागात घ्यावे. संडास भांड्याचे फ्लोअरिंग बाथरूम फ्लोअरिंगपेक्षा कमीत कमी ६'' उंच असावा.

६) बाथरूमचा नहाणी ट्रॅप ईशान्य कोपऱ्यात बसवावा. संडासचे फ्लोअरिंग ६'' उचलल्यामुळे हे शक्य आहे.

७) शॉवर पूर्व-ईशान्य भिंतीवर असावा. म्हणजे पूर्व-ईशान्येकडून तुमच्या डोक्यावर पाणी पडेल, बाथरूमची लांबी व रूंदी जास्त असल्याने प्लंबर सहज काम करू शकतो.

८) स्विचबोर्ड बाथरूमच्या आग्नेय कोपऱ्यात ठेवा व गिझर त्यावर ७'-०'' उंचीवर असावा. तो I. S. I. असावा.

९) वॉश बेसिन, कमोडशेजारी किंवा कमोडसमोर घ्यावे. ते चांगल्या कंपनीचे गळतीविरहित असावे.

१०) बाथरूममध्ये वॉश बेसिनवर आरसा असावा. अंघोळ करताना आपली पूर्ण प्रतिकृती दिसेल इतका मोठा आरसा नसावा. आरशात बघून अंघोळ करताना (इंग्रजी पिक्चरसारखे) साबण लावल्यामुळे पाय घसरून पाय मोडणे, हात मोडणे, डोके फुटणे यासारखे अपघात होण्याची दाट शक्यता असते.

११) बाथरूमला ७'-०'' उंचीपर्यंत फरश्या (Dado Tiles) बसवाव्यात. बाथरूम प्रशस्त वाटेल.

१२) बाथरूमला दोन इंच उंच कडाप्पा उंबरापट्टी असणे आवश्यक आहे.

१३) टॉवेल रॉड व कपडे दक्षिण भागात अडकवावे.

आधुनिक मुख्य स्नानगृह (Master Bathroom)

वास्तूमध्ये मास्टर बाथरूम बांधायची सर्वोत्कृष्ट जागा म्हणजे पहिल्या मजल्यावरील पश्चिम व दक्षिण मध्यभाग. मास्टर बाथरूम कमीत कमी ८'-०''लांब व ६'-०'' रूंद असावे. या साईजमधील बाथरूमची अंतर्गत रचना खालीलप्रमाणे करावी.

१) बाथरूमचा आय शक्यतो अशुभ असावा.

२) मास्टर बाथरूमला फक्त दक्षिण-आग्नेय व पश्चिम-वायव्य या उच्चस्थानी एकच दरवाजा असावा. तो पाणीप्रतिबंधक (Waterproof Door) असावा.

३) मास्टर बाथरूमला पूर्व-ईशान्य व पश्चिम-वायव्य या ठिकाणी दोन खिडक्या असाव्यात. त्या लोअर्स खिडक्या असाव्यात.

४) ड्रॉइंगमध्ये दाखवल्याप्रमाणे पश्चिम किंवा दक्षिण भिंतीला खेटून आयताकृती बाथटब (६'-०''लांब x २'-६''रूंद) घ्यावा. बाथटबचे डोके दक्षिणेकडे असावे.

५) बाथटबला लागून पश्चिम व दक्षिण भिंतीला खेटून पाश्चात्त्य व भारतीय बैठक असलेला कमोड (Anglo-Indian Commod) घ्यावा. कित्येक लोकांना ओरिसा पॅनची सवय असते.

६) ड्रॉइंगमध्ये दाखवल्याप्रमाणे आग्नेय ते नैर्ऋत्य कोपऱ्यात कपडे बदलण्याची व्यवस्था करावी.

७) ईशान्य कोपऱ्यात नहाणी ट्रॅप घ्यावा. तेथूनच सर्व पाण्याचा निचरा होईल.

८) पूर्व-ईशान्य कोपऱ्यात खिडकीच्या वर शॉवर पॅनेल असावे. खिडकीच्या खाली अनुक्रमे गार व गरम पाण्याचा नळ असावा.

९) मास्टर बाथरूमला दोन इंच उंच काळ्या कडाप्प्याची उंबरापट्टी बसवावी.

१०) वॉश बेसिन उत्तर दिशेस ड्रॉइंगमध्ये दाखवल्याप्रमाणे असावे.

११) मास्टर बाथरूमला स्लॅबतळापर्यंत टाईल्स (Dado Tiles) बसवून घ्याव्यात. बाथरूम प्रशस्त वाटेल.

१२) स्विचबोर्ड आग्नेय कोपऱ्यात असावा व गिझर ७'-०'' उंचीवर असावा. तो I.S.I. मार्किंगचा असावा.

१३) अशा रितीने ईशान्य कोपऱ्याचे फ्लोअरिंग +०'-०'' कपडे बदलण्याची जागा +०'-२'' कमोड +०'-४'' बाथटब +०'-६'' असा नैर्ऋत्येकडे चढता क्रम (Level) ठेवावा.

बाथरूमची अशी रचना केल्यास दोन ऋणांचा एक धन होतो. तशा प्रकारे बाथरूम, संडास म्हणजे वास्तूतील नीच स्थान. मलमूत्र, अंगावरील घाम, कंटाळा सोडून ताजेतवाने (Fresh) होण्याचे ठिकाण. त्याची रचना नीच स्थानी नीच आयावर केल्यावर दोन अशुभांबरोबर एक शुभ या वास्तुशास्त्राच्या मूलभूत नियमाची प्रचीती येईल.

यश, समृद्धी, ऐश्वर्य प्राप्त होईल. मुलांची शैक्षणिक, बौद्धिक प्रगती होईल. उद्योगधंद्यात, व्यवसायात आश्चर्यकारक वाढ होईल. स्त्रिया आनंदी, सुखी व निरोगी राहतील. कुटुंबाचे मानसिक स्वास्थ्य उत्तम राहील. कुटुंबप्रमुख पैसा, धन खोऱ्याने ओढेल. मुलींची लग्ने चांगल्या ठिकाणी होतील. जावई कर्तृत्ववान, देखणा व निर्व्यसनी मिळेल. जशी संडासवाटे मैला, मळ, घाण निघून जाते, तशी घरातून शत्रूपीडा, अनारोग्य, अपयश, दारिद्र्य, चिंता, काळजी, नैराश्य, भांडणे निघून जाईल.

अशा मास्टर बाथरूममध्ये अंघोळ एक परम पवित्र अनुभूती असे कुटुंबप्रमुखाला वाटते.

सूर्याच्या दृश्य व अदृश्य किरणांचा फायदा घेण्यासाठी पूर्वीच्या ऋषिमुनींनी जो मार्ग अनुसरला त्याला 'सूर्याला अर्घ्य देणे' असे म्हणतात. सूर्याला अर्घ्य देताना मंत्राचा राजा गायत्री मंत्र म्हणण्याची प्रथा आहे. सूर्योपासना करण्यासाठी नदीत उभे राहून अर्घ्य दिलेच पाहिजे, असा नियम नाही. फक्त सूर्यकिरणे पाण्यातून आरपार होऊन आपल्या अंगावर पडली पाहिजेत. पाण्याचे थेंब हे प्रिझमप्रमाणे असतात. सूर्यकिरणे जेव्हा पाण्यातून आरपार जातात त्यावेळी ता-ना-पि-हि-नि-पा-जा हे इंद्रधनुष्यातील सर्व रंग किरण बनून आपल्या शरीरावर पडतात. अशी सकाळची दृश्य किरणे व सौम्य अल्ट्रा व्हायलेट (UV) व इन्फ्रारेड (IR) ही दोन महत्त्वाची अदृश्य किरणे अंगावर पडल्यामुळे शरीर व मन निरोगी होते. अशी सूर्योपासना केल्यामुळे तुमच्यावर डॉक्टरकडे जाण्याचा प्रसंगच येणार नाही.

फक्त विचार करा. मास्टर बाथरूममध्ये सकाळी अंघोळ करणाऱ्या कुटुंबप्रमुखाच्या तोंडात मंत्रांचा राजा गायत्री मंत्र आहे. त्याने सूर्याकडे बघून हात जोडलेले आहेत. त्याच्या समोरील पूर्व-ईशान्य खिडकीतून सूर्याची सौम्य व रोगप्रतिकारक किरणे आत येत आहेत. खिडकीच्या वर असलेल्या शॉवरमधून तुमच्या समोर अंगावर

पाणी, जल पडत आहे. त्या पाण्यातून विघटित होऊन सूर्याची किरणे इंद्रधनुष्य बनून तुमच्या शरीरावर, मनावर आरोग्याची उधळण करत आहेत.

सूर्यनारायण आत्मा व प्राण यांचा कारक आहे. स्वयंप्रकाशित तारा आहे. त्याच्या कृपाप्रसादाने भाग्य, अमर्याद यश, अफाट धन, आरोग्य, नावलौकिक, कीर्ती, पराक्रम, आत्मविश्वास, धडाडीने निर्णय घेण्याची क्षमता या गोष्टी प्राप्त होतात. सूर्य उगवल्यावर जसा काळोख लोप पावतो तसं दुःख, दारिद्र्य, आजारपण, शत्रू , पती-पत्नीतील मतभेद, अहंकार, संकटे ही कुटुंबप्रमुखाच्या जीवनातून लोप पावतील. कुटुंबप्रमुख समाजात प्रमुख नेता, सन्माननीय, आदरणीय व्यक्ती म्हणून ख्याती मिळवेल.

धुणी-भांडी करण्याची जागा (Washing Place)

सध्याच्या धावपळीच्या व धकाधकीच्या जीवनात नवरा-बायको दोघे नोकरी करत असतात. त्यांना धुणीवाली, भांडीवाली, जेवणवाली, कामवाली बाई आवश्यक असते. बंगल्यात राहणाऱ्या प्रत्येक व्यक्तीच्या कुटुंबात अशा प्रकारच्या बायका कामाला येतात व काम करून जातात. माझ्या आजवरच्या वास्तुपरीक्षणात किचनमधून दक्षिण कोपऱ्यात एक दरवाजा काढलेला असतो. या कामवाल्या बायका याच दरवाज्यातून आत येतात. भांडी, कपडे घेऊन वास्तू व कम्पाउंडच्यामध्ये असणाऱ्या जागेत धुणी-भांडी करतात. खरकट तिथंच टाकतात. कपडे वाळत घालतात. त्यामुळे किचनरूमचा नीच स्थानातील दरवाजा ये-जा करणाऱ्यांसाठी कायम उघडा राहतो. शंभर पुरुष एकत्र गप्प बसतील; पण दोन कामवाल्या बायका एकत्र कधीच गप्प बसणार नाहीत. त्या एकमेकींना आपले सुख-दुःख, पैशाची ओढाताण, नवऱ्याचा व्यसनीपणा, मुलांची शाळेतील अधोगती, घरातील इतर सदस्यांची दुखणी-खुपणी, आजारपण, लफडी, सासू-सुनेमधील भांडण इत्यादी गोष्टी तिखट मीठ लावून सांगतात. एकमेकींचे सांत्वन करताना प्रसंगी रडतात. जीवनात कशाचाही नाश होत नाही, हा ऊर्जा अक्षय्यतेच्या विज्ञानाचा नियम लावल्यास त्या घटना तेथेच ध्वनिमुद्रित होतात. कामवाल्या बायका शरीराने निघून जातात; पण त्यांची दूषित स्पंदने तेथेच वायुमंडलात राहतात व ती समोर दिसणाऱ्या दरवाज्यातून वास्तूत प्रवेश करतात व मूर्त रूप धारण करतात. अशा रीतीने अत्यंत भयंकर वास्तुदोष निर्माण होतो.

त्यामुळे धुणे, भांडी धुण्याच्या जागेची वास्तूमध्येच रचना करावी. गृहिणी समोर असल्यामुळे कामवाल्या बायका एकमेकींना आपलं रडगाणं, दुःख सांगणार नाहीत. वास्तूमध्ये अशी सर्वोत्कृष्ट जागा म्हणजे मध्य-दक्षिण भाग. वास्तुशास्त्रानुसार वॉशिंग प्लेसची अंतर्गत रचना खालीलप्रमाणे करावी.

१) वॉशिंग प्लेसचा दरवाजा पूर्व-ईशान्य दिशा या एकाच उच्चस्थानी असावा. तो पाणीप्रतिबंधक (Waterproof Door) असावा.

२) वॉशिंग प्लेसला दक्षिण-आग्नेय या एकाच उच्च ठिकाणी एक खिडकी असावी.

३) वॉशिंग प्लेसच्या नैर्ऋत्य कोपऱ्यात दीड फूट उंच दगड पाटा धुण्यासाठी ठेवावा, म्हणजे कपडे व्यवस्थित धुतले जातील व नैर्ऋत्येला जडत्व प्राप्त होईल.

४) नहाणी ट्रॅप पूर्व-ईशान्येच्या कोपऱ्यात ठेवावा.

५) वॉशिंग प्लेसला कमीत कमी ४ फूट उंच टाइल्स (Dado Tiles) बसवाव्या. एकच नळ मध्य-पूर्व भागात दोन फूट उंचीवर ठेवावा.

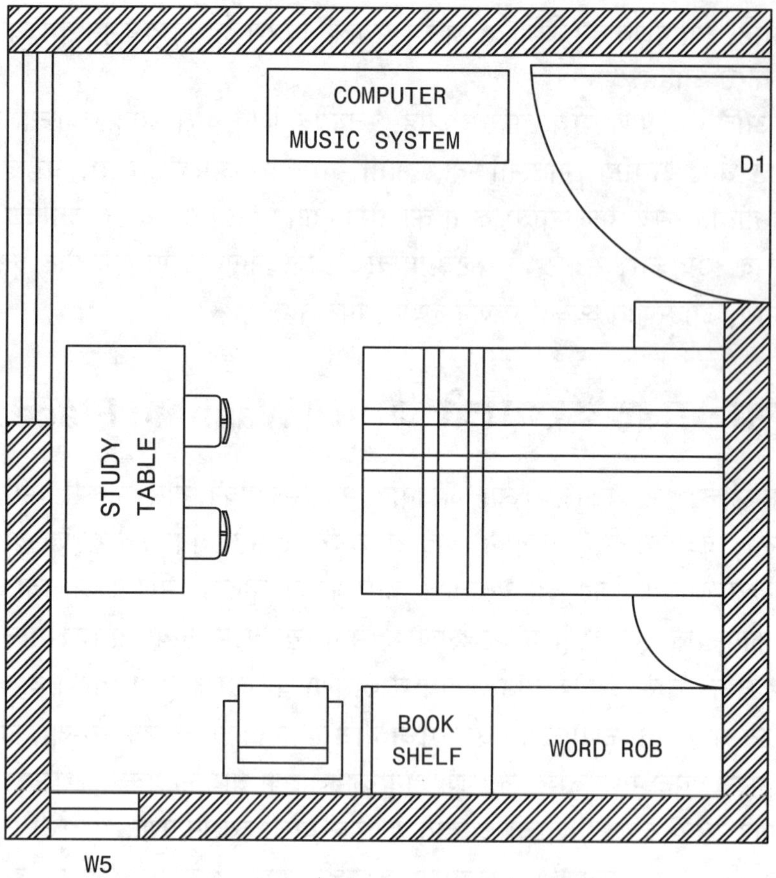

TYPICAL FURNITURE LAY-OUT FOR CHILDREN BEDROOM
AS PER INDIAN VASTUSHASTRA BEDROOM SIZE- 11'3"X12'0"

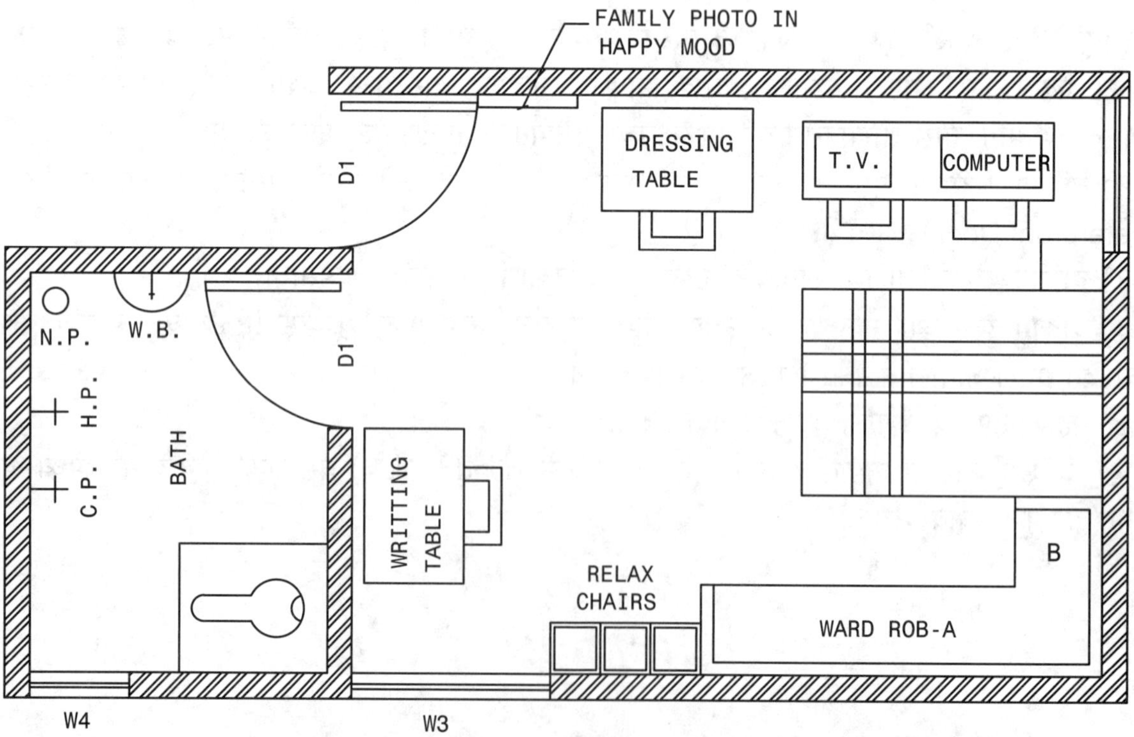

FURNITURE LAY-OUT OF ELDER SON BEDROOM
ELDER SON BEDROOM SIZE- 11'3"X15'0"
ATTACH BATHROOM- 6'0"X8'0"

मुख्य शयनकक्ष (Master Bed-room)

यदि रामा, यदि च रमा यदि तनयो विनयगुणोपेत:
तनये तनयोत्पत्ति: सुरवरनगरे किमाधिक्यम् ।।

अर्थ:- पत्नी सुंदर व अनुकूल असेल, शिवाय संपन्नताही असेल, तशात मुलगा विनयशील आणि सर्वगुणी आणि त्यातही अशा मुलाला मुलगा झालेला असेल! इंद्रपुरीत याहून अधिक काय सुख असणार?

ज्योतिषशास्त्रातील विंशोत्तरी महादशेत मानवी जीवनाची मर्यादा १२० वर्षे मानली आहे. प्रत्येक ग्रहांना काही ठरावीक वर्षे देऊन या १२० वर्षांची विभागणी केलेली आहे. वास्तू, घराची आयुष्यमर्यादापण १२० वर्षे मानली गेलेली आहे. नैर्ऋत्येचे स्वामी राहू व केतू हे पापग्रह आहेत. पश्चिमेचा स्वामी शनी ग्रह आहे. वास्तूच्या एकूण आयुष्याच्या राहू १८ वर्षे, केतू ७ वर्षे व शनी १९ वर्षे असा एकूण ४४ वर्षांचा कालावधी या पाप व नीच ग्रहांच्या अधिपत्याखाली येतो. त्याचे वास्तूतील प्रमाण ३६.६६ टक्के इतके आहे.

अंधकार, पाशवी, मंत्रतंत्रविद्या, घोर, क्रूर, आचारविचार, दैवी आपत्ती, विषारी प्राण्यांपासून इजा, भूत व पिशाच बाधा, अंधत्व, पंगुत्व, वेड, कुलक्षय, असाध्य व दीर्घकालीन आजार, पुत्रशोक, आर्थिक गळचेपी हे या तीन ग्रहांचे गुणधर्म आहेत.

या पाप ग्रहांची वाईट बाजू, दशा जितकी वाईट आहे, तितकीच चांगली बाजू सर्वोत्कृष्ट आहे. ते जन्म पत्रिकेत, वास्तूत बलवान असता यश, प्रतिष्ठा, मानसन्मान, राजयोग पद, कर्तृत्व, सांपत्तिक उत्कर्ष, निरामय कामजीवन, पारमार्थिक प्रगती, नेता होऊन समाजावर हुकुमत गाजवणे या गोष्टी मुक्त हस्ताने प्रदान करतात.

इंग्रजीमध्ये एक म्हण आहे- (Kill Evil before he kills you). दुष्ट, राक्षसी शक्तींनी तुमच्यावर विजय मिळवण्यापेक्षा तुम्ही त्यांच्यावर विजय मिळवा. त्यांना मारून गाडून टाका.

जो कुटुंबप्रमुख नैर्ऋत्य व पश्चिमेला आपले मुख्य शयनकक्ष बनवतो, तो दुष्ट व अघोरी शक्तींना गाडून टाकतो. त्यांच्या डोक्यावर झोपून त्यांच्यावर विजय मिळवतो. वर उल्लेख केल्याप्रमाणे ही पापग्रहांची सर्वोत्कृष्ट बाजू आहे, त्याचा पूर्ण लाभ मिळवतो. अशा रीतीने नैर्ऋत्य कोपऱ्यात राहणारी व्यक्ती संपूर्ण कुटुंबावर, बाहेर नोकरी, धंद्याच्या ठिकाणी, आसपासच्या समाजात वर्चस्व ठेवते. लोक त्याचा शब्द प्रमाण मानतात. सहज निरीक्षण करा, तुमच्या ओळखीचा नेता, पुढारी तुमच्या दृष्टीने यशस्वी माणूस, स्त्री ज्यांनी शून्यातून उद्योगधंदा सुरू करून धंद्याचे विश्व निर्माण केले, त्यांचे शयनकक्ष बहुतांश नैर्ऋत्येला असतात. ड्रॉइंगमध्ये दाखवल्याप्रमाणे वास्तुशास्त्रानुसार नैर्ऋत्येला मुख्य शयनकक्षाची अंतर्गत सजावट खालीलप्रमाणे करावी.

१) नैर्ऋत्येच्या मुख्य शयन कक्षाचा आय शुभ असणे अत्यंत महत्त्वाचे आहे.

२) नैर्ऋत्येच्या मुख्य शयनकक्षाला फक्त पूर्व-ईशान्य व उत्तर-ईशान्य या दोन्ही पैकी एका ठिकाणी दार ठेवावे. दुसरा दरवाजा दक्षिण किंवा पश्चिम भिंतीत ठेवल्यास गृहिणीने समजायचे, आपल्याला घरात सवत आली व पतीने समजायचे आपल्याला सवता आलाय.

३) मुख्य शयनकक्षाला दक्षिण-आग्नेयेला छोटी व पश्चिम-वायव्येला थोडी मोठी अशा दोन खिडक्या ठेवाव्यात. त्यामुळे नैसर्गिक वायुविजन होईल. शयनकक्षात वातावरण प्रसन्न राहील व सर्वांत महत्त्वाचे म्हणजे तुमचा वास्तुनकाशा मंजूर (Sanction Drawing) होण्यासाठी प्रत्येक रूमला, खोलीला त्याच्या क्षेत्रफळाच्या आकाराच्या $\frac{१}{६}$ वायुविजन ठेवलेच पाहिजे. नाहीतर नकाशा नामंजूर केला जातो.

४) ड्रॉइंगमध्ये दाखवल्याप्रमाणे पश्चिम भिंतीस लांबीने जास्त व दक्षिण भिंतीस लांबीने कमी अशी वॉर्डरोबची व कपाटांची रचना करावी. वॉर्डरोब B चा उपयोग पैसे, दागदागिने, महत्त्वाची कागदपत्रे ठेवण्यासाठी करावा व वॉर्डरोब A चा वापर कपडे व इतर जड सामान ठेवण्यासाठी करावा.

५) वॉर्डरोब B ला खेटूनच पलंगाची दक्षिणोत्तर दिशेला रचना करावी. कोणत्याही परिस्थितीत पलंगाची

डोक्याकडील बाजू दक्षिण भिंतीला चिकटलीच पाहिजे.

६) वॉर्डरोब A व वॉर्डरोब Bचे फ्लोअरिंग शयनकक्षाच्या फ्लोअरिंगपेक्षा कमीतकमी ३'' उंच घ्यावे. त्यामुळे नैर्ऋत्येला जडत्व प्राप्त होते.

७) तुम्ही जर फर्निचरमध्ये अंतर्गत रचना करणार असाल तर बेडरूममध्ये आर. सी. सी. लॉफ्ट घेऊ नयेत. कारण आर. सी. सी. लॉफ्टला प्लायवूडने मडवायचा खर्च प्रचंड येतो.

८) जर आर. सी. सी. लॉफ्ट हवाच असेल तर तो फक्त पश्चिम भिंतीलाच घ्यावा; कारण दक्षिण भिंतीला लॉफ्ट घेतल्यास तो बेडच्या वर येतो. त्याच्या धारदार बाजूचे (Edge) एकत्रीकरण (Contraction) बरोबर हृदयावर, डोक्यावर होते. त्यामुळे लॉफ्टच्या खाली झोपल्यामुळे हृदयदाबाचा झटका, मानसिक चलबिचलता, वाईट स्वप्ने पडणे, झोपेत ओरडत उठणे, मेंदूला व्यवस्थित रक्तपुरवठा न होणे इत्यादी घटना घडतात. त्यामुळे त्या बेडवर झोपणारी व्यक्ती दिवसेंदिवस खंगते. झोपेतून अचानक उठल्यामुळे लॉफ्ट डोक्याला लागून मानेचा मणका तुटून अपघात होण्याची दाट शक्यता असते.

९) कुटुंबप्रमुखाने आपल्या मोठ्या मुलाला लग्नानंतर किंवा लग्नाच्या आधी आपले नैर्ऋत्य शयनकक्ष कधीही वापरण्यास देऊ नये. मोठा बंगला असल्यास आपल्या मोठ्या मुलाला लग्नानंतर नैर्ऋत्य कोपऱ्यात एक बेडरूम संडास-बाथरूमसहित टेरेसवर बांधून द्यावी. फ्लॅट असल्यास, नैर्ऋत्येची बेडरूम मुलाला द्यावयाची इच्छा असल्यास त्याने ईशान्येच्या हॉलमध्ये राहावे; पण चुकूनसुद्धा वायव्य खंडातील खोलीचा वापर बेडरूम म्हणून करू नये. याचे शास्त्रीय कारण असे की वायव्य खंड चंद्र या ग्रहाच्या अधिपत्याखाली येतो. नैर्ऋत्य व पश्चिम खंड राहू, केतू व शनी या नैसर्गिक क्रूर व दुष्ट ग्रहांच्या अधिपत्याखाली येतात. चंद्र माया आहे. ऐहिक सुखाचा कारक आहे, तर शनी हा अध्यात्म पचवलेला, माया, ऐहिक सुखाचा तिटकारा असलेला आहे. चंद्र आणि पृथ्वी यांचे भ्रमणमार्ग परस्परांना छेदतात, त्या छेदन बिंदूंना राहू व केतू असे संबोधण्यात येते. राहू, केतू व चंद्र एकमेकांचे मातब्बर शत्रू आहेत. राहू व केतू चंद्राला ग्रासल्यामुळे ग्रहणे होतात.

१०) नैर्ऋत्येचे मुख्य शयनकक्ष या नैसर्गिक पाप ग्रहांच्या अधिपत्याखाली येते म्हणजे नैर्ऋत्येचे बेडरूम दुधारी शस्त्र आहे. एक तर ते तेथे राहणाऱ्या व्यक्तीला यशाच्या सर्वोच्च शिखरावर नेणार, जर त्याने आपली बेडरूम वायव्य खंडात हलवली तर त्याला नेस्तनाबूत करणार, घरातून हाकलून देणार. चारीमुंड्या चीत करणार. अमावास्येला चंद्र निर्बल असतो, पापग्रह प्रबल असतात. निसर्ग नियमानुसार प्रबल पापग्रह निर्बल शुभ चंद्रावर विजय मिळवतात. नैर्ऋत्य बेडरूमचा ताबा घेतलेला पुत्र ग्रहांच्या प्रभावामुळे अमावास्येला आपल्या पित्याला अद्वातद्वा बोलतो, प्रसंगी मारहाण करतो, मानसिक त्रास देतो व पापग्रह अत्यंत बलवान असतील तर त्यांची रवानगी वृद्धाश्रमात करतो.

अनुभवासाठी वाचकांनी आसपासच्या वृद्धाश्रमाला भेट द्या. फळे व मिठाई देऊन सहानुभूतीपूर्वक नकळत वृद्धांची सर्व माहिती (Past- History) काढा. सकाळी फिरण्यासाठी (Warm-Up) जाणाऱ्या वृद्धांशी चहा, ज्यूस देऊन ओळख वाढवा. म्हणजे ते तुम्हाला चहा घेण्यासाठी घरी बोलावतील. त्या घरांचे अंतर्गत, बाहेरून निरीक्षण करा. संध्याकाळी पार्कमध्ये, बागेत चिंताग्रस्त होऊन बसणाऱ्या वृद्धांना मदत करून त्यांची माहिती काढा. त्यांच्या घराचे परीक्षण करा. शक्य असल्यास ज्योतिषविद्या येते असे सांगून जन्मवेळ, जन्मदिन मिळवा. स्वत: त्यांची जन्मकुंडली तयार करा. नेमके बीभत्स सत्य तुमच्या समोर उघड होईल.

११) टी.व्ही., कॉम्प्युटर, म्युझिक सिस्टिम शयनकक्षाच्या आग्नेय कोपऱ्यात भिंतीपासून कमीत कमी ४'' अंतरावर असावेत.

१२) ड्रेसिंग टेबल मध्य पूर्वेच्या किंवा मध्य उत्तरेच्या भिंतीपासून कमीत कमी ४'' अंतरावर असावे. ड्रेसिंग टेबलचा आरसा शृंगार (Make-up) झाल्यावर पडदा टाकून झाकून टाकावा.

१३) पति-पत्नी झोपल्यावर त्यांचे प्रतिबिंब कोणत्याही आरशात पडता कामा नये; कारण आरशातील प्रतिबिंब पति-पत्नीला विकृत, फिल्मी संभोग करण्यास प्रवृत्त करते. मानवाचे पूर्वज माकडाचे मैथुनपण १५ सेकंदापेक्षा जास्त चालत नाही, असे Skin & V.D. Specialist Doctor यांचे संशोधन आहे. फिल्ममध्ये दाखवल्याप्रमाणे आपल्याला जमत नाही, झेपत नाही, या मानसिक भीतीपोटी, न्यूनगंडापोटी पुरुष सेक्स औषध

टॉनिकचे सेवन करतो व लिंगाचा वाकडेपणा, नसांची कमजोरी, पातळ वीर्य, वीर्यात शुक्रजंतूंची कमतरता अशा गुप्त रोगांना निसर्ग नियमाच्या विरुद्ध वागून निमंत्रण देतो.

१४) आराम खुर्ची (Relax Chair) पश्चिम-वायव्य खंडात असावी. म्हणजे आपले तोंड पूर्वेला होईल.

१५) कामाचे टेबल (Writting Table) मध्य उत्तर किंवा मध्य पूर्वेच्या भिंतीपासून कमीत कमी ४'' वर असावे.

१६) बेडरूमचे स्विच बोर्ड व टेलिफोन बेडच्या उजव्या हातास रूमच्या दक्षिण-आग्नेय कोपऱ्यात असावे.

१७) मुख्य शयनकक्षाला संडास-बाथरूम अॅटॅच असलेच पाहिजे. ते ड्रॉइंगमध्ये दाखवल्याप्रमाणे पूर्वेस किंवा उत्तरेस घ्यावे.

१८) कुटुंबप्रमुखाने वास्तूच्या आग्नेय खंडातील शयनकक्ष वापरू नये; कारण आग्नेय दिशा शुक्र या नैसर्गिक कामदेव असणाऱ्या स्त्री ग्रहाच्या अधिपत्याखाली येत असली तरी अग्नीच्या संपर्कात आल्यामुळे त्याची ऋण व्यभिचाराची बाजूच जास्त निदर्शनाला येते. पति-पत्नीचे संबंध दुरावतात. स्त्रियांची वैषयिक वृत्ती वाढते; कारण पुरुषाची वीर्यनिर्मिती (Sperm Production) थंडावते. समलिंगी विषयसुखाचे आकर्षण निर्माण होते. घटस्फोटापर्यंत प्रकरण जाते. जोडप्याला लग्नानंतर चार-पाच वर्षे संततीच होत नाही. पुरुष-स्त्री वंध्यत्व चिकित्सा हॉस्पिटल (Human Fertility Hospital) मध्ये जाणाऱ्या बहुतांश जोडप्यांची शयनगृहे आग्नेयेस असतात. ज्या स्त्रिया बाहेरख्याली, चंचल असतात त्या आग्नेयेस झोपतात. नुकतेच लग्न झालेल्या जोडप्यांसाठी आग्नेयेची बेडरूम पुरुषाला नपुंसकत्वाकडे नेणारी व स्त्रीला पुरुषत्वाकडे नेणारे हळूहळू भिनणारे विष (Slow Poison) आहे.

१९) अत्यंत अडचण असल्यास ईशान्येची बेडरूम मुख्य शयनकक्ष म्हणून वापरावी; कारण दगडापेक्षा वीट मऊ. ईशान्येचा मालक गुरू नैसर्गिक शुभ ग्रह आहे. तो संततीचा, शिक्षणाचा व विद्यार्जनाचा कारक आहे. त्यामुळे मुलांची शैक्षणिक प्रगती चांगली होण्यासाठी मुलांना ही बेडरूम उपयुक्त आहे.

२०) सध्या आधुनिक बेड ६'-०''x ६'-०'' लांबी-रूंदीचा असतो. त्यावर जुन्या ३'-०''x ६'-०'' च्या दोन गाद्या टाकूया. नंतर पैसे जमल्यावर मोठी गादी घेऊया असा विचार कित्येक लोक करतात. संतुष्ट व निरोगी कामजीवन गृहस्थाश्रमाचा पाया आहे. धर्मशास्त्रानुसार पति-पत्नी दोन शरीरे, एक मन असतात, म्हणून पत्नीला अर्धांगी म्हणतात. दोन गाद्यांवर झोपल्यामुळे पति-पत्नी दोन शरीरे, दोन मने बनतात. वैवाहिक जीवनात दरार पडते. धुसफुशीचे रूपांतर अबोल्यात, अबोल्याचे रूपांतर मोठ्या भांडणात व मोठ्या भांडणाचे रूपांतर घटस्फोटापर्यंत जाते हे सत्य आहे.

२१) झोपताना दक्षिणेकडे पाय व उत्तरेकडे डोके करून झोपू नये. दक्षिण दिशा यमाची आहे. त्यामुळे मृत व्यक्तीला दक्षिणेला पाय करून झोपवतात हे सर्वांना माहीत आहे. दक्षिणेकडे वात करून दिवा लावतात व मृतात्म्याला मार्ग दाखवतात, हे धार्मिक कारण व चुंबकीय आकर्षणामुळे हृदयाभिसरण क्रिया नीट होत नाही. त्यामुळे शांत व गाढ झोप लागत नाही. शांत झोप निरोगी शरीराचा पाया आहे असे आयुर्वेद सांगतो. झोप न मिळाल्यामुळे शरीर विविध रोगांचे आगार बनते हे शास्त्रीय कारण. उत्तरेकडे पाय ठेऊन झोपण्यास अडचण असेल तर पूर्वेकडे वा पश्चिमेकडे डोके करून झोपावे. फक्त डोक्यावर बीम, तुळई, लॉफ्ट येणार नाही याची काळजी घ्या. लग्नानंतर पत्नीने पतीच्या डाव्या बाजूस झोपावे. वैवाहिक नाजूक संबंध अधिक दृढ होतात. तर दुसरे शास्त्रीय कारण म्हणजे आपल्या उजव्या नासिकेतून सूर्यनाडी (पिंगला) व डाव्या नाकपुडीतून चंद्रनाडी (इडा) वाहत असते. अन्नपचनासाठी सूर्यनाडी महत्त्वाची आहे. डाव्या कुशीवर निजल्यामुळे उजवी सूर्यनाडी प्रबळ कार्यरत होते. त्यामुळे अन्नपचन नीट होते.

२२) कुटुंबप्रमुखाने कितीही प्रिय मित्र, मोठा पाहुणा असला तरी त्याला स्वत:च्या बेडवर बसू देऊ नये. त्याच्या मनात शंभर टक्के वाईट विचार येतात. तेच घाणेरडे विचार तुमच्या मनावर, वातावरणात प्रक्षेपित होतात. कारण नसताना रात्री पति-पत्नीच्यात मोठे भांडण होते व अबोला धरला जातो.

EAST

NE SE

मुलांचे शयनकक्ष (Children Bedroom)

ज्ञानतृष्णा गुरोर्निष्ठा सदाध्ययनदक्षता।
एकाग्रता महत्त्वेच्छा विद्यार्थी गुण पञ्चकम् ।।

अर्थ:- ज्ञान मिळवण्याची इच्छा, गुरूवर श्रद्धा, अभ्यासात दक्षता, एकाग्रता आणि महत्त्वाकांक्षा हे गुण विद्यार्थ्यांच्यात, मुलांमध्ये असावेत.

मुलांची बेडरूम म्हणून वापरावयाची वास्तूतील सर्वोकृष्ट जागा म्हणजे वास्तूचा वायव्य कोपरा. वायव्य खंड चंद्र या स्त्री ग्रहाच्या अधिपत्याखाली येतो. तसेच, वायव्य खंडाची रास धनू असून त्याचा स्वामी गुरू ग्रह आहे. गुरू हा नैसर्गिक शुभ ग्रह असून, संतती, शिक्षणाचा, विद्यार्जनाचा कारक आहे. तो व्यक्तीला गुरूजनांचा वडीलधाऱ्या माणसांचा आदर करण्यास शिकवतो. सुसंस्कृत व उच्चविद्याविभूषित बनवतो. 'चंद्रमा मनसो जात' उक्तीप्रमाणे चंद्र मनाचा कारक आहे. अभ्यासासाठी अहोरात्र ध्यास घेणे, त्यासाठी मानसिक संतुलन उत्तम असणे आवश्यक आहे. त्यामुळे मुलांची शैक्षणिक, मानसिक प्रगती होण्यासाठी मुलांची बेडरूम वास्तूच्या वायव्य कोपऱ्यात करावी.

ड्रॉइंगमध्ये दाखवल्याप्रमाणे वायव्येला मुलांच्या शयनकक्षाची अंतर्गत सजावट करावी.

१) मुलांच्या शयनकक्षाची रचना शुभ आयवर करणे वास्तुशास्त्रानुसार अत्यंत आवश्यक आहे.

२) ड्रॉइंगमध्ये दाखवल्याप्रमाणे शयनकक्षात फक्त पूर्व-ईशान्य व पूर्व-आग्नेय या दोन्हीपैकी एका उच्च ठिकाणी दार ठेवावे. दुसरा दरवाजा पश्चिम किंवा उत्तर भिंतीस ठेवल्यास मुलांचे अभ्यासात लक्ष लागणार नाही. एकत्रित सर्व अभ्यास करतो (Group Study) या नावाखाली आणखी चार मुलांना घेऊन रूममध्ये टवाळक्या, टाइमपास करत बसतील. पयार्याने परीक्षेत नापास होतील. 'पुत्र व्हावा ऐसा गुंडा त्याने लावावा त्रैलोक्यी झेंडा' (नापास होण्याचा) हे शिक्षकाच्या मुखातून ऐकून तुमची मान शरमेने खाली जाईल.

NORTH SOUTH

३) ड्रॉइंगमध्ये दाखवल्याप्रमाणे वॉर्डरोब, कपाट पश्चिम व दक्षिण भिंतीस खेटून लावावे.

४) वॉर्डरोब, कपाटापासून दीड फूट अंतर ठेवून दक्षिण भिंतीला चिकटून पलंगाची रचना करावी, म्हणजे डोके दक्षिणेला व पाय उत्तरेला होतील. वायव्य कोपऱ्यात पुस्तकाचे कपाट पश्चिम भिंतीला चिकटून असावे.

५) त्याच्या शेजारी वायव्य कोपऱ्यात आरामखुर्ची असावी.

६) आर. सी .सी. लॉफ्ट हवाच असेल तर तो दोन फूट रूंदीचा पश्चिम भिंतीला घ्यावा.

७) अभ्यासाचे टेबल (Study Table) मध्य उत्तरेस किंवा मध्य पूर्वेस असावे. चुकूनही ईशान्य कोपऱ्यात टेबल ठेवून अभ्यास करू नये. ईशान्य कोपऱ्यास चिकटून टेबल खूर्ची ठेवणे म्हणजे शाळा, कॉलेजला रामराम ठोकणे. विद्यार्थ्याचे तोंड अभ्यास करताना पूर्वेस व उत्तरेस असावे.

८) मध्य-पूर्वेस पूर्व भिंतीपासून चार इंचावर कॉम्प्युटर, म्युझिक सिस्टीमची व्यवस्था करावी.

९) शयनकक्षात उत्तर-ईशान्येस मोठी खिडकी घ्यावी व पश्चिम-वायव्येस तुलनेने लहान खिडकी घ्यावी. त्यामुळे नैसर्गिक वायुविजन होईल.

१०) मुलांनी ईशान्य कोपऱ्यात जमिनीवर पांढरे वस्त्र अंथरून, पूर्वेकडे तोंड करून, प्राणायाम, ध्यान, स्तोत्र-सुमनांजली म्हणावी.

११) शयनकक्षाच्या ईशान्य कोपऱ्यात सरस्वती, महालक्ष्मी व मध्ये गणपती एकत्रित असलेले मोठे चित्र लावावे.

१२) वॉडरोब, कपाटाचे फ्लोअरिंग शयनकक्षाच्या फ्लोअरिंगपेक्षा कमीत कमी ३'' इंच उंच असावे. अशाने दक्षिण व पश्चिम कोपऱ्याला जडत्व प्राप्त होईल.

दहावी, बारावीच्या परीक्षेत गुणवत्ता यादीत (Merit List) येणाऱ्या बहुसंख्य मुलांची बेडरूम वायव्य कोपऱ्यात असते. अशा मुलांचे अभिनंदन करण्याचे निमित्त करून त्यांच्या घरात मुद्दाम वास्तुपरीक्षणासाठी गेलो. तसेच, जी मुले सारखी नापास होतात, शाळा चुकवून ग्राउंडवर खेळतात, पिक्चरला जातात, त्यांच्या घराचेही परीक्षण केल्यावर मला हे सत्य उमगलं.

NW WEST SW

NE EAST SE

गोमुखी प्लॉट? लोकांची प्रथम पसंती

प्लॉट खरेदी करताना प्रत्येक खरेदीदार आपल्या प्लॉटसंबंधी भल्या मोठ्या मागणीची लिस्टच प्रॉपर्टी कन्सल्टंन्टच्या हाती देत असतो. प्लॉटचा रोड असा असावा, प्लॉटची जमीन कशी असावी, प्लॉट मध्यवस्ती पासून, गावापासून जवळ असावा, प्लॉटपासून शाळा, कॉलेज, बसस्टॅन्ड जवळ असावे, प्लॉट गोमुखी असावा इत्यादी. जशी, जास्त धार देणारी, जास्त शेण देणारी, कमी चारा खाणारी व अखूड शिंगांची कमी किमतीत मिळणारी म्हैस जशी शेतकऱ्याला हवी असते, तसा सर्वगुणसंपन्न, १०० टक्के भारतीय वास्तुशास्त्रानुसार गोमुखी, कमी किमतीत मिळणारा प्लॉट प्रत्येक खरेदीदाराला हवा असतो. वेश्येचा दलाल व प्लॉटचा एजंट लोकांना सारखाच वाटतो. खिशात दमडी का नसेना, पण लाखाच्या प्लॉटची चौकशी करायची! प्लॉटच्या एजंटाला फिर फिर फिरवायचे व सगळे प्लॉट दोष दाखवून नाकारायचे. हळूच जाऊन आवडणाऱ्या जमीन व प्लॉटच्या मालकाबरोबर व्यवहार करायचा व एजंटाचे श्रम, कष्ट पाण्यात घालवायचे, असा माझा आजवरचा अनुभव आहे. त्यामुळे त्या प्लॉट खरेदीदारासमोर व त्याच्या वास्तुशास्त्रज्ञासमोर मी स्वत:चे अज्ञान प्रकट करायचो. त्यांची स्तुती करून फुगवायचो. हरभऱ्याच्या झाडावर नेऊन बसवायचो. 'नवरा मरो किंवा नवरी मरो. भटजीला दक्षिणेशी मतलब,' या उक्तीनुसार मी वागायचो. प्लॉट खरेदीदाराला, त्याच्या वास्तुशास्त्रज्ञाला मी गोमुखी प्लॉटचे तोटे सांगितल्यास माझा धंदा बुडणार नाही का? शेवटी मी विक्रेता आहे. 'ग्राहक देवो भव' हा माझा धर्म आहे. मी समोरच्याचा वास्तुशास्त्रज्ञ नाही. अशी माझ्या मनाची समजूत घालायचो.

गोमुखी व व्याघ्रमुखी प्लॉटचे शास्त्रीय व धार्मिक कारण खाली देत आहे.

NORTH

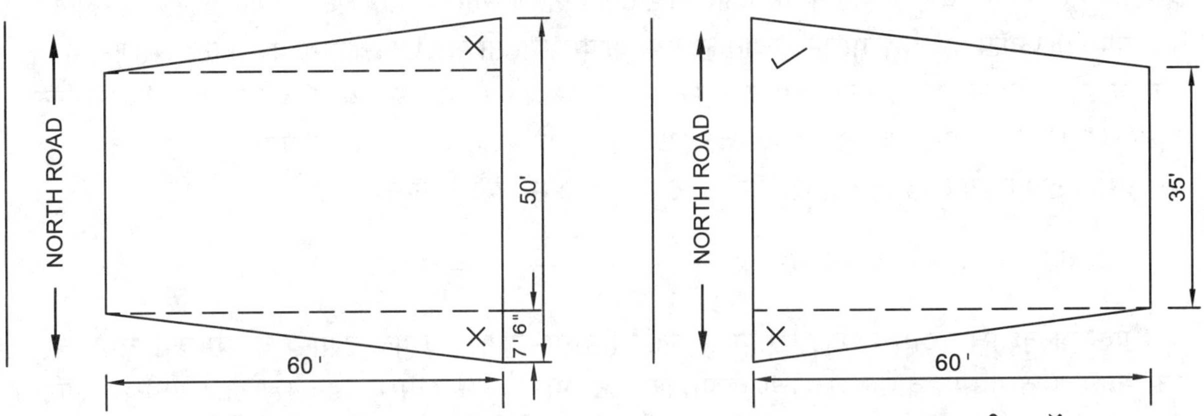

SOUTH

गोमुखी प्लॉट व्याघ्रमुखी प्लॉट

गोमुखी प्लॉट:- प्लॉटची रस्त्याकडील रूंदी (Main Frontage) त्याच्या मागील रूंदीपेक्षा (Rear Frontage) कमी असते. गोमुखी म्हणजे गाईच्या मुखासारखा लहान तोंड असलेला प्लॉट. हिंदू धर्मशास्त्रात गाईला अत्यंत पवित्र मानले आहे. सत्ययुगात समुद्रमंथनातून निघालेल्या चौदा रत्नांमध्ये कामधेनूचा समावेश होता. कामधेनू म्हणजे मनातील इच्छा-आकांक्षा, मागण्या क्षणात पूर्ण करणारी स्वर्गातील गाय. तसेच प्लॉटने पण प्लॉटधारकाच्या इच्छा, आकांक्षा पूर्ण कराव्यात व सुखसमाधान, पैसा, प्रसिद्धी, संततीसुख प्रदान करावे, हे धार्मिक कारण आहे. म्हणून गोमुखी प्लॉट शुभ मानला जातो.

पूर्वी चोरी, दरोडे, आक्रमणे करून संपत्ती लुटणे असे प्रकार होते. प्लॉटचे मुख लहान असल्यास वास्तुमालकपण संपत्तीच्या दृष्टीने गरीब असणार, अशी दरोडेखोरांची धारणा व्हायची. (Style Makes man) कपड्यावरून माणसाची परीक्षा केली जाते तसे प्लॉटच्या रूंदीवरून वास्तुमालकाच्या आर्थिक परिस्थितीचा, घरात सोनं-नाणं, पैसाअडका किती आहे, याचा अंदाज लावला जात असे. त्यामुळे आकस्मिक आक्रमणे, दरोडे यापासून संरक्षण व्हावे यासाठीही गोमुखी प्लॉट असावा हे शास्त्रीय कारण.

व्याघ्रमुखी प्लॉट:- प्लॉटची रस्त्याकडील रूंदी (Main Frontage) त्याच्या मागील रूंदीपेक्षा (Rear Frontage) जास्त असते. व्याघ्रमुखी म्हणजे वाघाच्या उघड्या तोंडासारखा. वाघ हिंस्त्र व जंगली श्वापद आहे.

NW WEST SW

वाघाच्या तोंडाला माणसाचे रक्त लागल्यास वाघ नरभक्षक होतो. नरभक्षक वाघाने गावात घातलेला धुमाकूळ, जिम कॉर्बेट या ब्रिटिश शिकाऱ्याने नरभक्षक वाघाची केलेली शिकार यांचे चित्तथरारक वर्णन ऐकून अंगावर शहारा येतो. जनमानसात वाघची प्रतिमा भीतिदायक बनलेली आहे. पूर्वी देवतेला बळी म्हणून कोंबडा, बकरे, रेडा देत होते, हे मी वाचलेले आहे; पण देवतेला प्रसन्न करण्यासाठी वाघाचा बळी दिल्याचे माझ्या वाचनात नाही. त्यामुळे व्याघ्रमुखी प्लॉट घेऊन प्लॉटधारक नरभक्षक वाघाची शिकार होऊ नये, याचा अर्थ आयुष्यहानी, द्रव्यहानी, संततीनाश, मानसिक भीती, कौटुंबिक विरह, अपयश कुटुंबप्रमुखाच्या वाट्याला येऊ नये म्हणून प्राचीन ऋषिमुनींनी व्याघ्रमुखी प्लॉट घेण्यास मनाई केलेली आहे.

प्लॉट ले-आउट सरकार दरबारातून मंजूर होतो. सरकारी नियम व अटींना बांधील राहून ले-आउट केल्यास पन्नास प्लॉटमध्ये एखादाच प्लॉट गोमुखी किंवा व्याघ्रमुखी प्लॉट असतो.

माझ्या संशोधनानुसार गोमुखी किंवा व्याघ्रमुखी प्लॉट घेऊच नये; कारण अशा प्लॉटमध्ये एक कोपरा वाढून दिशा वाढण्याचा व विरूद्ध कोपरा कट होऊन दिशा मूढ होण्याच्या अशुभ परिणामांना तोंड द्यावे लागते. वास्तुशास्त्रज्ञाच्या त्या वेळच्या मानसिक स्थितीवर, तो ज्या सकारात्मक, नकारात्मक दृष्टीने प्लॉटकडे बघतोय त्या दृष्टीवर प्लॉटधारकाचे भवितव्य अवलंबून असते. उर्दूमध्ये एक शायरी आहे.

नजर बदली तो नजारे बदले, कश्तीका रूख बदला तो किनारे बदले
वक्त की ठोकर में जिंदगी आयी, तो जिंदगी के आयाम बदले ।

(अर्थ:- आयुष्य गुलाबाच्या झाडासारखे आहे. सकारात्मक दृष्टीने पाहणाऱ्याला निसर्गाचा अद्भुत आविष्कार असलेले सुंदर गुलाबाचे फूल दिसेल तर नकारात्मक दृष्टीने पाहणाऱ्याला रक्तबंबाळ करणारे काटेच दिसतील.)

गोमुखी प्लॉटसाठी पैसे मोजून, त्यातील एक कोपरा वाढतो तर एक कोपरा कट होतो. म्हणून भयंकर वास्तुशास्त्रीय दोष निर्माण होऊ नये, यासाठी तज्ज्ञ वास्तुशास्त्रज्ञ प्लॉटचा कोस काढा व नीच स्थानात असलेल्या कोसाची काढलेली जागा शेजाऱ्याला स्वस्तात किंवा फुकट विकून टाका असे सुचवतात.

वरील ड्रॉइंगमध्ये दाखवलेल्या प्लॉटला उत्तरेचा रस्ता असून प्लॉट गोमुखी आहे.

प्लॉटचे एकूण क्षेत्रफळ = $60'\text{-}0'' \times \dfrac{35'\text{-}0'' + 50'\text{-}0''}{2}$ = 2550 चौ. फूट आहे.

एक वास्तुशास्त्रज्ञ असे म्हणेल, 'गोमुखी प्लॉटचा उत्तर-ईशान्य व पूर्व-ईशान्य कोपरा कट आहे. तसेच उत्तर-वायव्य व पश्चिम-वायव्य दिशेचा कोपरापण कट आहे.' दुसरा वास्तुपंडित म्हणेल, 'गोमुखी प्लॉटचा दक्षिण-आग्नेय व दक्षिण-नैर्ऋत्य दिशेचा कोपरा वाढलेला आहे.' तिसरा वास्तुशास्त्रज्ञ म्हणेल, 'पश्चिम-नैर्ऋत्य व दक्षिण-नैर्ऋत्य दिशेचा कोपरापण वाढलेला आहे.' (Two Specialist Doctors Operate the Patient Successfully, Everything is Ok. but the Patient is Dead.) याप्रमाणे प्लॉटधारकाचे कधीही भरून न येणारे आर्थिक, शारीरिक, मानसिक, कौटुंबिक, सामाजिक नुकसान होईल. त्यामुळे गोमुखी प्लॉटच्या मागे न लागलेलेच बरे. वरील अशुभ, दरिद्री, कनिष्ठ दर्जाच्या प्लॉटचे आयताकृती प्लॉटमध्ये रूपांतर करण्यासाठी कोस काढावे लागते. ½ x 7'6" x 60'0" = 225.00 स्क्वे. फूट जागा एका कोसासाठी. तर दुसऱ्या कोसासाठी २२५ चौ. फूट जागा अशी एकूण ४५० चौ. फूट जागा स्वस्तात विकावी लागणार किंवा फुकट सोडून द्यावी लागणार. समजा, तुम्ही १०० रू. चौ. फूट दराने प्लॉट घेतला असेल तर ४५० चौ. फूट x १०० रू.= रू. ४५,०००/- (अक्षरी रूपये पंचेचाळीस हजार फक्त) वाया जातील. एवढे पैसे मिळवण्यासाठी किती कष्ट करावे लागतात? किती घाम गाळावा लागतो? ते कष्टाने पैसे ज्याने मिळवलेत त्याला ठाऊक. शिवाय उरलेल्या 35'0" x 60'0" = 2100.00 स्क्वे. फूट प्लॉटमध्ये सेटबॅक अंतर सोडून वास्तुशास्त्रानुसार बांधकाम करणे अशक्य आहे. उत्तरेचा गोमुखी प्लॉट घेणे म्हणजे 'आ बैल मुझे मार' म्हटल्यातला प्रकार आहे.

त्यापेक्षा उत्तरेचा रस्ता असलेला व्याघ्रमुखी प्लॉट सर्वांत चांगला; कारण पश्चिम-वायव्य हा 60'0" x 7'6" = 225.00 स्क्वे. फूटचा कोस काढावा व त्या प्लॉटचे उत्तर-ईशान्य वाढलेल्या अतिशुभ प्लॉटमध्ये रूपांतर करावे. गोमुखी प्लॉटचे दोन कोस काढून तो आयताकृती करण्यापेक्षा व्याघ्रमुखी प्लॉटचा एक कोस काढून त्याचे अतिशुभ प्लॉटमध्ये रूपांतर करणे केव्हाही अति उत्तमच.

NE EAST SE

विथीशुला (One Road Entering the Plot)

ज्या प्लॉटला फक्त एकच रस्ता, मुख्य रस्ता म्हणून येऊन मिळत असेल व प्लॉटच्या लांबीला, रूंदीला तो समांतर नसेल व काटकोनात असेल तर त्या रस्त्याला 'विथीशुला' असे म्हणतात.

रस्त्याची रूंदी, रस्त्याचा उतार, रोजची माणसांची, गाड्यांची वर्दळ, विथिशुलेचे प्लॉटच्या कोणत्या भागात आगमन झाले आहे, ती विथीशुला डांबरी आहे का कच्ची सडक आहे, विथीशुलेच्या बाजूला गटारे आहेत का नाहीत, विथीशुलेला दुसरा रोड येऊन मिळत तर नाही ना, विथीशुला दुसऱ्या रोडच्या पलीकडून प्लॉटवर परिणाम घडवत नाही ना, विथीशुला संपूर्ण प्लॉटमध्ये येते, विथीशुला रोड आहे का बोळ आहे, (८'-०'' फूट रूंदीपेक्षा कमी रस्त्याला बोळ म्हणतात.) या सर्व गोष्टींवर प्लॉटवर होणाऱ्या शुभ व अशुभ परिणामांची तीव्रता अवलंबून असते.

खाली दाखवलेल्या ड्रॉइंगमध्ये फक्त अतिशुभ व अतिअशुभ विथीशुलांची माहिती देत आहे.

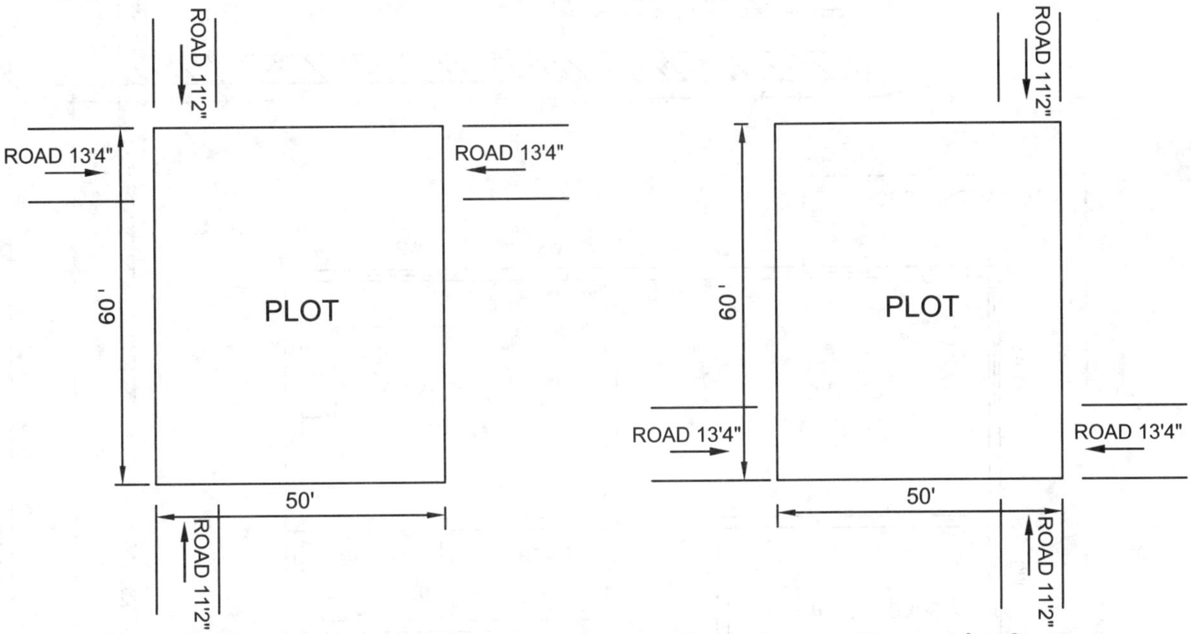

अतिशुभ विथीशुला:- पूर्व-ईशान्य, उत्तर-ईशान्य, पश्चिम-वायव्य, दक्षिण-आग्नेय विथीशुला.

अति अशुभ विथीशुला:- पूर्व-आग्नेय, उत्तर-वायव्य, पश्चिम-नैर्ऋत्य, दक्षिण-नैर्ऋत्य विथीशुला.

विथीशुला अतिशुभ, शुभ, मध्यम आहे का, अतिअशुभ, अशुभ, कनिष्ठ आहे, हे तज्ज्ञ वास्तुशास्त्रज्ञाशिवाय समजू शकत नाही.

जरी अति अशुभ विथीशुलेचा प्लॉट तुमच्या वाट्याला आला तरी भिऊन जाण्यासारखे काही नाही. 'इच्छा असेल तेथे मार्ग दिसेल.'(Where there is will there is way) या उक्तीनुसार त्या अतिअशुभ प्लॉटचे शुभ प्लॉटमध्ये रूपांतर करता येते. एखाद्या प्लॉटला, वास्तूला अति अशुभ म्हणणे म्हणजे ब्रह्मदेवाच्या सृष्टी निर्माण करण्याच्या कार्याला अल्पबुद्धीने नावे ठेवण्यातलाच प्रकार आहे. ब्रह्मदेवाने वास्तुशास्त्रासहित एकूण ६४ विद्या मानवासाठीच निर्माण केलेल्या आहेत. 'हंसो हि क्षीरमादन्ते तन्मिश्रा वर्जयत्यप:।' (अर्थ- दूध व पाण्याच्या मिश्रणातून हंस फक्त दूध पितो.) तसे आपल्या निसर्गदत्त बुद्धीचा वापर करून प्लॉटला योग्य कम्पाउन्ड घाला. भारतीय वास्तुशास्त्र व ज्योतिषशास्त्रानुसार बांधकाम करा आणि स्वत:चे भाग्य, नशीब बदला.

माझा प्लॉट, वास्तू अशुभ, दरिद्री, नीच, शापित आहे, असे तुमच्या मनात वारंवार आले तर 'भित्यापाठी ब्रह्मराक्षस' या उक्तीनुसार तुम्हाला खरोखर तशी वाईट फळे प्राप्त होतील. मनुष्य प्रथम मनात हरतो, भितो, त्यानंतरच तो प्रत्यक्ष परिस्थितीसमोर गुडघे टेकतो. जोपर्यंत तुमचा आत्मविश्वास, महत्त्वाकांक्षा, इच्छाशक्ती, प्रयत्न बुलंद आहेत, तोपर्यंतच भगवंत तुम्हाला अशुभ प्लॉटचे शुभ प्लॉटमध्ये, वास्तूमध्ये रूपांतर करण्याचा मार्ग दाखवील. या ग्रंथात अतिअशुभ विथीशुला येऊन मिळणाऱ्या प्लॉटवर कशा रीतीने स्वस्त, खिशाला परवडणारे (Cheap & Economical, Strong, Beautiful including all Modern Aminities) व सुंदर असे भारतीय वास्तुशास्त्रानुसार, ज्योतिषशास्त्रानुसार बांधकाम कसे करावे याची ड्रॉइंग्ज दिलेली आहेत.

NORTH SOUTH

NW WEST SW

EAST

EAST-SOUTH EAST BAD ROAD FOR PLOT

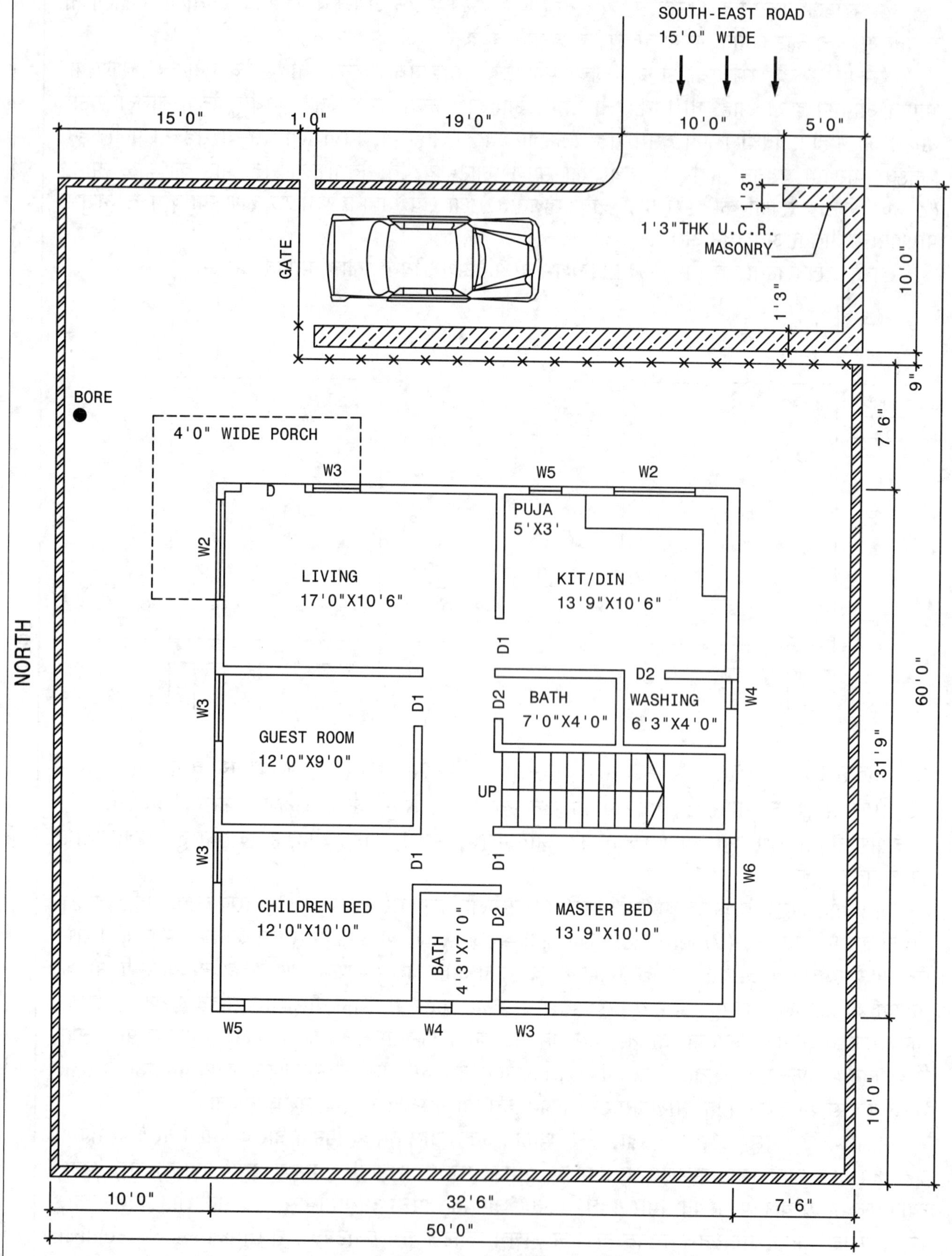

GROUND FLOOR PLAN

TOTAL BUILT UP AREA= 1031.88 SQ.FT.

वास्तु अजित/१२४

WEST

EAST

NE SE

पूर्व-आग्नेय अशुभ विथीशुलेवर शास्त्रोक्त मात

शेजारच्या ड्रॉइंगमधील प्लॉटला पूर्व-आग्नेय येथे एकच मुख्य रस्ता आहे. त्यामुळे तो प्लॉट पूर्व-आग्नेय अशुभ विथीशुला (East South - East Bad Road for Plot) या प्रकारात मोडतो. प्लॉट आहे तसा अशुभ विथीशुलेसह वापरल्यास वास्तुमालकाला असंख्य संकटांना तोंड द्यावे लागते. दवाखाना पिच्छाच सोडत नाही. वैवाहिक, कौटुंबिक स्वास्थ्य लाभत नाही; पण खालीलप्रमाणे उपाययोजना केल्यास वास्तुमालकाची असंख्य अडचणींपासून सुटका होते व प्रगतीची, यशाची शुभ फळे प्राप्त होतात.

शास्त्रोक्त उपाय:-

१) प्रथम ड्रॉइंगमध्ये दाखवल्याप्रमाणे संपूर्ण प्लॉटचे दोन छोट्या प्लॉटमध्ये रूपांतर करावे.

२) मोठा प्लॉट 2516.25 Sq.ft. व लहान प्लॉट 483.25 Sq.ft. इतक्या क्षेत्रफळाचे बनतील.

३) ड्रॉइंगमध्ये दाखवल्याप्रमाणे सर्वांत महत्त्वाचे म्हणजे दोन्ही प्लॉटच्या कम्पाउंड वॉलमध्ये कमीत कमी १'-०'' अंतर असावे.

४) ड्रॉइंगमध्ये दाखवल्याप्रमाणे लहान प्लॉटची पूर्व-आग्नेय, दक्षिण व पश्चिम कम्पाउंड भिंत १'-३'' जाडीची, ७'-०'' उंचीची, दगडी बांधकामाने बांधून घ्यावी. जेणेकरून रस्त्यावरील माणसांची नजर प्लॉटवर पडणार नाही.

५) ड्रॉइंगमध्ये दाखवल्याप्रमाणे मोठ्या प्लॉटच्या कम्पाउंडची पश्चिम व दक्षिण भिंत ९'' बांधकामात बांधावी. उत्तरेकडील भिंत ६'' वीट बांधकामावरील बायर्ड वायर फेन्सिंगची असावी. तर पूर्वेकडील भिंत फक्त बायर्ड वायर फेन्सिंगची असावी.

६) ड्रॉइंगमध्ये दाखवल्याप्रमाणे मोठ्या प्लॉटचे मुख्य गेट दक्षिण-आग्नेय या उच्च ठिकाणी ठेवावे.

७) लहान प्लॉटमध्ये गाडी पार्किंगची व्यवस्था करावी.

८) मोठ्या प्लॉटची जमीनपातळी लहान प्लॉटच्या जमीनपातळीपेक्षा कमीत कमी ९'' उंच असावी.

९) ड्रॉइंगमध्ये दाखवल्याप्रमाणे उत्तर-ईशान्य या उच्च स्थानी बोअर मारावे.

१०) ड्रॉइंगमध्ये दाखवल्याप्रमाणे भारतीय वास्तुशास्त्र व ज्योतिषशास्त्राला अनुसरून शुभ आयावर वास्तू निर्माण करावी.

११) ड्रॉइंगमध्ये दाखवल्याप्रमाणे वास्तुनिर्माण करताना प्लॉटमध्ये दक्षिण व पश्चिमेपेक्षा पूर्व व उत्तर दिशेला जास्त मोकळी जागा सोडावी.

१२) लहान प्लॉटचा बांधकाम निर्देशांक (F.S.I. of 485.75 Sq.ft.) धर्मादाय संस्था, देवालय, मतिमंद शाळा, सेवाभावी संस्थांना दान करणे अत्यंत महत्त्वाचे आहे.

१३) वरील प्लॅन शासनाच्या नियम व अटींना अनुसरून असल्याने तत्काळ मंजूर होईल.

अशा रीतीने पूर्व-आग्नेय अशुभ विथीशुला असलेल्या जमीन प्लॉटवर शास्त्रोक्त उपायाने, निसर्गदत्त बुद्धिकौशल्याने मात करता येते. मोठ्या प्लॉटचे पूर्व-ईशान्य वाढलेल्या अतिशुभ प्लॉटमध्ये रूपांतर होते व लहान प्लॉट आयताकृती बनतो. शिवाय भूमिदान हे सर्वश्रेष्ठ दान आहे. अशा रीतीने वास्तुमालकाला प्रगतीची, आर्थिक संपन्नतेची, आरोग्याची, कौटुंबिक सौख्याची शुभ फळे प्राप्त होतात.

NORTH SOUTH

NW WEST SW

SOUTH-WEST SOUTH BAD ROAD FOR PLOT

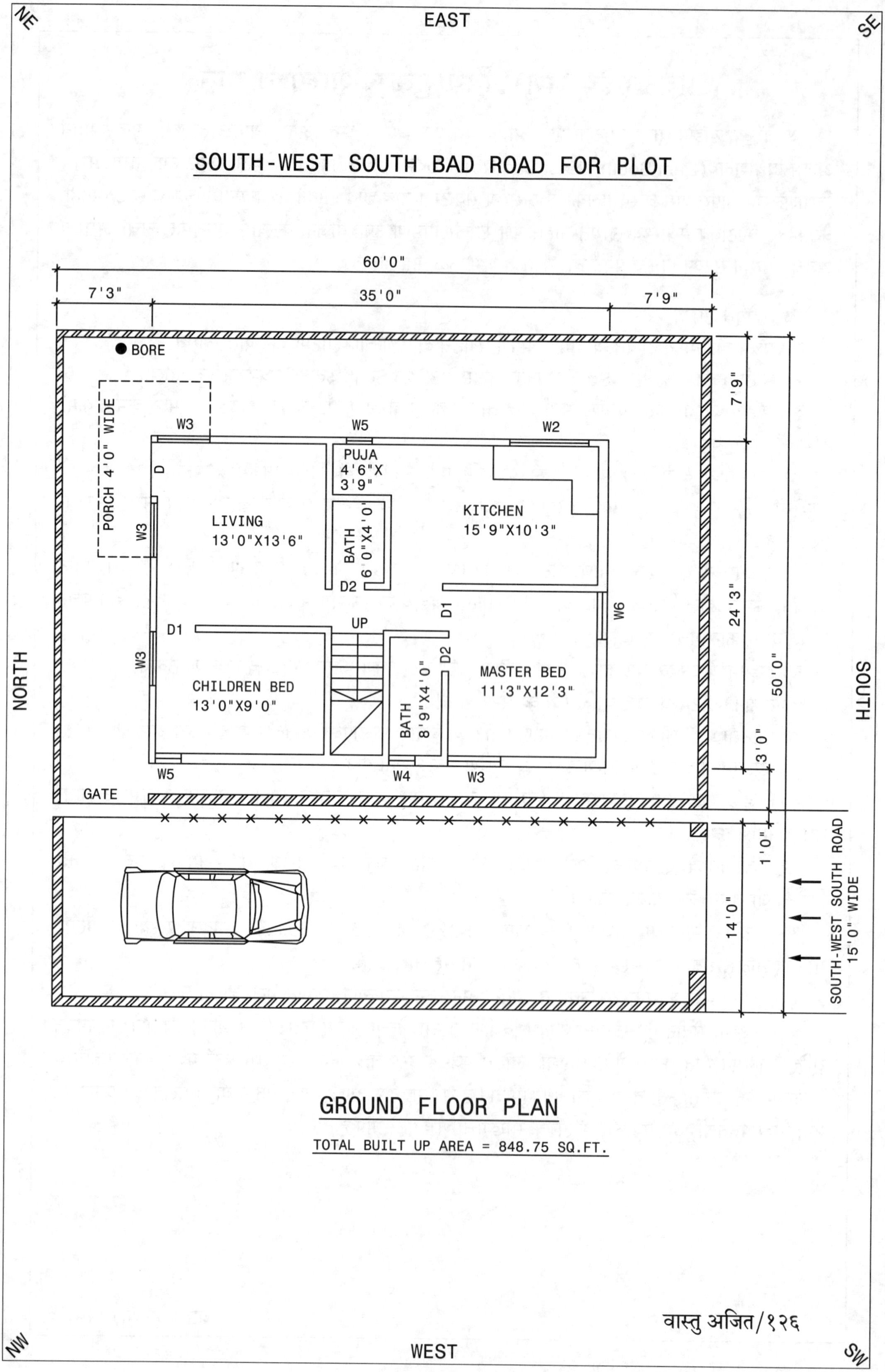

GROUND FLOOR PLAN

TOTAL BUILT UP AREA = 848.75 SQ.FT.

दक्षिण-नैऋत्य अशुभ विथीशुलेवर शास्त्रोक्त मात

शेजारील ड्रॉइंगमधील प्लॉटला दक्षिण-नैर्ऋत्य येथे एकच मुख्य रस्ता आहे. त्यामुळे तो प्लॉट दक्षिण-नैर्ऋत्य अशुभ विथीशुला (South-West South Bad Road for Plot) या प्रकारात मोडतो. प्लॉट आहे तसा अशुभ विथीशुलेसह वापरल्यास वास्तुमालकाला अनंत अडचणींना तोंड द्यावे लागते. वास्तू बांधण्यास विलंब होतो. भूत, पिशाचांसारख्या दुष्ट शक्तींचे प्राबल्य वाढते. पैसा उपलब्धच होत नाही; पण खालीलप्रमाणे उपाययोजना केल्यास वास्तुमालकाची वरील अनंत अडचणींपासून सुटका होते व भरभराटीची शुभ फले प्राप्त होतात.

शास्त्रोक्त उपाय:-

१) प्रथम ड्रॉइंगमध्ये दाखवल्याप्रमाणे संपूर्ण प्लॉटचे दोन छोट्या प्लॉटमध्ये रूपांतर करावे.

२) त्यामुळे दोन्ही आयताकृती प्लॉट बनतील. मोठा प्लॉट (2100 Sq.ft.) व लहान प्लॉट (900 Sq.ft.) इतक्या क्षेत्रफळाचे बनतील.

३) ड्रॉइंगमध्ये दाखवल्याप्रमाणे सर्वांत महत्त्वाचे म्हणजे दोन्ही प्लॉटच्या कम्पाउंड वॉलमध्ये कमीत कमी १'-०'' अंतर असावे.

४) ड्रॉइंगमध्ये दाखवल्याप्रमाणे लहान प्लॉटची दक्षिण, नैर्ऋत्य, पश्चिम व उत्तर कम्पाउंड भिंत ९'' वीट बांधकामात बांधावी. तर पूर्वेकडील कम्पाउंड भिंत फक्त बायर्ड वायर फेन्सिंगची असावी.

५) ड्रॉइंगमध्ये दाखवल्याप्रमाणे मोठ्या प्लॉटची पश्चिम व दक्षिण भिंत ९'' वीट बांधकामात बांधावी. पूर्व व उत्तर भिंत ६'' वीट बांधकामावरील बायर्ड वायर फेन्सिंगची असावी.

६) ड्रॉइंगमध्ये दाखवल्याप्रमाणे मोठ्या प्लॉटचे मुख्य गेट पश्चिम-वायव्य या उच्च स्थानी ठेवावे.

७) लहान प्लॉटमध्ये गाडी पार्किंगची व्यवस्था करावी. वृक्षारोपण करावे.

८) लहान प्लॉटची जमीनपातळी मोठ्या प्लॉटच्या जमीनपातळीपेक्षा कमीत कमी ९'' उंच असावी.

९) ड्रॉइंगमध्ये दाखवल्याप्रमाणे पूर्व-ईशान्य या उच्चस्थानी बोअर मारावे.

१०) ड्रॉइंगमध्ये दाखवल्याप्रमाणे भारतीय वास्तुशास्त्र व ज्योतिषशास्त्राला अनुसरून शुभ आयवर घर, वास्तू निर्माण करावी.

११) ड्रॉइंगमध्ये दाखवल्याप्रमाणे वास्तू निर्माण करताना प्लॉटमध्ये दक्षिण व पश्चिमेपेक्षा पूर्व व उत्तर दिशेला जास्त मोकळी जागा सोडावी.

१२) लहान प्लॉटच्या क्षेत्रफळाचा बांधकाम निर्देशांक (F.S.I. of 900 Sq.ft.) धर्मादाय संस्था, देवालय, मतिमंद शाळा, सेवाभावी संस्थांना दान करणे अत्यंत महत्त्वाचे आहे.

१३) वरील प्लॅन शासनाच्या नियम व अटींना अनुसरून असल्याने तत्काळ मंजूर होईल.

अशा रीतीने दक्षिण-नैर्ऋत्य अशुभ विथीशुला असलेल्या प्लॉटवर, जमीनीवर शास्त्रोक्त उपायाने, निसर्गदत्त बुद्धिकौशल्याने मात करता येते. त्या प्लॉटचे आयताकृती प्लॉटमध्ये रूपांतर होते. शिवाय भूमिदान हे सर्वश्रेष्ठ दान आहे. संतती, विजय, ऐश्वर्य, स्वर्ग प्राप्त करण्याच्या उद्देशाने जे भूमिदान केले जाते त्याला 'काम्यदान' असे म्हणतात.

भूमी विव्दानाला, देवालयाला दान केल्यास दात्याला परम पदाची प्राप्ती होते. दाता जन्म-मृत्यूच्या फेऱ्यातून मुक्त होतो, असे गरुड पुराणात 'दानधर्माचे महत्त्व' या प्रकरणात सांगितलेले आहे.

SOUTH WEST-WEST BAD ROAD FOR PLOT

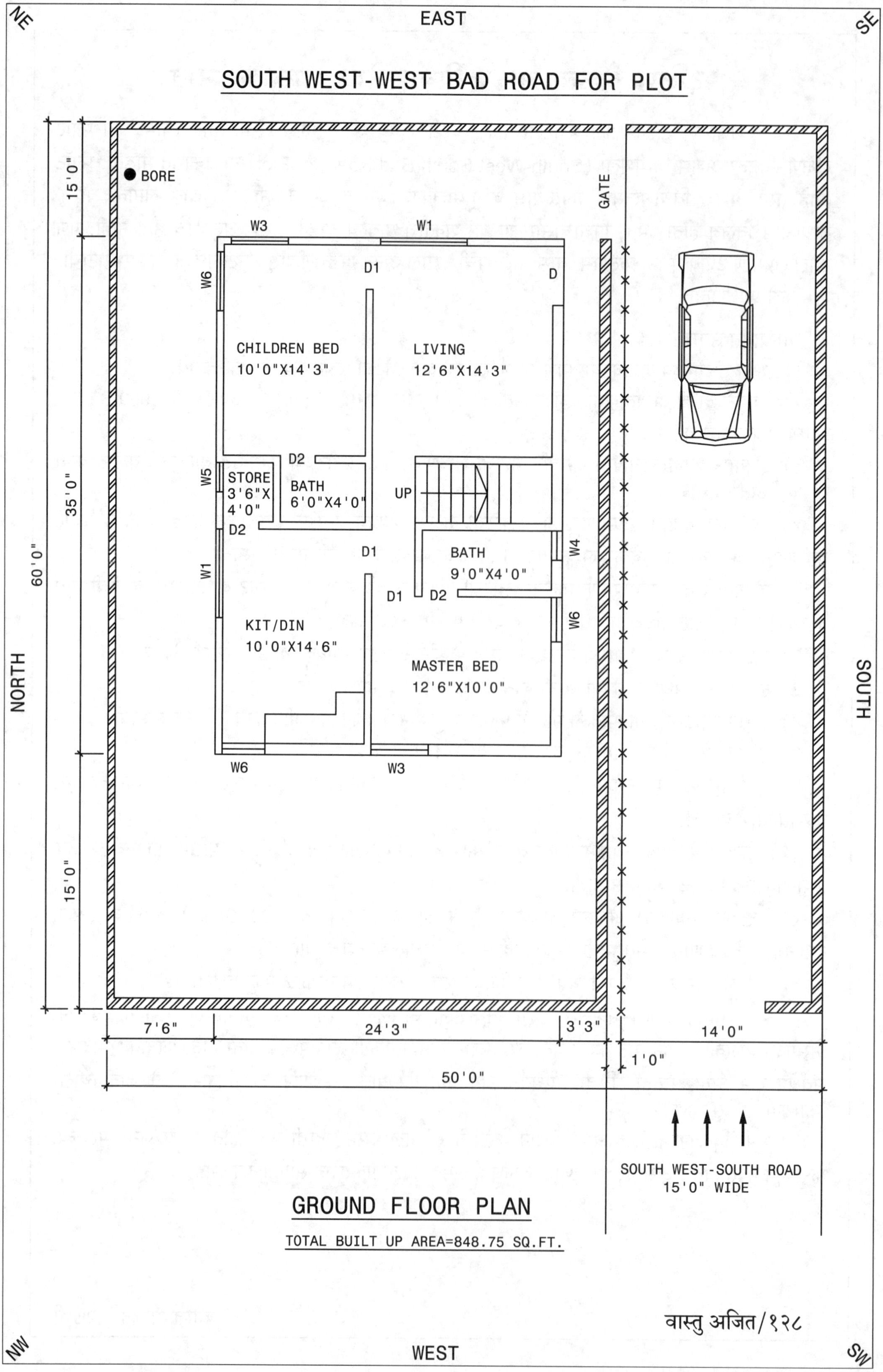

GROUND FLOOR PLAN

TOTAL BUILT UP AREA=848.75 SQ.FT.

वास्तु अजित/१२८

पश्चिम-नैर्ऋत्य अशुभ विथीशुलेवर शास्त्रोक्त मात

शेजारील ड्रॉइंगमधील प्लॉटला पश्चिम-नैर्ऋत्य येथे एकच मुख्य रस्ता आहे. त्यामुळे तो प्लॉट पश्चिम-नैर्ऋत्य अशुभ विथीशुला (South-west West Bad Road for Plot) या प्रकारात मोडतो. प्लॉट आहे तसा अशुभ विथीशुलेसह वापरल्यास वास्तुमालकाच्या वाट्याला दुर्भाग्य, दारिद्र्य, कष्ट येतात. नैसर्गिक आपत्तींना तोंड द्यावे लागते. अघोरी शक्ती प्लॉट जमीनीमध्ये थैमान घालतात; पण खालीलप्रमाणे उपाययोजना केल्यास वास्तुमालकाची वरील आपत्तींपासून मुक्तता होते व यश, समृद्धीची, भरभराटीची गोड फळे चाखायला मिळतात.

शास्त्रोक्त उपाय:-

१) प्रथम ड्रॉइंगमध्ये दाखवल्याप्रमाणे संपूर्ण प्लॉटचे दोन छोट्या प्लॉटमध्ये रूपांतर करावे.

२) त्यामुळे दोन्ही प्लॉट आयताकृती बनतील. मोठा प्लॉट (2100 Sq.ft.) व लहान प्लॉट (900 Sq.ft.) इतक्या क्षेत्रफळाचे बनतील.

३) ड्रॉइंगमध्ये दाखवल्याप्रमाणे सर्वांत महत्त्वाचे म्हणजे दोन्ही प्लॉटच्या कम्पाउंड वॉलमध्ये कमीत कमी १'-०'' अंतर असावे.

४) ड्रॉइंगमध्ये दाखवल्याप्रमाणे लहान प्लॉटची पश्चिम-नैर्ऋत्य, दक्षिण कम्पाउंड भिंत ९'' वीट बांधकामात बांधावी. तर उत्तरेकडील कम्पाउंड भिंत फक्त बायर्ड वायर फेन्सिंगची असावी. पूर्वेकडील कम्पाउंड वॉल ६'' वीट बांधकामात बांधावी.

५) ड्रॉइंगमध्ये दाखवल्याप्रमाणे मोठ्या प्लॉटची पश्चिम व दक्षिण भिंत ९'' वीट बांधकामात बांधावी. पूर्व व उत्तर भिंत ६'' वीट बांधकामावरील बायर्ड वायर फेन्सिंगची असावी.

६) ड्रॉइंगमध्ये दाखवल्याप्रमाणे मोठ्या प्लॉटचे मुख्य गेट दक्षिण-आग्नेय या उच्चस्थानी ठेवावे.

७) लहान प्लॉटमध्ये गाडी पार्किंगची व्यवस्था करावी.

८) लहान प्लॉटची जमीनपातळी मोठ्या प्लॉटच्या जमीनपातळीपेक्षा कमीत कमी ९'' उंच असावी.

९) ड्रॉइंगमध्ये दाखवल्याप्रमाणे उत्तर-ईशान्य या उच्च स्थानी बोअर मारावे.

१०) ड्रॉइंगमध्ये दाखवल्याप्रमाणे भारतीय वास्तुशास्त्र व ज्योतिषशास्त्राला अनुसरून शुभ आयवर घर, वास्तू निर्माण करावी.

११) ड्रॉइंगमध्ये दाखवल्याप्रमाणे वास्तू निर्माण करावी. प्लॉटमध्ये दक्षिण व पश्चिम दिशेपेक्षा पूर्व व उत्तर दिशेला जास्त मोकळी जागा सोडावी.

१२) लहान प्लॉटच्या क्षेत्रफळाचा बांधकाम निर्देशांक (F.S.I. of 900 Sq.ft.) धर्मादाय संस्था, देवालय, मतिमंद शाळा, सेवाभावी संस्थांना दान करणे अत्यंत महत्त्वाचे आहे.

१३) वरील प्लॅन शासनाच्या नियम व अटींना अनुसरून असल्याने तत्काळ मंजूर होईल.

अशा रीतीने पश्चिम-नैर्ऋत्य अशुभ विथीशुला असलेल्या प्लॉटवर शास्त्रोक्त उपायाने, निसर्गदत्त बुद्धिकौशल्याने मात करता येते. त्या प्लॉटचे आयताकृती प्लॉटमध्ये रूपांतर होते. शिवाय, भूमिदान हे सर्वश्रेष्ठ दान आहे. त्याचे, अगणित पुण्यपण पदरात पडते. अशा रीतीने यश, समृध्दीची, भरभराटीची, पदाची गोड फळे चाखायला मिळतात.

EAST

NE SE

NORTH-NORTH WEST BAD ROAD FOR PLOT

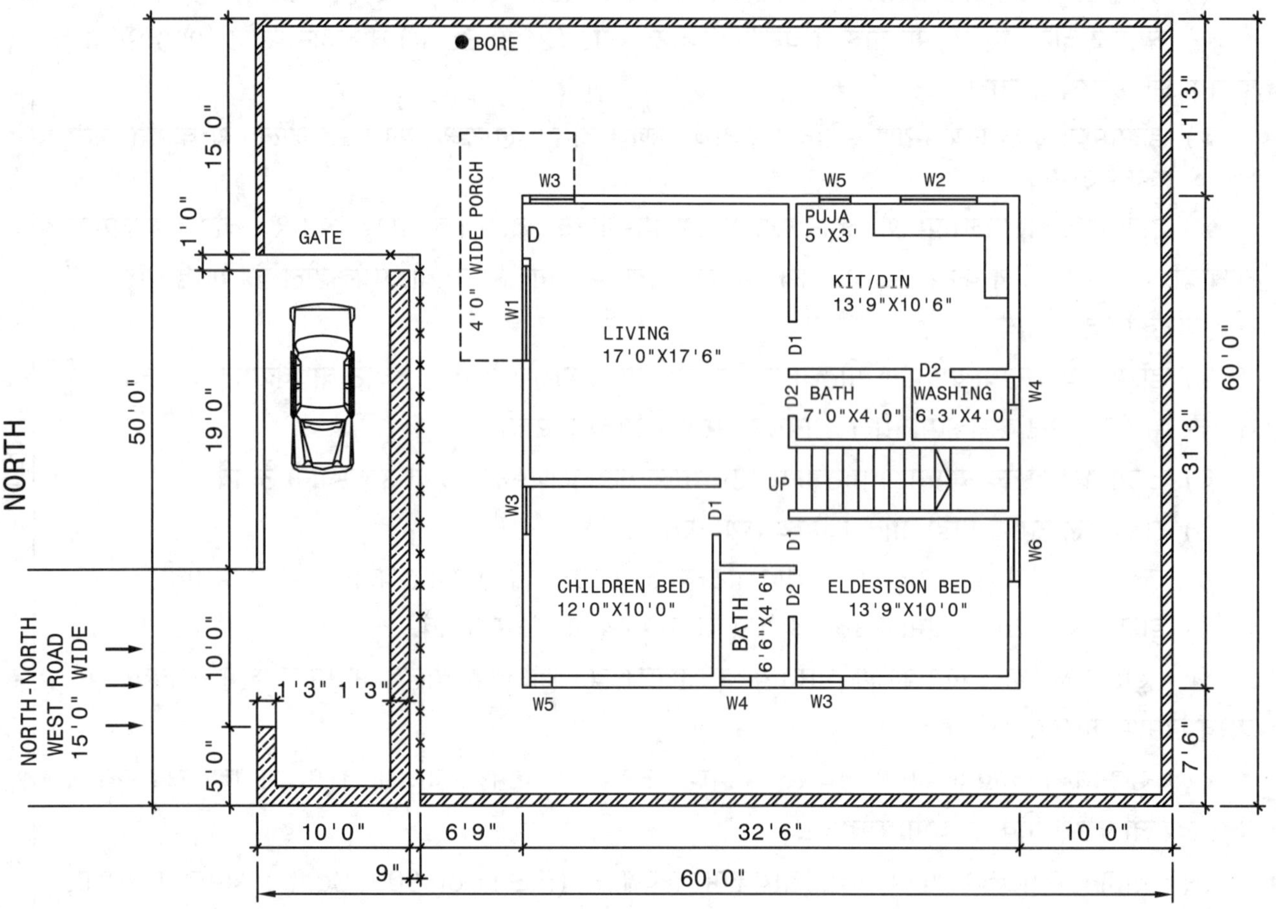

GROUND FLOOR PLAN

AREA STATEMENT	
FLOOR	AREA
GROUND FLOOR	1015.62 SQ.FT.
FIRST FLOOR	409.50 SQ.FT.
TOTAL BUILT UP AREA	1425.12 SQ.FT.

NW WEST SW

NE EAST SE

NORTH-NORTH WEST BAD ROAD FOR PLOT

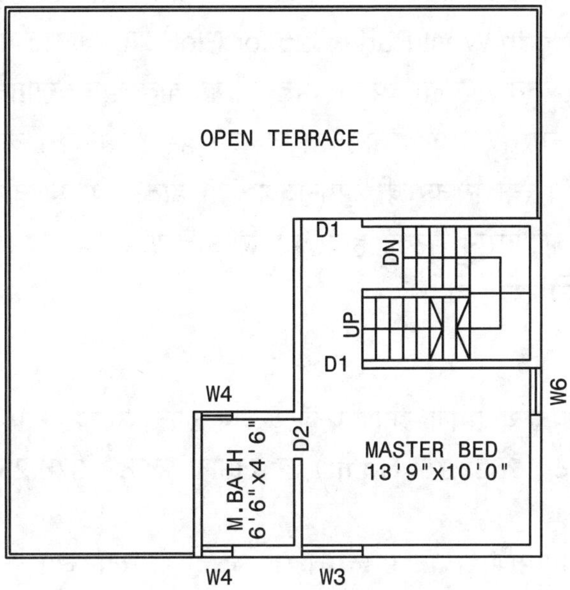

FIRST FLOOR PLAN

NORTH SOUTH

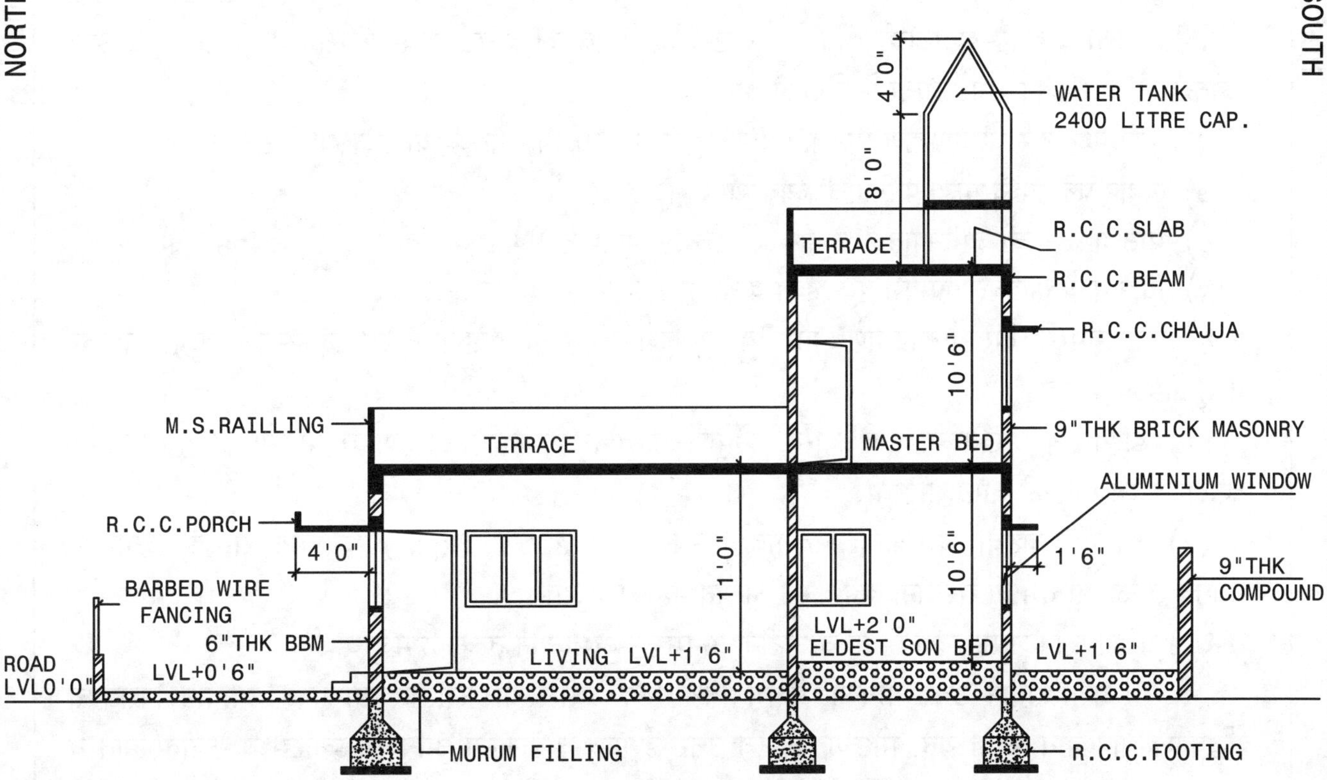

SECTION-Z-Z

NORTH NORTH-WEST ROAD BUNGALOW SECTION

NW WEST SW

उत्तर-वायव्य अशुभ विथीशुलेवर शास्त्रोक्त मात

शेजारील ड्रॉइंगमधील प्लॉटला उत्तर-वायव्य येथे एकच मुख्य रस्ता आहे. त्यामुळे तो प्लॉट उत्तर-वायव्य अशुभ विथीशुला (North-North West Bad Road for Plot) या प्रकारात मोडतो. प्लॉट आहे तसा अशुभ विथीशुलेसह वापरल्यास वास्तुमालकाला अनंत अडचणींना तोंड द्यावे लागते. वास्तुमालकाचे शारीरिक , मानसिक संतुलन बिघडते. वास्तू बांधण्यासाठी जमवलेला पैसा दुसऱ्याच कारणासाठी खर्च करावा, असा विचार वारंवार मनात येतो व त्या विचाराची अंमलबजावणी होते. पण खालीलप्रमाणे उपाययोजना केल्यास वास्तुमालकाची अनंत अडचणींपासून सुटका होते. मानसिक व शारीरिक स्वास्थ्य उत्तम राहते, पैशाचा योग्य कारणासाठी योग्य ठिकाणी विनियोग होतो.

शास्त्रोक्त उपाय:-

१) प्रथम ड्रॉइंगमध्ये दाखवल्याप्रमाणे संपूर्ण प्लॉटचे दोन छोट्या प्लॉटमध्ये रूपांतर करावे.

२) त्यामुळे मोठा प्लॉट (2623.75 Sq.ft.) व लहान प्लॉट (376.25 Sq.ft.) इतक्या क्षेत्रफळाचे बनतील.

३) ड्रॉइंगमध्ये दाखवल्याप्रमाणे सर्वांत महत्त्वाचे म्हणजे दोन्ही प्लॉटच्या कम्पाउंड वॉलमध्ये कमीत कमी १'-०'' अंतर असावे.

४) ड्रॉइंगमध्ये दाखवल्याप्रमाणे लहान प्लॉटची उत्तर-वायव्य, पश्चिम व दक्षिण कम्पाउंड भिंत १'-३'' जाडीची, ७'-०'' उंचीची दगडी बांधकामाने बांधून घ्यावी. जेणेकरून रस्त्यावरील माणसांची नजर प्लॉटवर पडणार नाही.

५) ड्रॉइंगमध्ये दाखवल्याप्रमाणे मोठ्या प्लॉटची कम्पाउंडची पश्चिम व दक्षिण भिंत ९'' वीट बांधकामात बांधावी. पूर्वेची व उत्तर-ईशान्येची भिंत ६'' वीट बांधकामावरील बायर्ड वायर फेन्सिंगची असावी. तर उत्तर दिशेकडील भिंत फक्त बायर्ड वायर फेन्सिंगची असावी.

६) ड्रॉइंगमध्ये दाखवल्याप्रमाणे मोठ्या प्लॉटचे मुख्य गेट पश्चिम-वायव्य या उच्चस्थानी ठेवावे.

७) लहान प्लॉटमध्ये गाडी पार्किंगची व्यवस्था करावी.

८) मोठ्या प्लॉटची जमीनपातळी लहान प्लॉटच्या जमीनपातळीपेक्षा कमीत कमी ९'' उंच असावी.

९) ड्रॉइंगमध्ये दाखवल्याप्रमाणे पूर्व-ईशान्य या उच्च स्थानी बोअर मारावे.

१०) ड्रॉइंगमध्ये दाखवल्याप्रमाणे भारतीय वास्तुशास्त्र व ज्योतिषशास्त्राला अनुसरून शुभ आयवर वास्तू निर्माण करावी.

११) ड्रॉइंगमध्ये दाखवल्याप्रमाणे वास्तू निर्माण करताना प्लॉटमध्ये दक्षिण व पश्चिमेपेक्षा पूर्व व उत्तर दिशेला जास्त मोकळी जागा सोडावी.

१२) लहान प्लॉटचा बांधकाम निर्देशांक (F.S.I. of 376.25 Sq.ft.) धर्मादाय संस्था, देवालय, मतिमंद शाळा, सेवाभावी संस्थांना दान करणे अत्यंत महत्त्वाचे आहे.

१३) वरील प्लॅन शासनाच्या नियम व अटींना अनुसरून असल्याने तत्काळ मंजूर होईल.

अशा रीतीने उत्तर-वायव्य अशुभ विथीशुला असलेल्या प्लॉटवर शास्त्रोक्त उपायाने निसर्गदत्त बुद्धिकौशल्याने मात करता येते. मोठ्या प्लॉटचे उत्तर-ईशान्य वाढलेल्या अतिशुभ प्लॉटमध्ये रूपांतर होते व लहान प्लॉट आयताकृती बनतो. शिवाय भूमिदान हे सर्वश्रेष्ठ दान आहे. त्याचे अगणित पुण्यपण पदरात पडते. अशा रीतीने वास्तुमालक सुखी, समाधानी, मानसिक व शारीरिक स्वास्थ्यासह आनंदी बनेल व प्रयत्नाने यशाची शिखरे पादाक्रांत करेल.

बांधकामाचे साहित्य (Building Material)

अन्य वास्तुचिते द्रव्ये अन्यवस्तुनिवेशिते । प्रासादे न भवेत् पूजा गृहे तु न सवेत् पति । (प्रासादमंडन ८.४)

दुसऱ्या वास्तूसाठी वापरलेले (दगड, लाकूड, विटा, दरवाजे, खिडक्या इ.) वस्तू ज्या घरासाठी वापरले जातात त्या घरावर निरनिराळी विघ्ने येतात. देवाची पूजा होत नाही. अशा वास्तूत मालक राहू शकत नाही.

नवीन वास्तू बांधत असताना प्रथम आर्किटेक्ट इंजिनिअरला आपल्या आर्थिक कुवतीची (Financial Position) कल्पना, अंदाज द्यावा. त्यानुसार वास्तुशास्त्राप्रमाणे नकाशा बनविण्यास सांगावे. तो नकाशा पसंत पडल्यानंतर त्याचे अंदाजपत्रक (Estimating & Costing of Building), कोणत्या प्रतीचे दर्जाचे मटेरिअल वापरायचे आहे याच्या विस्तृत माहितीसह (Specification and Quality) बनविण्यास सांगावे. अंदाजपत्रक तुमच्या कुवतीपेक्षा १५ टक्के इतके वाढले तरी त्यास मंजुरी द्यावी; कारण (I.C.I.C.I., Gruh Finance, L.I.C., H.D.F.C.) यासारख्या आंतरराष्ट्रीय बँकांचा व्याजदर गृह बांधणीसाठी अत्यल्प आहे. बजेट वाढले म्हणून जुने दरवाजे, खिडक्या, सिमेंटचे पत्रे, लोखंडी ग्रील, जुन्या बाजारातील सळी, चोरीचे सिमेंट, वापरलेली सॅनिटरी भांडी, जुन्या किचनकट्ट्यावरील ग्रॅनाइट व मार्बल, व्यवस्थित काढलेल्या फरशा, शहाबाद, चौकट बनविण्यासाठी जुन्या वाड्याच्या, चाळींच्या तुळया, वासे इत्यादी गोष्टी कदापि वापरू नयेत; कारण या वस्तू ज्या वास्तूतून आलेल्या असतात, त्या वास्तूचा इतिहास आपणाला माहित नसतो. कदाचित, त्या वास्तू शापित असू शकतील. त्यामुळे त्या वस्तू शापित, कर्मदरिद्री, अशुभ असण्याची दाट शक्यता असते. अशा वस्तू, साहित्य शुभ वास्तूतून आले असल्यास तुमची थोडीफार आर्थिक बचत होईल; पण त्या शापित, बाधित वाड्यातून आल्यास वणवा पेटल्यासारखे संपूर्ण घर पेटून उठेल व कुटुंब वास्तूसहित आगीत भस्मसात होईल. नवीन वास्तूत जुने साहित्य वापरल्यास आपल्याच हाताने आपल्या पायावर कुऱ्हाड मारून घेतल्यासारखा प्रकार आहे.

त्यापेक्षा आहेत ते पैसे बँकेत ठेवून वर्षाने बांधकाम सुरू करा; पण बांधकाम साहित्याचा दर्जा, टिकाऊपणा, प्रत (First Quality, Heavy and Durable Construction Material) यांच्याशी तडजोड करू नका. अनुभवाचे बोल आहेत. प्रत्येक व्यक्तीचे स्वत:चे घर असावे असे स्वप्न असते. हजारो, लाखो रुपये खर्चून नवीन बांधलेल्या वास्तूत असमाधान, दारिद्र्य, मानसिक टेन्शन, आजारपण, शिव्याशाप देऊन भांडणे, पैशाची ओढाताण या गोष्टींचे लचांड मागे लागून माणसाच्या वर्षानुवर्षे जपलेल्या स्वप्नांचा चुराडा होतो. म्हणून 'प्रक्षालनात् ही पंकस्य दूरादस्पर्शनं वरम्।' (Prevention is better than cure) या उक्तीनुसार नवीन बांधकाम साहित्य वापरूनच बांधकाम करावे; कारण बांधकाम साहित्य जरी जुने असले तरी त्याला साहित्या-पेक्षा जास्त मजुरी द्यावे लागते व कामाचा दर्जा ही (Quality Work) बिघडतो व जुने व नवे साहित्य एकत्र वापरावे लागल्यामुळे वास्तू डागडुजीस (Maintainance) लवकर येते. महावास्तुदोष उद्‌भवतो.

कोल्हापूरातील नामांकित वाडे, चाळी, बिल्डिंग मी जमीनदोस्त केलेल्या आहेत. पाडापाडीचे मटेरिअल घासाघीस करून विकण्याचा मला अनुभव आहे. ते मटेरिअल ज्या खेडेगावात, शहरात ज्या व्यक्तींना विकले आहेत. त्या व्यक्तींचे पत्ते माझ्याजवळ असतात. कित्येक पाडापाडी कंत्राटदारपण माझ्या चांगले परिचयाचे आहेत. सहा महिन्याने जाऊन निरीक्षण केल्यावर मला याची सत्यता पटली. एक नासका आंबा संपूर्ण अढी नासवतो. तसं जुन्या वाड्यातून आलेली एक वस्तू संपूर्ण घर नासवते.

विचार करा. तुम्ही मंदिरात गेलाय, कार्यक्रमाला गेलाय व तेथे तुमची चप्पल चोरीला गेली. तर तुम्ही दुसऱ्याची चप्पल हळूच घालून घरी येत नाही; कारण चप्पल चोरीला जाणे म्हणजे इडापीडा, दु:ख, आपत्ती निघून जाणे असा अर्थ आहे. दुसऱ्याची चप्पल घालून मागे संकटांची रांग लागू नये म्हणून अनवाणी घरी येता. चप्पलसारख्या क्षुल्लक किमतीच्या गोष्टीसाठी तुम्ही इतकी काळजी घेता, तर आयुष्याची पुंजी खर्चून, सर्वस्व पणाला लावून, कर्ज काढून बांधणाऱ्या वास्तूसाठी तुम्ही किती काळजी, सावधानता बाळगली पाहिजे?

NE EAST SE

NORTH EAST SIDE CUT PLOT

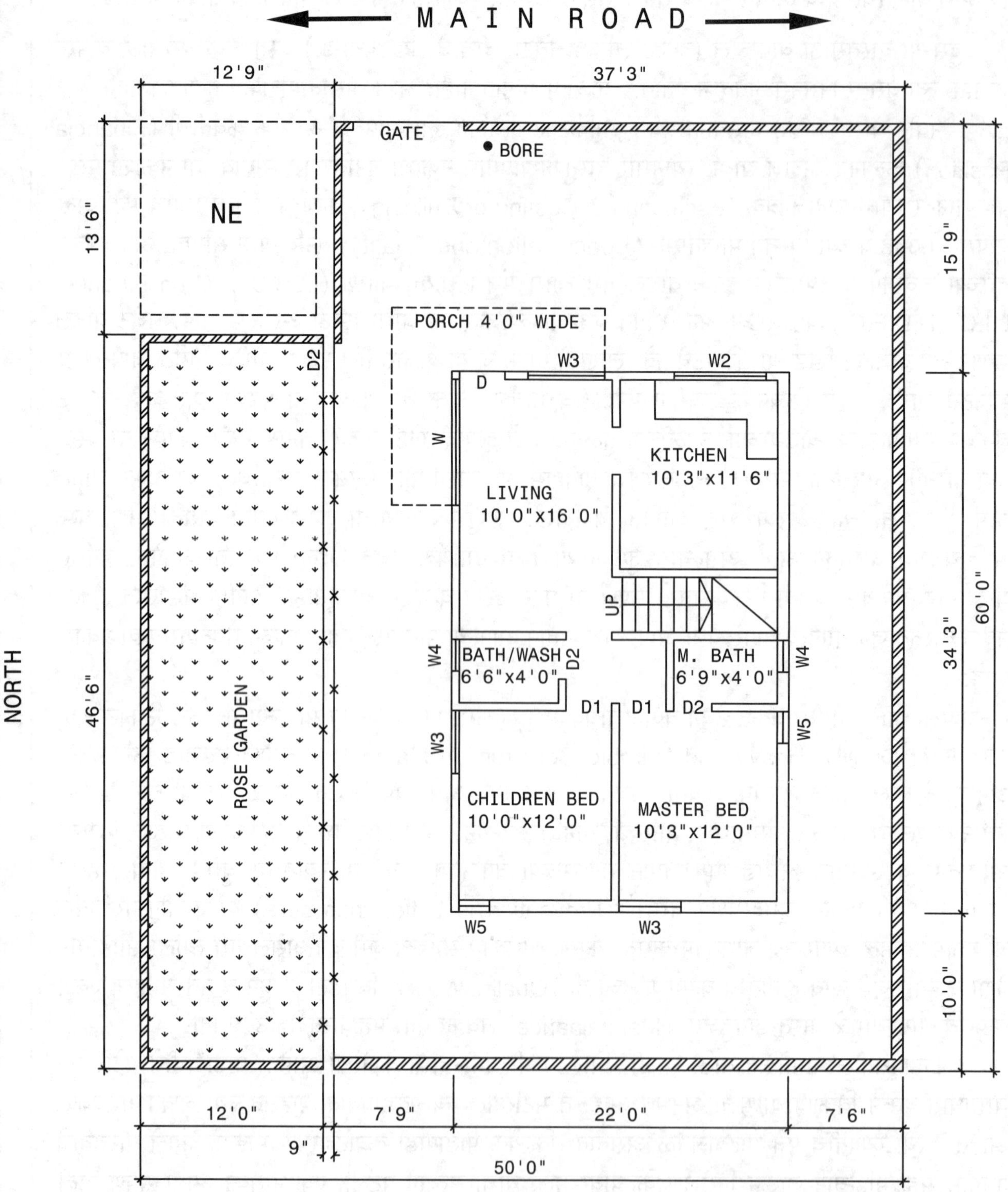

GROUND FLOOR PLAN

TOTAL BUILT UP AREA = 753.50 SQ.FT.

NE CUT SIDE = 12'9" x13'9"	= 172.12 SQ.FT.
ROSE GARDEN = 12'9"x 46'6"	= 592.88 SQ.FT.
VASTU PLOT = 37'3"x60'0"	= 2235 SQ.FT.
TOTAL	= 3000 SQ.FT.

NW WEST SW

EAST

NE SE

उत्तर-ईशान्य व पूर्व-ईशान्य कट प्लॉटवर शास्त्रोक्त मात
(North - East Side Cut Plot)

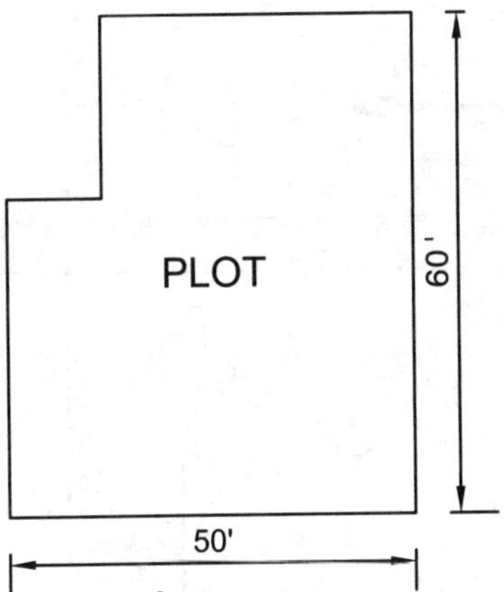

शेजारील ड्रॉइंगमध्ये दाखवलेला प्लॉट उत्तर-ईशान्य व पूर्व-ईशान्य कट प्लॉट आहे. या अशुभ, दरिद्री प्लॉटचे प्लॉटधारकावर काय अशुभ परिणाम होतात याचे विवरण 'प्लॉटचे कोपरे' या प्रकरणात दिलेले आहे.

शास्त्रोक्त उपाय :-

१) शक्यतो ईशान्य कोपरा विकत घेण्याचा प्रयत्न करावा; परंतु त्या जागेत एक छोटासा दुकानगाळा निघत असल्यामुळे प्लॉटमालक अवाच्या सवा किंमत सांगून तुम्हाला टाळेल.

२) प्रथम कट झालेला ईशान्य भाग व प्लॉट यांचे ड्रॉइंगमध्ये दाखवल्याप्रमाणे दोन प्लॉटमध्ये रूपांतर करावे. त्यामुळे दोन्ही प्लॉट आयताकृती होऊन महावास्तुदोष निघून जाईल.

३) दोन्ही प्लॉटमध्ये कमीत कमी ०'-९'' अंतर ठेवून तारेचे कम्पाउंड Barbed Wire Fencing घालावे. कोणत्याही परिस्थितीत दोन्ही कम्पाउंडचा एकमेकांना स्पर्श होता कामा नये.

४) गार्डन प्लॉटची जमीनपातळी मोठ्या प्लॉटच्या जमीनपातळीपेक्षा १'-६'' खाली ठेवावी. त्यामुळे घर वास्तूच्या प्लॉटला उंचीमुळे जडत्व प्राप्त होते. तर गार्डन प्लॉटला सखलपणामुळे उतार व हलकेपणा प्राप्त होतो.

५) मोठ्या प्लॉटमध्ये ड्रॉइंग दाखवल्याप्रमाणे पूर्व-ईशान्येस बोअर मारावे. कम्पाउंड वॉल बांधून घ्यावी.

६) शुभ आयवर भारतीय वास्तुशास्त्र व ज्योतिषशास्त्रानुसार वास्तू निर्माण करावी.

७) ड्रॉइंगमध्ये वास्तूचा बिल्टअप एरिया दिलेला आहे. तसेच, ईशान्य कट रोझ गार्डन, वास्तुप्लॉट यांचे लांबी-रूंदीसह क्षेत्रफळाचे कोष्टक दिले आहे.

८) मोठ्या वास्तुप्लॉटच्या, पूर्व-आग्नेय, वास्तूच्या पूर्व-आग्नेय व गार्डन प्लॉटच्या दक्षिण-आग्नेय या उच्चस्थानी मुख्य गेट, दरवाजा ठेवावा.

९) वरील बांधकाम शासनाच्या नियम व अटींना अनुसरून बांधल्याने त्वरित मंजूर होईल.

१०) गार्डन प्लॉटमध्ये विविध प्रकारचे गुलाब, जाई, जुई, मोगरा, झेंडू, पाश्चात्त्य फुले (जर्बेरा) लावून फुलशेती करावी. या झाडांची उंची पाच फुटांपेक्षा जास्त वाढत नाही. आधुनिक पद्धतीने फुलशेती केल्याने घरात देवपूजेला फुले मिळतील व उरलेली फुले विकून महिना दीड हजार रुपयांपर्यंत उत्पन्नपण मिळेल.

११) वायव्य दिशेकडून, उत्तरेकडून येणारे वारे बागेमधून वास्तूत जेव्हा प्रवेश करतील, तेव्हा घरातील सदस्यांना मानसिक प्रसन्नता, हुशारी, उत्साह प्रदान करतील. मनाची मरगळ, चिंता, मलूलता पळवून लावतील.

१२) 'असावे घरटे आपुले छान, घरट्यापुढे असावी सुंदर बाग' हे वास्तुमालकाचे स्वप्न पूर्ण होईल. शासनाच्या मोठ्या बागेत बसण्यापेक्षा, स्वत:च्या छोट्या, मासिक उत्पन्न मिळवून देणाऱ्या बागेत संध्याकाळी चहापाणी करण्याचा आनंद काही औरच असतो. दिवसभर केलेल्या कामाचा थकवा, शिणवटा, कंटाळ्याचा क्षणात विसर पडतो व मनुष्य निसर्गाच्या सान्निध्यात राहिल्यामुळे व्याधिमुक्त, निरोगी व दीर्घायुषी बनतो.

१३) गार्डन प्लॉट व वास्तुप्लॉट दोन वेगवेगळ्या नावांवर असणे अत्यंत महत्त्वाचे आहे. वास्तुमालक याने जन्मकुंडलीतील चतुर्थस्थान पाहून निर्णय घ्यावा.

अशा रीतीने गार्डनसाठी छोटा प्लॉट व वास्तूसाठी मोठा आयताकृती प्लॉट बनविल्याने ईशान्य कट या महावास्तुदोषापासून सुटका होते व अशुभ, कर्मदरिद्री प्लॉटचे वास्तुशास्त्रानुसार शुभ प्लॉटमध्ये रूपांतर होते.

NORTH SOUTH

NW WEST SW

EAST

NE SE

SOUTH EAST SIDE CUT PLOT

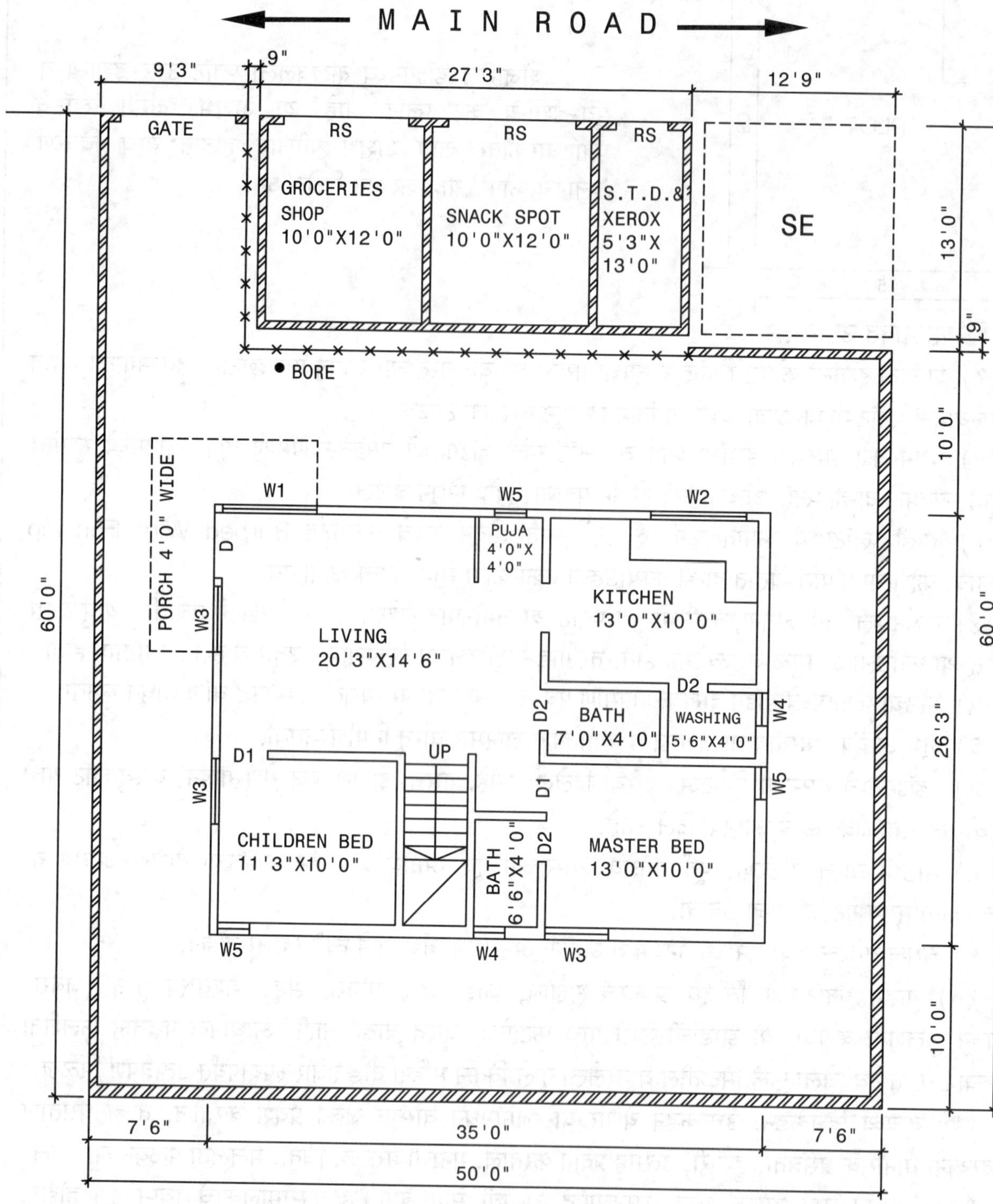

GROUND FLOOR PLAN

BUILT UP AREA = 918.75 SQ.FT.

SE CUT SIDE	= 12'9" x13'9"	= 172.12 SQ.FT.
SHOPS	= 27'3"x13'0"	= 360.75 SQ.FT.
VASTU PLOT		= 2467.13 SQ.FT.
TOTAL		= 3000 SQ.FT.

वास्तु अजित/१३६

NW WEST SW

पूर्व-आग्नेय व दक्षिण-आग्नेय कट प्लॉटवर शास्त्रोक्त मात

(South - East Side Cut Plot)

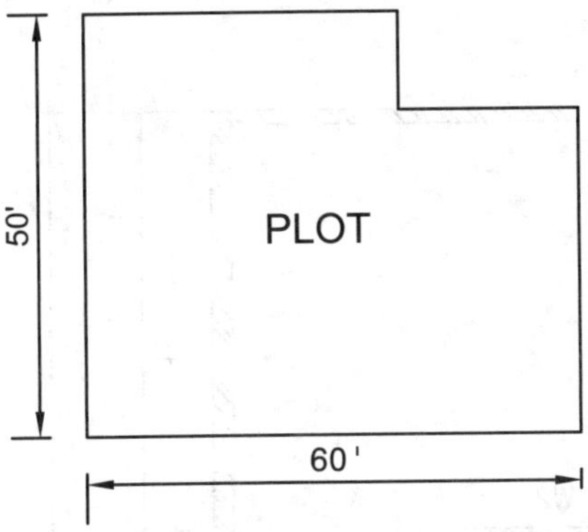

शेजारील ड्रॉइंगमध्ये दाखवलेला प्लॉट पूर्व-आग्नेय व दक्षिण-आग्नेय कट प्लॉट आहे. या अशुभ, दरिद्री प्लॉटचे प्लॉटधारकावर काय अशुभ परिणाम होतात याचे विवरण 'प्लॉटचे कोपरे' या प्रकरणात दिलेले आहे.

शास्त्रोक्त उपाय :-

१) शक्यतो आग्नेय कोपरा विकत घेण्याचा प्रयत्न करावा; परंतु शेजारील प्लॉटधारकाचा पूर्व-ईशान्य व उत्तर-ईशान्य कोपरा वाढत असल्यामुळे तो कोपरा विकणार नाही.

२) प्रथम ड्रॉइंगमध्ये दाखवल्याप्रमाणे अखंड प्लॉटचे दोन प्लॉटमध्ये रूपांतर करावे. त्यामुळे वास्तू बांधण्याच्या प्लॉटचे पूर्व-ईशान्य वाढलेल्या अति शुभ प्लॉटमध्ये रूपांतर होईल, तर छोटा प्लॉट दुकानगाळे बांधण्यासाठी उपयोगात येईल.

३) दोन्ही कम्पाउंड वॉलमध्ये कमीत कमी ०'-९'' अंतर ठेवून तारेचे कम्पाउंड घालावे. कोणत्याही परिस्थितीत दोन्ही कम्पाउंडचा एकमेकांना स्पर्श होता कामा नये.

४) दुकानगाळे बांधणाऱ्या छोट्या प्लॉटची जमीनपातळी मोठ्या प्लॉटपेक्षा कमीत कमी ०'-९'' ने खाली ठेवावी. त्यामुळे वास्तूच्या प्लॉटला उंचीमुळे जडत्व प्राप्त होते. तर छोट्या प्लॉटला सखलपणामुळे उतार व हलकेपणा प्राप्त होतो.

५) ड्रॉइंगमध्ये दाखवल्याप्रमाणे पूर्व-ईशान्येस बोअर मारावे. कम्पाउंड वॉल बांधून घ्यावी.

६) शुभ आयवर भारतीय वास्तुशास्त्र व ज्योतिषशास्त्रानुसार वास्तुनिर्माण करावी.

७) छोट्या प्लॉटवर किराणा मालाचे दुकान, अल्पोपहार गृह, झेरॉक्स व फोन सुविधा इत्यादी दुकाने जोरात चालतात; कारण क्षेत्रफळ कमी असल्यामुळे विकत घेणाऱ्याला ती परवडतात किंवा दुकानदारांना भाड्याने देऊन त्या दुकानापासून मासिक भाड्याच्या रूपाने उत्पन्न सुरू होऊ शकते.

८) कोणत्याही परिस्थितीत शॉप दुमजली बांधू नये. शॉपच्या छताला पूर्वेला उतार द्यावा.

९) ड्रॉइंगमध्ये वास्तूचा बिल्ट-अप एरिया दिलेला आहे. तसेच आग्नेय कट, दुकानगाळे, वास्तुप्लॉट यांचे लांबी-रूंदीसह क्षेत्रफळाचे कोष्टक दिलेले आहे.

१०) मोठ्या वास्तुप्लॉटच्या पूर्व-ईशान्येला उच्च स्थानी गेट बसवावे. वास्तूला उत्तर-ईशान्य दिशेला मुख्य दरवाजा असावा. दुकानगाळ्यांना पूर्वेला शटर असावीत.

११) वरील बांधकाम शासनाच्या नियम व अटींना अनुसरून असल्याने त्वरीत मंजूर होईल.

१२) शॉपचा प्लॉट व वास्तूचा प्लॉट दोन वेगवेगळ्या नावांवर असणे वास्तुशास्त्रानुसार अत्यंत महत्त्वाचे आहे. वास्तुमालकाने जन्मकुंडलीतील चतुर्थस्थान पाहून निर्णय घ्यावा.

अशा रीतीने आग्नेय कट प्लॉटचे दोन प्लॉटमध्ये रूपांतर केल्याने महावास्तुदोषापासून सुटका होते. अशुभ, दरिद्री प्लॉटचे पूर्व-ईशान्य वाढलेल्या शुभ प्लॉटमध्ये रूपांतर होते व छोटा प्लॉटपण चांगला पैसा मिळवून देतो.

NE EAST SE

SOUTH WEST SIDE CUT PLOT

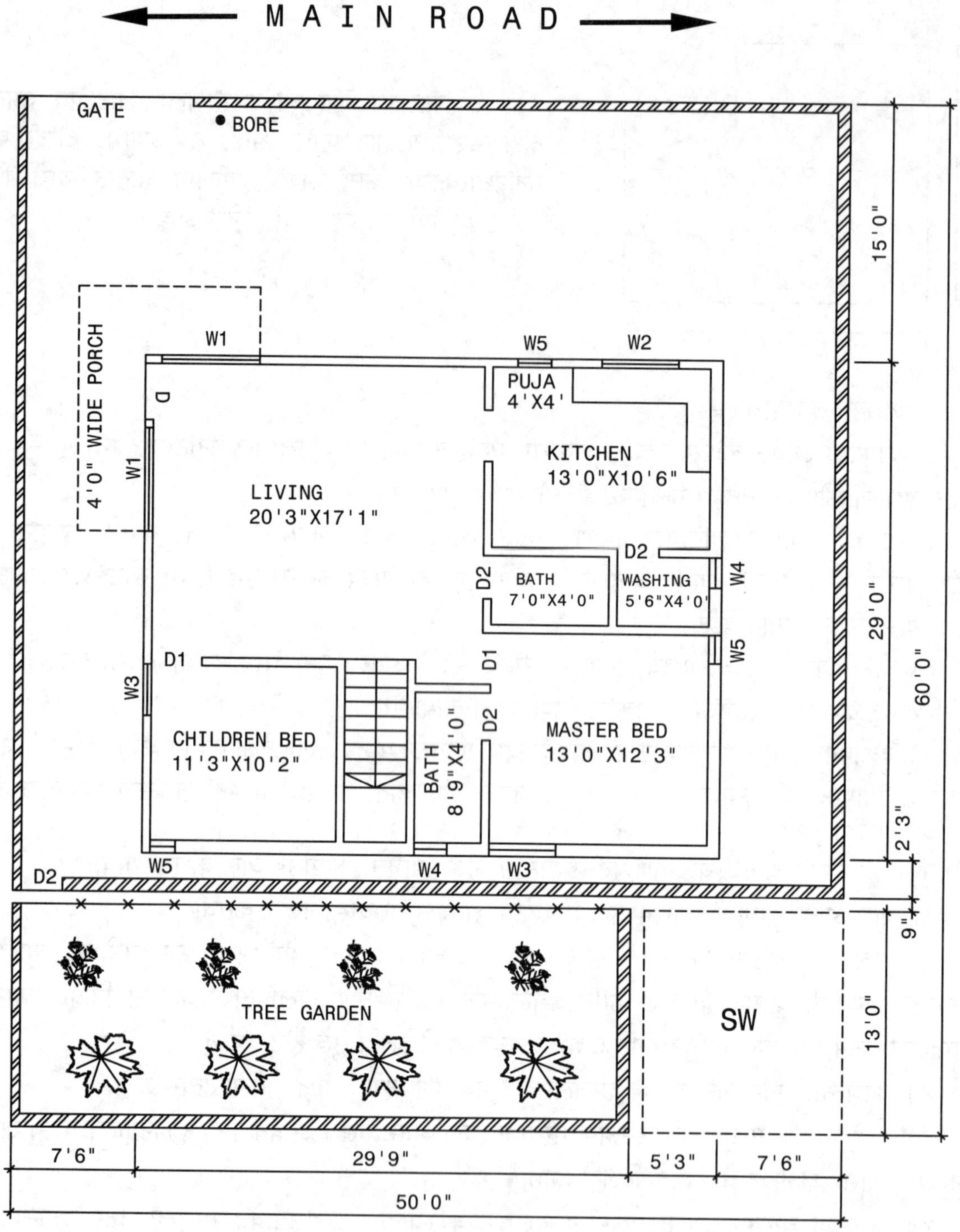

NORTH

SOUTH

GROUND FLOOR PLAN

TOTAL BUILT UP AREA = 918.75 SQ.FT.

SW CUT SIDE	= 12'9"x13'9"	= 172.12 SQ.FT.
TREE GARDEN	= 37'3"x13'9"	= 512.18 SQ.FT.
VASTU PLOT	= 50'0"x46'3"	= 2312.50 SQ.FT.
TOTAL		= 3000 SQ.FT.

वास्तु अजित/१३८

NW WEST SW

EAST

NE SE

दक्षिण-नैर्ऋत्य व पश्चिम-नैर्ऋत्य कट प्लॉटवर शास्त्रोक्त मात
(South - West Side Cut Plot)

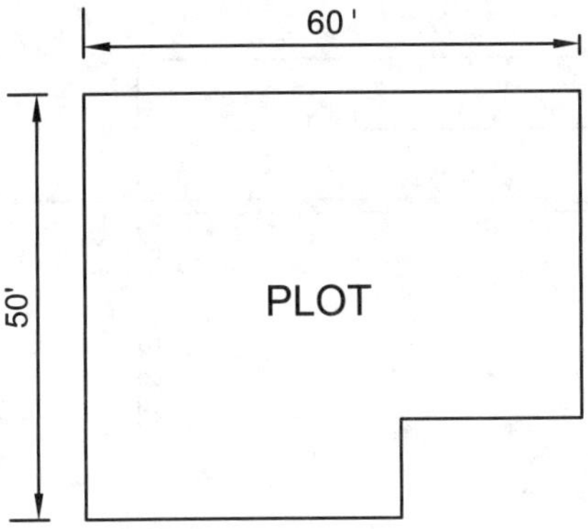

शेजारील ड्रॉइंगमध्ये दाखवलेला प्लॉट दक्षिण-नैर्ऋत्य व पश्चिम-नैर्ऋत्य कट प्लॉट आहे. या अशुभ, दरिद्री प्लॉटचे प्लॉटधारकावर काय अशुभ परिणाम होतात याचे विवरण 'प्लॉटचे कोपरे' या प्रकरणात दिलेले आहे.

शास्त्रोक्त उपाय :-

१) शक्यतो नैर्ऋत्य कोपरा विकत घेण्याचा प्रयत्न करावा. शेजारील प्लॉटधारकाला त्याच्या प्लॉटचा वायव्य कोपरा वाढतो आहे, हे सप्रमाण पटवून द्यावे. जर तो वास्तुशास्त्राला न मानणारा असेल तर खालील प्रमाणे उपाययोजना करावी.

२) प्रथम संपूर्ण प्लॉटचे ड्रॉइंगमध्ये दाखवल्याप्रमाणे दोन लहान प्लॉटमध्ये रूपांतर करावे. त्यामुळे दोन्ही प्लॉट आयताकृती होतील.

३) ड्रॉइंगमध्ये दाखवल्याप्रमाणे दोन्ही प्लॉटमध्ये कम्पाउंड वॉल बांधावी. दोन कम्पाउंड वॉलमध्ये कमीत कमी ०'-९''अंतर असावे. कोणत्याही परिस्थितीत दोन्ही कम्पाउंड वॉलचा एकमेकांना स्पर्श होता कामा नये.

NORTH SOUTH

४) छोट्या वायव्य प्लॉटची जमीनपातळी मोठ्या प्लॉटच्या जमीन पातळीपेक्षा कमीत कमी १'-०'' फूट उंच ठेवावी. त्यामुळे गार्डन प्लॉटला जडत्व प्राप्त होईल, तर वास्तुप्लॉटला, जागेला सखलपणामुळे उतार व हलकेपणा प्राप्त होईल.

५) मोठ्या प्लॉटवर ड्रॉइंगमध्ये दाखवल्याप्रमाणे पूर्व-ईशान्येस बोअर मारावे व कम्पाउंड वॉल बांधून घ्यावी.

६) शुभ आयवर भारतीय वास्तुशास्त्र व ज्योतिषशास्त्राला अनुसरून वास्तुनिर्माण करावी.

७) वायव्येच्या लहान प्लॉटमध्ये ऑस्ट्रेलियन सागवान, कोकण सागवान, नारळ यांसारखी उंच वाढणारी, कमी जागा व्यापणारी, कमी देखभाल करावी लागणारी व प्रचंड उत्पन्न मिळवून देणारी झाडे लावावीत. प्लॉट मध्ये चंदन वृक्षाचे एक झाड जरूर लावावे. उत्पन्नाचे साधन सुरू होते.

८) ड्रॉइंगमध्ये वास्तूचा बिल्ट-अप एरिया दिलेला आहे. तसेच नैर्ऋत्य कट, ट्री गार्डन, वास्तुप्लॉट यांचे लांबी-रूंदीसह क्षेत्रफळाचे कोष्टक दिलेले आहे.

९) मोठ्या वास्तुप्लॉटच्या पूर्व-ईशान्य दिशेला उच्च स्थानी गेट बसवावे. वास्तूला उत्तर-ईशान्येला मुख्य दरवाजा असावा. ट्री गार्डन प्लॉटला पूर्व-ईशान्य या उच्च स्थानी गेट असावे.

१०) वरील बांधकाम शासनाच्या नियम व अटींना अनुसरून असल्याने त्वरीत मंजूर होईल.

११) गार्डन प्लॉट व वास्तुप्लॉट दोन वेगवेगळ्या नावांवर असणे वास्तुशास्त्रानुसार अत्यंत महत्त्वाचे आहे. वास्तुमालकाने जन्मकुंडलीतील चतुर्थस्थान पाहून निर्णय घ्यावा.

अशा रीतीने नैर्ऋत्य कट या अशुभ व दरिद्री प्लॉटचे दोन शुभ प्लॉटमध्ये रूपांतर करता येते. वास्तु महादोषापासून मुक्तता मिळते व भरभराटीची, सुखाची, समृद्धीची गोड फळे प्राप्त करून घेता येतात.

NW WEST SW

EAST

NORTH-WEST SIDE CUT PLOT

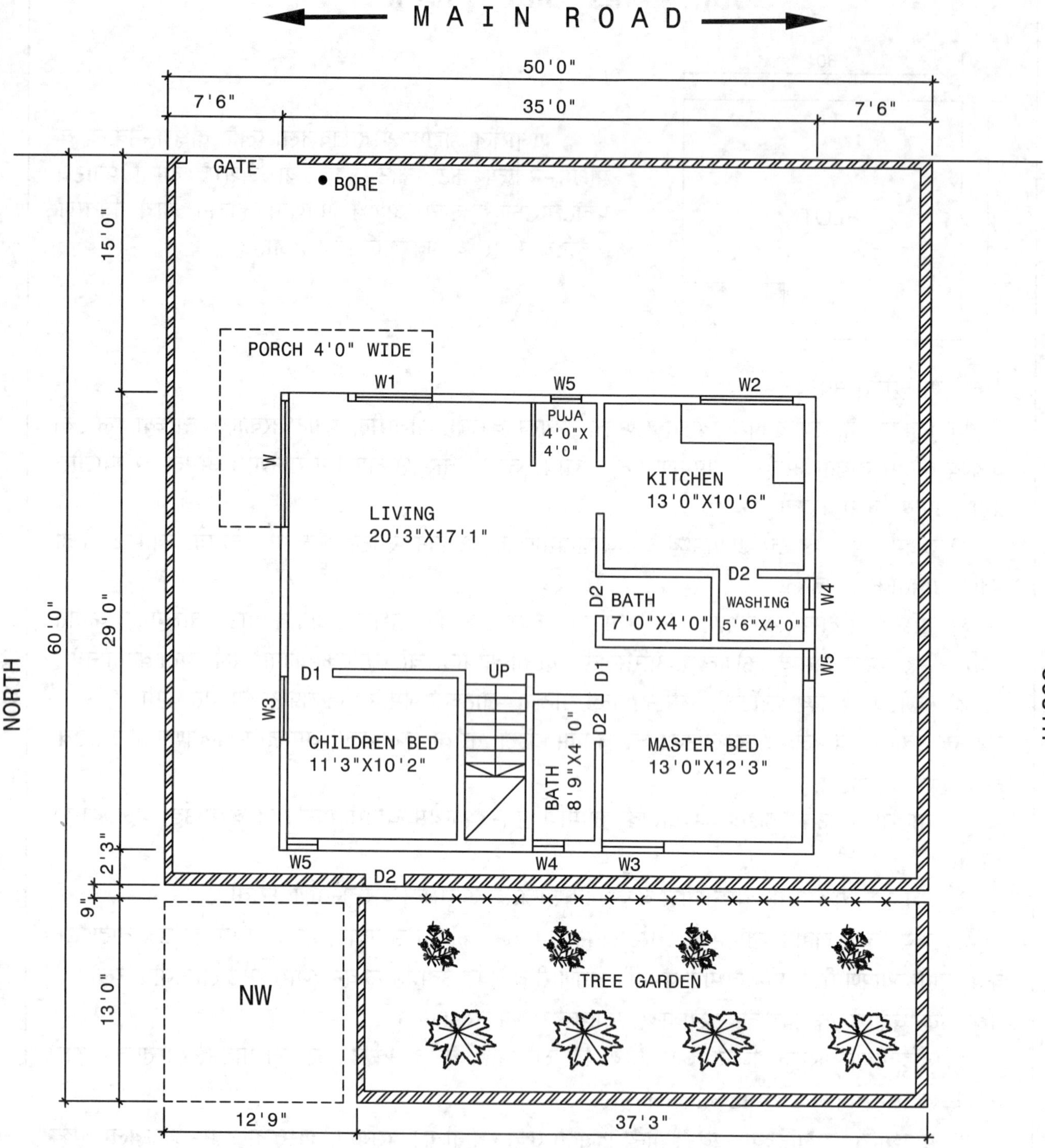

GROUND FLOOR PLAN

BUILT UP AREA = 1015.00 SQ.FT.

NW CUT SIDE	= 12'9" x13'9"	= 172.12 SQ.FT.
TREE GARDEN	= 37'3"x13'9"	= 512.18 SQ.FT.
VASTU PLOT	= 50'0"x46'3"	= 2312.50 SQ.FT.
TOTAL		= 3000 SQ.FT.

NW WEST SW

NE EAST SE

उत्तर-वायव्य व पश्चिम-वायव्य कट प्लॉटवर शास्त्रोक्त मात

(North - West Side Cut Plot)

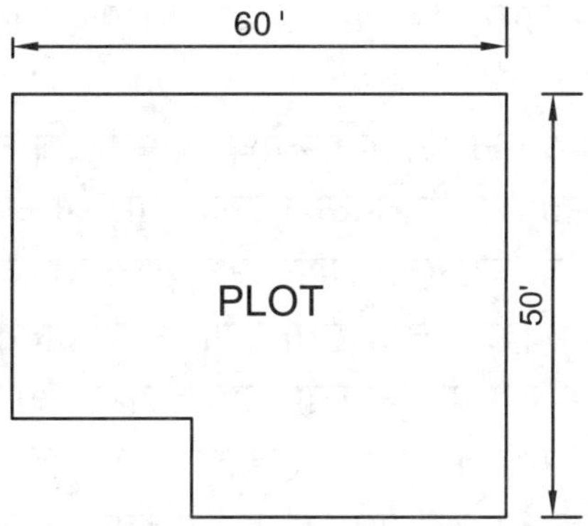

शेजारील ड्रॉइंगमध्ये दाखवलेला प्लॉट उत्तर-वायव्य व पश्चिम-वायव्य कट प्लॉट आहे. या अशुभ व दरिद्री प्लॉटचे प्लॉटधारकावर काय अशुभ परिणाम होतात याचे विवरण 'प्लॉटचे कोपरे' या प्रकरणात दिलेले आहे.

शास्त्रोक्त उपाय :-

१) शक्यतो वायव्य कोपरा विकत घेण्याचा प्रयत्न करावा. शेजाऱ्याला वास्तुशास्त्रानुसार त्याच्या प्लॉटचा नैर्ऋत्य कोपरा वाढतो आहे, हे सप्रमाण पटवून द्यावे. जर तो वास्तुशास्त्राला न मानणारा असेल तर खालील उपाययोजना करावी.

२) प्रथम वायव्य कट झालेल्या एकूण प्लॉटचे ड्रॉइंगमध्ये दाखवल्याप्रमाणे दोन प्लॉटमध्ये रूपांतर करावे. त्यामुळे दोन्ही प्लॉट आयताकृती होतील.

३) दोन्ही प्लॉटमध्ये ड्रॉइंगमध्ये दाखवल्याप्रमाणे वीट बांधकाम व तारेचे कुंपण घालावे. दोन कम्पाउंड वॉलमध्ये कमीत कमी ०'-९'' अंतर असावे. कोणत्याही परिस्थितीत दोन्ही कम्पाउंडचा एकमेकांना स्पर्श होता कामा नये.

४) नैर्ऋत्येच्या या छोट्या प्लॉटची जमीनपातळी मोठ्या प्लॉटच्या जमीन पातळीपेक्षा १'-०'' उंच ठेवावी. त्यामुळे गार्डन प्लॉटला उंचीमुळे जडत्व प्राप्त होईल. तर वास्तू प्लॉटला सखलपणामुळे उतार व हलकेपणा प्राप्त होईल.

५) मोठ्या प्लॉटवर ड्रॉइंगवर दाखवल्याप्रमाणे पूर्व-ईशान्येस बोअर मारावे व कम्पाउंड वॉल बांधून घ्यावी.

६) शुभ आयवर भारतीय वास्तुशास्त्र व ज्योतिषशास्त्रानुसार वास्तुनिर्माण करावी.

७) नैर्ऋत्येच्या लहान गार्डन प्लॉटमध्ये ऑस्ट्रेलियन सागवान, कोकण सागवान, नारळ यांसारखी उंच वाढणारी, कमी जागा व्यापणारी, कमी देखभाल करावी लागणारी व प्रचंड उत्पन्न मिळवून देणारी झाडे लावावीत. कोकण सागवान लाकडाचा दर कोल्हापुरात ८०० रू. घनफूट आहे. प्लॉटमध्ये चंदन वृक्षाचे एक झाड जरूर लावावे. चंदन वृक्ष मोठा झाल्यावर मंदिरात दान करून टाकावा. वास्तूतील वृक्ष मंदिराला अर्पण केल्याने अगणित पुण्य प्राप्त होते व दुष्ट पाशवी शक्तीपासून संरक्षण होते. कष्टाला, प्रयत्नांना दैवी साथ लाभते. चंदन वृक्ष शासकीय परवानगी घेऊन नक्की दान करा; कारण दातृत्वाला चंचलतेचा शाप आहे. चंदनाची किंमत ऐकून विचार बदलू शकतो.

८) ड्रॉइंगमध्ये वास्तूचा बिल्ट-अप एरिया दिलेला आहे. तसेच वायव्य कट, ट्री गार्डन, वास्तू प्लॉट यांचे लांबी-रूंदीसह क्षेत्रफळाचे कोष्टक दिलेले आहे.

९) मोठ्या वास्तू प्लॉटच्या पूर्व-ईशान्येला उच्चस्थानी गेट बसवावे. वास्तूला पूर्व-ईशान्येला मुख्य दरवाजा असावा. ट्री गार्डन प्लॉटला पूर्व-ईशान्य या उच्चस्थानी गेट असावे.

१०) वरील बांधकाम शासनाच्या नियम व अटींना अनुसरून असल्याने त्वरीत मंजूर होईल.

११) नैर्ऋत्य प्लॉट व वास्तुप्लॉट दोन वेगवेगळ्या नावांवर असणे वास्तुशास्त्रानुसार अत्यंत महत्त्वाचे आहे. वास्तुमालकाने जन्मकुंडलीतील चतुर्थ स्थान पाहून निर्णय घ्यावा.

जसजशी ही उंच झाडे वाढू लागतील तसतसे वास्तूवर दुपारनंतरचे तीव्र व संहारक किरण पडणार नाहीत व वास्तू सुखसमृद्धीकडे, भरभराटीकडे, यशाच्या शिखराकडे वाटचाल करेल.

अशा रीतीने वायव्य कट या अशुभ व दरिद्री प्लॉटचे दोन शुभ प्लॉटमध्ये रूपांतर करता येते व वास्तु महादोषापासून सुटका करून प्रगतिपथावर मार्गक्रमण करता येते.

NORTH SOUTH

NW WEST SW

टाइल्स (Flooring & Dado)

प्रत्येकजण आपल्या ऐपतीनुसार खिशाला परवडेल अशा टाइल्स वास्तूमध्ये बसवत असतो; पण वास्तु शास्त्रानुसार जर टाइल्स बसवल्या तर निश्चितच नेत्रदीपक प्रगती होते.

साइट इंजिनिअर म्हणून मी कित्येक अपार्टमेन्ट्स, बंगले बांधलेले आहेत. अपार्टमेन्टमध्ये जे फ्लॅट विकले गेलेले नाहीत; पण रेडीपझेशन करणे भाग आहे, त्या फ्लॅटना माझ्या पसंतीच्या वेगवेगळ्या प्रकारच्या, रंगाच्या, आकाराच्या फ्लोअरिंग टाइल्स बसवल्या आहेत. इतर फ्लॅटवाले व बंगलेवाल्यांशी संभाषणचातुर्याच्या जोरावरती मी हव्या त्या प्रकारचे, रंगाचे फ्लोअरिंग बसवलेले आहे. 'विक्रीपश्चात सेवा' या कारणाअंतर्गत त्यांच्या घरात जाऊन आजअखेर त्यांच्यावर काय परिणाम घडतो याचा अभ्यास केलेला आहे व करतो आहे; कारण साइट इंजिनिअर, बिल्डर व फ्लॅटधारक, मटेरियल सप्लायर यांच्यामधील अत्यंत महत्त्वाचा दुवा आहे.

१) हॉल व लिव्हिंग रूममध्ये सफेद मार्बलचे फ्लोअरिंग व स्कर्टिंग बसवावे; कारण मंदिरात मार्बल बसवतात तर वास्तूत ईश्वराचे स्थान ईशान्य कोपऱ्यात आहे. त्यामुळे मार्बल बसवून हॉलला मंदिराचा दर्जा व पावित्र्य प्रदान करता येईल. (साधारणत: बऱ्यापैकी पांढरा मार्बल ४५ रू. स्क्वेअर फूट दराने मिळतो.)

२) किचन रूमला कोटा फ्लोअरिंग व स्कर्टिंग बसवावे. कोटा फरशीवर तेलाचे डाग इतर किरकोळ आदळ आपटीचा काही परिणाम होत नाही. त्यामुळे किचन साफ ठेवणे गृहिणीला त्रासदायक ठरत नाही व गृहिणीची हातापायांना मुंग्या येणे, गुडघे, सांधे दुखणे, हातापायांत गारठा निर्माण होणे यासारख्या दुखण्यातून मुक्तता होते.

३) किचन कट्टा ब्लॅक ग्रॅनाइट, पांढरा किंवा हिरव्या मार्बलचा असावा. जर परिस्थिती चांगली असल्यास कुंकुम ग्रॅनाइट (Red Granite) मध्ये उलट्या एल शेपमध्ये बसवावा. किचन कट्ट्यासमोर ३.५'' उंच ग्रॅनाइटची पट्टी, फुल राउंड करून किचनकट्ट्याच्या वर अर्धा ते एक इंच येईल अशी बसवावी. त्यामुळे किचन कट्ट्यावरील पाण्याचा गृहिणीच्या साडीला, कपड्याला स्पर्श होणार नाही व जेवण करताना कपडे ओले होऊन अंगात गारठा, थंडी निर्माण होऊन गृहिणी आजारी पडणार नाही.

४) किचनकट्ट्यावरील पूर्व व दक्षिण दिशेच्या भिंतींना बायकोच्या आवडीच्या रंगाच्या टाइल्स बसवाव्यात, त्यामध्ये विविध फळांची बास्केट हा शोपीस टाकावा. गृहिणी खूष व समाधानी तर संपूर्ण कुटुंब खूष समाधानी.

५) जिन्याच्या टप्प्यांना तांदूर फरशी दोन खाचेसह (Groove) बसवावी. जिना चढताना घसरून पडून अपघात होणार नाहीत. सफेद मार्बल बसवल्यास सर्वोत्तम.

६) व्हरांड्याला, मुख्य दरवाज्याला, पायऱ्यांना हिरवा किंवा पांढरा मार्बल बसवावा.

७) वास्तू सोडून प्लॉटच्या उर्वरित भागात रफ शहाबाद फरशी बसवावी. प्लॉटची स्वच्छता राखण्यास मदत होते व प्लॉटचा एरिया सुंदर, स्वच्छ, नीटनेटका दिसतो.

८) किचनकट्ट्याखाली भिंतीला उरलेल्या सर्व फरश्या बसवाव्यात. झुरळ, किडे, मुंग्यांच्या उपद्रवापासून बचाव होतो व फरशी वेस्टेज गेल्याचे दु:ख होत नाही. स्वच्छता राखण्यास मदत होते.

९) मास्टर बेडरूमला मोठी गुलाबी रंगाची मार्बो ग्रॅनाइट किंवा सिरॅमिक फ्लोअरिंग व स्कर्टिंग बसवावे. गुलाबी रंग प्रणयाचे प्रतीक आहे. त्यामुळे पती-पत्नीच्या संबंधाला श्रृंगाराचा साज चढतो. पती-पत्नीचे लैंगिक व भावनिक संबंध अधिक दृढ होतात.

१०) चिल्ड्रन बेडरूमला आयव्हरी किंवा फिक्कट पिवळसर रंगाच्या फ्रेश वाटणाऱ्या टाइल्स स्कर्टिंग व फ्लोअरिंग म्हणून बसवाव्या. फिक्कट पिवळसर रंग गुरू ग्रहाचे प्रतीक आहे. तर आयव्हरी रंग (हलका पांढरट) रंग चंद्र ग्रहाचे प्रतीक आहे. त्यामुळे मुले अभ्यासात आश्चर्यजनक प्रगती करतात. मुलांचे मानसिक स्वास्थ्य उत्तम राहते. बुद्धी स्थिर राहते. अभ्यासासाठी लागणारी मनाची एकाग्रता वाढते व मुले जे काही वाचतील, अभ्यासतील ते परीक्षेत वेळेवर आठवते.

११) बाथरूमला घसरण प्रतिरोधक (Anti-Skid Tiles) फरशी बसवावी, म्हणजे बाथरूममध्ये पाय घसरून डोके फुटणे, हातपाय मोडणे, तोल जाऊन पडल्याने अपघात होणे इत्यादी प्रकार घडत नाहीत. बाथरूमच्या भिंतीला निळसर कलरच्या टाइल्स बसवाव्या. त्यामध्ये डॉल्फिन मासा असलेला शोपीस टाकावा, पाण्याचा रंगपण निळसर दिसत असल्याने बाथरूम दिसण्यात मोठे व प्रशस्त वाटते व अंघोळ करण्याचा आनंद द्विगुणित होतो.

EAST

NE SE

वास्तुवेध (Obstruction due to things)

मुख्य दरवाज्यासमोर प्रकाशाला, शुभ ऊर्जेला (+ve Energy) वास्तूत प्रवेश करण्यास अडथळा करणारी एखादी गोष्ट आली तर तिला 'वास्तुवेध' असे म्हणतात. वास्तुवेध किती अंतरावर आहे, त्याची लांबी, रूंदी व उंची किती आहे, तो डायरेक्ट वास्तूवर परिणाम करतो का, आदळतो का, वास्तुवेधाच्या व वास्तूच्यामध्ये रस्ता आहे का, वास्तूचे मुख्य प्रवेशद्वार कोणत्या दिशेला व कसे आहे, वास्तू बंगला, फ्लॅट, रो हाउस, जुने घर, शेतातील घर यापैकी काय आहे, या सर्व गोष्टींचे सविस्तर निरीक्षण करून वास्तुवेध दोषावर उपाययोजना करता येते. महानगरात अपार्टमेन्ट कित्येक मजली असतात. त्यामुळे सूर्योदयाच्या व सूर्यास्ताच्यावेळी त्यांची सावलीपण दूर पडते. अशा ठिकाणी तज्ज्ञ वास्तुशास्त्रज्ञाचे मार्गदर्शन जरूर घ्यावे.

१) मुख्य प्रवेशद्वारासमोर उंच वृक्ष असू नये; कारण अनेक आपत्तींना, संकटांना तोंड द्यावे लागते. येणारी योग्य संधी, वृक्षाला पाहून, थडकून मागे फिरते. संधी नाही तर यश नाही. यश नाही तर पैसा नाही. पैसा नाही तर शारीरिक, मानसिक, कौटुंबिक स्वास्थ्य नाही. समाजात किंमत नाही.

२) कित्येक बंगलेधारक जास्त रूंदीचा पोर्च मुख्य प्रवेशव्दारावर बाहेर काढतात. तांत्रिकदृष्ट्या कॅन्टीलिव्हर स्लॅबची रूंदी संपल्यावर कॉर्नरला एक कॉलम घ्यावा लागतो. शक्यतो कॉलम गोल असतो. या कॉलममुळे भयंकर वास्तुदोष निर्माण होतो; पण याची तीव्रता वृक्षवेधाइतकी गंभीर नसते. कॉलमच्या स्थितीवर, साईजवर मुख्य दरवाज्यापासूनच्या अंतरावर, त्याच्या अशुभ परिणामांची व्याप्ती अवलंबून असते.

३) कित्येक बंगलेमालक कॅन्टीलिव्हर स्लॅब, रेग्युलर स्लॅबबरोबर कास्ट करतात. त्यामुळे बीम (Floor Level Beam) खाली दिसतात. त्या बीमच्या नात्र्यांमुळे बीम वास्तुवेध निर्माण होतो. बीमचे नात्रे सरळ मुख्य दरवाज्याचा वेध घेतात व दूषित ऊर्जा प्रसारित करतात.

NORTH SOUTH

४) कित्येक ठिकाणी प्लॉटधारक एक-दोन वास्तुशास्त्रज्ञांची, फेंगशुईची पुस्तके वाचून उत्तर-ईशान्येला बोअर मारतात व उत्तर-ईशान्य दिशा प्लॉटवर बरोबर आहे हे स्वत:च ठरवतात. मुख्य दरवाजापण उत्तर-ईशान्येला घ्यायचा प्रयत्न करतात. जरी हे शक्य नसले तरी! कारण उत्तर-ईशान्येला बोअर व मुख्य प्रवेशव्दार असल्यास कुबेराची अखंड कृपा वास्तूवर राहते, ऐश्वर्यलक्ष्मीचा वास्तूत प्रवेश होतो, असा नियम आहे; पण बोअर व मुख्य प्रवेशव्दार आमनेसामने आल्यास 'बोअर वास्तुवेध दोष' निर्माण होतो. त्यामुळे लक्ष्मीऐवजी अलक्ष्मी वास्तूत प्रवेश करते. समुद्रमंथनात लक्ष्मीच्या आधी अलक्ष्मी वरती आली. तिचा विवाह उद्दालकाशी झाला. जेथे अलक्ष्मी तेथे परद्रव्यहरण, मद्यपान, परदाररती, ब्रह्महत्यापातकी, भांडणे, दारिद्र्य, अनारोग्य इ. दुर्गुण वास्तूत प्रवेश करतात.

५) भारतात जमिनीखालून टेलिफोन, लाइट, टी.व्ही. केबल यांच्या वायर घेऊन (Underground Cabel System) सेवा पुरवण्याचा उपक्रम चालू आहे; पण कॉलनीत, छोट्या शहरात ते शक्य नाही. तेथे खांब (Pole) उभारूनच ही अत्यावश्यक सेवा पुरवली जाते. त्यामुळे शासनाचा पोल प्लॉटच्या कोणत्याही बाजूला येऊ शकतो. त्यामुळे संबंधित कार्यालयात पोल बदलण्यासाठी (Pole Shifting) पैसे भरा व दरवाज्यासमोरून पोल हटवा. जर (Light Transformer) दरवाज्यासमोर असेल तर तत्काळ घर, प्लॉट, वास्तू विकून टाका. प्लॉटच्या आग्नेय कोपऱ्यात ट्रान्सफॉर्मर असल्यास अतिशुभ. फक्त वास्तूचा मुख्य दरवाजा शास्त्राप्रमाणे बदलून घ्यावा.

६) अपार्टमेन्टमध्ये, चाळीमध्ये, रो-हाउसेसमध्ये मुख्य दरवाजे, पॅसेज, रस्ता सोडून आमनेसामने येतात. या व्दारवेध दोषामुळे दोन्ही घरातील स्त्रिया कधी प्रेमाने गळ्यात गळे घालतील व क्षुल्लक गोष्टीवरून कधी रागाने भांडतील, एकमेकींच्या झिंज्या उपटतील याचा काही नेम नाही.

७) सध्या 'स्वच्छ शहर, सुंदर शहर' या नियमानुसार प्रत्येक रोडवर शासनाचा उकिरडा (Garbage Place) असतो. तो जर मुख्य प्रवेशव्दारासमोर आला तर दुर्गंधीयुक्त वातावरणाने वास्तूमधील शुभ ऊर्जेचे अशुभ ऊर्जेत रूपांतर होईल व श्वसनामार्फत रोगजंतूंचा प्रार्दुभाव होऊन कुटुंब कायम आजारी राहील.

८) कित्येक प्लॉटवर उत्तरेचा किंवा पूर्वेचा एकच रस्ता असतो. साइट कंडिशननुसार नाईलाजास्तव प्लॉटच्या ईशान्य कोपऱ्यात बांधकाम मटेरिअल उतरले जाते. उदा. वीट, खडी, वाळू, सळी या बांधकाम मटेरिअलमुळे ईशान्य कोपरा अति जड होतो. त्यामुळे बांधकाम रखडते, दर्जा घसरतो. कामगारांना अपघात होऊन पोलिसांची, दवाखान्याची वारी करावी लागते. कामगार प्लॉटमालकाबरोबर नजरेत नजर मिसळून मोठ्या आवाजात बोलतात. यावर उपाय म्हणजे मटेरियल फक्त वायव्य व आग्नेय कोपऱ्यात उतरणे. ईशान्येला उतरलेले मटेरियल, वस्तू तीन दिवसांत तेथून हलवणे. ईशान्य कोपरा स्वच्छ व मोकळा ठेवणे.

NW WEST SW

NE

EAST

SE

देवघर / देव्हारा (Pooja Room)

NORTH

SOUTH

भारतीय संस्कृतीत ग्रामवास्तू संकल्पनेत देवालये व मंदिरांचे निर्माण अत्यावश्यक मानले गेले आहे. तथापि, मंदिरात, देवालयात दररोज जाणे वेळेअभावी शक्य होत नसल्यामुळे वास्तूतील देवघराचा पर्याय सांगितलेला आहे. सध्या मंदिरात गर्दी असल्यामुळे भक्ताचे लक्ष देवतेकडे कमी व बाहेर ठेवलेल्या चप्पल व बुटांकडे अधिक असते. असे आधुनिक भक्त देवळात दुकानात गेल्यासारखे वागतात, चार-आठ आणे टाकून काही ना काही मागतात. त्यामुळे देवतेचा अनुग्रह त्यांच्यावर होत नाही.

हाताच्या बोटावर मोजण्याइतपत श्रीमंतांच्या घरी स्वतंत्र देवघर असते. एकत्रित कुटुंबपद्धती नामशेष होण्याच्या मार्गावर असल्यामुळे बहुतेक छोट्या कुटुंबांची घरे 2 BHK (2 Bedroom- Hall- Kitchen) ची असतात. अशा घरात स्वतंत्र देवघरासाठी जागा असत नाही; कारण 2 BHK वास्तू बांधतानाच प्रमुखाच्या डोक्यावरून पाणी गेलेले असते. त्यामुळे देवघर स्वयंपाकघराच्या ईशान्य दिशेच्या कोपऱ्यात घ्यावे. कोणत्याही परिस्थितीत देवघर किचनमध्ये ईशान्य कोपऱ्यात चिकटून घेऊ नये, कमीत कमी एक फूट उत्तरेकडून व सहा इंच पूर्वेकडे अंतर सोडून देव्हारा बसवावा.

१) देव्हारा मार्बलचा किंवा शिसवी लाकडाचा असावा.

२) आद्य शकंराचार्यांनी सांगितल्याप्रमाणे पंचायतन (पंच= पाच+आयतन= घर) पद्धतीने पूजा करावी. या पाच देवता म्हणजे श्री महाविष्णूंचे शत्रूनाशाचे सामर्थ्य, श्री महादेवाचे प्रलयकारी ज्ञान, श्री गजाननाची बुद्धी व वाणी मेधा, श्री सूर्याचे अद्भुत तेज आणि श्री देवीची धान्यापासून धनापर्यंतची ऐश्वर्यसंपन्नता या सर्वांचा निवास तुमच्या वास्तूत होईल.

३) ड्रॉइंगमध्ये दाखवल्याप्रमाणे श्री महाविष्णू व श्री महालक्ष्मीची मूर्ती प्रमुख पंचायतन देवता म्हणून स्थापन करावी किंवा तुम्ही ज्या देवतेला भजता, मुख्य देवता म्हणून पूजा करता त्या देवतेच्या मूर्तीची स्थापना करावी. (उदा. शिव-पार्वती, गणपती-रिद्धी सिद्धी). मूर्तीची उंची एक हात वितीपेक्षा जास्त असू नये. मूर्ती चांदीची असावी.

४) ड्रॉइंगमध्ये दाखवल्याप्रमाणे श्री महादेव, श्री गजानन, श्री कुलदेवता व श्री सूर्य अशी मांडणी करावी.

NW

WEST

SW

५) पूर्वेकडे तोंड करून पूजा करत असल्यामुळे देवतांची तोंडे पश्चिमेला व यजमानाचे तोंड पूर्वेला होईल.

६) देवाला फल अर्पण करताना त्यांचा देठ देवाकडे केलेला असावा.

७) निरांजन, समई यजमानाच्या उजव्या हातास असावी, निरांजनात तेलाऐवजी तुपाचा वापर करावा.

८) पूजेसाठी पळी, फुलपात्र, ताम्हण, घागर तांब्याच्या असाव्यात. चांदीच्या किंवा सोन्याच्या असतील तर अधिकस्याधिकं फलम् प्राप्तिः।

९) रोज माळ्याला मुख्य देवतेसाठी एक हार, श्री विष्णूसाठी तुळस, महालक्ष्मीसाठी कमळ, भोलेनाथांसाठी बेल, गजाननासाठी दुर्वा, जास्वंदीचे फूल व आंब्याचा डहाळा, झेंडूची फुले इत्यादी दहा रुपये किंमतीच्या फुलांचा रतीब लावावा.

१०) बेलाचे पान पालथे करून, तसेच दुर्वांची अग्रे आपल्याकडे करून वाहावीत.

११) दर शुक्रवारी व अमावस्येला देवाला नारळ फोडावा. दहीभात वास्तूवरून उतरून टाकावा. एक लिंबू, पाच हिरव्या मिरच्या, बिब्बा लावलेला काळा दोरा गाडीला बांधावा.

१२) सुवासिक अगरबत्ती, धूप, चंदन यांचा पूजेच्या वेळी मुक्त हस्ताने वापर करावा. वातावरण प्रसन्न व उत्साही राहते. जेवण झाल्यावर ताटात सर्व पदार्थ वाढून नैवेद्य दाखवावा. नंतर भोजनविधी करावा.

१३) आपण देव म्हणून पुजणारी प्रतिके फुटकी, तुटकी व फुकट सापडलेली असू नयेत.

१४) 'आवडला देवाचा फोटो, ठेवला देव्हाऱ्यात' अशा ढिगभर देवता देव्हाऱ्यात असू नये; कारण एक ना धड भाराभर चिंध्या अशा रीतीने स्थापन केलेल्या देवतांची व्यवस्थित पूजा, पाळणूक होणार नाही.

१५) देव्हाऱ्याला कळस नसावा; कारण शास्त्रानुसार आपण देव्हाऱ्याची स्थापना केलेली असते. देवळाची नाही. कळसाचा संबंध आकाशतत्त्वाशी, ब्रह्मतत्त्वाशी येतो. मंदिराचा कळस डिश-अँटेनासारखे काम करतो. बाह्यविश्वातील अमर्याद ईश्वरी शक्ती, निसर्ग शक्ती (Cosmic Energy & Nature's Power) कळसाकडे आकर्षित होते. वास्तूची संकल्पना मानवी जीवनाच्या विश्रांतीसाठी व प्रजोत्पादनासाठी आहे. त्यामुळे ऊर्जा स्त्रोताचे पावित्र्य बिघडून वास्तूला त्याचे विध्वंसक व प्रलयकारी रूप अनुभवास येते.

१६) उत्तम मुहूर्तावर वेदशास्त्रसंपन्न ब्राह्मणांकडून षोडशोपचार पूजेव्दारे मूर्तीमध्ये समंत्रक प्राणप्रतिष्ठापना करावी, त्या मूर्तीमध्ये देवत्व येते.

१७) लेखकाने गृहिणीला संस्कृतमध्ये पूजाविधी करण्यास सांगितलेले आहे; कारण वैदिक मंत्र हे स्वरयुक्तच म्हटले पाहिजेत व मंत्रशास्त्रानुसार मंत्राचे सामर्थ्य अर्थात नसून ध्वनींत आहे. त्यामुळे बाजारात मिळणाऱ्या मंत्रांच्या कॅसेट ऐकून तसे शुद्ध उच्चार करावेत व तुम्हाला खात्री झाल्यावर ते उच्चार, स्वर एका वेदशास्त्रसंपन्न ब्राह्मणाला म्हणून दाखवून प्रमाणित करून घ्यावे. मगच पूजेच्या वेळी अमलात आणावेत.

कारण, पाणिनीय वेद शिक्षाग्रंथात तर 'अवक्षरं हनायुष्यं विस्वरं व्याधिपीडितम्।' म्हणजे भलतेच अक्षर उच्चारले तर आयुष्य कमी होते व स्वर चुकला तर व्याधी, दीर्घ आजार उत्पन्न होतो, असे सांगितले आहे.

१८) पूजापाठ झाल्यावर कापडाचा पडदा देव्हाऱ्यासमोर लावावा. म्हणजे स्त्रियांच्या मासिक धर्माच्या, अडचणीच्या काळातपण देव्हाऱ्याचे पावित्र्य अबाधित राहील.

१९) परमेश्वर बाह्य उपचारापेक्षा तुमच्या भक्तीचा भुकेला आहे. तुम्ही अंतःकरणापासून त्याच्या चरणावर ठेवलेले दोन हस्त व एक मस्तक त्याला जास्त प्रिय आहे.

फक्त विचार (Imagination) करा. सकाळी प्रसन्न वेळ आहे. पूजेच्या ठिकाणी नीटनेटकेपणा व शांतता आहे. फुलांनी देवघर सजलेले आहे. अगरबत्ती व धुपाचा मंद वास आसमंतात दरवळत आहे. घरातील सर्व सदस्यांच्या तोंडातून एकमुखाने वैदिक संस्कृत मंत्राचे उच्चारण होत आहे. त्यामुळे वातावरणातील अणूरेणू विलक्षण दैवी उच्चाराने भारला गेलेला आहे. तुमच्या समोरच्या पूर्वेच्या खिडकीतून सूर्यनारायण आपल्या सहस्त्र किरणांव्दारे तुमच्यावर आरोग्याची, ऐश्वर्याची, प्रतिष्ठेची उधळण करत आहे. दूत बनून तुमची प्रार्थना मुख्य देवतेपाशी स्वर्गात पोहचवत आहे.

वास्तूचे छत (R.C.C. Floor Slab)

वास्तूचा स्लॅब ओतणे हा एक अत्यंत त्रासदायक, वेळखाऊ व दिव्य प्रकार असतो. वास्तूचा स्लॅब ओतण्यासाठी स्लॅबची लिफ्ट, पायाड वायव्य कोपऱ्यात लावावे व स्लॅब नैर्ऋत्येकडून आग्नेयेकडे, पश्चिमेकडून वायव्येकडे व आग्नेयेकडून ईशान्येकडे ओतावा. वास्तुशास्त्रानुसार स्लॅबचे सेंटरिंग ठोकताना ईशान्येकडे एक इंच खाली व नैर्ऋत्येकडे एक इंच उंच अशा रीतीने ठोकावे. म्हणजे नैर्ऋत्य ते ईशान्य, आग्नेय ते ईशान्य व वायव्य ते ईशान्य असा दोन इंच उतार (Slab Slope) तयार होईल. त्यामुळे स्लॅबला वापरण्यात येणाऱ्या पाण्याचा (Curing) जास्त साठा ईशान्येला होईल, स्लॅबला कोबा (Waterproof Indian Petty Stone) करतानापण ईशान्येला उतार होईल. पावसाळ्यात स्लॅबवर पडणारे सर्व पाणी, जल ईशान्य दिशेच्या पावसाळी नळ्यामधून (4''Rain-water Pipe) वाहून जाईल. फ्लॅटमध्ये फ्लोअरिंग बसवताना पण आपोआप ईशान्येला उतार प्राप्त होईल. स्लॅबला उन्हाळ्यात कमी पाणी मिळते त्यामुळे स्लॅब तडकतो (Hair Cracks) त्यासाठी साखरेची, धान्याची रिकामी बारदाने स्लॅबवर अंथरून पाणी मारावे. यामुळे पाणी वाचते व स्लॅबचे उन्हापासून संरक्षण होते. स्लॅबचे आयुष्य वाढते. अशा रीतीने वास्तुशास्त्राचा ईशान्येला उतार व नैर्ऋत्येला जडत्व व उंचपणा हा मूलभूत नियमपण अंमलात येईल व जसे पावसाळ्याचे पाणी ईशान्येकडून बाहेर जाईल तसे मार्केटमधून पैसा, धन, प्रतिष्ठा वास्तुमालकाच्या खिशात जमा होईल व उत्तरोत्तर भरभराट होत जाईल.

गेल्या दहा वर्षांत बांधकाम क्षेत्रात नवीनच पायंडा पडला. स्लॅब झाल्यावर त्यावर एक बकरं कापायचं व वास्तुमालकासह सर्व कामगारांनी मांसाहारी जेवणाचा व दारूचा आस्वाद घ्यायचा. या प्रकाराला 'स्लॅबचा श्रमपरिहार व गोरगरीब कामगारांची शांती' असं गोंडस नाव दिलं. काही स्लॅबच्या वेळी वास्तुमालकांना असा सल्ला मिळालाय की उलट्या पंखाचे, काळ्या रंगाचे कोंबडे स्लॅबवर कापून ते नैर्ऋत्य कोपऱ्याच्या बीममध्ये काँक्रीटमध्ये घातल्यास नैर्ऋत्य कोपऱ्यातील दुष्ट व अघोरी शक्ती भोजन मिळाल्यामुळे शांत होतात. असे अघोरी व सदसद्‌विवेक बुद्धीला न पटणारे प्रकार माझ्या उपस्थितीत घडले. स्लॅब कास्ट झाल्यावर असणाऱ्या मटणाच्या जेवणाला मी थांबत नाही हे पाहून एक वास्तुमालक मला म्हटला, 'जाधव साहेब! तुम्ही दारू पीत नाही आम्हाला माहीत आहे; पण मटणाच्या जेवणाला काय हरकत आहे. तुम्हाला म्हणून सांगतो, सुवासिनीनं कुंकवाला, मर्दानं दारूच्या घोटाला, बाईच्या ओठाला आणि मटणाच्या ताटाला नाही म्हणू नये. तो मर्दाचा अपमान आहे!' असे आधुनिक व विकृत सुभाषित (दुर्भाषित) मी ऐकले आहे.

जो वास्तुमालक स्लॅब झाल्यावर हसतहसत मटणाचे जेवण स्लॅबवर जेवला तो मालक नंतर रडताना मी पाहिलेला आहे. स्लॅब झाल्यावर कामगारांना खुशी व बक्षीस देणारा मालक कामगारांना आठवड्याचा पगार देऊ शकत नाही, इतपत आर्थिक दुर्बल झालेला असतो. ज्या वास्तूच्या स्लॅबवर वास्तुमालकाने खुशी दिली, त्याच वास्तूत पगार न मिळाल्यामुळे कामगारांनी वास्तुमालकाला सळीने मारलेले मी बघितले आहे, शत्रूवरपण अशी पाळी येऊ नये. अशी गत, विवशता, लाचारपणा, दु:ख, अपमान, शारीरिक दुखापत वास्तुमालकाच्या वाट्याला आलेली आहे. वास्तुमालकाने बकरे कापून, कोंबडे कापून कामगारांना व नैर्ऋत्य कोपऱ्यातील दुष्ट व अमानुष शक्तींना शांत करण्याचा प्रयत्न केला; पण त्या दुष्ट व अघोरी शक्ती वास्तुमालकाने दिलेले भोजन खाऊन तृप्त झाल्या व त्यांची भूक वाढल्यावर प्रत्यक्ष वास्तुमालकालाच गिळंकृत केले.

त्यामुळे वास्तुमालकाने स्लॅब चालू करण्यापूर्वी दहीभात, नारळ, हळद-कुंकू, कापूर ,उदबत्त्या लावून स्लॅबची पूजा आग्नेय कोपऱ्यात करावी. स्लॅब पूर्ण झाल्यावर मटणाच्या जेवणाचा कार्यक्रम न करता प्रत्येक कामगाराला एक किलो तांदूळ, एक किलो गव्हाचं पीठ, पाव किलो डाळ, एक बिस्किटचा पुडा बांधून द्यावा. रोख पैसे दिल्यावर कामगार घरात कमी व दारूच्या गुत्त्यावरच जास्त जातात. प्रत्यक्ष धान्य घरी आल्यावर त्या बांधकाम कामगाराची बायको, मुले-मुली 'अन्नदाता सुखी भव' असा अंत:करणापासून आशीर्वाद देतील. तो आशीर्वादच वास्तुमालकाच्या सर्व अडचणी पार करील.

वास्तूमधील खिडक्या (Aluminium or Wooden Windows)

ग्रामपंचायत ते महानगरपालिका यांची बांधकाम मंजुरी (Building Sanction Plan) मिळाल्याशिवाय कोणतीही बँक तुम्हाला गृह बांधणीसाठी कर्ज देत नाही. सद्य परिस्थितीत कर्जाशिवाय घर बांधणे अशक्य आहे. तुम्ही जर दोन नंबरचा पैसा, धन (Black Money) वापरून वास्तू निर्माण केली तर आयकर विभागाची (Income Tax Office) धाड तुमच्यावर पडेल व आयकर चुकवल्याबद्दल तुमच्यावर आर्थिक फौजदारी गुन्हा (Criminal Case) दाखल होईल. अशा रीतीने तुमच्या अब्रूची लक्तरे वेशीवर टांगली जातील.

बांधकाम मंजुरीसाठी शासनाने काही नियम तयार केलेले आहेत. त्या नियमांअंतर्गत रूमच्या, खोलीच्या क्षेत्रफळाच्या एक षष्ठांश (१/६) खिडक्या वायुविजनासाठी (Ventilation & Air Circulation) असल्या पाहिजेत.

१) नियमानुसार पूर्व-ईशान्य, उत्तर-ईशान्य, दक्षिण-आग्नेय व पश्चिम-वायव्य या उच्च ठिकाणीच फक्त खिडक्या घ्याव्यात.

२) खिडक्या लाकडी असतील तर त्या बाहेर उघडणाऱ्या असाव्यात.

३) ॲल्युमिनियम खिडक्या असतील तर त्या चांगल्या प्रतीच्या (३/४'') असाव्यात. त्यांचे बेअरिंग उच्च प्रतीचे असावे. म्हणजे खिडकी उघडताना शक्तीचा वापर करावा लागणार नाही.

४) खिडक्यांना लोखंडी ग्रील असावे.

५) खिडक्यांचा वरचा भाग (Window Top) दरवाज्याच्या टॉप (७'-०'' Height) इतका असावा.

६) खिडकीतून पावसाचे पाणी आत घेऊ नये म्हणून खिडकीबाहेर १'-६'' छज्जा व कान (Side Drop) काढावा.

७) ॲल्युमिनियम खिडकीतून पाणी, मुंग्या व इतर कीटक आत येऊ नयेत म्हणून Silicon- Selint Paste चा वापर करावा.

८) पूर्व व उत्तरेच्या खिडक्या पश्चिम व दक्षिणेच्या खिडक्यांपेक्षा आकाराने मोठ्या असाव्यात.

९) खिडकीला आतून पडदे लावून घ्यावेत.

१०) पूर्वेच्या व उत्तरेच्या खिडक्यांची काच प्लेन असावी व दक्षिण व उत्तरेच्या खिडक्यांची काच बाजरी किंवा स्टार असावी.

११) संडास-बाथरूमला लोअर्स खिडक्या बसवाव्यात.

१२) खिडकीच्या खाली मार्बल, कडाप्प्याचा एक तुकडा (Window Sill) घालून घ्यावा.

१३) खिडकीच्या बाजू सरळ रेषेत, समान पातळीत ओळंब्यात (Line, level, Plumb) असाव्यात.

१४) खिडकीला डास प्रतिबंधक जाळ्या (Mosquito Jali) बाहेरून बसवाव्यात; म्हणजे डास चावून मलेरिया, डेंगू, हिवताप यांसारखे खतरनाक संसर्गजन्य आजार होणार नाहीत.

उच्च दिशेला, उच्च ठिकाणी खिडक्या ठेवल्यामुळे शुभ ग्रहांच्या व देवतांच्या प्रभावामुळे खालील शुभ गोष्टींची प्राप्ती होते. गुरूमुळे संतती चांगली निपजते, मानसन्मान, ज्ञान, विद्या मिळते. शुक्रामुळे पती-पत्नीचे वैवाहिक संबंध अधिक दृढ होतात. सौंदर्य, कलेचे वरदान मिळते. पती-पत्नी एकमेकांशी एकनिष्ठ रहातात. बुधामुळे बुद्धीला एक प्रकारची अलौकिक झळाळी प्राप्त होते. वाणीवर प्रभुत्व निर्माण होते. रवीमुळे समाजात सन्मान मिळतो. कीर्ती, पद, अधिकार प्राप्त होतो. चंद्रामुळे मन स्थिर राहते. 'मन जिंकी तो जग जिंकी' या सुभाषिताप्रमाणे एखाद्या व्यवसायात एकाग्र चित्ताने मन लावून काम केल्याने भरभराटच होईल.

कुबेरामुळे महान ऐश्वर्य, धन, पैसा प्राप्त होईल. परमेश्वराच्या आशीर्वादाने सर्व मंगल घडेल. वरुणाच्या आशीर्वादाने तुमची कीर्ती, पराक्रम चारी दिशेला पसरेल. समृद्धी व भरभराट होईल. अग्नीमुळे तुम्ही शक्तिशाली व शूर बनता. जर नीच स्थानी खिडक्या ठेवल्या तर अशुभ ग्रहांच्या व राक्षसी क्रूर शक्तीच्या प्रभावाने खालील अशुभ गोष्टींची प्राप्ती होईल. राहू, केतू व शनीमुळे सर्व तऱ्हेची दुःखे, अपयश, त्रास, उत्साहाचा अभाव, दीर्घ मुदतीचे आजार, व्यभिचार, स्मृतिभ्रंश, मृत्यू, भांडणतंटा इत्यादी गोष्टींची अशुभ फळे प्राप्त होतात.

TYPICAL POSITION OF WATCHMAN ROOM, CAR PARKING & WAIST ROOM AS PER INDIAN VASTUSHASTRA

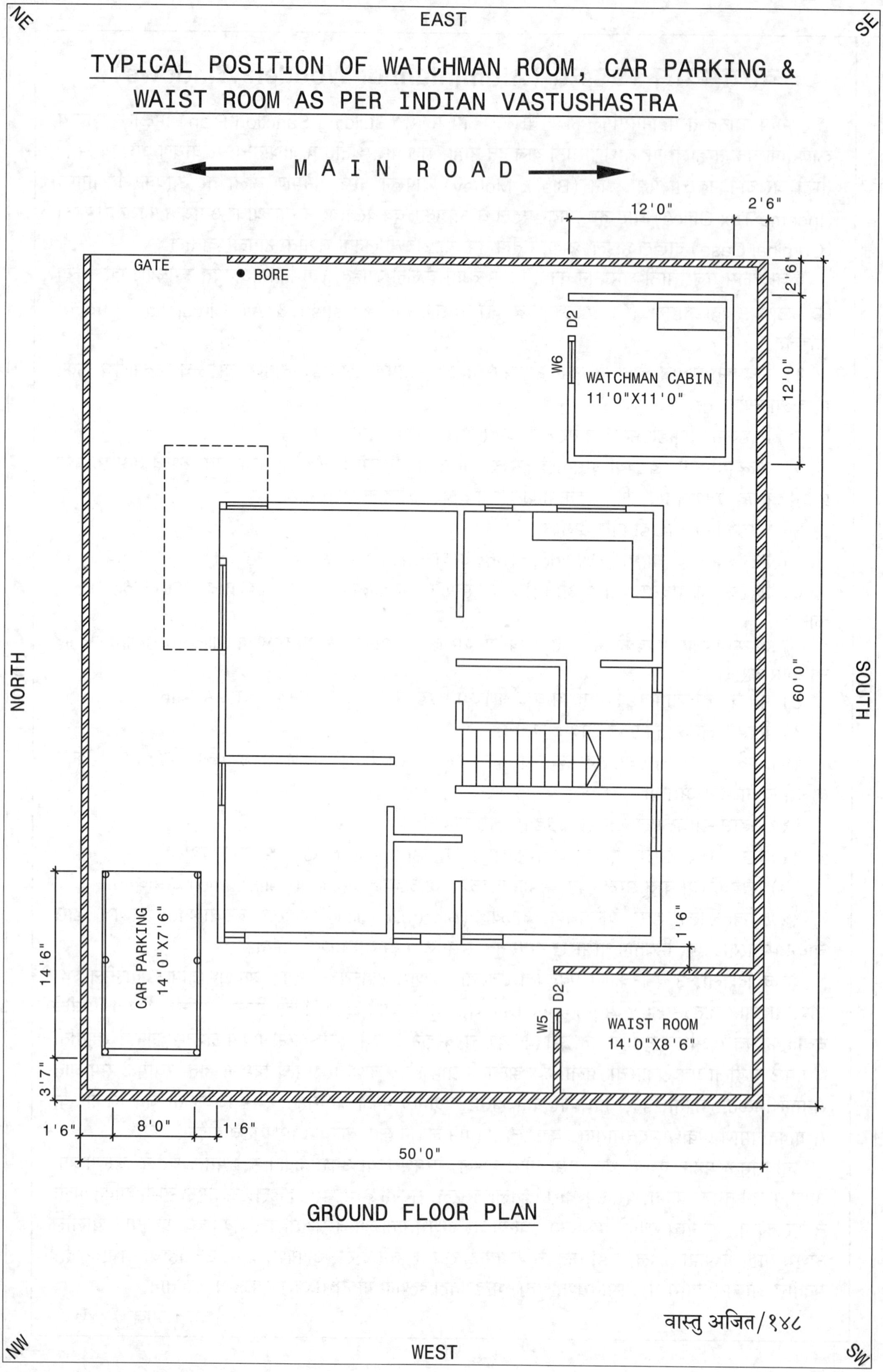

GROUND FLOOR PLAN

EAST

NE SE

अडगळीची खोली (Scrap Material Storage Room)

शक्यतो वास्तूमध्ये अडगळीचे सामान ठेवूच नये. लगेच त्याची विल्हेवाट लावावी. अडगळीचे सामान, स्क्रॅप वस्तू यांनी वास्तुमालकाला त्यांच्या उमेदीच्या काळात, पडत्या काळात बहुमोल मदत केलेली असते. निसर्गनियमानुसार त्याचे आयुष्य, उपयुक्तता संपल्यावर त्या बिघडलेल्या, खराब झालेल्या असतात; पण वास्तुमालकाच्या भूतकाळाच्या त्या साक्षीदार असतात. म्हणून मालकाचा जीव त्या वस्तूंमध्ये गुंतलेला असतो. पातंजल योगानुसार मानवी मन एक सीडी, फ्लॉपी, कॅसेटसारखे असते. त्यामध्ये नवीन माहिती भरण्यासाठी जुनी माहिती पुसणे, नष्ट करणे (Delete) आवश्यक असते. जर वास्तूमधील सदस्य त्यांचा भूतकाळ न विसरता त्यातच रमले तर वर्तमानकाळ व भविष्यकाळ तुम्हाला कधीच क्षमा करणार नाही. तुमची कधीच प्रगती होणार नाही. या निसर्गनियमानुसार अडगळीचे सामान, वस्तूंकडे बघितले तरी तुम्हाला तुमचा भूतकाळ आठवेल. अडगळीच्या सामानामध्ये गोड आठवणींपेक्षा कडू आठवणींचीच जास्त भर असते. त्या वस्तूंना बघून तुम्ही उदास होता. तुमचे मानसिक स्वास्थ्य बिघडते; कारण मोडलेल्या, तुटलेल्या वस्तू ऋण ऊर्जा (Negative Energy) कायम बाहेर फेकत असतात; कारण त्यांचे आयुष्य संपलेले असते. उदा. तुम्ही चवीने जे जेवण जेवता, त्याचे शरीर अन्नपचन करते व फक्त उपयुक्त भाग घेऊन उरलेला भाग मलमूत्राच्या, घामाच्या रूपाने विसर्जित करते. जसे आपल्या मुखात आत घेतलेल्या अन्नाचे वेस्टेज म्हणून रूपांतर झालेले मलमूत्र शरीर आत ठेवत नाही, लगेज विसर्जित करते, तसे अडगळीचे सामानपण घरात ठेवू नये. लगेच विल्हेवाट लावावी.

त्यामुळे नवीन वास्तूमध्ये जुन्या घरातील जुने फर्निचर, जुनी सायकल, मोठ्या ट्रंका, जुने करकर वाजणारे पलंग, मृत व्यक्तींच्या मोठ्या लाकडी तस्विरी, जीर्ण फोटो इत्यादी वस्तू आणू नयेत. दोन पिढीतील अंतरामुळे (Generation Gap) वडीलधाऱ्या व्यक्तींचा मान राखण्यासाठी अशा वस्तू, फोटो नाईलाजामुळे आणाव्याच लागल्यास अडगळीच्या खोलीत किंवा फ्लॅटमध्ये पोटमाळ्यावर ठेवाव्यात व दरवाज्याला कुलूप लावावे.

NORTH SOUTH

वास्तूमध्ये अडगळीचे सामान ठेवण्याची सर्वोत्कृष्ट जागा म्हणजे पश्चिम मध्य व दक्षिण मध्य स्थानावरील संडास-बाथरूमवरील पोटमाळा.

संडास-बाथरूमचा स्लॅबचा टॉप ७'-४'' उंचावर असतो. तर मुख्य वास्तूचा स्लॅब तळ १०'-२'' उंचीवर असतो. त्यामुळे संडास-बाथरूमवर कमीत कमी १५'-०'' लांब, ४'-६'' रूंद व २'-६'' उंच असा जवळजवळ १६८.७५ घनफूट पोटमाळा वापरण्यास मिळतो.

१) जर बंगला असेल तर अडगळीची खोली प्लॉट कम्पाउंड वॉलच्या पश्चिम व नैर्ऋत्य भिंतीला ड्रॉइंगमध्ये दाखवल्याप्रमाणे चिकटून बांधावी.

२) अडगळीच्या खोलीचा आय शुभ असावा.

३) अडगळीच्या खोलीला फक्त उत्तर-ईशान्य या एकाच उच्च ठिकाणी २'-६'' रूंद व ६'-६'' उंचीचा एकच दरवाजा ठेवावा.

४) अडगळीच्या खोलीला उत्तर-ईशान्य भागात दरवाज्याला चिकटून १'-६'' x ४'-०'' उंचीची एकच खिडकी ठेवावी.

५) अडगळीच्या खोलीत सर्वांत उंच व जड सामान नैर्ऋत्य कोपऱ्यात ठेवावे व ईशान्येकडे हलके सामान ठेवत यावे.

६) अडगळीच्या खोलीत फक्त दिवसा प्रवेश करावा. रात्री चुकूनही जाऊ नये.

७) अडगळीच्या खोलीवर टाकलेले पत्रे किंवा स्लॅबला दक्षिण ते उत्तर दिशा असा कमीत कमी दोन फुटांचा (Slab Slope) द्यावा.

८) अडगळीची खोली व मुख्य वास्तू यात कमीत कमी १'-६'' अंतर असावे.

९) अडगळीच्या खोलीची उंची उत्तरेकडे ७'-०'' फूट व दक्षिणेकडे ९'-०''असावी, त्यापेक्षा जास्त उंचीची खोली बांधू नये.

१०) अडगळीच्या खोलीचे फ्लोअरिंग प्लॉटजमीन पातळीपेक्षा कमीत कमी १'-६'' उंचीवर असावे व फ्लोअरिंग उतार दरवाज्याकडे म्हणजे ईशान्येकडे असावा.

NW WEST SW

११) अडगळीची खोली बांधताना स्लॅबचे पत्रे किंवा स्लॅब चुकूनही पश्चिम व नैर्ऋत्य भिंतींच्या म्हणजे प्लॉटच्या बाहेर जाता कामा नये.

१२) एकवेळ वॉचमनला बाहेर खोली भाड्याने घेऊ द्या; पण अडगळीच्या खोलीचा वापर वॉचमनरूम म्हणून करू नका.

१३) अडगळीच्या खोलीला आतून व बाहेरून कम्पाउंड वॉलचाच रंग लावावा.

१४) अडगळीच्या खोलीच्या स्लॅबला १'-०'' फूट लांबी-रूंदीची एक काच जरूर बसवावी, जेणेकरून दुष्ट व अघोरी शक्ती सूर्याच्या किरणांमुळे कमकुवत व शक्तिहीन बनतील. त्यामुळे त्या ऋण ऊर्जा (Negative Energy) निर्माण करू शकणार नाहीत.

अशी अडगळीची खोली ईशान्य, आग्नेय, वायव्य दिशेच्या कोपऱ्यात बांधली तर अतोनात नुकसान होते. चालणाऱ्या धंद्याला आर्थिक खीळ बसते. प्रतिष्ठा, पद, मानसन्मान धुळीला मिळतो. आर्थिक बाजू कमकुवत झाल्यावर शारीरिक व मानसिक बाजूपण कमकुवत, क्षीण होते. मानसिक टेन्शन, घरगुती भांडणांना ऊत येतो. हळूहळू घर श्रीमंतीकडून गरिबीकडे, आरोग्याकडून अनारोग्याकडे, प्रतिष्ठेपासून मानहानीकडे वाटचाल करते व कुटुंबातील सदस्यांचे आयुष्य खऱ्या अर्थाने अडगळ (Scrap) बनते. स्क्रॅप वस्तू जशा फेकून दिल्या जातात तसे समाजातून, वास्तूतून तुम्हाला गावाबाहेर भाड्याच्या घरात फेकून दिले जाते, म्हणजे भाड्याच्या घरात आपल्या सहवासाच्या वस्तीपासून दूर राहण्याची पाळी येते.

वॉचमन रूम (Watchman Room)

बंगला बांधल्यावर त्याच्या साफसफाईसाठी, निगराणीसाठी, बागकामासाठी व घरातील इतर किरकोळ कामासाठी एक जोडपे बंगल्यात ठेवले जाते. वॉचमन जोडप्याची प्लॉटच्या आवारात राहण्याची व्यवस्था करणे, वास्तुमालकाचे कर्तव्य असते. अशी वॉचमनरूम ड्रॉइंगमध्ये दाखवल्याप्रमाणे वास्तुशास्त्रानुसार बांधावी.

१) वॉचमन रूमचा आय शुभ असावा.

२) वॉचमन रूम पूर्वेच्या व पश्चिमेच्या भिंतीपासून कमीत कमी ९'' अंतर सोडून बांधावी.

३) वॉचमन रूम ६'' रूंद वीट बांधकामात बांधावी.

४) वॉचमन रूमला उत्तर-ईशान्य या उच्चस्थानी एकच २'-६'' रूंद व ७'-०'' उंच दरवाजा ठेवावा.

५) वॉचमन रूमला मध्य-उत्तर स्थानी एकच ३'-०'' रूंद व ४'-०'' उंच अशी खिडकी ठेवावी.

६) वॉचमन रूमला आग्नेय दिशेच्या कोपऱ्यात स्वयंपाकासाठी एक कडाप्पा २'-६'' उंचीवर ड्रॉइंगमध्ये दाखवल्याप्रमाणे बसवून द्यावा.

७) वॉचमन रूमचे स्लॅब किंवा पत्रे उत्तरेला ७'-६'' उंच व दक्षिणेला ९'-०'' उंचीवर असावे. म्हणजे नैर्ऋत्य कोपऱ्याला जडत्त्व व उंची प्राप्त होईल.

८) कोणत्याही परिस्थितीत वॉचमन रूम, कम्पाउंड किंवा वास्तूला जोडली जाऊ नये.

९) वॉचमन रूमच्या फ्लोअरिंगचा उतार दरवाज्याकडे म्हणजे ईशान्येला असावा.

१०) वॉचमनने उत्तरेकडे पाय व दक्षिणकडे डोके करून झोपले पाहिजे, अशी त्याला सक्त ताकीद द्यावी.

११) वॉचमन रूम कधीही ईशान्य, नैर्ऋत्य व वायव्य कोपऱ्यात बांधू नये, अन्यथा कोपरा कट, मूढ होण्याचा, महाभयंकर वास्तुदोष निर्माण होईल. वास्तुमालक आर्थिकदृष्ट्या इतका कंगाल होईल की त्याला राहते घर विकून दुसऱ्याच्या घरात वॉचमन म्हणून राहण्याची पाळी येईल; पण त्याला कोणी वॉचमन म्हणूनपण ठेवून घेणार नाही; कारण अर्धांगवायू, अपघाताने शारीरिक व्यंग, धंद्यात बुडाला म्हणून समाजात मिळणारी अवहेलना, कोर्टकचेरी इत्यादी गोष्टींचा तो धनी होतो.

आग्नेयेला वास्तुशास्त्रानुसार वॉचमन रूम बांधल्यास तुमचा वॉचमन कुत्र्यापेक्षा जास्त इमानी बनून तुमची सेवा करेल. प्लॉटच्या बंगल्याच्या आवारातील कोणतीही वस्तू चोरीला जाणार नाही. तुम्ही कधी येताय, कुठं

जाताय, काय करताय, याचा थांगपत्तापण तो समोरच्या माणसाला लागू देणार नाही. त्याची पत्नी घर एकदम आरश्यासारखं स्वच्छ ठेवील. तुमच्या बागेची, गाडीची रोज धुऊन, पुसून, पाणी मारून काळजी घेईल.

अशी वॉचमन रूम बांधल्यावर वास्तुमालकाला 'तळे राखील तो तळे पाण्यासहित विकील 'असा भीषण व विदारक अनुभव येणार नाही. आयुष्यभर वॉचमन तुमच्याशी एकनिष्ठ, प्रामाणिक राहील, खोटी कारणे देऊन पगाराव्यतिरिक्त अॅडव्हान्स पैसा उचलून तुम्हाला आर्थिक डबऱ्यात घालणार नाही .

गाडीचे पार्किंग (Car Parking)

प्रत्येक वास्तूत कमीत कमी दोन दुचाकी वाहने असतात. जी व्यक्ती प्लॉट घेऊन घर बांधते ती निश्चितच सधन असते. त्यातच मार्केटमध्ये सेकंडहॅन्ड सर्व गाड्या चांगल्या स्थितीत (Good Condition) व खिशाला परवडेल अशा किमतीत मिळतात. त्यामुळे प्लॉट घेऊन वास्तू, घर बांधणाऱ्या व्यक्तीच्या घरात कमीत कमी दोन दुचाकी व एक चारचाकी वाहन असते. एवढी मुलुख महागाची गाडी घ्यायची व ती उन्हात, पावसात तशीच उघड्यावर वास्तूसमोर लावायची ही संकल्पनाच सहन होत नाही. त्यामुळे कार पार्किंगसाठी एक शेड प्लॉटमध्ये बांधणे आवश्यक बाब झालेली आहे.

प्लॉटमध्ये कार गॅरेज करण्यसाठीची सर्वोत्कृष्ट जागा म्हणजे प्लॉटचा वायव्य कोपरा. वास्तुशास्त्रानुसार कार गॅरेज निर्माण करताना खालील गोष्टी अंमलात आणाव्यात.

१) कार गॅरेजचा आय शुभ असावा.

२) कार गॅरेज पश्चिम व उत्तर भिंतीपासून कमीत कमी १'-०'' फूट अंतर सोडून बांधावे .

३) कार गॅरेज बांधताना चुकूनही वीट बांधकाम करू नये. पत्रे वापरावेत.

४) फॅब्रिकेशनमध्ये ड्रॉइंगमध्ये दाखवल्याप्रमाणे सहा गोल लोखंडी पाइपवर लोखंडी अँगल टाकून गॅरेज तयार करावे.

५) कार गॅरजचे छत पत्र्याचे असावे. पत्र्याला पूर्वेला उतार द्यावा.

६) कार गॅरेजची लांबी व रूंदी कमीत कमी एक चारचाकी वाहन व दोन दुचाकी वाहने बसतील इतकी असावी.

७) गॅरेजच्या पत्र्याचा चुकूनही वास्तूला व कम्पाउंडला स्पर्श होता कामा नये. अन्यथा कोपरा वाढल्याचा वास्तुदोष निर्माण होईल.

८) गॅरेजच्या फ्लोअरिंगला पूर्वेकडे उतार द्यावा.

९) गॅरेजमध्ये चारचाकी गाडी, रिव्हर्स घेऊन लावावी म्हणजे बाहेर पडताना गाडी मेन गेटमधून सरळ बाहेर जाईल. सकाळी उठल्यावर वास्तूतून गाडी बाहेर काढताना रिव्हर्स गिअरचा उपयोग करणे म्हणजे ज्या कामाला, धंद्याला निघालाय ते काम रिव्हर्स (मागे) येईल व कारण नसताना अपयाशाचे धनी व्हाल.

अगदीच नाईलाज असेल तर गॅरेज आग्नेय कोपऱ्यात घ्यावे व याची रचना वास्तुशास्त्रानुसार करावी; पण कोणत्याही परिस्थितीत कार गॅरेज ईशान्य व नैर्ऋत्य कोपऱ्यात घेऊ नये. दिशा मूढ, कट होण्याचा मोठा धोका असतो; कारण विविध यशाकडे भरधाव निघालेल्या तुमच्या आयुष्याच्या गाडीला अपयशाची खीळ बसते. तुमच्या आरोग्यरूपी गाडीला विविध रोगांची लागण होऊन टायर पंक्चर होते. ॲक्सिलेटरवर पाय दिल्यावर गाडी जशी पळते तसे मानसिक टेन्शन, बी.पी., राग, चिडचिडेपणाचा काटापण वर जातो. रेसमध्ये गाडी बंद पडल्यावर जसे प्रतिस्पर्धी रेसर पुढे जातात तशी उद्योगधंद्याची, व्यवसायाची गाडी बंद पडल्याने प्रतिस्पर्धी, धंदेवाईक तुमचा सर्व धंदा काढून घेतील व तुमच्या ऑफिसला टाळे ठोकतील. कालपर्यंत चारचाकी गाडीतून ड्रायव्हर ठेवून फिरणारा वास्तुमालक एक दिवस दुसऱ्याच्या गाडीवर ड्रायव्हर म्हणून राहील.

TYPICAL POSITION OF SEPTIC TANK AS PER INDIAN VASTUSHASTRA

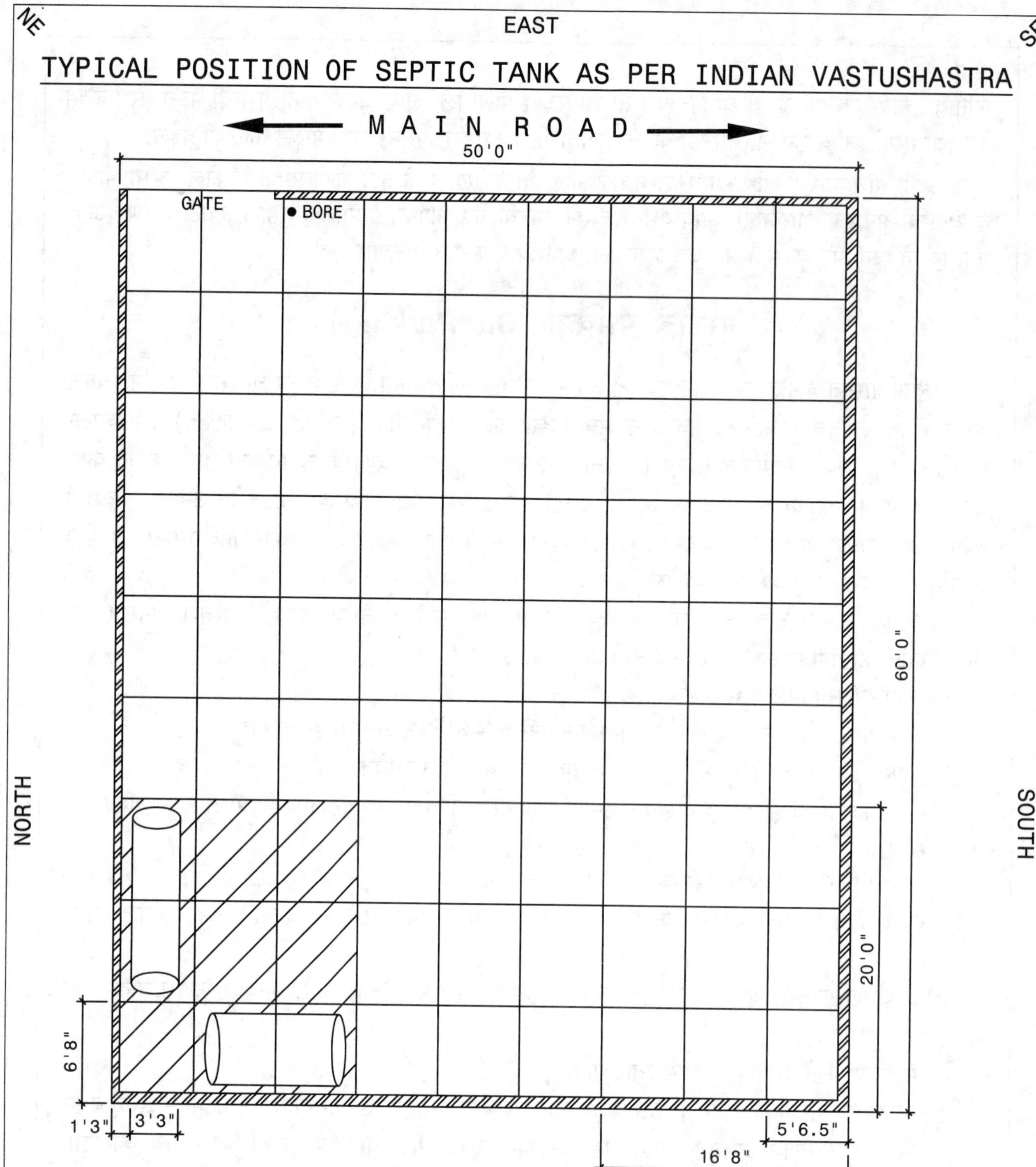

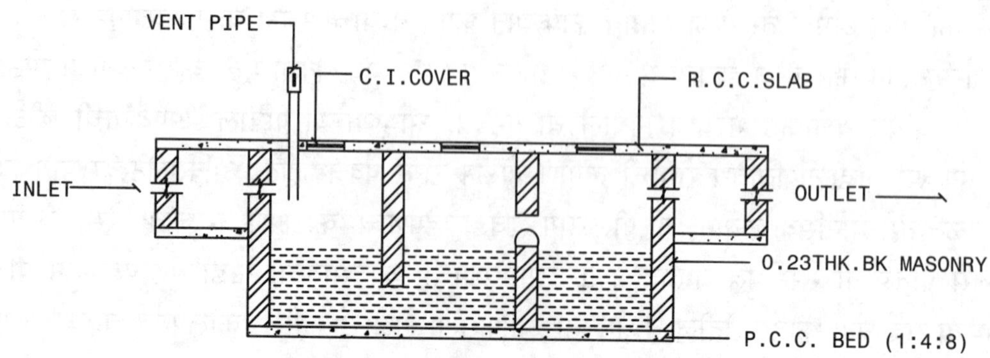

SEPTIC TANK DETAILS

सेप्टिक टँक (Septic Tank)

सेप्टिक टँक निर्मितीसाठी प्लॉटमधील सर्वांत योग्य जागा म्हणजे उत्तर-वायव्य व दक्षिण-वायव्य कोपरा.

१) सेप्टिक टँक शक्यतो तयार, रेडिमेड असावा. तो ८'-०'' लांब व ३'-६'' घेराचा गोलाकार असावा. म्हणजे खड्डा काढल्यावर तो लगेच बसवता येईल. सेप्टिक टँक खड्डा काढून जर बांधायचा झाल्यास कमीत कमी पंधरा दिवस वेळ जातो. त्या कालावधीत वायव्य कोपऱ्यात खड्डा निर्माण होतो. खड्ड्यामुळे बांधकामाला वेळ लागणे, कामगारांनी दांड्या मारणे, बांधकाम मटेरिअल वेळेवर उपलब्ध न होणे, चोरी होणे इत्यादी प्रकार घडतात. त्यामुळे विनाकरण मानसिक टेन्शन निर्माण होते, बांधकाम पूर्ण होईल का नाही, अशी मानसिक भीती सतावते. आर्थिक तंगी वाढते.

२) ड्रॉइंगमध्ये दाखवल्याप्रमाणे प्लॉटचे समान नऊ भाग पाडून प्लॉट कम्पाउंड वॉलपासून कमीत कमी १'-०'' अंतर सोडून सेप्टिक टँक बसवावा. कोणत्याही परिस्थितीत प्लॉटचा वायव्य कोपरा, नववा कॉर्नर भाग मोकळा ठेवावा; कारण वास्तूच्या आग्नेय ते वायव्य अक्षावर, मर्म स्थानावर सेप्टिक टँक बांधणे अतिशय वाईट आहे. संपूर्ण वास्तू, घर शंभर टक्के वास्तुशास्त्रानुसार बांधून जेवढा फायदा होणार नाही तेवढा तोटा सेप्टिक टँक मर्मस्थानावर बांधल्याने होईल.

३) सेप्टिक टँकचा टॉप व प्लॉटच्या जमिनीचा टॉप एक असावा, म्हणजे सेप्टिक टँकवरील जागा गार्डन, बागबगीच्यासाठी वापरता येईल व वायव्य भाग स्वच्छ राहण्यास मदत होईल.

४) सेप्टिक टँकचे इनलेट पश्चिमेस किंवा दक्षिणेस असावे. म्हणजे मलाचा भाग पश्चिमेस किंवा दक्षिणेस राहील व पाण्याचा भाग पूर्वेस व उत्तरेस राहील.

५) सेप्टिक टँकमध्ये चुकूनपण बाथरूमचे कनेक्शन जोडू नये. साबणातील केमिकलमुळे सेप्टिक टँकमध्ये असणारे व मलावर प्रक्रिया करणारे किडे मरण पावतात. त्यामुळे सेप्टिक टँकचा मूळ हेतू साध्य होत नाही.

६) तयार (Readymade) सेप्टिक टँकमुळे मैला-पाणी गळतीचा प्रॉब्लेमच राहत नाही. जर सेप्टिक टँक बांधणार असाल तर तो १०० टक्के गळतीविरहित (Waterproof) व ड्रॉइंगमध्ये दाखवल्याप्रमाणे आयताकृती बांधावा.

७) माझ्या आजवरच्या वास्तुपरीक्षणात असे आढळून आले आहे की लोक प्रथम वायव्येला सेप्टिक टँक तयार करतात. त्यात पाणी साठवून त्याचा वापर बांधकामासाठी, पाणी मारण्यासाठी करतात. हे वास्तुशास्त्राच्या दृष्टिकोनातून अत्यंत चुकीचे आहे. अशा व्यक्तींची बांधकामे पैशाअभावी दोन-तीन वर्षे रखडतात. कुटुंबप्रमुख आर्थिक, मानसिक, शारीरिकदृष्ट्या गलितगात्र होतो. वास्तुशांतीला भटजी उधारीवर आणण्याइतपत परिस्थिती ढासळते. त्यामुळे सेप्टिक टँक बिल्डिंग पूर्णत्वाच्या मार्गावर असल्यावरच बनवावा. ज्यांना मी प्लॉट विकले, त्यांचीच अर्धवट अवस्थेतील बांधकामे विकण्याची पाळी माझ्यावर आली, यापेक्षा जास्त सांगत नाही.

८) ईशान्येच्या सेप्टिक टँकमुळे गुरू ग्रहाची अवकृपा होऊन संतानहानी, शैक्षणिक अधोगती, अप्रतिष्ठा पदरात पडते. आग्नेयेच्या सेप्टिक टँकमुळे शुक्रग्रहाची अवकृपा होऊन वैवाहिक संबंध बिघडतात. अग्नीच्या अवकृपेने अन्नाला महाग होते. गृहिणीचे आरोग्य बिघडते. दक्षिणेच्या सेप्टिक टँकमुळे दुष्ट, पिशाच शक्तींना आश्रय देण्यासारखे होईल. असाध्य रोग, भांडणे, त्रास, जीविताला हानी, घातपात, मानसिक टेन्शन, आर्थिक नुकसान यांसारखी फळे मिळतील.

९) उत्तर-मध्य किंवा पूर्व-मध्येत, तज्ज्ञ वास्तुशास्त्रज्ञाचा सल्ला सेप्टिक टँकबाबत अंतिम मानावा.

EAST

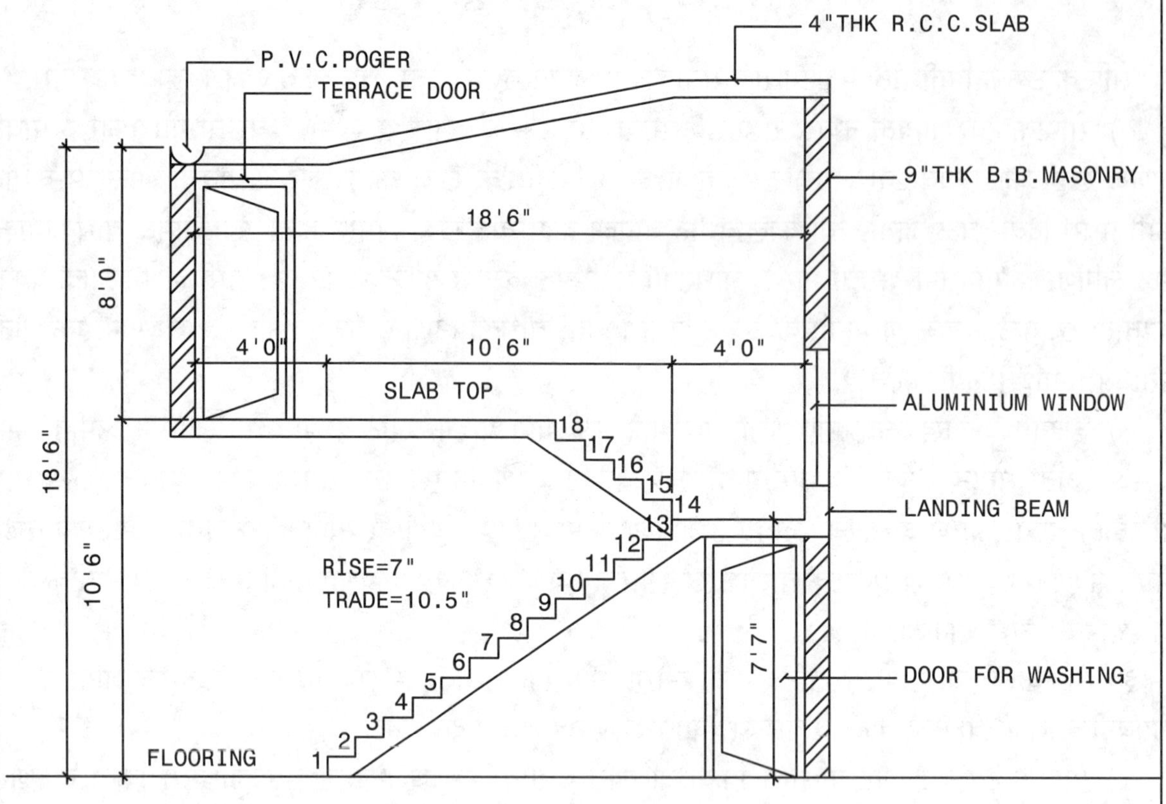

SECTION OF DOG-LEGGED STAIRCASE

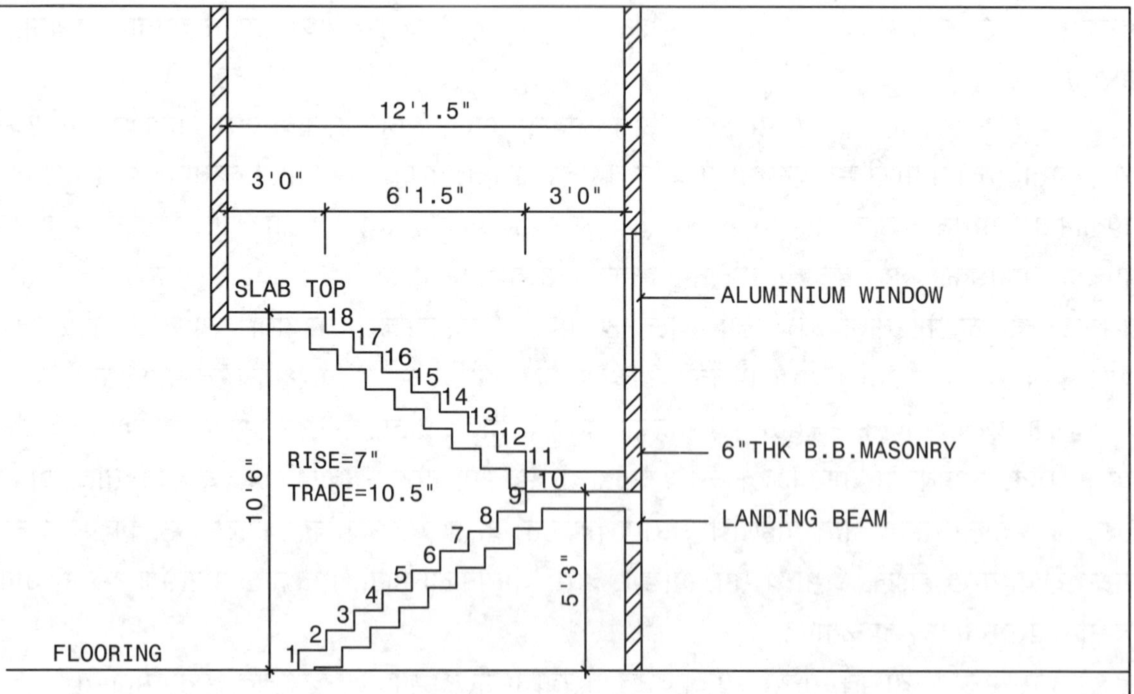

SECTION OF ZIG-ZIG TYPE STAIRCASE

NORTH

SOUTH

NE SE NW SW

WEST

जिना (Heavy and Light Stair- case)

जिनानिर्मितीसाठी वास्तूमधील सर्वांत योग्य जागा म्हणजे मध्य-दक्षिण व मध्य-पश्चिम भाग होय.

१) ड्रॉइंगमध्ये दाखवल्याप्रमाणे वास्तूत जिना मध्य-पश्चिमेकडे चढत जाणारा असावा व मध्य-पूर्वेकडे उतरत जाणारा असावा किंवा मध्य-दक्षिणेकडे चढत जाणारा व मध्य-उत्तरेकडे उतरत जाणारा असावा.

२) या दोन्ही ठिकाणी बांधण्यात येणारा जिना रूंदीने जास्त ४'-०'' रूंद असावा. त्याच्या सर्वांत अधिक पायऱ्या पूर्वेला व उत्तरेला उतरणाऱ्या असाव्यात.

३) हा जिना वेस्ट स्लॅबसह असावा, म्हणजे जिन्याला जडत्व प्राप्त होईल.

४) अपार्टमेन्टमध्ये जीना व लिफ्ट एकत्र घ्यायचे असतील तर त्या मध्य-पश्चिम व मध्य-दक्षिण भागातच घ्याव्यात. लिफ्टभोवती फिरत जाणारा जिना असावा.

५) जिन्याची टोपी (Staircase top slab) पूर्वेला अथवा उत्तरेला उतरत गेलेली असावी.

६) ड्रॉइंगमध्ये दाखवल्याप्रमाणे जिन्याचे टप्पे एकाच उंचीचे असावे. कोणताही टप्पा कमी-जास्त उंचीचा नसावा.

७) जिन्याला दोन्ही बाजूला ग्रील किंवा पडदी असावी. ती कमीत कमी ३'-०'' उंचीची असावी.

८) जिन्याच्या पहिल्या लॅन्डिंगवर (First Flight) उभी खिडकी असावी. जेणेकरून जिन्यावर दिवसा लाईट लावायला लागणार नाही व नैसर्गिक वायुविजन होईल.

९) जिन्याच्या टोपीवरती पावसाचे पाणी निघून जाण्यासाठी लागणाऱ्या पन्हाळीला दक्षिणेकडून उत्तरेकडे किंवा पश्चिमेकडून पूर्वेला उतार द्यावा.

१०) जिन्याच्या वरचे दार वॉटरप्रूफ असावे. त्याला उंच उंबरापट्टी असावी. जेणेकरून पावसाचे पाणी जिन्यातून खाली येऊ नये. ते पूर्वेस व उत्तरेस उच्च स्थानी उघडणारे असावे.

११) शक्यतो अपार्टमेन्टमध्ये जिना घेताना तो मध्य-पश्चिमेस किंवा मध्य-दक्षिणेस घ्यावा. दक्षिण व पश्चिम प्रभागामध्ये त्याच्या बरोबर समोर मध्य-पूर्वेस व मध्य-उत्तरेस लिफ्ट घ्यावी. म्हणजे पूर्वेस व उत्तरेस खड्डा तयार होईल व दक्षिण व पश्चिम भागांना जडत्त्व प्राप्त होईल. त्याचप्रमाणे अपार्टमेन्टमध्ये राहणाऱ्या व्यक्तीं कडील भांडीवाली व धुणीवाली बाई, वॉचमन, पोस्टमन, कुरिअरवाले, लहान मुले, सेल्समन हे लिफ्टचा सर्रास वापर करतात. त्यामुळे लिफ्टचे लाइट बील भरमसाठ येते व त्यामुळे अपार्टमेन्टमधील लिफ्ट सर्रास बंद अवस्थेत असतात. आमनेसामने लिफ्ट व जिना असल्यामुळे लिफ्टचा वापर फक्त फ्लॅटधारकच करू शकतील व बाकी सर्व लोक जिन्याचा वापर करतील.

ज्या वास्तूत असा जीना असतो ते कुटुंब यश, नावलौकिक, आरोग्य, सन्मान, भाग्य, आर्थिक लाभ, शैक्षणिक प्रगती असा एक एक टप्पा चढत समृद्ध व ऐश्वर्यसंपन्न होते.

१२) हॉलमध्ये काही कारणाने जिना घ्यावयाचा झाल्यास तो कमी वजनाचा, टप्प्यांचा व रूंदीचा (Zig-Zag type stair case) घ्यावा.

१३) अशा प्रकारचा जिना फक्त आग्नेय व वायव्य कोपऱ्यातच घ्यावा.

१४) तो पूर्वेकडे व उत्तरेकडे चढत जाणारा असावा, दिसण्यास आकर्षक असावा.

कोणत्याही परिस्थितीत ईशान्येला जिना घेऊ नये; कारण ईशान्येला जिना घेणे म्हणजे वास्तुपुरुषाच्या डोक्यावर पाय देऊन वर चढणे. तुम्ही वास्तुपुरुषाच्या डोक्यावर पाय दिला की वास्तुपुरुष तुमच्या डोक्यावर पाय देऊन तुम्हाला अपयश, दारिद्र्य, दुःख, मानसिक टेन्शन, अधोगती, असाध्य व दीर्घकालीन आजार, मोठे अपघात इत्यादी गोष्टींचा कुप्रेम आहेर करून तुम्हाला पार रसातळाला पोहचवतो. कुटुंबप्रमुख मुलाबाळांपासून मिळणारे सुख, आदर, प्रेम यापासून वंचित होतो.

वास्तूचे व खोलीचे रंगकाम
(External & Internal Painting Work)

वास्तूमध्ये रंगकाम सर्वांत शेवटचा भाग असतो. रंगकाम सुरू असणारी वास्तू जवळजवळ बांधून पूर्ण झालेली असते. वास्तूमधील, वास्तूबाहेरील कलर, रंगसंगतीचा कुटुंबावर फार मोठा परिणाम होतो. इंजिनिअर असल्यामुळे माझा गोरगरीब कामगारांची घरे ते श्रीमंतांचे बंगले, फ्लॅट इ. वास्तूंशी निकटचा संबंध येतो. सध्या जवळजवळ प्रत्येक फ्लॅटधारक, बंगलेधारक, प्लॉटधारक यांनी वास्तुशास्त्र व चिनी फेंगशुई शास्त्र यांची बाजारात मिळणारी एक-दोन पुस्तके, मासिके वाचलेली असतात. आपण वास्तुशास्त्र व फेंगशुई शास्त्राचे पंडित असल्यासारखे अर्ध्या हळकुंडाने पिवळे झालेले असतात. अशा कित्येक लोकांवर मी खोल्यांच्या रंगसंगती बदलून प्रयोग केलेले आहेत. उदाहरणार्थ, अशा फ्लॅटधारकाला, बंगलाधारकाला तुमचे वास्तुशास्त्राचे, फेंगशुईचे ज्ञान किती अगाध, सखोल आहे, तुमचा बंगला शंभर टक्के वास्तुशास्त्रानुसार आहे; पण 'सगळं मुसळ केरात' या म्हणीप्रमाणे खोल्यांचे कलर काही फेंगशुईप्रमाणे नाहीत, असं म्हणून दीर्घ उसासा घ्यायचा. लगेच ती समोरची व्यक्ती मला विचारते, 'अजितराव, तुम्ही कुठले पुस्तक वाचले आहे का? मीपण ते वाचून बघतो.' बस्स.....! मी जुन्या बाजारातून वास्तुशास्त्र व फेंगशुईची सर्व माहिती असणारे इंग्रजी मॅग्झीन आणून ठेवलेलेच असायचे. मॅग्झीनमधील पेपर, अक्षरांचा टाइप इत्यादी गोष्टींचा बारीक विचार करून मी कॉम्प्युटरवर एक पान टाइप करायचो. त्या पानावर मी एका श्रीमंत व्यक्तीचे मनोगत टाइप करायचो. त्यात असे लिहायचो, पूर्वी माझा धंदा चालत नव्हता; पण प्रत्यक्ष चीनमधून आलेल्या एका जगप्रसिद्ध फेंगशुईतज्ज्ञाने मला वास्तूची रंगसंगती बदलण्यास सांगितली, ती अशी, मास्टर बेडरूमच्या दक्षिण व पश्चिम भिंतींना काळा रंग, पूर्व व पश्चिम भिंतीला लाल रंग, किचनला हिरवा रंग, हॉलला निळा रंग, चिल्ड्रन रूमला सोनेरी रंग व बाहेरून पिवळा व नारंगी रंग द्या. तुमचा भाग्योदय होईल. प्रचंड यश, पैसा मिळेल, असे चायनीज प्राचीन ग्रंथात सांगितले आहे. रंगकाम करताना घरातील, समाजातील लोक तुम्हाला वेड्यात काढतील; पण तीन महिन्यांत तुमचे भाग्य न बदलल्यास माझ्या खालील पत्त्यावर संपर्क साधा. मी तुमच्या कलरचे सर्व पैसे व्याजासकट देईन, असे टाइप केलेले पान मी अलगदपणे त्या मॅग्झीनमध्ये चिकटवायचो. आधीच ते प्रथितयश रंगीत इंग्रजी मॅग्झीन, त्यात तो जगप्रसिद्ध फेंगशुईशास्त्रज्ञ व खाली पत्त्यासहित, फोटोसहित अनुभवाचा दाखला देणारा उद्योगपती.

ज्या अर्धवट पुस्तकी ज्ञानाने पंडित झालेल्या वास्तुमालकांवर मी असे प्रयोग केलेत त्यांनी आयुष्यात परत मला कधी वास्तुशास्त्र व फेंगशुईशास्त्रावर लेक्चर दिले नाही; कारण काहींच्या घरात नवरा-बायकोचे कडाक्याचे भांडण होऊन बायको माहेरी गेली. ऑफिसमध्ये निष्काळजीपणे काम केल्याबद्दल बॉसने मेमो दिला. गेल्या वर्षी फर्स्ट क्लास मिळवणारे चिरंजीव या वर्षी एटीकेटी घेऊन पास झाले. आजारपण व दुखणी किती मागे लागली याचा हिशोबच नाही. चांगल्या धंद्याची वाट लागली. खाली मान घालून चालणाऱ्या युवतीने पळून जाऊन लग्न केले. अशा प्रयोगाबद्दल मला वाईट वाटते; पण वास्तुमालकाचं सारखं तेच तेच लेक्चर ऐकून मला पार खूळ, वेड लागायची पाळी यायची व त्या बंगला वास्तुमालकासाठी मी खुळा, वेडा होण्यापेक्षा त्यालाच खुळं केलं, त्याच्यावरच प्रयोग केले तर, असा व्यवहारी विचार करून मी माझ्या मनाची समजूत घालायचो.

भारतीय वास्तुशास्त्रानुसार उचित रंगसंगती केली तर वास्तुमालकाला भरभराटीचे दिवस येतात. नेत्रदीपक प्रगती होऊन पैसा, यश, प्रसिद्धीची प्राप्ती होते. मानसिक स्वास्थ्य लाभते व जगणारे जीवन स्वर्गात असल्या-सारखे स्वप्नवत वाटते.

१) पांढरा रंग शांततेचे प्रतीक आहे. त्यामुळे कोणत्याही रंगसंगतीबरोबर तो खुलून दिसतो. 'रंगात रंगुनी साऱ्या रंग माझा वेगळा' अशी पांढऱ्या रंगाची महती आहे. म्हणून छताला पांढरा रंग द्यावा.

२) पिवळसर कलर परमेश्वराचे प्रतीक दर्शवतो. अशा रंगाच्या हॉलमध्ये घेतलेले निर्णय शेवटपर्यंत तडीस

जातात. बैठका, बोलणी यशस्वी होतात. कुटुंबाच्या लहान सदस्यांच्या तोंडून निघालेली एखादी सूचना धंद्यासाठी, व्यवसायासाठी मैलाचा दगड ठरू शकते. अशा खेळीमेळीच्या वातावरणात सर्वानुमते घेतलेला निर्णय सर्वोत्कृष्ट व फलदायी असतो. अशा रंगाच्या हॉलमध्ये लग्न न ठरणाऱ्या मुलीचा दाखवण्याचा कार्यक्रम केल्यास लग्नाची पसंती, वाटाघाटी निर्विघ्नपणे पार पडतात.

३) किचनमध्ये गृहिणीच्या आवडीचा हलका फ्रेश रंग दिल्यास किचनमध्ये काम करताना गृहिणीला हुषारी व तरतरी येते. सर्व कुटुंबाला नवनवीन व उत्कृष्ट पाककृती खायला मिळतात. पाककृतीचा स्वाद लाजवाब असतो. किचनमध्ये पंचतारांकित हॉटेलमधील आधुनिक विविध पाककृती (Modern Recipes) चा स्वाद अनुभवायला मिळतो.

४) गुलाबी रंग प्रणयाचा प्रतीक आहे. बाहेरच्या जगातून दमूनभागून आलेल्या कुटुंबप्रमुखाचा मूड बेडरूममध्ये प्रवेश केल्यावर बदलतो. भुंगा जसा कमळाभोवती रूंजी घालतो तसा प्रसंग बेडरूममध्ये घडतो. दिवसभर घरकामाने कंटाळलेली गृहिणीपण बेडरूममध्ये प्रवेश करताच दिवसाचा सारा शिणवटा विसरून जाते व खऱ्या अर्थाने ती 'शयनेषु रंभा' होते व अशा रीतीने पती-पत्नीचे भावनिक व लैंगिक संबंध अधिक दृढ होतात.

५) चिल्ड्रन रूमला आयव्हरी रंग दिल्याने मुलांची एकाग्रता वाढते. वाढत्या वयानुसार शरीरात होणारे बदल, मानसिक आंदोलनांना ते समर्थपणे तोंड देतात. भावनिक समर्थ, कर्तबगार बनतात. जे मला हवे ते मी मिळवणारच (I Get What I Want) या उक्तीप्रमाणे यशाची, जीवघेणी स्पर्धेची, मैदानी खेळातील प्रावीण्याची, एकापेक्षा एक शिखरे यशस्वीपणे पादाक्रांत करतात.

६) खिडक्यांचे ग्रील पॉलिश पेपरने स्वच्छ करावे व दोन हात काळा ऑइलपेन्ट द्यावा.

७) मुख्य दरवाज्याला वुड पॉलिश करावे. त्यामुळे सागवानी लाकडाच्या नैसर्गिक शिरा उठून दिसतील व मुख्य दरवाज्याला खास शोभा येईल.

८) इतर दरवाज्यांना आयव्हरी पिवळ्या कलरमध्ये पिवळा कलर मिसळून एक हात प्रायमर व दोन हात ऑइलपेन्ट द्यावा.

९) रंगकाम सुरू करण्यापूर्वी भिंती पॉलिश पेपरने, इमरीने घासून गिलाव्याच्या भेगा व्हाइट सिमेंटने, लांबीने भरून घ्याव्यात. त्यावर एक हात सफेद अस्तर लावावा. नंतर दोन हात रंगकाम करावे. म्हणजे रंगाच्या शेडमध्ये फरक पडत नाही. रंग उठून व खुलून दिसतात व रंगाचे डबे कमी लागून आर्थिक बचत होते.

१०) रंगकामासाठी उत्कृष्ट नामांकित कंपनीचे रंग व ब्रश वापरावेत. नाहीतर ब्रशचे केस भिंतीवर चिकटून बसतात. रंगकाम पूर्ण झाल्यावर त्वरित रंगाचे डाग पुसून काढावेत. काचेच्या खिडक्यांना जास्त प्रॉब्लेम येतो.

११) वास्तू, घर बांधल्यावर बाहेरून कमीत कमी एक वर्ष रंगच देऊ नये. लोकांची नजर लागते. लोकांना तुमची प्रगती डोळ्यांत भरल्यामुळे तुमची प्रगती थांबते. ज्या वास्तुमालकांनी वास्तुशांतीला बाहेरून रंगकाम केलेले आहे, त्यांची पुढची कमीत कमी दोन वर्षे आर्थिक तंगीत गेलेली आहेत. चारचाकीमधून फिरणारे, पेट्रोल परवडत नाही म्हणून दुचाकी वाहनावरून फिरतात. टेलिफोन बिल न भरल्यामुळे कनेक्शन कापले गेलेले आहे. ज्या घरात तीन कामवाल्या बायका असायच्या तेथे एकाच बाईकडून काम चालवले जाते, असा माझा अनुभव आहे.

EAST

NE

SE

वास्तूचे मजले (Additional Floor Construction)

वास्तूचा पहिला मजला बांधायचा असेल तर टेरेसवरील नैर्ऋत्य कोपऱ्यात एक बेडरूम संडास बाथरूमसहित बांधावी. दुसरी बेडरूम बांधायची असेल तर वायव्य कोपऱ्यात बांधावी. तिसरी बेडरूम बांधायची असेल तर ती आग्नेय कोपऱ्यात बांधावी. तीन बेडरूम वर बांधायच्या असतील तर एक संडास-बाथरूम वेगळे (Common Bathroom) ठेवावे.

१) ड्रॉइंगमध्ये दाखवल्याप्रमाणे मास्टर बेडरूमची अंतर्गत सजावट करावी.

२) बेडरूमला पूर्व-ईशान्य, उत्तर-ईशान्य दिशेला एकच दरवाजा ठेवावा.

३) मुख्य बेडरूमच्या पूर्व-ईशान्य, उत्तर-ईशान्य, पश्चिम-वायव्य दिशेलाच खिडक्या ठेवाव्यात.

तळमजल्या (Ground Floor) इतकेच पहिल्या मजल्यावर (First Floor) चुकूनपण बांधकाम करू नये. करायचे असल्यास दुसऱ्या मजल्या (Second Floor) च्या नैर्ऋत्य व वायव्य कोपऱ्यात करावे व दुसऱ्या मजल्याचा आग्नेय, मध्य-पूर्व व ईशान्य कोपरा मोकळा ठेवावा. पहिल्या मजल्याचा ईशान्य कोपरा कोणत्याही परिस्थितीत मोकळा व बांधकामविरहित (Open Terrace) ठेवावा. अशा रीतीने ग्राउंड फ्लोअर पूर्ण बांधकाम करावे. फर्स्ट फ्लोअरला ईशान्य कोपरा मोकळा ठेवावा. सेकंड फ्लोअरला ईशान्य, पूर्व व आग्नेय कोपरा मोकळा व बांधकामविरहित ठेवावा. फक्त नैर्ऋत्य कोपऱ्यातच पाण्याची टाकी (Overhead Water Tank) बांधावी. अशा रीतीनेच बांधकाम करावे अन्यथा फार मोठा वास्तुदोष निर्माण होईल.

वास्तुदोष स्प्रिंगप्रमाणे आहे. तुम्ही स्प्रिंग जितकी दाबाल तितकी स्प्रिंग उसळी मारून वर येईल व आपण कार्यक्षम असल्याची ग्वाही देईल. उलट स्प्रिंग जितकी ओढाल, ताणाल तितकी ती लूज होईल, अकार्यक्षम होईल व कामातून जाईल.

NORTH

SOUTH

त्यामुळे तुमची वास्तू नैर्ऋत्येकडून ईशान्येकडे उतरती (Descending Order) असावी व ईशान्येकडून नैर्ऋत्येकडे चढती (Ascending Order) असावी. फक्त भाग्यवान, ज्यांना दैवी मार्गदर्शन व आशीर्वाद आहे, त्याच व्यक्ती अशी वास्तू निर्माण करून त्यात राहू शकतात. अशा वास्तूत राहणाऱ्या व्यक्तीने हातात माती घेतली तर त्यात सोन्याचे कण सापडतील. सहज लॉटरी काढली तरी त्याला बक्षीस लागेल. अशी वास्तू राहणाऱ्या कुटुंबाला सूर्योदयानंतर झोपूच देत नाही. सरळ कामाच्या, धंद्याच्या ठिकाणी पाठवते. जी व्यक्ती सूर्योदयापासून कामाची सुरवात करते तिला परमेश्वराच्या कृपेने महान ऐश्वर्य, निरोगी आरोग्य, समाजात प्रतिष्ठा, यश, असामान्य बुद्धिमत्ता, धाडस, अमोघ वक्तृत्व आपोआपच प्राप्त होते. 'लाथ मारीन तिथं पाणी काढीन' म्हणीप्रमाणे ती व्यक्ती कोणत्याही उद्योगधंद्याची शून्यातून सुरवात करून विश्व निर्माण करते. अशा वास्तूत राहणाऱ्या गृहिणी सडा, रांगोळी काढून मुख्य द्वार सुशोभित करतात. देवाची पूजाअर्चा करून दैनंदिन दिनक्रम सुरू करतात. ज्या वास्तूमधील मुख्य दरवाजा सूर्योदयापूर्वी पाणी मारून स्वच्छ केलेला असेल. सडा, रांगोळी घालून दिवा लावलेला असेल, त्या दरवाज्यातून प्रत्यक्ष भगवान विष्णू व आदिशक्ती महालक्ष्मी प्रवेश करतात व तेथेच गुप्तरूपाने निवास करतात. ज्या वास्तूत प्रत्यक्ष लक्ष्मी-नारायणाचा निवास असतो ती वास्तू वास्तू राहात नाही. एक परमपवित्र मंदिर बनते. लोक तुमच्या चौकटीवर देवाचे नाव घेऊन नतमस्तक होतात. तुमचे श्रेष्ठत्व मान्य करतात. याचा अर्थ निवडणुकीत (Election) कुटुंबप्रमुख फक्त उभा राहायचा अवकाश, प्रचंड बहुमताने जिंकून आलाच म्हणून समजा.

अशी वास्तू निर्माण करण्याचा निश्चय करणाऱ्या व्यक्तींना सहनशीलता, कामासाठी भरपूर वेळ, कामागारांशी गोड बोलणे इत्यादी गोष्टी अंगी बाणवल्या पाहिजेत. एका प्रथितयश, नामांकित उद्योगपतीच्या वास्तूचा अंतर्गत बदल (Building Renovation Work) वास्तुशास्त्रानुसार करत असताना ज्यांचा हात माझ्या पाठीवर आशीर्वाद म्हणून फिरायचा तोच हात प्रेमानं माझ्या कानाखाली कधी वाजला हे समजलेच नाही. शहाजहान बादशहाने टेन्डर कोटेशन मागवून, दरात काटछाट करून (Rate Negotiation), वेळेचे बंधन घालून, ड्रॉइंगमध्ये शंभर वेळा बदल करून जर ताजमहाल बांधायचा ठरवला असता तर तो कधीही अजरामर, सौंदर्यपूर्ण, प्राचीन वास्तुकलेचा उत्कृष्ट नमुना असलेला संगमरवरी ताजमहाल बांधूच शकला नसता. त्याचा ताजमहालाची प्रतिकृती असलेला 'औरंगाबादचा बीबी का मकबरा' बनला असता.

NW

WEST

SW

TYPICAL APARTMENT AS PER INDIAN VASTU-SHASTRA

ARCHITECTS & CIVIL ENGG.
AJIT R. JADHAV

EAST

TYPICAL MAHALAXMI APARTMENT AS PER INDIAN VASTU-SHASTRA

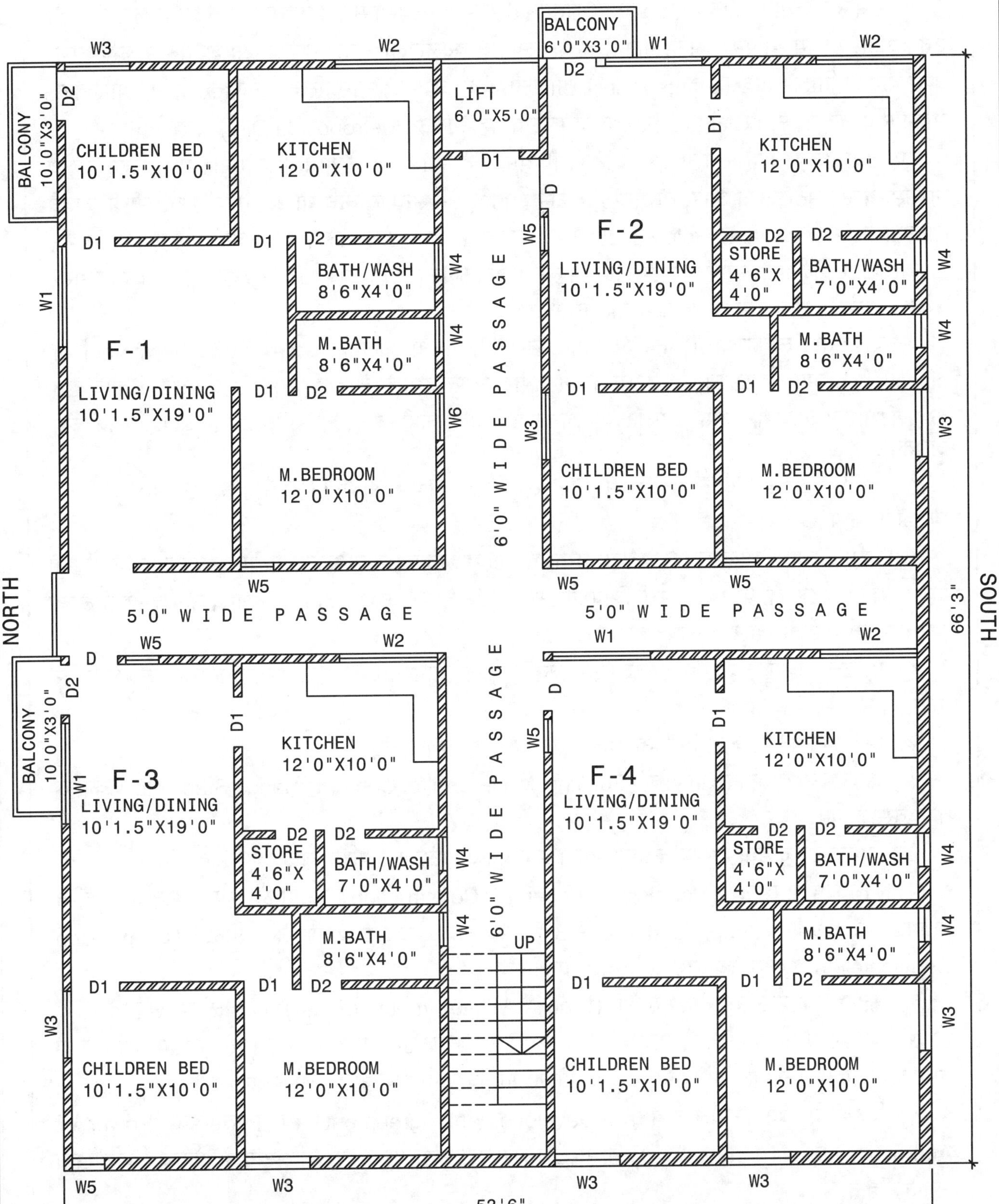

AREA STATEMENT		
TYPE	SIZE	BUILT UP AREA
F1	23'-7.5" X 30'6"	720.56 SQ.FT.
F2	23'-10.5" X 30'6"	728.19 SQ.FT.
F3	23'-7.5" X 30'9"	726.46 SQ.FT.
F4	23'-10.5" X 30'9"	734.15 SQ.FT.

TOTAL BUILT UP AREA- 53'6"X66'3"=3544.38 SQ.FT.

वास्तु अजित/१६०

WEST

अपार्टमेन्ट (Apartment)/ फ्लॅट खरेदी करताना घ्यावयाची काळजी

आधुनिक जगात लोकांचा खेड्यातून शहराकडे काम मिळवण्यासाठी जाण्याचा ओढा वाढलेला आहे. उत्तम शेती, मध्यम व्यापार, कनिष्ठ नोकरी ही संकल्पनाच बदललेली आहे. खेड्यापेक्षा शहरात नोकरी करणे, काम करणे प्रतिष्ठेची बाब (Status Point) झालेली आहे. त्यामुळे नगरपालिकेचे रूपांतर महानगरपालिकेत, महानगरपालिकेचे रूपांतर अति लोकसंख्या असलेल्या महानगरात (Metropolitan City) झालेले आहे.

एवढ्या प्रचंड लोकसंख्येला एकाच ठिकाणी आसरा देणे शक्य व्हावे यासाठी शासनाने सर्व्हे केला व जेथे लोकसंख्येची घनता जास्त आहे, बाजारपेठ, दुकाने आहे, मुख्य सरकारी कचेऱ्या आहेत, जेथे जमिनीची आडवे वाढण्याची (Horizontal Development) क्षमता संपलेली आहे, तेथे गावानुसार, शहरानुसार एक पट ते २५ पट बांधकाम निर्देशांक नियम व अटी लागू करून मंजूर केलेला आहे. मुंबई, बंगळूरू, मद्रास या महानगरांत उभ्या असलेल्या तीस तीस मजली इमारती याचे प्रतीक आहे.

अशा रीतीने लोकांच्या गरजेतून अपार्टमेन्ट संस्कृतीचा जन्म झाला. (Necessity is the mother of discovery). अपार्टमेन्टमध्ये ब फ्लॅटधारकाची जमीन अ फ्लॅटधारकाचे छत असते तर ब फ्लॅटधारकाचे छत क फ्लॅटधारकाची जमीन असते. फ्लॅटच्या भिंतीपण कमीत कमी जाडीच्या असून, सामायिक मालकीच्या असतात.

फ्लॅटचा दर = अपार्टमेन्ट असलेल्या जागेचे मूल्य + अंदाजे बांधकाम खर्च चारशे पंचवीस रुपये + बिल्डरचा फायदा

अपार्टमेन्ट बांधणे बिल्डरला फायदेशीर ठरते. तर शहरात मध्यवस्तीत फ्लॅटरूपी वास्तू घेणे मध्यमवर्गीयांना नोकरदारांच्या खिशाला परवडते. अशी अपार्टमेन्टरूपी फ्लॅट वास्तू जर भारतीय वास्तुशास्त्र व ज्योतिषशास्त्राला अनुसरून बांधली तर खालील फायदे होतात.

१) फ्लॅटचे बुकिंग लवकर होते. फ्लॅटला स्क्वे. फुटाला चांगला दर मिळतो. जाहिरातीची गरज भासणार नाही.

२) अपार्टमेन्ट विनातक्रार, विना अपघात, विना अडथळा पूर्ण होते.

३) अपार्टमेन्ट बांधताना मालाचे (Building Material like Cement, Sand, Steel etc.) कमीत कमी वेस्टेज होते.

४) कामगारांचे दांड्या मारण्याचे प्रमाण कमी झाल्याने अपार्टमेन्ट अपेक्षित वेळेत पूर्ण होते.

५) बांधकाम प्रारंभपत्र (Permission Letter of Construction) न मिळणे. पाणीपुरवठा व वीज महामंडळाचे (Water Supply and M.S.E.B.) असहकार्य, भोगवटा प्रमाणपत्र न मिळणे (Completion Certificate) असा शासनाचा रोष पत्करावा लागत नाही.

६) फ्लॅटधारकाकडून संपूर्ण देय रक्कम (Black & White Amount of Flat) वेळोवळी वसूल होते.

७) बिल्डर व जागा मालक, इंजिनिअर व कामगार, कंत्राटदार यांच्यात हमरीतुमरी, मारामारी यांसारखे प्रसंग घडत नाहीत. त्यामुळे बांधकाम स्टे येणे, पोलिसांत तक्रार नोंदवणे असे प्रकार घडत नाहीत.

८) बिल्डरला विकसनशील करारपत्र (Developement Agreement), वटमुखत्यारपत्र (Power of Attorney), खरेदीपत्र (Sale Deed) यांसारख्या कागदपत्रांच्या पूर्ततेसाठी रजिस्ट्रार ऑफिसचे धक्के खावे लागत नाहीत.

९) फ्लॅटधारकाकडून अतिरिक्त कामाचे बील (Extra Aminities) काटछाट न करता वसूल होते.

१०) बिल्डरनी प्रोजेक्टसाठी, फ्लॅटधारकांनी फ्लॅटसाठी योग्य कागदपत्रांची पूर्तता केल्यास त्वरित बँक कर्ज उपलब्ध होते. नाहीतर कर्ज देतो असे तोंडी सांगून बँकेच्या मुख्य कार्यालयातून फाइल रिजेक्ट होते.

११) आपल्या फ्लॅटचे काम वास्तुशास्त्रानुसार झाल्याचे फ्लॅटधारकांना मानसिक समाधान मिळते. त्यामुळे बिल्डरला बाजारपेठ प्रतिष्ठा (Market Goodwill) प्राप्त होते.

अपार्टमेन्ट बांधकाम वास्तुशास्त्रानुसार खालीलप्रमाणे असावे :

१) अपार्टमेन्टच्या पूर्वेच्या व उत्तरेच्या भिंती कमी जाडीच्या (6'' thick) व दक्षिण व पश्चिमेच्या भिंती जास्त जाडीच्या (9'' thick) आहेत.

२) अपार्टमेन्टला उत्तर-ईशान्य, पूर्व-ईशान्य, पश्चिम-वायव्य, दक्षिण-आग्नेय सारख्या उच्च ठिकाणी मुख्य गेट असावे.

३) अपार्टमेन्टच्या पूर्व-ईशान्य किंवा उत्तर-ईशान्य या ठिकाणी बोअर मारावे व तेथेच जमिनीखालील पाण्याची टाकी (Ground Storage Reservoir) असावे. उदा. माणसी १५० लिटर या प्रमाणे अडीच दिवसांची स्टोअरेज कपॅसिटी असलेला टँक बांधावा.

४) अपार्टमेन्टचा आय शुभ असावा.

उदा. $\frac{53'\text{-}6'' \times 66'\text{-}3''}{8} \times 9$ = शेषबाकी ३.३६ = सिंहाय

५) अपार्टमेन्टमधील प्रत्येक फ्लॅटचा आय शुभ आहे.

उदा. F1 = $\frac{23'\text{-}7.5'' \times 30'\text{-}6''}{8} \times 9$ = शेषबाकी ५.०६ = वृषभाय

उदा. F2 = $\frac{23'\text{-}10.5'' \times 30'\text{-}9''}{8} \times 9$ = शेषबाकी ७.३४ = गजाय

६) फ्लॅटमध्ये हॉल ईशान्य ते मध्य-उत्तर या प्रभागात पसरलेला असावा. हॉलचा आय शुभ असावा.

उदा. $\frac{10'\text{-}1.5'' \times 19'\text{-}0''}{8} \times 9$ = शेषबाकी ३.३६ = सिंहाय

७) फ्लॅटमध्ये किचन आग्नेय कोपऱ्यात असावे. किचनचा आय शुभ असावा.

उदा. $\frac{12'\text{-}0'' \times 10'\text{-}0''}{8} \times 9$ = शेषबाकी 0 = शून्याय

८) फ्लॅटमध्ये मास्टर बेडरूम नैर्ऋत्य कोपऱ्यात असावी. बेडरूमचा आय शुभ असावा.

उदा. $\frac{12'\text{-}0'' \times 10'\text{-}0''}{8} \times 9$ = शेषबाकी 0 = शून्याय

९) फ्लॅटमध्ये चिल्ड्रन बेडरूम वायव्य कोपऱ्यात असावी. बेडरूमचा आय शुभ असावा.

उदा. $\frac{10'\text{-}1.5'' \times 10'\text{-}0''}{8} \times 9$ = शेषबाकी 7.25 = गजाय

१०) फ्लॅटमध्ये मास्टर बाथरूम दक्षिण-मध्य प्रभागात असावे. ते मास्टर बाथरूमला चिकटून असावे. त्याचा आय अशुभ असावा.

उदा. $\frac{8'\text{-}6'' \times 4'\text{-}0''}{8} \times 9$ = शेषबाकी 2 = धूमाय

११) फ्लॅटमध्ये किचनला चिकटून कपडे धुणे, भांडी घासणे, कॉमन बाथरूमची जागा असावी. त्याचा आय अशुभ असावा.

उदा. $\frac{7'\text{-}0'' \times 4'\text{-}0''}{8} \times 9$ = शेषबाकी 4 = श्वानाय

१२) फ्लॅटमध्ये छोटे का होईना स्टोअर रूम असावे.

१३) फ्लॅटमध्ये कॉमन बाथरूम, स्टोअर रूम वरील 12'-0'' x 4'-6'' x 2'-6'' जागेचा वापर स्क्रॅप मटेरिअल ठेवण्यासाठी करावा.

१४) फ्लॅटच्या स्लॅबलाच नैर्ऋत्य ते ईशान्य असा 10'-0'' लांबीला ३/८'' इंच स्लोप दिल्याने फ्लोअरचा व स्लॅबचा उतार ईशान्य दिशेला राहील.

१५) फ्लॅटच्या प्रत्येक रूमचा दरवाजा उच्च स्थानी असावा.

NORTH SOUTH

१६) फ्लॅटच्या प्रत्येक रूमच्या खिडक्या उच्च स्थानी असाव्यात.

१७) फ्लॅटच्या पूर्व-ईशान्य, उत्तर-ईशान्येसारख्या उच्च ठिकाणी फक्त बाल्कनी असावी.

१८) फ्लॅटच्या ग्राउंड फ्लोअरला संपूर्ण पार्किंग व्यवस्था नियमानुसार करावी लागते.

उदा. एका फ्लॅटसाठी १५'-०''x १०'-०''= १५०.०० Sq.ft. जागा एक टू व्हिलर व एक फोर व्हीलर पार्किंगसाठी.

१९) अपार्टमेन्टच्या पश्चिम किंवा दक्षिण-मध्य प्रभागात जास्त रूंदीचा, तबावासहित जास्त वजनाचा जिना असावा. तर जिन्याच्या बरोबर समोर लिफ्टची सोय असावी. त्यामुळे फ्लॅटधारकांव्यतिरिक्त लिफ्टचा उपयोग इतर सेल्समन, भांडीवाली, कुरिअरवाले लोक यांनी न केल्याने लाइट बिल, मेन्टेनन्स आवाक्यात राहतो.

२०) फ्लॅटमध्ये जाण्यासाठी ऐसपैस पॅसेज असावा.

२१) फ्लॅटच्या टेरेसवर नैर्ऋत्य कोपऱ्यात पिण्याच्या पाण्याची व वापराच्या पाण्याची अशा दोन टाक्या असाव्यात. त्यांचे छत पिरॅमिडप्रमाणे असावे.

२२) अपार्टमेन्ट व अपार्टमेन्टची जमीन ईशान्येकडून-नैर्ऋत्येकडे चढत्या क्रमाने (Ascending Order) असावी.

२३) प्रत्येक मजल्यावरील फ्लॅटचे क्षेत्रफळ कोष्टक दिलेले आहे.

२४) अपार्टमेन्टचा (Three Dimensional Perspective View) सोबत जोडला आहे.

२५) अपार्टमेन्ट शासनाच्या नियम व अटींना अनुसरून बनविल्याने तत्काळ मंजूर होईल.

२६) अपार्टमेन्टला कम्पाउंड वॉल दक्षिण व पश्चिमेला जाड व जास्त उंचीची, तर पूर्वेला व उत्तरेला कमी जाडीची व कमी उंचीची बांधावी.

२७) अपार्टमेन्ट सेटबॅक अंतरात वॉचमन रूम बांधण्यापेक्षा त्याची राहण्याची व्यवस्था जिन्याखाली करावी.

२८) अपार्टमेन्टचा पूर्व, उत्तर सेटबॅक प्रभाग हिरवळ, गुलाबांचे ताटवे लावून सुशोभित करावा. तर पश्चिम व दक्षिण मध्य सेटबॅक जागेत अशोक, सागाची उंच वाढणारी झाडे लावावीत.

फ्लॅट बुकिंग करताना व ताबा घेताना घ्यावयाची काळजी:-

१) बिल्डरबद्दल मार्केटमध्ये चौकशी करावी. त्याने यापूर्वी बांधलेल्या स्कीममध्ये भेट देऊन एखाद्या फ्लॅटधारकाकडे बिल्डरबद्दल त्याची वागणूक व स्वभावाबद्दल, आर्थिक व्यवहाराला कसा आहे, याची माहिती करून घ्यावी.

२) शासनाचे अपार्टमेन्ट प्रारंभ प्रमाणपत्र (Permission Letter of Construction), मंजुरी नकाशा (Building Sanction Plan), प्लॉटचे प्रॉपर्टी कार्ड अथवा सातबाराचा उतारा, सिटी सर्व्हे ऑफिसमधील नकाशा (Actual Position of Plot), वकिलाचा प्लॉटसंबंधी वीस वर्षांचा अभिप्राय (Search Report), बिल्डर व जागा मालक यांचेतील रजिस्टर दस्त (Developement Agreement), कधीही रद्द न होणारे वटमुखत्यारपत्र (Irrevocable Power of Attorney) इत्यादी कागदपत्रे दाखवण्यास टंगळमंगळ करणारा, शासनाच्या साहेबांची टेबलाखालची सेटलमेन्ट झालेली आहे, तुम्ही ॲडव्हान्स देऊन बुकिंग करा, मी आठ दिवसांत कागदपत्रे देतो, असे सांगणाऱ्या बिल्डरवर विश्वास ठेवू नका. वरील कागदपत्रांची छाननी स्वत:च्या वकिलामार्फत केल्याशिवाय बुकिंग करू नये.

३) फ्लॅट बुकिंग करताना बिल्डरच्या ओळखीचा व आपल्या ओळखीचा खास माणूस मध्यस्थ म्हणून ठेवावा. रजिस्टर दस्त ते फ्लॅटमध्ये राहायला आल्यावर किरकोळ तक्रारींच्या वेळी (Defect Liability Period) फार उपयोग होतो.

४) बिल्डर प्रथम नॉमिनल प्लॅन मंजुरी मिळवतो व तो प्लॅन फ्लॅटधारकांना दाखवून प्रथम बुकिंग मिळवतो. त्याच प्लॅनवर बुकिंग केलेल्या लोकांचे बँक कर्ज मंजूर होते.

५) बिल्डरनंतर अतिरिक्त बांधकाम निर्देशांक (T.D.R.- Transfer Developement Rights), कुळांचा

बांधकाम निर्देशांक (Tenent F.S.I.), तरंगता बांधकाम निर्देशांक (Floating F.S.I), लोअर ग्राउंड फ्लोअरचे गाळे एफ.एस.आय. मधून काढून (Treat as Basement) त्याचा उपयोग फ्लॅटची संख्या वाढविण्यासाठी करतो. त्यामुळे बांधकाम खूप वाढते. म्हणजे दाखवायची धाकटी देखणी, कमी वयाची मुलगी व लग्नात गळ्यात मारायची मोठी, जास्त वयाची निमगोरी मुलगी असा हा प्रकार आहे.

६) सुपर बिल्ट-अप एरिया म्हणजे बिल्डरचा निव्वळ फायदा असतो. तो किती टक्के आहे, हे बिल्ट-अप एरियावरच ठरवून घ्यावे. सुपर बिल्ट अप एरिया २० टक्के ते २२ टक्क्यांच्या मध्ये असावा. म्हणून अपार्टमेन्ट प्लॅनमध्ये फक्त बिल्ट-अप एरियाचाच उल्लेख केलेला आहे. अपार्टमेन्ट पूर्णत्वाच्यावेळी फ्लॅटच्या संख्येत वाढ झाल्याने सुपर बिल्ट-अप एरिया कमी होऊ शकतो.

७) प्रारंभ प्रमाणपत्राबरोबर असलेला मंजूर नकाशा व भोगवटा प्रमाणपत्राबरोबर असलेला सुधारित व अंतिम नकाशा एकच असल्याची खात्री करून घ्यावी.

८) फ्लॅटचा ताबा घेताना संचकारपत्राप्रमाणे (Agreement For Sale) फ्लॅटमधील रूमची लांबी व रूंदी, कारपेट एरिया, कॉमन एरिया, स्टेअरकेस, लिफ्ट एरिया, आर.सी.सी. कपाटे, बाल्कनी, टेरेस, सुपरबिल्ट अप एरियाबरोबर आहे का, याची खात्री करणे अत्यंत महत्त्वाचे आहे. उदा. कारपेट एरिया = रूमच्या भिंतीच्या आतील लांबी x रूंदी, बिल्ट अप एरिया = रूमच्या भिंतीच्या बाहेरील लांबी x रूंदी, सुपर बिल्ट अप एरिया =४'-०'' रूंदीचा जिना, लिफ्टचा एरिया, ४'-०'' रूंदीचा पॅसेज, आर. सी.सी. कपाटे, बाल्कनी, ओपन टेरेस यांचा बांधकाम निर्देशांकात समावेश होत नाही. वरील सर्व एरिया बिल्डर फ्लॅटधारकांवर बसवून बिल्ट-अप दराने किंवा त्याच्या निम्म्या दराने विकतो.

९) चालू बांधकाम व ॲग्रिमेन्टमधील स्पेसिफिकेशन यांची सत्यता बांधकामावर अचानक भेट देऊन पडताळून पाहावी.

१०) बिल्डरचा स्ट्रक्चरल इंजिनिअर कमीत कमी M.E.(Structure) असल्याची खात्री करून घ्यावी.

११) बिल्डरचा आर्किटेक्ट आठवड्यातून एकदा तरी साइटवर व्हिजिट देतो का, याची खात्री करून घ्यावी.

१२) बिल्डरकडून गाडी पार्किंगचा पट्टा आखून घ्यावा. तो पट्टा १०० रू.च्या स्टॅम्पवर रजिस्टर करून घ्यावा. नंतर बिल्डर अपार्टमेन्ट बांधून विकून गेलेला असतो व शेजारील फ्लॅटधारकाबरोबर रोज गाडी लावण्यावरून भांडावे लागते. कधी कधी गाडी रस्त्यावर बेवारशासारखी उभी करावी लागते. पार्किंगबाबत करेंगे, करायेंगे, देंगे, दिलायेंगे, देनेवालोंका नाम बताएंगे (?) अशा बिल्डरच्या गोड बोलण्यावर अजिबात विश्वास ठेवू नये.

१३) बिल्डरकडून वेळीच खरेदी खत (Sale Deed) करून घेणे महत्त्वाचे आहे.

१४) बिल्डरकडून अपार्टमेन्ट ॲक्टखाली सोसायटी रजिस्टर करून घ्यावी. सोसायटीचा उपाध्यक्ष बिल्डरला करावे. मोठे पद देऊन सन्माननीय केल्यावर बिल्डरला किरकोळ मेन्टेनन्स तक्रारींचे निवारण करणे भाग पडते.

१५) बिल्डरकडून डीड ऑफ डिक्लेरेशन करून घ्यावे. त्याशिवाय फ्लॅटधारकाचे नाव सिटी सर्व्हे ऑफिसमध्ये प्रॉपर्टी कार्डावर चढत नाही. प्रॉपर्टी कार्डावर नाव चढल्याशिवाय फ्लॅट खरेदी केल्याचे मानसिक समाधान लाभत नाही. वरील गोष्टी तपासत असताना बिल्डरला वेळोवेळी पेमेन्टचे हप्ते देऊन सहकार्य करावे. फ्लॅटधारक व गाळेधारकांच्या पेमेन्टवर बिल्डरचे ॲडव्हान्स चेक, आर्थिक गणिते, कामाचा स्पीड अवलंबून असतो.

वरील गोष्टी जरी फ्लॅटधारकांनी तपासल्या तरी फ्लॅटधारकाच्या समोर त्याच्या डोळ्यांतील काजळ काढून घेण्याइतपत बिल्डरचे इंजिनिअर हुषार व बुद्धिमान असतात. उदा. एका बेडरूमची लांबी १२'- ०'' फूट आहे. बीमवर एक पृष्ठभागी (One Side) बांधकाम घेतल्यामुळे बेडरूम ६''लांबीला कमी येऊ शकते. बेडरूम कमी लांबीची झाल्यास शेजारील रूम ६'' ने वाढलेली असते. फ्लॅटधारकाने मला बेडरूमची लांबी १२'- ०'' फूटच पाहिजे असा हेका धरू नये. अशा हट्टी, आढ्यतेखोर लोकांसाठी माझ्याकडे दोन स्पेशल टेप्स आहेत. जे टेप ६'' तोडून १'- ०'' तोडून मध्ये अतिशय काळजीपूर्वक जोडलेले आहेत. त्या टेपने माप घेतल्यावर प्रत्येक रूम ६'' किंवा १'- ०'' फूट जास्तच भरणार व विनाकारण, नसलेल्या वाढीव बांधकामाचे पैसे बिल्डरला द्यावे लागणार. त्यामुळे फ्लॅटधारकांनी वरील गोष्टी तपासताना बिल्डरबरोबर किंवा इंजिनिअरबरोबर वकिली भाषा, अरेरावी न करता हसतखेळत, गोड बोलून आपला उद्देश साध्य करावा.

EAST

जन्म लग्न पत्रिकेतील चतुर्थस्थान व वास्तुशास्त्र

पृथिव्यां चतुर्थ रत्नानि,
अन्नम्, वस्त्रम्, जल निवारम् (वास्तु)
सुकविता यद्यस्ति राज्येन किम् । (भर्तृहरि-नीतिशतक)

अर्थ- अन्न, वस्त्र, जल, निवारा मानवाच्या चार मूलभूत गरजा आहेत.

जन्मपत्रिकेतील चतुर्थस्थान वास्तुसौख्य दर्शवते. नवीन विकत घेतलेली वास्तू, जमीन, प्लॉट ज्या व्यक्तीच्या नावावर रजिस्टर केला जातो, त्या व्यक्तीच्या कुंडलीतील चतुर्थस्थान पापग्रहांनी युक्त, चतुर्थ स्थानावर पापग्रहांची दृष्टी, पापग्रहांची महादशा, चतुर्थस्थानाशी केंद्र, षडाष्टक योग असल्यास ती प्रॉपर्टी लाभत नाही. वास्तू खरेदी करण्यासाठी मालकाने बँकेचे काढलेले कर्ज, हातउसने घेतलेले पैसे, घालवलेला बहुमूल्य वेळ वाया जातो. 'घर पाहावे बांधून, प्लॉट पाहावा विकत घेऊन' या त्याच्या स्वप्नाला सुरुंग लागून ठिकऱ्या ठिकऱ्या उडतात.

कृष्णमूर्ती पद्धती ज्योतिषशास्त्रानुसार चतुर्थस्थानाचा उपनक्षत्र स्वामी जर चतुर्थस्थान एकादश किंवा व्दादश यापैकी एका स्थानाचा कार्येश असेल, तसेच भूमिपुत्र मंगळाशी संबंधित असेल तरच वास्तू, प्लॉट खरेदी होते.

भारतीय कायद्यानुसार स्त्रीच्या नावावर असलेली प्रॉपर्टी, माहेरकडून मिळालेले दागिने, प्लॉट स्त्रीधन समजले जाते. स्त्रियांना संरक्षण देण्यासाठी कायद्याने स्त्रीधनावर इन्कमटॅक्स व इतर टॅक्समध्ये भरीव सूट दिलेली आहे. याचा फायदा उठविण्यासाठी कित्येक व्यक्ती वास्तू अथवा प्लॉट बायकोच्या, आईच्या नावावर करतात. वास्तू, प्लॉट विकत घेणारा सरकारी अधिकारी मोठ्या कंपनीत नोकरीला असल्यास वास्तू स्वत:च्या नावावर ठेवू नये, त्यामुळे इतका इन्कम टॅक्स वाचतो, की त्याने सर्व्हिसमध्ये मिळवलेली वरकमाई आपोआप व्हाइट होते. लाचप्रतिबंधक खाते (Anticorruption Bureau), आयकर खाते, महसूल खाते यांची तुमच्यावर वक्रदृष्टी पडत नाही, असा सल्ला कित्येक टॅक्स कन्सलटन्ट व वकील देतात. त्यामुळे धंद्यात फार मोठी उलाढाल करून Balance Sheet वर कमीत कमी नफा दाखवून कमीत कमी टॅक्स भरणे ही प्रतिष्ठेची बाब झालेली आहे. ही देशाच्या प्रगतीला लागलेली कीड आहे. कॅन्सर आहे.

अॅग्रिमेंट फॉर सेल करणे, डीड ऑफ डिक्लेरेशन करणे, सेल डीड करणे यातील प्रत्येक रूमची लांबी-रूंदी, प्लॉटच्या चतु:सिमा, सुपर बिल्टअप एरिया, बिल्ट-अप ते कॉमन एरिया इत्यादी तांत्रिक बाबी, इंजिनिअरला विचारल्याशिवाय रजिस्टर ऑफिसमधून स्टॅम्प किती रुपयांचा करावा लागणार हे समजत नाही. उदा. मला कोल्हापूर येथे नागाळा पार्क या उच्चभ्रू वस्तीत फ्लॅट खरेदी करायचा आहे. फ्लॅटचा सुपर बिल्ट अप एरिया ८०० Sq.ft.= ७४.३५ Sq.m. आहे.

तर शासनाच्या नियमानुसार (As Per Ready Recknores Book)

१.२५ लाख रुपयापर्यंत = १०० रुपये

१.२५ लाख ते २.५० लाखापर्यंत = ०.५ टक्के म्हणजे १,२५०/- रुपये

२.५० लाख ते १० लाखापर्यंत = ८,७५० रुपये + ६ टक्के

१० लाखाच्या वर = ३८,७५० रूपये + ८ टक्के

तेथे फ्लॅटसाठी निर्धारित केलेला कमीत कमी दर ९,५००/- रुपये स्क्वे. मीटर आहे. त्यामुळे वरील फ्लॅटची शासनानुसार निर्धारित किंमत ७४.३५ sq.m. x रूपये ९,५००/- = ७,०६,३२५/- इतकी होते. या फ्लॅटसाठी कमीत कमी २१,१३०/- रुपयांचा स्टॅम्प लावावा लागणार. फ्लॅटच्या निर्धारित मूल्याच्या एक टक्का (७०६४/- रुपये) इतकी रजिस्ट्रेशन ड्यूटी भरावी लागणार.

रजिस्ट्रेशन स्टॅम्पवर बिल्डरच्या इंजिनिअरची साक्षीदार म्हणून सही असण्याबाबत कित्येक फ्लॅटधारक आग्रही असतात; कारण स्टॅम्पवर सही केल्यामुळे भविष्यात क्षेत्रफळाबद्दल, स्पेसिफिकेशनबद्दल, पार्किंगबद्दल, ग्राहक न्यायालयात (Consumer Court) बिल्डरला खेचल्याने साक्षीदार म्हणून इंजिनिअरची उलटतपासणी घेता येते व दावा, केस (Court Matter) जिंकता येतो, असा सल्ला फ्लॅटधारकांना त्यांच्या वकिलामार्फत मिळालेला असतो. त्यामुळे वास्तू नावावर ठेवल्यास होणाऱ्या शुभ व अशुभ परिणामांची फलिते अभ्यासण्यास मला सुवर्णसंधी प्राप्त होते.

NORTH SOUTH WEST NE SE NW SW

वास्तू आग्नेय कोपऱ्यात असल्यास, आग्नेयमुखी असल्यास स्त्रीच्या नावावर लाभदायक ठरते, असे प्रख्यात वास्तुशास्त्रज्ञांचे मत आहे; पण ते अर्धसत्य आहे. त्यामुळे फ्लॅट, दुकानगाळा आग्नेयमुखी असल्यास तो बायको किंवा आईच्याच नावे केला पाहिजे, असे कित्येक खरेदीदार म्हणतात. एका प्रख्यात डॉक्टरने पेशंटची पूर्ण चिकित्सा करून या रोगावर या परिस्थितीत हे रामबाण औषध आहे, असा संशोधन निबंध प्रसिद्ध करायचा. डॉक्टरला फी द्यावी लागते म्हणून इतरांनी पेशंटची प्रकृती, लिंग, वय, आजाराची गंभीरता याचा विचार न करता केमिस्टकडून ते औषध खरेदी करायचे व औषधाची रिॲक्शन आली म्हणून डॉक्टरची बदनामी करायची, असा हा प्रकार आहे. समजा, मला नागाळा पार्कातील तो फ्लॅट माझ्या बायकोच्या नावावर करायचा असेल तर

नाव:- सौ. मयुरा अजित जाधव

जन्मदिनांक :- १५-९-१९८०

जन्मवेळ:- २० वाजून ५० मिनिटे

जन्मवार :- सोमवार

अक्षांश:- १६-४२-० उत्तर

जन्मस्थळ:- कोल्हापूर

रेखांश :- ७४-५३-० पूर्व

जन्म लग्न कुंडली

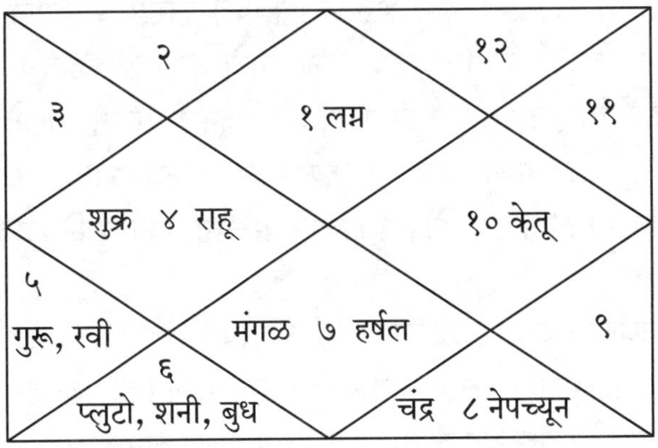

राशी कुंडली

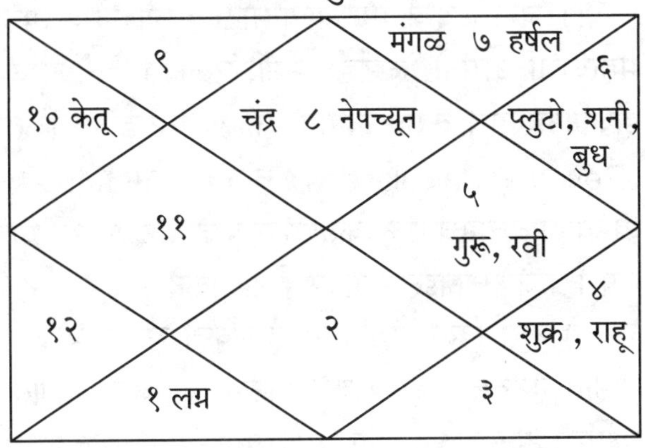

बुध महादशा :- २०-१२-१९९३ ते २१-१२-२०१७

राहू अंतर्दशा :- १८-०३-२००३ म्हणजे २२ वर्षे ९ महिन्यांपर्यंत

गुरू अंतर्दशा :- ०५-०१-२००६ म्हणजे २५ वर्षे ४ महिन्यांपर्यंत

मला सांगा, वरील कुंडलीत चतुर्थस्थानी पापग्रह राहू-शुक्राच्या युतीत आहे. राहूची अंतर्दशा मार्च २००३ मध्ये संपणार आहे. मी एखादी वास्तू, फ्लॅटच काय, पण साधी टू व्हीलर गाडी माझ्या बायकोच्या नावावर घेणे योग्य आहे का? कित्येक वेळेला दोन भावांच्या, पती-पत्नीच्या, वडील व मुलाच्या नावावर वास्तू रजिस्टर केली जाते, तेथे संमिश्र प्रतिक्रिया, अनुभव निदर्शनाला आलेले आहेत. वास्तू, घर, जन्मकुंडली, कर्म, धंदा, नोकरी, स्वभाव, कुटुंब, वय, लिंग या सर्व गोष्टींना ठराविक टक्के देऊन परिणामाची काय व्याप्ती आहे, वरील कोणत्या गोष्टीतील कमीपणा, व्यंग कमी केले पाहिजे, जेणेकरून एक गोष्ट दुसऱ्या गोष्टीसाठी पूरक बनून शुभफले प्रदान करेल, यावर माझे संशोधन चालू आहे. शेकडो परीक्षणे डोळसपणे केल्याशिवाय अनुमानापर्यंत पोहोचायचे नाही असा माझा नियम आहे.

बिल्डर, डेव्हलपर्सनी, प्लॉट पाडून विक्री करणाऱ्यांनी वास्तू खरेदीदार ज्या नावावर वास्तू, प्लॉट रजिस्टर करणार आहे, त्या व्यक्तीची जन्म लग्न पत्रिका अवश्य पाहावी; कारण एकदा ॲग्रिमेन्ट फॉर सेल झाल्यावर बिल्डर, प्लॉट विक्रेता जाम अडकतो. फ्लॅटची किंमत आठ लाख असते. आठवड्याच्या पगाराकरता कमीत कमी पंचवीस हजार तरी द्या हो, असे बिल्डरचा मॅनेजर खरेदीदाराच्या दारात भिकाऱ्यासारखा विनवणी करताना मी पाहिलेला आहे. आठवड्याच्या पगाराच्या दिवशी कामगारांना रोख नगद पैसा लागतो. त्यांना वास्तुशास्त्र, ज्योतिषशास्त्र यांचे काही सोयरसुतक नसते. त्यामुळे आपले पैसे, चेक येणे आहे हे दिसत असूनपण झक मारत बायकोचे, आईचे दागिने गहाण ठेवून बिल्डरला पगार भागवावा लागतो, हे पूर्ण सत्य आहे. अन्यथा, कामगार, बिल्डरची, कंत्राटदाराची अर्वाच्य भाषेत कानउघाडणी करतात. तुमच्या आजूबाजूच्या बिल्डर, कंत्राटदार यांचे निरीक्षण करा. त्यांच्या यशाच्या-अपयशाच्या कारणावरून तुम्हाला माझ्या म्हणण्याची सत्यता पटेल.

बिल्डर व साइट इंजिनिअर

सध्या मुक्त शैक्षणिक धोरणामुळे इंजिनिअरिंग कॉलेज, शैक्षणिक संस्थांचे मोठ्या गावांत, शहरोशहरी पेव फुटलेले आहे. त्यामुळे दरवर्षी भरमसाट सिव्हील इंजिनिअर्स डिग्री घेऊन स्वत:चे नशीब आजमावण्यासाठी बांधकाम क्षेत्रात येतात. मागणीपेक्षा पुरवठा जास्त झाल्याने बिल्डर मंडळी याचा फायदा उठवतात व साइट इंजिनिअरला कमी वेतनात, कामाचा योग्य मोबदला न देता राबवून घेतात. त्यांना सन्मानाची वागणूक देत नाहीत. साइट इंजिनिअरला कंत्राटदार किंवा कंत्राटदाराचे कामगार यांच्याबरोबर एकाच तागडीत तोलतात. त्याचे अगणित, डोळ्याला न दिसणारे, प्रत्यक्षात परिणाम घडवून आणणारे तोटे खालीलप्रमाणे:

१) प्लॉट, जमीन विकत घेऊन त्यावर अपार्टमेन्ट, बंगले बांधून किती फायदा होणार, याची आर्थिक गणिते (Financial Calculations) इंजिनिअर व आर्किटेक्टला एकत्रित करावी लागतात. बिल्डर, आर्किटेक्ट बुद्धिमान असला तरी फक्त त्याच्यावर विश्वास ठेवत नाही. तो आपल्या ऑफिसमध्ये इंजिनिअरची गणिते तपासून बघतो. नवशिक्या इंजिनिअरमुळे संपूर्ण प्रोजेक्टच आर्थिक धोक्यात, नुकसानीत येऊ शकतो.

२) बँकेचे कर्ज मिळवण्यासाठी मुख्य लेखा परीक्षकाचा (Chartered Accountant) लेखी अहवाल महत्त्वाचा असतो. चार्टर्ड अकौंटन्टला माहिती पुरवण्याचे किंवा अहवाल तयार करण्याचे काम बिल्डरच्या इंजिनिअरलाच करावे लागते; कारण बिल्डरला किती कर्ज पाहिजे, तो आकडा फिक्स ठेवूनच उलटी गणिते (Reverse Calculations) करावी लागतात. म्हणजे शिखर बांधून पाया खोदण्यातला प्रकार आहे. तो अहवाल वाचूनच बँक किती कसे कर्ज देऊ शकते, याचा निर्णय होतो. नवशिक्या इंजिनिअर्सच्या एका चुकीमुळे संपूर्ण प्रोजेक्ट फाइल नामंजूर होऊ शकते.

३) नवशिक्या इंजिनिअरला बँकेचे सरळ व्याज, चक्रवाढ व्याज, दंड व्याज, इतर नियम, शर्ती व अटी माहीत नसतात. बँकेचे कर्ज घेऊन, व्याजाचे गणित घालून, मुदतीत कर्ज फेडल्याशिवाय कोणताही बिल्डर यशस्वी होऊ शकत नाही. साइटवर काम करत कष्टाला बुद्धिमत्तेने बँकेच्या व्यवहाराची जोड द्यावी लागते.

४) फ्लॅटधारकाच्या जादा कामाच्या बिलामधील (Extra Items) दोन ॲटम इंजिनिअरने लिहिलेच नाहीत किंवा बिलिंग करण्याचा त्याला अनुभव नसतो. एका अपार्टमेन्टमध्ये कमीत कमी दहा फ्लॅट असतात. दहा फ्लॅट गुणिले दोन एक्स्ट्रा ॲटम केल्यास बिल्डरचे हजारो रुपयांचे नुकसान होऊ शकते.

५) फ्लॅटधारक साइट इंजिनिअरला किती मासिक पगार आहे, याची शंभर टक्के माहिती काढतो. जर त्याला समजले, आपला आठ लाखांचा फ्लॅट आहे व त्याच्यावर काम करणाऱ्या मुख्य साइट इंजिनिअरला पगार कमी आहे, तर कमी पगार घेणारा इंजिनिअर शिकाऊ असणार किंवा कमी बुद्धिमत्तेचा असणार, शिवाय आपले फ्लॅटचे काम निकृष्ट करून हा कधी सोडून जाईल याची गॅरन्टी नाही, याची त्याला खात्री होते. त्यामुळे बिल्डरने कितीही उत्कृष्ट मटेरियल वापरले तरी फ्लॅटधारकाचे समाधान होत नाही. फ्लॅटधारक बिल्डरची तोंडाने समाजात निंदाच (Bad Publicity) करतो.

किरकोळ गोष्टीसाठी रात्री ११ वाजता बिल्डरच्या मोबाईलवर फोन करून त्याचे कौटुंबिक व मानसिक स्वास्थ्य बिघडवणारे फ्लॅटधारक माझ्या चांगल्या परिचयाचे आहेत. इकडे फ्लॅटधारकांची तक्रारीची कॅसेट ऐकायची व तिकडे अहो, अकरा वाजलेत, एवढंच काम प्रिय असेल तर, लग्नच कशाला करायचं, असा बायकोचा टोमणा, अशा दुहेरी कात्रीत बिल्डर सापडतो.

६) प्रत्येक व्यक्तीला पैसा मिळवून आपला जीवनस्तर (Life Style) उंचावण्याची इच्छा असते. बिल्डरने साइट इंजिनिअरला तशी संधी उपलब्ध करून दिल्यास पैसे मिळवण्यासाठी तो बाहेर काम बघत नाही. शिवाय 'मारक्या म्हशीची खोड मालकालाच माहीत' या उक्तीनुसार साइटवरच्या प्रॉब्लेमचे सोल्यूशन इंजिनिअरला माहीत असते. आर्किटेक्ट व स्ट्रक्चरल इंजिनिअरला साइटवर प्रत्यक्ष काम करण्याचा अनुभव नसल्याने ते योग्य उत्तर (Genuine Solution) देऊ शकत नाहीत व स्वत:चा दिवस भरण्यासाठी इंजिनिअर त्या प्रॉब्लेमचा 'पराचा कावळा' करून बिल्डरचे मानसिक टेन्शन वाढवतो. अशा रीतीने प्रोजेक्ट वेळेवर पूर्ण होत नाही.

७) फ्लॅटधारक, दुकानधारक जेव्हा खरेदी करण्याचे फायनल करतो, तेव्हा तो बिल्डरबरोबर दर कमी करण्यासाठी (Rate Negotiable) अंतिम बैठकीला बसतो. बिल्डरच्या बोलण्यावरून, साइट इंजिनिअरने फ्लॅट दाखवताना त्याने काढलेल्या माहितीवरून दोघांची बांधकाम क्षेत्रातील बौद्धिक पात्रता समजते. सुपर बिल्टअप एरिया ही संकल्पना बिल्डरच्या फायद्यासाठी कुणी एका हुशार इंजिनिअरने निर्माण केलेली आहे. सुपर बिल्टअप एरिया किती पाहिजे, हे त्याच्या साइटची कंडिशन, बिल्डरची आर्थिक कुवत, त्याची लोकप्रियता, बिल्डरला फ्लॅट, दुकानगाळा विकण्याची असलेली घाई, एका मजल्यावर असलेल्या फ्लॅटची संख्या, फ्लॅट विकत घेणारा किती जलद गतीने पैसा अदा करणार आहे, तो पैसा किती टक्क्यांमध्ये व्हाइट व ब्लॅकमध्ये देणार आहे, यावर ठरतो. नवीन किंवा कमी पगार घेणाऱ्या इंजिनिअरला या सर्व गोष्टींची कल्पना नसते. वेळ मारून नेण्याचे कसब त्याच्या अंगी नसते. फ्लॅटधारकाने जर बिल्डरसमोर सुपर बील्ट-अप एरियाच्या टक्क्यांबाबत शंका (Strong Audit of Percentage) व्यक्त केली, तर बिल्डर साइट इंजिनिअरला बोलावतो. त्या इंजिनिअरची बौद्धिक क्षमता माहिती असल्यामुळे प्रश्नांची सरबत्ती केल्यास तो गांगरतो. आपला इंजिनिअररूपी बुरूज ढासळतोय म्हटल्यावर बिल्डर आर्किटेक्ट साहेबांना फोन करतात. आर्किटेक्टच्या मागे शंभर कामे. आर्किटेक्ट फोनवरूनच सांगतो, मी काढलेला स्क्वे. फूट एरिया बरोबर आहे; पण क्लाएंटबरोबर मी महत्त्वाच्या मिटिंगमध्ये असल्याने येऊ शकत नाही. कस्टमर जास्त झिकझिक करत असल्यास, पार्टी पेमेन्टला चांगली असल्यास, पंचवीस स्क्वेअर फूट सुपर बिल्ट-अप एरिया कमी करा, अशा रीतीने कस्टमरने फक्त आत्मविश्वासपूर्वक बोलल्यास २५ Sq.ft. x Rs.१,२००/-= Rs.३०,०००/-ची टोपी बिल्डरला बसते. छोटे शहर ते पुणे, मुंबई, बंगळूरू सारख्या महानगरांत जाऊन खोटे ग्राहक (Dummy Customer) उभे करून मी हे अनुभव मिळवलेले आहेत.

८) कायदेशीर कागदपत्रांत स्पेसिफिकेशन, रूमची लांबी-रूंदी, सर्व प्रकारचे एरिया, इतर नियम व अटी बघण्याचे काम इंजिनिअरलाच करावे लागते. वकिलाला एका फ्लॅटधारकाचे ॲग्रिमेन्ट फॉर सेल, सेल डीड करण्यासाठी जास्तीत जास्त तीन हजार रुपये दिले जातात. त्यामुळे वकील मंडळी कागदपत्रांतील महत्त्वाची सर्व तांत्रिक बाजू बारकाईने तपासत नाहीत; कारण त्यांना त्यातले काही कळत नाही. उदा. फ्लॅटधारकाचा प्लॉटमधील हिस्सा, कॉमन पार्किंग हिस्सा, टेरेसचा ताबा इ. बिल्डरच्या मॅनेजरला वकिलांकडे जाऊन सर्व कागदपत्रांची पूर्तता करणे अग्निदिव्य वाटते; कारण ॲग्रिमेन्ट तीस ते पस्तीस पानांचे असते व वकिली भाषा (Language of Law) क्लिष्ट व समजण्यास अवघड असते. आर्किटेक्ट हे माझे काम नाही, म्हणून हात झटकून मोकळा होतो. बिल्डरला स्वत: कामाचा व्याप असल्याने तो वकिलाची कागदपत्रे वरवर चाळतो किंवा न बघता सरळ रजिस्ट्रार ऑफिसमध्ये ॲग्रिमेंटवर सही शिक्का करतो. एखाद्या फ्लॅटधारकाने साइट इंजिनिअरला पंचवीस हजार रुपये लाच दिली व सांगितले, ॲग्रिमेन्ट फॉर सेलमध्ये फ्लॅटचा बिल्टअप एरिया ७५० Sq.ft. आहे. व सुपर बिल्ट-अप एरिया ९०० Sq.ft. आहे. व फ्लॅटचा दर सुपर बिल्टअपसाठी १२००/- Sq.ft. आहे. ॲग्रिमेन्ट फॉर सेल झाल्यानंतर डीड ऑफ डिक्लेरेशन होते. नंतर फ्लॅटधारकाचे सेल डीड होते. दोन्ही ॲग्रिमेन्टमध्ये रूमची लांबी-रूंदी, फ्लॅटच्या चतु:सिमा, फ्लॅटचा सुपर बिल्ट-अप एरिया याचा उल्लेख असतो. या दोन्ही ॲग्रिमेन्टमध्ये इंजिनिअरने 'सुपर' हा शब्द खाऊन टाकला तर फ्लॅटचा बिल्ट-अप एरिया ९०० Sq.ft. आहे, असा कायदेशीर अर्थ होतो. तो फ्लॅटधारक जर ग्राहक न्यायालयात गेला तर बिल्डरला १५० Sq.ft. x Rs.१,२००/- = Rs.१,८०,०००/- इतके फ्लॅटधारकाला परत करावे लागतात. शिवाय, मनस्ताप व बदनामी होते ती वेगळी; कारण सुप्रीम कोर्टाच्या एका निकालात ॲग्रिमेन्ट फॉर सेलपेक्षा डीड ऑफ डिक्लेरेशन, सेल डीड जास्त महत्त्वाचे व अंतिम ग्राह्य मानले जाते.

बिल्डर इंजिनिअरचे काही वाकडे करू शकत नाही; कारण एकतर कायदेशीर बाबी तपासणे त्याचे काम नसते. कमी पगार असल्याने किंवा पगार वेळेवर नसल्याने मिळतील ते पैसे घेऊन तो नोकरी सोडून गेलेला असतो व त्याचे मस्टरला नाव नसल्याने व्हाउचरवर सही होत असल्याने तो अधिकृत ठरत नाही.

९) सर्व फ्लॅटधारकांचे सेलडीडमधील क्षेत्रफळ व एकूण प्लॉटचे क्षेत्रफळ यांचा ताळमेळ शिकाऊ इंजिनिअरला

घालता येत नाही. ज्या त्या वेळी बघू, असा त्याचा चालढकलीचा अंदाज असतो. शेवटी फ्लॅटधारकांचे नाव प्रॉपर्टी कार्डावर चढते. नावासमोर क्षेत्रफळ, फ्लॅट व मजला नंबर लागतो, तेव्हा तफावत आढळल्यास बिल्डर कायदेशीरदृष्ट्या अडचणीत येऊ शकतो.

१०) बिल्डरला पेपरमध्ये 'सिव्हिल इंजिनिअर पाहिजे' अशी एक जाहिरात दिल्यास शंभर अर्ज येतात. नवीन इंजिनिअर कामावर रूळेपर्यंत, त्याची विश्वासार्हता निर्माण होईपर्यंत कमीत कमी तीन महिने जातात. नवीन इंजिनिअर परत काम सोडून जाणार नाही, एकनिष्ठ राहील, याची काही गॅरन्टी नाही. या तीन महिन्यांच्या कालावधीत बिल्डरला सारखी रूखरूख लागलेली असते की आपले बांधकाम व्यवस्थित होणार का नाही ? त्यामुळे आपल्या कामातून वेळ काढून बिल्डर स्वत: इंजिनिअरला सर्व मार्गदर्शन करतो. समजा, बिल्डरचा महिन्याचा इन्कम दोन लाख रुपये आहे. इंजिनिअरचा पगार नऊ हजार रूपये आहे. नवीन साइट इंजिनिअरला स्वत:च्या व्यापातून मार्गदर्शन करणे म्हणजे स्वत:चे दोन लाख रुपये उत्पन्न बुडवून, मानसिक टेन्शन घेऊन, नऊ हजार रुपये मिळविण्यातला प्रकार आहे.

११) बिल्डर व इंजिनिअर दोघे आठ तास काम करतात; पण दोघांच्या उत्पन्नात जमीन–अस्मानाचा फरक आहे. त्यामुळे बिल्डर साहेबांना विनंती की, साइट इंजिनिअरला सांगावे, संपूर्ण प्रोजेक्ट तुझ्या जबाबदारीवर आहे. तुझ्या बुद्धीने तू नवनवीन तंत्रज्ञान वापरून, बांधकामाचा दर्जा सुधारून, कमीत कमी माल वेस्टेज करून, अपेक्षित वेळेत बांधकाम पूर्ण करून, जर नेट उत्पन्न वाढवून दिले तर कंपनी तुला (इंजिनिअर) भरघोस बोनस देईल. गाडी देईल. फ्लॅट देईल. एकाच वाक्यात सांगतो, 'मला या प्रोजेक्टमधून इतका पैसा मिळाला पाहिजे. शिवाय कस्टमरची दर्जाविषयी तक्रार नको. बिल्डर या नात्याने मला मानसिक टेन्शन नको.'

१२) तुमच्या एरियात दुसऱ्या बिल्डरचेपण बांधकाम सुरू असते. समोरच्या बिल्डरने तुमच्या इंजिनिअरला जर एक लाख रुपयांची ऑफर दिली, आमिष दाखवले तर तुमचा प्रोजेक्ट आरामात डब्यात जातो. तुमचा प्रोजेक्ट बंद पडल्याशिवाय समोरच्या बिल्डरचा प्रोजेक्ट खपणार नाही, हे सत्य आहे.

१३) बिल्डर हा बुद्धिबळाच्या पटावरचा राजा असतो. तर इंजिनिअर वजीर असतो. पटावर राजा पुढे–मागे, बाजूला फक्त एक घर जात असतो. तर वजीर संपूर्ण चौसष्ट घरे फिरत असतो. पटावरचा वजीर हरणे म्हणजे निम्मा खेळ, डाव हरणे असा अर्थ आहे; कारण इंजिनिअर काम सोडून जाताना स्वत:बरोबर ज्ञान, कंपनीचे सिक्रेट, आर्थिक व्यवहारांची माहिती, सप्लायर्स व कस्टमरची यादी, बिल्डरची कमजोरी, मर्मस्थाने यांची यादी घेऊन बाहेर पडतो. त्यामुळे बिल्डरांना विनंती की, स्वत: फोर व्हीलरमधून फिरत असताना इंजिनिअर कमीत कमी टूव्हीलरवरून कामाला येईल, याची काळजी घ्या. स्वत: बंगल्यात राहत असताना इंजिनिअर फ्लॅटमध्ये राहील, अशी सोय बघा. महिन्यातून एकदा विश्वासू माणसाकडून इंजिनिअरच्या घरचा रिपोर्ट मागवून घ्या. मगच इंजिनिअरला खरोखरच मदत करायची का डच्चू द्यायचा, हे ठरवणे सोपे जाईल.

१४) बिल्डर होणाऱ्या व्यक्ती स्वत:च्या बौद्धिक क्षमतेवर, कर्तृत्वावर, परिस्थितीशी झगडून व मात मिळवून बिल्डर या पदापर्यंत पोहोचलेल्या असतात; पण एकदा का यश, पैसा मिळाला की खुषमस्करे, जी–जी करणारे लोक बिल्डरभोवती गोळा होतात. पैशाची हवा डोक्यात शिरल्याने बिल्डरची भाषा बदलते. अति पैसा, मद्य व मदिराक्षीचा, किमती गाड्यांचा, आलिशान बंगल्यांचा, उंची राहणीमानाचा नाद लावतो.कामावरून लक्ष इतर नको त्या ठिकाणी वळवतो. खुषमस्कऱ्या लोकांपासून महत्त्वाच्या गुप्त बातम्या फुटतात. आळ मात्र जुन्या माणसांवर येतो. पैसा असून पेमेन्ट तटवल्यामुळे जुनी, विश्वासू, कामाची माणसे तुटतात. दुरावतात. 'माणूस पैसा मिळवतो, पैसा माणूस मिळवत नाही,' हे सत्य व जुने कष्टाचे दिवस, त्या दिवसांत साथ देणारी माणसे बिल्डर विसरतो. जीवघेण्या मार्केटच्या स्पर्धेत टिकायचे असेल तर कामगाराच्या खांद्याला खांदा लावून, शास्त्रीय नियोजन व आधुनिक तंत्रज्ञानाचा वापर करावा लागतो. डोक्यावर बर्फ व जिभेवर साखर ठेवूनच कस्टमर, सप्लायर्स, इंजिनिअर, कामगारांबरोबर बोलावे लागते; कारण प्रतिस्पर्धी, दुश्मनांची संख्या वाढलेली असते; पण बिल्डर फोर व्हीलरमधील ए. सी. हवेत बसून साइटवर रखरखीत उन्हातील कामाचे नियोजन करण्यास जातो व फसतो. असे कित्येक बरबाद झालेले, रसातळाला गेलेले, एक अपार्टमेन्ट, स्कीम बांधून पैशाला अडकून बसलेल्या बिल्डरची लिस्टच माझ्याकडे आहे.

NORTH & WEST ROAD TYPICAL TWIN BUNGALOWS AS PER INDIAN VASTU-SHASTRA

ARCHITECTS & CIVIL ENGG.
AJIT R. JADHAV

EAST

TYPICAL TWIN BUNGALOW PLAN AS PER INDIAN VASTUSHASTRA

NE SE

NORTH SOUTH

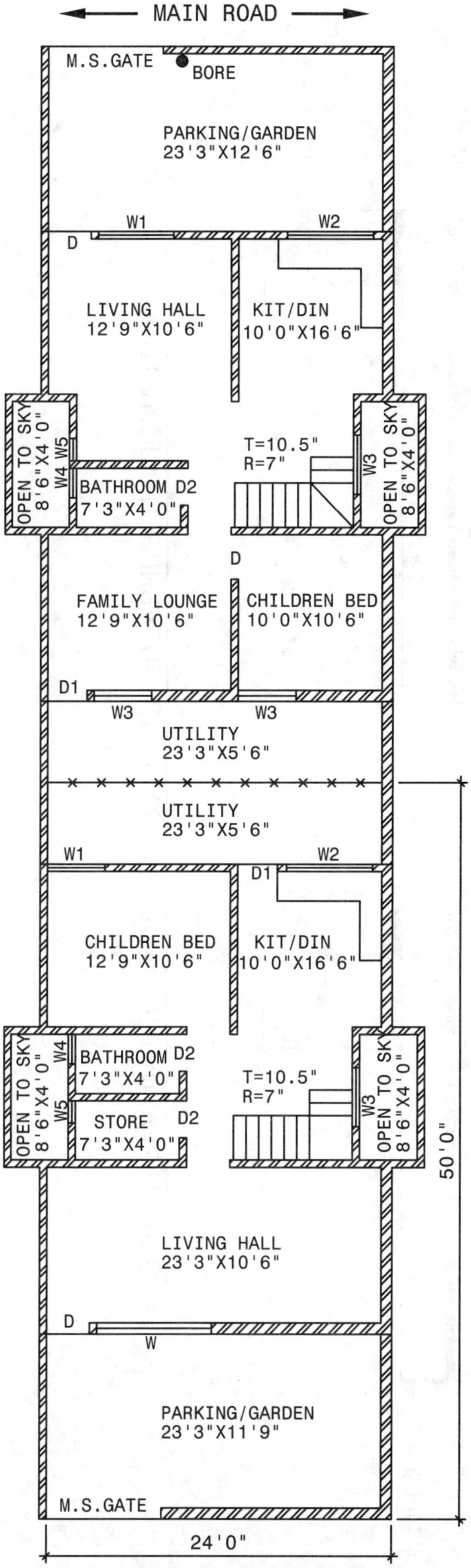

GROUND FLOOR PLAN

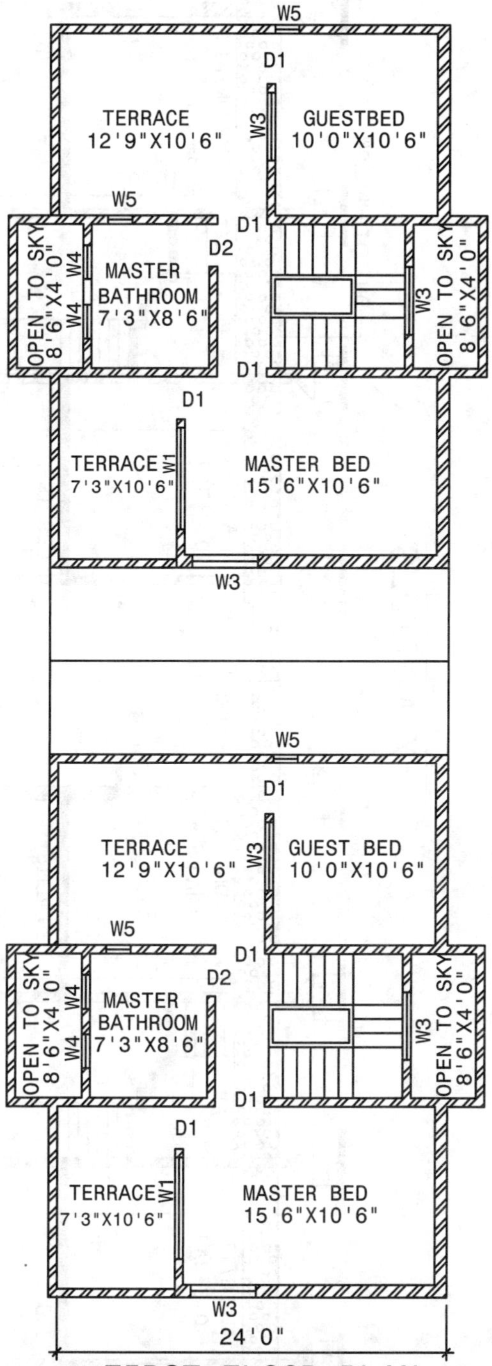

FIRST FLOOR PLAN

AREA STATEMENT	
FLOOR	AREA
GROUND FLOOR	720.06 SQ.FT.
FIRST FLOOR	510.01 SQ.FT.
TOTAL BUILT UP AREA	1230.07 SQ.FT.

वास्तु अजित/१७१

NW WEST SW

TYPICAL TWIN BUNGALOW SECTION AS PER INDIAN VASTUSHASTRA

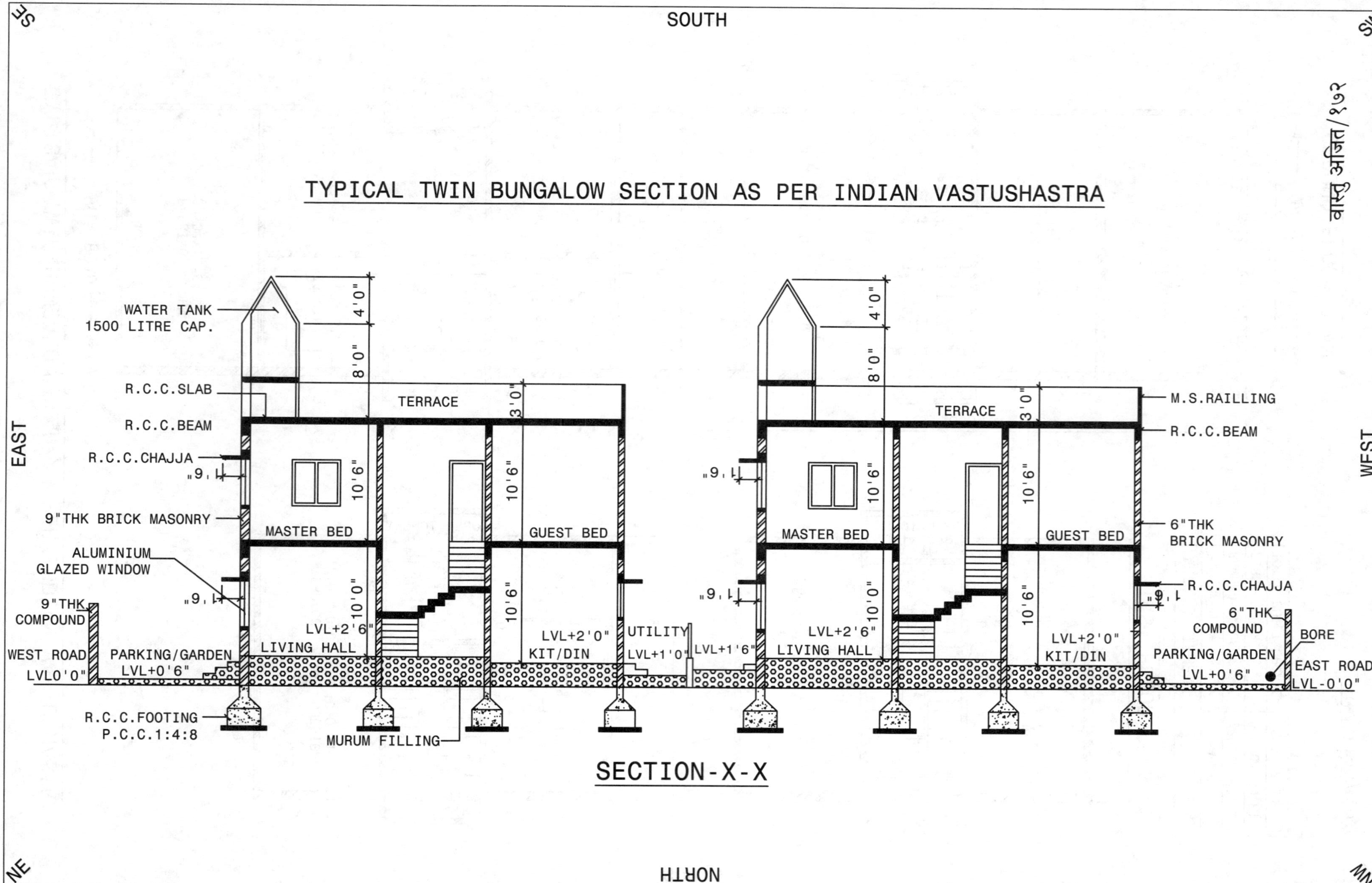

SECTION-X-X

जुळे बंगले (Twin Bungalows) व ओळीने बंगले (Row Bungalows)

प्लॉट ले-आउट शासनाने मंजूर केल्यावर प्लॉटवर बांधकाम करण्यासाठी पुढे-मागे, बाजूला किती सामाईक अंतर सोडावे याचे नियम शासनाने तयार केलेले आहेत. त्याचे सर्वसाधारण कोष्टक खालीलप्रमाणे आहे.

Sr. No.	Plot Area	Set Back Margin in feet Front	Side	Rear
1	Upto 1000 Sq.ft.	10'-0''	5'-0''	5'-0''
2	Upto 2000 Sq.ft.	10'-0''	5'-0''	7'-6''
3	Upto 3000 Sq.ft.	15'-0''	7'-6''	10'-0''
4	Upto 5000 Sq.ft.	15'-0''	10'-0''	10'-0''
5	Upto 10000 Sq.ft.	15'-0''	10'-0''	15'-0''

वरील नियमांतर्गत ग्राउंड फ्लोअरला बांधकाम करावे लागते. दोन ट्विन बंगले बांधायचे असल्यास एक कॉमन वॉल भिंत घेण्यास शासन परवानगी देते. रो बंगले बांधायचे असल्यास आवश्यक ओपन टू स्काय चौक सोडून दोन्ही भिंती कॉमन घेण्यास शासन परवानगी देते. रो बंगले बांधल्यास दोन भिंती कॉमन येतात. त्यामुळे वीट बांधकाम, गिलावा, कॉलम, बीम, फूटिंग, रंगकाम इत्यादी सर्व बांधकाम खर्चात बचत होते. शिवाय साइडला जागा सोडावी लागत नसल्याने रो बंगले कमीत कमी जागेत बसतात. त्यामुळे बिल्डरला फायदा होतो. रो बंगले स्वतंत्र बंगल्याइतक्याच स्क्वे. फूट बांधकामाचे व कमी किमतीत विकत मिळाल्याने ग्राहक खूश होतो. शिवाय बंगल्यापुढे १०'-०'' रूंदीची जागा लॉनसाठी व गाडी पार्किंगसाठी मिळते व मागे ५'-०'' रूंदीची जागा धुणी धुणे, भांडी घासणे यासाठी उपलब्ध होते.

अपार्टमेन्ट म्हणजे छत एकाचे, जमीन एकाची, आम्ही आपले अधांतरी असे जुन्या पिढीचे मत आहे. अपार्टमेन्ट म्हणजे कोंबडीचे खुराडे असे समजणारे लोक जादा दाम मोजून रो-बंगल्यात राहणे पसंत करतात. शिवाय रो बंगले असे गोंडस नाव दिल्याने स्वतंत्र बंगला खरेदी करण्याची हौस ग्राहक भागवतो. थोडक्यात, दुधाची तहान ताकावर भागते.

भारतीय वास्तुशास्त्र व ज्योतिषशास्त्रानुसार प्लॉटवर रो-बंगल्यांची रचना खालील प्रमाणे करावी. शेजारील ड्रॉइंगमध्ये

१) प्लॉटच्या पूर्वेच्या व उत्तरेच्या कम्पाउंड वॉलपेक्षा (6'' thick) पश्चिम व दक्षिणेची कम्पाउंड वॉल जास्त जाडीची (9'' thick) व जास्त उंचीची आहे. कम्पाउंड वॉलचा नैर्ऋत्य कोपरा 90° आहे.

२) रो बंगल्यांच्या पूर्व-ईशान्य व पश्चिम-वायव्य या उच्च ठिकाणी मुख्य गेट (Entrance) आहे.

३) दोन रो बंगल्यांत कॉमन पूर्वेच्या रो बंगल्याच्या पूर्व-ईशान्य भागात बोअर मारलेले आहे. एका बोअरचे पाणी दोन्ही बंगल्यांना पुरून उरते. शिवाय एका बोअरचे पैसे वाचतात.

४) संपूर्ण रो बंगलो स्कीमचा आय शुभ आहे.

उदा. $\frac{192'\text{-}0'' \times 100'\text{-}0''}{8} \times 9$ = शेषबाकी ० = शून्याय

५) पूर्वेच्या रो बंगल्याचा हॉल ईशान्येला आहे. तर पश्चिमेच्या रो बंगल्याचा हॉल वायव्य ते नैर्ऋत्य आहे. हॉलचा आय शुभ आहे.

उदा. $\frac{23'\text{-}3'' \times 10'\text{-}6''}{8} \times 9$ = शेषबाकी ५.१२ = वृषभाय

६) दोन्ही रो बंगल्यांची किचनरूम आग्नेय कोपऱ्यात आहेत. किचनकट्टा पूर्वाभिमुख आहे. किचनचा आय शुभ आहे.

उदा. $\frac{10'\text{-}0'' \times 16'\text{-}6''}{8} \times 9$ = शेषबाकी ५.० = वृषभाय

७) पूर्वेच्या रो बंगल्याची मुलांची खोली नैर्ऋत्येला आहे. तर पश्चिमेच्या रो बंगल्याची मुलांची खोली

ईशान्येला आहे. चिल्ड्रन बेडरूमचा आय शुभ आहे.

उदा. $\frac{12'\text{-}9'' \times 10'\text{-}6''}{8} \times 9$ = शेषबाकी ४.८७ = वृषभाय

८) दोन्ही बंगल्यांत कॉमन बाथरूम मध्य-उत्तर प्रभागात आहे. त्याचा आय शुभ आहे.

९) पूर्वेच्या बंगल्यात कपडे धुणे, भांडी घासणे यासाठी आवश्यक असणारी जागा (Utiliy Space) पश्चिमेला आहे. तर पश्चिमेच्या बंगल्यात ती जागा पूर्वेला आहे.

१०) दोन्ही रो बंगल्यांत जीना Zig-Zag Type Modern Staircase असून, तो मध्य-दक्षिण प्रभागात येतो.

११) पूर्वेच्या बंगल्याचे पार्किंग व हिरवळ लावण्याची जागा पूर्वेला आहे. या उलट पश्चिमेच्या बंगल्याचे पार्किंग वायव्येला आहे. तर एक टप्पा घेऊन नैर्ऋत्येला वृक्षारोपण करावे.

१२) दोन्ही रो बंगल्यांचे ब्रह्मस्थळ ओपन टू स्काय चौक ठेवून मोकळे, बांधकामविरहित, वजनविरहित, स्वच्छ आहे.

१३) दोन्ही रो बंगल्यांत देव्हारा पूर्वाभिमुख असून, किचनच्या ईशान्य कोपऱ्यात आहे.

१४) दोन्ही रो बंगले दीर्घायुषी आहेत.

उदा. $\frac{24'\text{-}0'' \times 50'\text{-}0''}{120} \times 9$ = शेषबाकी ९० वर्षे

१५) दोन्ही रो बंगल्यातील दरवाजे उच्च स्थानी आहेत. मुख्य दरवाजा सागवानी असून, सुशोभित आहे.

१६) दोन्ही रो बंगल्यांतील खिडक्या उच्चस्थानी आहेत. खिडक्यांवर पावसापासून संरक्षण मिळण्यासाठी छज्जे आहेत.

१७) ड्रॉइंगमध्ये Section XX दाखवल्याप्रमाणे नैर्ऋत्येकडून ईशान्येकडे उतार आहे. पूर्वेचा रो बंगल्यातील रस्ता +0'-0'', पार्किंग +0'-6'', हॉल +1'-6'', नैर्ऋत्य बेडरूम +2'-6'', धुणी-भांड्याची जागा पार्किंगपेक्षा +1'- 0'' ने उंच आहे.

१८) रो बंगल्याच्या पहिल्या मजल्यावर नैर्ऋत्य कोपऱ्यात मुख्य शयनकक्ष आहे. त्याला ॲटॅच मास्टर बाथरूम मध्य उत्तर प्रभागात आहे.त्याचा आय शुभ आहे. ॲटॅच बाथरूममध्ये सूर्यस्नानाची सोय केलेली आहे.

उदा. मास्टर बेडरूम $\frac{15'\text{-}6'' \times 10'\text{-}6''}{8} \times 9$ = शेषबाकी ०.७५ = ध्वजाय

उदा. मास्टर बाथरूम $\frac{7'\text{-}3'' \times 8'\text{-}6''}{8} \times 9$ = शेषबाकी २.६३ = सिंहाय

१९) रो बंगल्याच्या पहिल्या मजल्यावर आग्नेय कोपऱ्यात पाहुण्यांची खोली आहे. रूमचा आय शुभ आहे.

उदा. गेस्ट बेडरूम $\frac{10'\text{-}0'' \times 10'\text{-}6''}{8} \times 9$ = शेषबाकी १ = ध्वजाय

२०) रो बंगल्याच्या ईशान्य व वायव्य कोपऱ्यात प्रत्येक रूमला ॲटॅच टेरेस आहे.

२१) सेकंड फ्लोअर टेरेसवर सूर्याच्या ऊर्जेपासून पाणी तापवण्यासाठी, अन्न शिजवण्यासाठी सौर पॅनल्स बसवता येतात. टेरेस स्लॅबवर जाण्यासाठी लोखंडी शिडीचा वापर करावा; कारण सेकंड फ्लोअर टेरेस कधीतरी वापरात येतो व आर.सी.सी. जिना बांधल्यास खर्चात प्रचंड वाढ होते. शिवाय जिन्याचा टेरेस उंचीवर असल्याने कार्यक्रमासाठी एकत्रित वापरता येत नाहीत.

२२) ड्रॉइंगमध्ये Section XX मध्ये दाखवल्याप्रमाणे दुसऱ्या मजल्यावरील नैर्ऋत्य कोपऱ्यात गिझाच्या पिरॅमिड शेपमधील पाण्याची टाकी आहे. पाण्याच्या टाकीला पूर्वाभिमुख काचेची खिडकी आहे.

२३) रो बंगले शासनाच्या नियम व अटींना अनुसरून बनवल्याने तत्काळ मंजूर होतील.

२४) रो बंगल्याचे ग्राउंड फ्लोअर व फर्स्ट फ्लोअर क्षेत्रफळाचे कोष्टक दिलेले आहे.

२५) रो बंगल्याचे (Three Dimensional Perspective View) सोबत जोडलेला आहे.

२६) रो बंगले व प्लॉट ईशान्येकडून नैर्ऋत्येकडे चढत्या क्रमाने (Ascending Order) आहेत, तर नैर्ऋत्येकडून ईशान्येकडे उतरत्या (Descending Order) क्रमाने आहेत.

दुकाने (SHOPS)

आधुनिक युगात सरकारी नोकरी मिळणे, चांगल्या कंपनीत जॉब मिळणे, तो शेवटपर्यंत टिकणे दुर्मिळ गोष्ट झालेली आहे. पदवी प्राप्त करूनपण सुशिक्षित बेरोजगारांच्या प्रमाणात दिवसेंदिवस वाढ होत आहे. त्यामुळे उद्योगधंद्यांना, व्यापाऱ्यांना, छोट्या व्यवसायांना चालना मिळावी म्हणून सरकारने उद्योग भवनाची स्थापना केली आहे. त्या अंतर्गत पंतप्रधान रोजगार हमी योजना (PMRY), छोट्या व्यवसायांना मार्गदर्शन व सुलभ कर्जे, उद्योगवाढीसाठी अनेक सुविधा शासनाने प्रदान करण्यास सुरुवात केलेली आहे. त्यामुळे सुशिक्षित तरुण नोकरीच्या मागे न लागता स्वत:चे छोटे दुकान सुरू करताना दिसत आहेत. मोठ्या दुकानगाळ्यांपेक्षा छोट्या दुकानगाळ्यांना वाढलेली मागणी याचे द्योतक आहे. मोठ्या दुकानगाळ्यांपेक्षा छोटे दुकानगाळे खिशाला परवडेल, धंद्याचा पटकन जम बसेल असे असतात. शिवाय त्यासाठी भांडवल (Dead Investment) कमी गुंतवावे लागते. त्यामुळे धंद्यासाठी जास्त भांडवल, मुद्दल (Business Investment) वापरता येते. बेंगलोर, मुंबईसारखे महानगर ते तुमच्या शहरातील बाजारपेठेत सहज फेरफटका मारल्यास तुमच्या लक्षात येईलच.

शासनाने ग्रामपंचायत ते महानगरपालिका यांच्या बांधकाम मंजुरी नियम व अटीत १४'-०'' उंचीपर्यंत एक बांधकाम निर्देशांक (1 F.S.I. Upto 4.20 m Floor Height) मंजूर केलेला आहे व दुकानगाळ्याच्या लांबीच्या १/३ आर.सी.सी. प्लॉट (Mazine Floor) बनविण्यास परवानगी दिलेली आहे. त्यामुळे Section YY मध्ये दाखवल्याप्रमाणे 12'-0''x 5'-6''x 6'-6'' इतका पोटमाळा दुकानासाठी गोडाऊन म्हणून उपयोगात आणता येतो.

शासनाच्या बांधकाम मंजुरी नियमात रस्त्याच्या वर ४'-०'' उंचीवर स्लॅब ओतून वरील मजला ग्राउंड फ्लोअर व खालचा मजला लोअर ग्राउंड फ्लोअर किंवा बेसमेन्ट म्हणून उपयोगात आणण्यास परवानगी आहे. त्यामुळे ग्राउंड फ्लोअर शॉपमध्ये जाण्यासाठी रस्त्यावरून सात टप्पे चढावे लागतात. तर लोअर ग्राउंड फ्लोअर शॉपमध्ये जाण्यासाठी कमीत कमी सात टप्पे उतरावे लागतात. लोअर ग्राउंड फ्लोअर एफ.एस.आय. मध्ये पकडल्यास १०'-०'' उंची मिळू शकते. बेसमेन्ट म्हणून एफ.एस.आय. मध्ये समावेश न केल्यास ८'- ०'' उंची घेणे अनिवार्य आहे.

रस्त्यावरून येणाऱ्या-जाणाऱ्या सर्व लोकांना लोअर ग्राउंड फ्लोअरची सर्व दुकाने व्यवस्थित दिसतात. मी कित्येक शॉपिंग सेंटर्स, दुकानगाळे, डिपार्टमेन्टल स्टोअर्सचा अभ्यास करून असा निष्कर्ष काढला आहे की लोकांचा पायऱ्या चढण्यापेक्षा पायऱ्या उतरण्याकडे जास्त कल आहे. एका उदाहरणावरून स्पष्ट करतो. एका शॉपिंग सेंटरला उत्तरेचा मुख्य रस्ता आहे. त्यामध्ये लोअर ग्राउंड फ्लोअर व ग्राउंड फ्लोअर दुकान गाळ्यात जाण्यासाठी ६'-०'' रूंदीचा पॅसेज आहे. कपड्याचे एक दुकान ग्राउंड फ्लोअरला आहे. तसेच दुसरे दुकान त्याच्या खाली बरोबर लोअर ग्राउंड फ्लोअरला आहे. दोन्ही दुकानांतील कपड्यांची गुणवत्ता, दर, कपड्यांची विविधता, अंतर्गत सजावट उत्कृष्ट आहे. मालकांची 'ग्राहक देवो भव' अशी प्रवृत्ती आहे. रविवारचे सकाळचे दोन तास व संध्याकाळचे दोन तास असे आठ रविवार मी दुकानांचा सर्व्हे केला. त्यावरून लोअर ग्राउंडच्या दुकानात जाणारा ग्राहकवर्ग ६३ टक्के होता. तर ग्राउंड फ्लोअरच्या दुकानात जाणारा ग्राहकवर्ग ३७ टक्के होता. खरेदी करण्याचे प्रमाण मात्र ५० टक्के होते. दुकानात येणाऱ्या पिग्मी एजंटला, कामगाराला, चहावाल्याला हाताशी धरून मी रविवारच्या विक्रीची माहिती मिळवली. दोन्ही दुकानगाळ्यांबद्दलच्या गुंतवणुकीचा विचार केल्यास ग्राउंड फ्लोअरच्या दुकानगाळ्याची (Dead Investment) किंमत लोअर ग्राउंडच्या दुकानगाळ्या-पेक्षा दीडपट जास्त होती. व्यवहारी हिशोब केल्यास लोअर ग्राउंडचा दुकानदार कमी भांडवलात जास्त फायदा मिळवतो असे अनुमान निघते.

वास्तुशास्त्र व ज्योतिषशास्त्रानुसार जर दुकानगाळ्याची अंतर्गत सजावट, रचना मांडणी केली तर दुकानात ग्राहकांची रीघ लागते व दुकान भरभराटीस येते. 12'-0''x 15'-0'' = 180.0 Sq.ft. दुकानगाळा घेऊन तो वास्तुशास्त्रानुसार कसा असावा याचे सविस्तर मार्गदर्शन खाली केलेले आहे.

NE EAST SE

SHOP FURNITURE LAY-OUT AS PER INDIAN VASTUSHASTRA

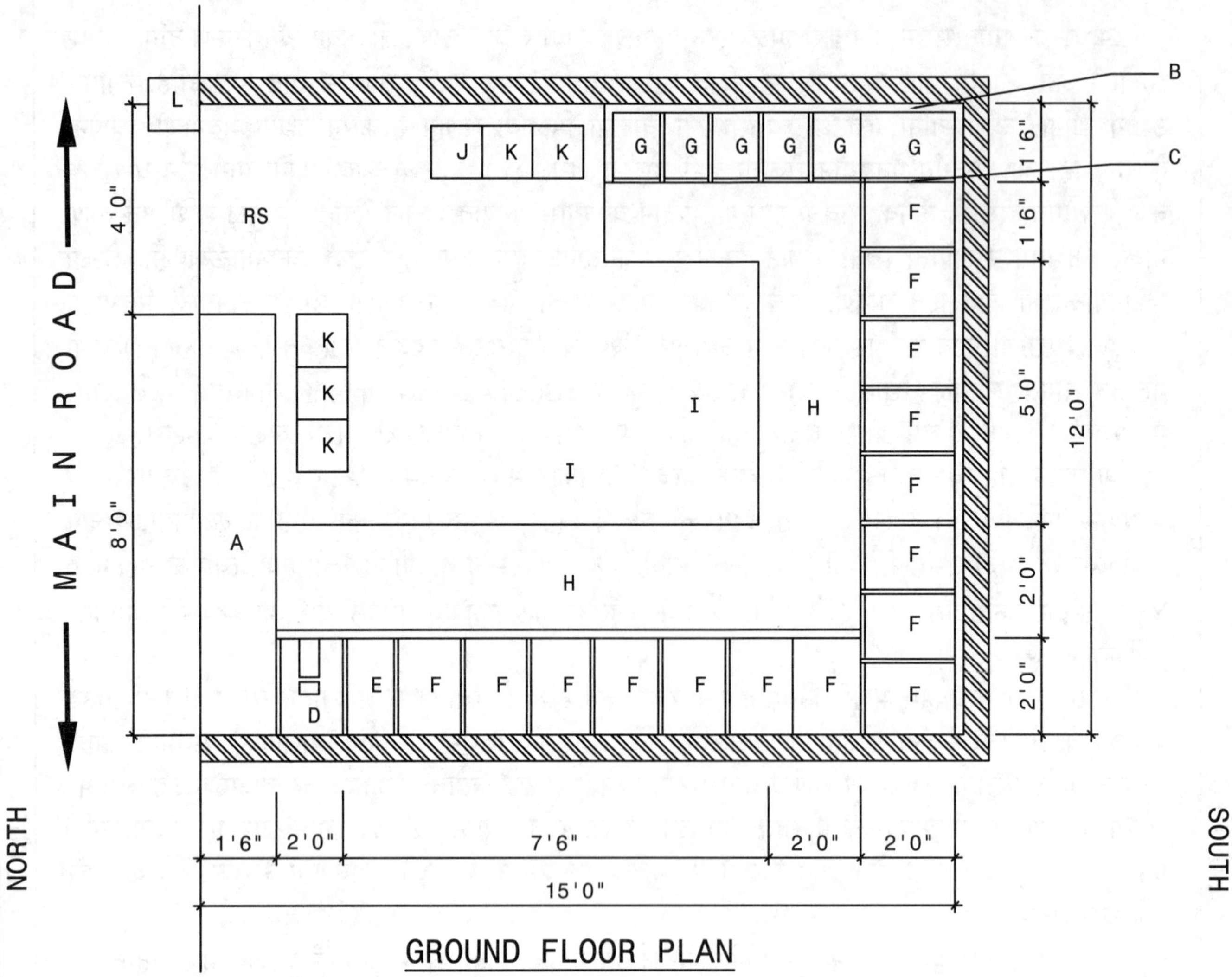

GROUND FLOOR PLAN

TOTAL BUILT UP AREA = 180.00 SQ.FT.

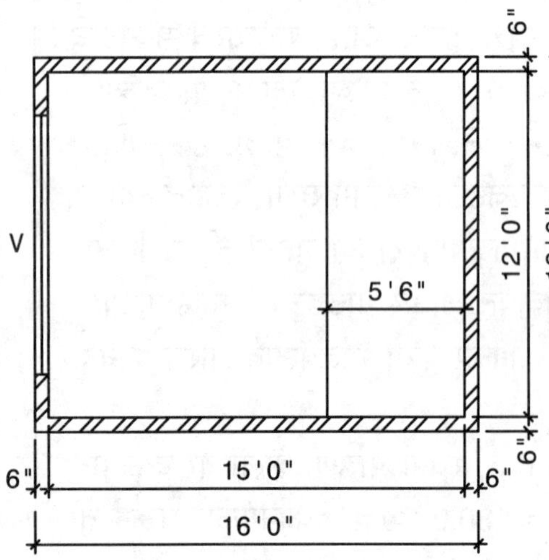

SECTION AT-X-X

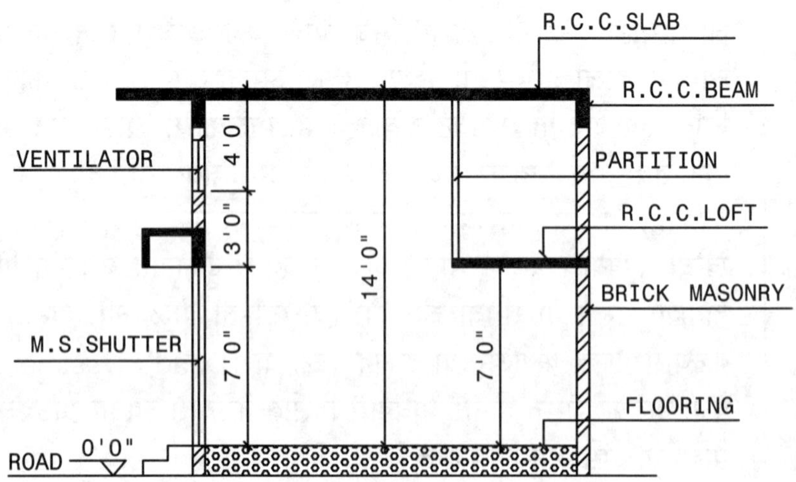

SECTION AT-Y-Y

NW WEST SW

NE EAST SE

SHOP FURNITURE LAY-OUT AS PER INDIAN VASTUSHASTRA

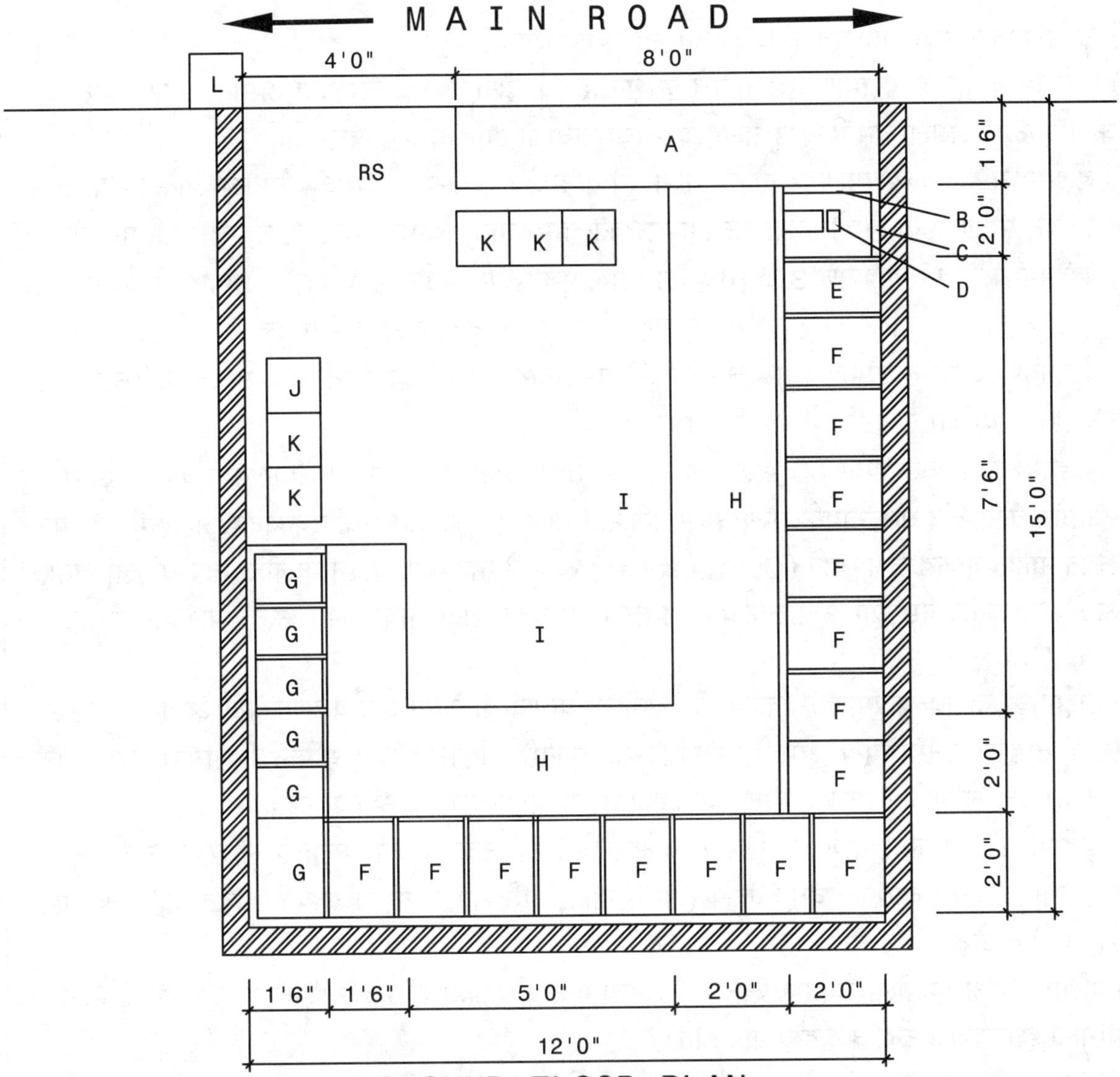

GROUND FLOOR PLAN

TOTAL BUILT UP AREA = 180.00 SQ.FT.

NORTH SOUTH

A = SHOW CASE
B = POOJA
C = ELECTRICAL SWITCHES
D = CASH COUNTER-OWNER SEAT
E = MANAGER-DEVANGI
F = HEAVY MATERIAL RACK
G = LIGHT MATERIAL RACK
H = SALESMAN
I = CUSTOMER
J = WATER DRUM
K = SITTING FOR CUSTOMER
L = GUARD MAN

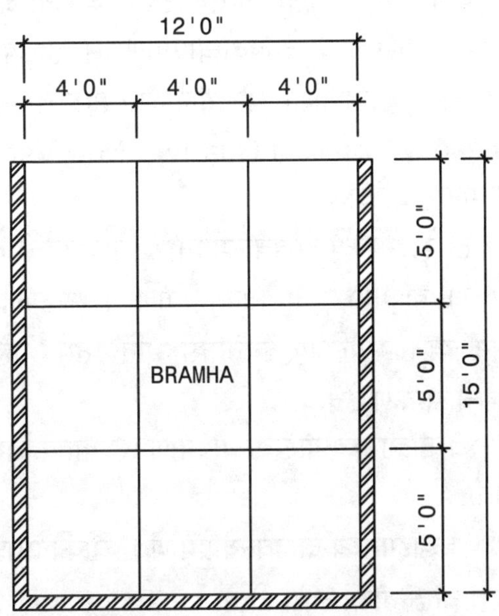

NW WEST SW

EAST

NE

SE

पूर्वेला रस्ता असलेला दुकानगाळा (East Main Road Shop)

१) दुकानगाळ्यास शक्यतो पूर्वेला किंवा उत्तरेला रस्ता असावा.

२) ड्रॉइंगमध्ये दाखवल्याप्रमाणे RS शॉपचे प्रवेशव्दार पूर्व-ईशान्य या उच्चस्थानी असावे. एकाच मालाची चार दुकाने ओळीने असली तरी गिऱ्हाईकाला ईशान्येचा दरवाजा आपल्याकडे खेचून घेतो.

३) ड्रॉइंगमध्ये दाखवल्याप्रमाणे A शोकेस मध्य पूर्व ते आग्नेय कोपऱ्यात असावी. शोकेस आकर्षक पद्धतीने सजविण्याच्या, मांडण्याच्या निरनिराळ्या कल्पना मालकाला सुचतात. त्यामुळे मालाची चांगली जाहिरात होते.

४) ड्रॉइंगमध्ये दाखवल्याप्रमाणे B देवाचे फोटो, टाक पूजा वगैरे आग्नेय कोपऱ्यात पश्चिमाभिमुख असावेत. त्यामुळे पूजा करताना मालकाचे तोंड पूर्वाभिमुख होईल. इष्टदेवतेची कृपा दुकानावर राहील.

५) ड्रॉइंगमध्ये दाखवल्याप्रमाणे C स्विच बोर्ड दक्षिण-आग्नेय कोपऱ्याच्या भिंतीवर असावेत. गर्दीच्या वेळी शॉर्टसर्किट होणे, वारंवार लाइट जाणे असे प्रकार घडत नाहीत.

६) ड्रॉइंगमध्ये दाखवल्याप्रमाणे D मालकाचे तोंड उत्तरभिमुख असावे. त्याच्या समोर कॅश काउंटर असावे. मालक आग्नेय कोपऱ्यात बसल्यामुळे रस्त्यावरून दुकानात येणारे ग्राहक प्रतिस्पर्धी दुकानदार आपल्या दुकानात तर बोलवत नाहीत याकडे लक्ष राहते (Cut Marketing) त्यामुळे ग्राहकवर्ग वाढून मालाचा खप चांगला होतो.

आग्नेय कोपऱ्यात बसल्यामुळे मालक कामगारांच्या खांद्याला खांदा लावून काम करतो; पण बाईचा नाद लागण्याची दाट शक्यता असते.

७) ड्रॉइंगमध्ये दाखवल्याप्रमाणे E दिवाणजी, अकौंटंट बसण्याची जागा आग्नेय कोपऱ्यात असावी. क्लार्क, अकौंटन्टचे तोंडपण उत्तराभिमुख असावे. मालकाच्या शेजारी अकौंटन्ट बसल्यामुळे हिशोबावर मालकाचे बारीक लक्ष राहते. त्यामुळे पैशाच्या, मालाच्या अफरातफरीच्या प्रकरणाला आळा बसतो.

NORTH

SOUTH

८) ड्रॉइंगमध्ये दाखवल्याप्रमाणे F पश्चिम व दक्षिण भिंतीला चिकटून जड मालाची लोखंडी कपाटे, रॅक्स असावीत. त्यामुळे शंभर व्हरायटी बघून एकपण पसंत नाही, असे सांगून गिऱ्हाईक बाहेर पडत नाही. ते काही ना काही खरेदी करतेच.

९) पश्चिम व दक्षिणेकडील शोकेसखाली ३'' उंचीचा एक बांधकामाचा कट्टा बांधून घ्यावा. त्यामुळे नैर्ऋत्य फ्लोअरिंगला ईशान्येपेक्षा उंची व जडत्व प्राप्त होते.

१०) ड्रॉइंगमध्ये दाखवल्याप्रमाणे G वायव्य कोपरा ते मध्य-उत्तर भिंतीला चिकटून हलक्या मालाची लाकडी कपाटे असावीत. दुकानात न खपलेला, खूप दिवस पडून जागा व भांडवल अडकवणारा माल वायव्य कोपऱ्यात ठेवावा. सेलमध्ये तो पटकन विकला जातो व दरपण चांगला येतो.

११) ड्रॉइंगमध्ये दाखवल्याप्रमाणे H हा पॅसेज सेल्समन लोकांसाठी असावा. त्यामुळे माल, कपडे, दाखवताना, ग्राहकांशी बोलताना सेल्समनची तोंडे पूर्वभिमुख किंवा उत्तरभिमुख असतील. सेल्समन माल (Cheap & Excellent Quality & New Variety) चांगला असल्याबद्दल ग्राहकांवर छाप पाडेल. ग्राहकांना पटल्याने ते खरेदी करतील.

१२) ड्रॉइंगमध्ये दाखवल्याप्रमाणे I ग्राहकांची तोंडे पश्चिमभिमुख किंवा दक्षिणभिमुख असावीत.

१३) ड्रॉइंगमध्ये दाखवल्याप्रमाणे J ठिकाणी पिण्याच्या पाण्याचा माठ असावा. पाण्याचा माठ मातीचा असून त्यावर सूर्यकिरण पडल्यास अति उत्तम आहे. मातीचा माठ नसल्यास तांब्याचा ठेवण्यात येणाऱ्या वस्तूवर ग्लासचे झाकण ठेवावे.

१४) ड्रॉइंगमध्ये दाखवल्याप्रमाणे K ग्राहकांबरोबर आलेल्या व्यक्ती, ग्राहक यांची बसण्याची सोय येथे करावी.

१५) ड्रॉइंगमध्ये दाखवल्याप्रमाणे L चौकीदाराचे स्टूल दुकानगाळ्यास चिकटून ठेवावे. त्यामुळे पूर्व-ईशान्य कोपरा वाढल्याचा लाभ होतो.

NW

WEST

SW

१६) ड्रॉइंगमध्ये Section X-X मध्ये दाखवल्याप्रमाणे पश्चिमेला मॅझेनीन फ्लोअर असावा. पश्चिम व दक्षिण कोपरा गोडाउन म्हणून वापरल्यामुळे जड होतो.

१७) ड्रॉइंगमध्ये Section Y-Y मध्ये दाखवल्याप्रमाणे पूर्व दिशेला व्हेन्टिलेटरची व्यवस्था केल्याने मॅझेनीन फ्लोअरला पुरेसे वायुविजन मिळते.

१८) ड्रॉइंगमध्ये दाखवल्याप्रमाणे दुकानगाळ्याची अंतर्गत रचना, मांडणी केल्याने गाळ्याचा ब्रह्म मोकळा व बांधकामविरहित वजनविरहित राहतो.

१९) मॅझेनीन फ्लोअरचा स्लॅब, बाहेर ऑफसेट असणारे कॉलम, बीमचे नात्रे बांधू नयेत. कोपरा गोलाकार करावा; कारण बीम कॉलम स्लॅबच्या ऑफसेट कोपऱ्यातून, सळीतून एक प्रकारे दुष्ट शक्ती वातावरणात उत्सर्जित होत असते. नात्रे गोलाकार केल्याने ती वातावरणात विखुरली (Spread) जाऊन क्षीण होते.

२०) मॅझेनीन फ्लोअरवर जाणारा जिना पर्मनन्ट करू नये; कारण दुकानगाळा लहान असल्यामुळे प्रचंड अडचण होते. जिना फोल्डिंगचा असावा. जिना कायम वायव्य कोपऱ्यात लावूनच वर चढावे. म्हणजे मॅझेनीन फ्लोअरच्या पूर्व-ईशान्य भागात प्रवेश होतो.

जर तुमचे दुकान आदर्श दुकान म्हणून प्रसिद्ध व्हायचे असेल तर आधुनिक व जीवघेण्या स्पर्धेत मालकांनी कार्यनिष्ठा, प्रामाणिकपणा, उद्योगशीलता, ध्येयवाद, परिश्रमशीलता, चिकाटी, वक्तशीरपणा, कार्यतत्परता, सेवाभावी वृत्ती, प्रखर राष्ट्रप्रेम हे गुण अंगी बाणवले पाहिजेत. त्यामुळे उच्च व्यवसायमूल्ये व शून्य दोषतत्त्वे यांचा विकास होऊन मालक लहान दुकान ते दुकानात विकल्या जाणाऱ्या कारखान्याचा मालक इथपर्यंत यशस्वीपणे वाटचाल करू शकतो.

उत्तरेला रस्ता असलेला दुकानगाळा (North Main Road Shop)

वास्तुशास्त्रानुसार उत्तरेचा रस्ता असलेल्या दुकानगाळ्याची अंतर्गत सजावट, मांडणी कशी असावी याचे सविस्तर मार्गदर्शन खाली केलेले आहे.

१) ड्रॉइंगमध्ये दाखवल्याप्रमाणे RS शॉपचे मुख्य प्रवेशव्दार उत्तर-ईशान्य या उच्च स्थानी असावे.

२) ड्रॉइंगमध्ये दाखवल्याप्रमाणे A शोकेसेस वायव्य ते मध्य-उत्तर भिंतीला चिकटून असावी.

३) ड्रॉइंगमध्ये दाखवल्याप्रमाणे B देवाचे फोटो, पूजा वगैरे आग्नेय कोपऱ्यात पश्चिमभिमुख असावेत.

४) ड्रॉइंगमध्ये दाखवल्याप्रमाणे C स्विच बोर्ड आग्नेय कोपऱ्याच्या दक्षिण-आग्नेय भिंतीवर असावेत.

५) ड्रॉइंगमध्ये दाखवल्याप्रमाणे D मालकाचे तोंड पूर्वभिमुख असावे. त्याच्यासमोर कॅश काउन्टर असावे. त्याची बसण्याची जागा वायव्य कोपरा येथे असावी. दुकानातून अनावश्यक कामासाठी सारखे बाहेर जाण्याची प्रवृत्ती मालकाने दृढ निश्चयाने टाळावी. अन्यथा दुकानाला कुलूप लावण्याची पाळी येईल.

६) ड्रॉइंगमध्ये दाखवल्याप्रमाणे E दिवाणजी, क्लार्क, अकौंटन्ट बसण्याची जागा वायव्य कोपऱ्यात असावी. रोजच्या रोज मालकाने ताळेबंद बघावा. शक्यतो अकौंटन्ट काम सोडून जाण्याची जास्त शक्यता असते. त्यामुळे खोळंबा होऊ नये.

७) ड्रॉइंगमध्ये दाखवल्याप्रमाणे F पश्चिम व दक्षिण भिंतीला चिकटून जड मालाची लोखंडी कपाटे, रॅक्स असावीत.

८) पश्चिम व दक्षिणेखालील शोकेसखाली कमीत कमी ३'' उंचीचा एक बांधकामाचा कट्टा बांधून घ्यावा.

९) ड्रॉइंगमध्ये दाखवल्याप्रमाणे G मध्य-पूर्व ते आग्नेय भिंतीला चिकटून हलक्या मालाची लाकडी कपाटे असावीत. दर चार-पाच वर्षांनी फर्निचर बदलण्यास सोपे जाते व पूर्व भाग हलका राहतो.

१०) ड्रॉइंगमध्ये दाखवल्याप्रमाणे H हा पॅसेज सेल्समन लोकांसाठी असावा.

११) ड्रॉइंगमध्ये दाखवल्याप्रमाणे I ग्राहकांची तोंडे पश्चिमभिमुख किंवा दक्षिणभिमुख असावीत.

१२) ड्रॉइंगमध्ये दाखवल्याप्रमाणे J पूर्व ईशान्येला पिण्याच्या पाण्याचा मातीचा माठ असावा.

१३) ड्रॉइंगमध्ये दाखवल्याप्रमाणे K ग्राहक, ग्राहकांबरोबर आलेल्या व्यक्ती यांची बसण्याची सोय येथे करावी.

१४) ड्रॉइंगमध्ये दाखवल्याप्रमाणे L चौकीदाराचे स्टूल दुकानगाळ्यास चिकटून ठेवावे. त्यामुळे उत्तर-ईशान्य कोपरा वाढल्याचा लाभ होतो.

१५) ड्रॉइंगमध्ये Section Y-Y मध्ये दाखवल्याप्रमाणे नैसर्गिक वायुविजनासाठी उत्तर दिशेला व्हेन्टिलेटर असावा.

१६) ड्रॉइंगमध्ये Section X-X मध्ये दाखवल्याप्रमाणे दक्षिणेला मॅझेनीन फ्लोअर असावा.

१७) ड्रॉइंगमध्ये दाखवल्याप्रमाणे दुकानगाळ्याची अंतर्गत रचना, मांडणी केल्याने गाळ्याचा ब्रह्म मोकळा व वजनविरहित राहतो.

१८) मॅझेनीन फ्लोअरला जाणारा जिना कायम वायव्य कोपऱ्यात लावूनच वर चढावे.

१९) आर.सी.सी. ऑफसेटचे नात्रे बांधताना त्यांना गोलाकार द्यावा.

२०) कित्येक दुकानधारक मॅझेनीन फ्लोअरवर दुपारची वामकुक्षी घेतात. दुष्ट शक्तींच्या प्रभावामुळे दुपारची झोप अत्यंत शांत, सुखद अनुभव देणारी असते. त्यामुळे मालक झोपल्यावर धंदापण झोपतो, बंद पडतो. त्यामुळे दुपारच्या वामकुक्षीचा वेळ अर्ध्या तासापेक्षा जास्त असू नये.

२१) दुकानदाराने दिवसाच्या पहिल्या बोहनीच्या (First Sale) पैशातून काही पैसे अन्नदानासाठी खर्च करावेत. प्रचंड आर्थिक फायदा होतो.

२२) वर्षातून एकदा दुकानात सत्यनारायणाची पूजा घालावी. वातावरणात मंत्रघोष झाल्याने सर्व अशुभ गोष्टी दूर निघून जातात. धंदापण चांगला चालतो.

२३) दुकान बंद करून जात असताना इष्टदेवतेचे, कुलदेवतेचे, वास्तुपुरुषाचे आभार न चुकता मानावेत. संपूर्ण दिवसाचे यश-अपयश त्यांना समर्पित करावे. 'कर्ता करविता तो, आम्ही केवळ भारवाहक' असा विचार मनात आणावा. काही दिवसांनी तुम्हाला जाणवेल की, तुमची काम करण्याची क्षमता कितीतरी पटीने वाढलेली आहे.

२४) गिऱ्हाईकाशी आदराने, सौजन्याने, प्रेमाने वागा. चार पैसे कमी मिळू देत; पण गिऱ्हाईक सोडू नका. दुकानातून खरेदीविना बाहेर पडलेले गिऱ्हाईक दुकानाची दहा ठिकाणी बदनामी करते हे पक्के लक्षात ठेवावे.

२५) गावावरून ओवाळून टाकलेले गिऱ्हाईक असल्यास स्वत: सेल्समन बनून सर्व्हिस द्या. तुमची सत्त्वपरीक्षा घेणाऱ्या व्यक्ती लाखमोलाचे, जगातील कोणत्याही शाळेत, कॉलेजात शिकवले न जाणारे अनुभव देऊन जातात. पश्चिम व दक्षिण रोड असलेले दुकानगाळे घेण्यास काहीही हरकत नाही. फक्त जागेवर जाऊन शॉपचे आजूबाजूच्या परिसराचे, रोडच्या चढ-उताराचे, बिल्डिंगच्या उंचीचे, मालकाच्या जन्मकुंडलीचे, करणाऱ्या व्यवसायाचे, कोणत्या मजल्यावर शॉप आहे, त्या मजल्याचे, बिल्डिंगच्या कट ऑफ दिशांचे परीक्षण व निरीक्षण केल्याशिवाय परफेक्ट वास्तुशास्त्रीय मार्गदर्शन करता येणार नाही. यासाठी अशा दुकानगाळ्यांचे विवरण देणे टाळले आहे.

EAST

TYPICAL FACTORY BUILDING AS PER INDIAN VASTUSHASTRA

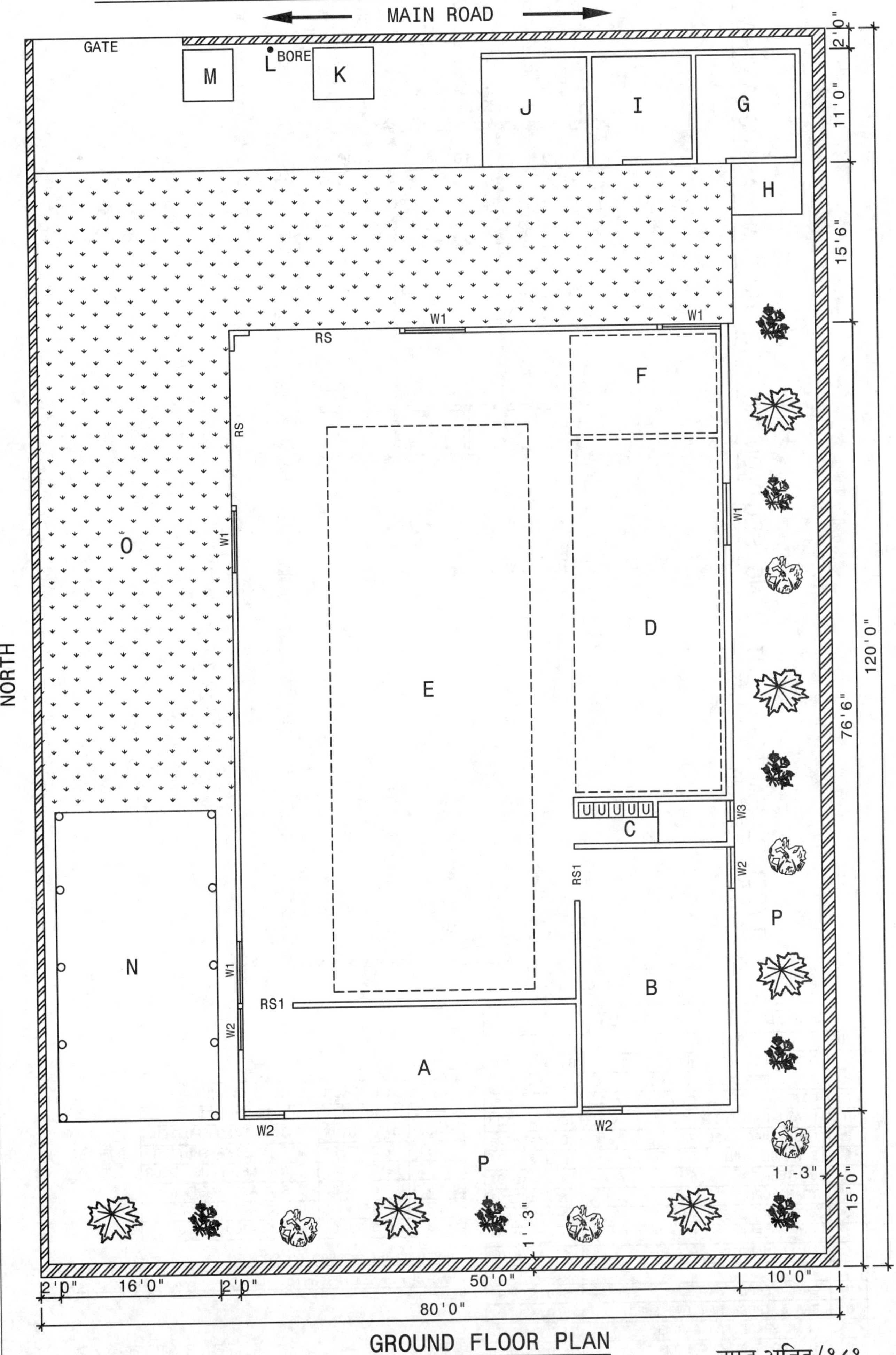

GROUND FLOOR PLAN

वास्तु अजित/१८१

NE EAST SE

NORTH SOUTH

TYPICAL FACTORY BUILDING SECTION AS PER INDIAN VASTUSHASTRA

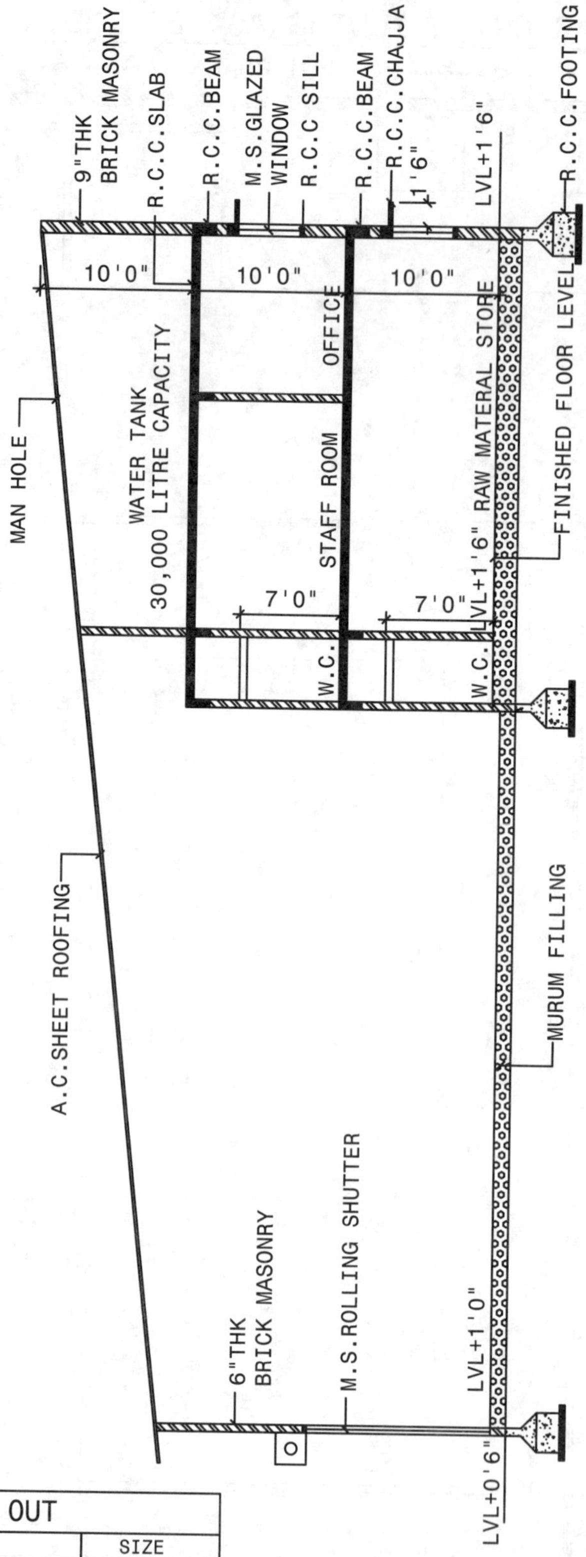

SECTION-X-X

SCHEDULE OF LAY OUT

TYPE	DESCRIPTION	SIZE
A	NEW PRODUCTION ROOM	33'3"X10'0"
B	RAW MATERIAL STORE ROOM	15'0"X25'0"
C	COMMON BATH & URINAL FOR LABOUR	15'0"X4'0"
D	HEAVY MACHINERY	15'0"X35'3"
E	LIGHT MACHINERY	20'0"X54'9"
F	FURNACE-AGNI	15'0"X10'0"
G	CANTEEN	10'0"X10'0"
H	TRANSFORMER	7'0"X 5'0"
I	WATCHMAN CABIN	10'0"X10'0"
J	TWO WHEELER & CYCLE STAND	10'0"X10'0"
K	SMALL MANDIR	6'0"X 5'0"
L	BORE	6.5"
M	GATE KEEPER	5'0"X 5'0"
N	CAR & TRUCK PARKING SHED	16'0"X30'0"
O	OPEN SPACE FOR GARDEN	EAST & NORTH
P	TEAKWOOD ASHOKA TREE	SOUTH & WEST

SCHEDULE OF DOORS & WINDOWS

TYPE	SIZE	DESCRIPTION
RS	15'0"X10'0"	M.S.ROLLING SHUTTER
RS1	5'0"X7'0"	M.S.ROLLING SHUTTER
D1	2'6"X7'0"	T.W.PANEL FLUSH DOOR
W1	6'0"X8'0"	M.S.GLAZED WINDOW
W2	4'0"X4'0"	M.S.GLAZED WINDOW
W3	2'0"X3'0"	M.S.GLAZED WINDOW

PLOT AREA = 9600.00 SQ.FT.

FACTORY BUILDING BUILT UP AREA = 3825.00 SQ.FT.

NW WEST SW

NE EAST SE

कारखाना (Factory)

उद्यम: साहसं धैर्यं, बुद्धि: शक्ति: पराक्रम:।
षडेते यत्र वर्तन्ते, तत्र देव: सहायकृत् ।।

अर्थ:- उद्यम, साहस, धैर्य, बुद्धि, पराक्रम हे सारे कर्माचे गुण, ज्याच्या ठिकाणी हे सहा गुण एकवटलेले आहेत. म्हणून तेथे कांचनाची प्राप्ती होऊन उद्योगपती (Industrialist) निर्माण होतात.

कारखान्यात काम करणाऱ्या प्रत्येक व्यक्तीची इच्छा असते की स्वत:चा छोटा का होईना कारखाना असावा. साहेब म्हणून नोकरी करण्यापेक्षा मालक म्हणून स्वत:च्या कारखान्यात काम करण्याचे सुख औरच असते. ज्याची इच्छाशक्ती दुर्दम्य आहे; दृढ आत्मविश्वास आहे, ज्याच्या जन्मपत्रिकेत कारखान्याचा मालक होण्याचे भाग्य, शुभग्रह आहेत, अशीच व्यक्ती कारखाना सुरू करू शकते. बांधू शकते. कारखाना बांधण्यासाठी 4M ची आवश्यकता असते. 1) Money, 2) Man Power, 3) Machinery, 5) Market.

एवढ्या सर्व गोष्टींची उपलब्धता असून, कारखाना जर भारतीय वास्तुशास्त्रानुसार बांधला तर दुग्ध-शर्करा योगच. अथक परिश्रमांना नशिबाची साथ असावी लागते. तर नशिबाला वास्तुशास्त्राची जोड द्यावी लागते. कारखाना सुरू करण्यासाठी शासनाने महाराष्ट्र औद्योगिक विकास महामंडळाची (M.I.D.C.) स्थापना केलेली आहे. यामध्ये संपूर्ण औद्योगिक शहरच जागेवर वसवले जाते. एम.आय.डी.सी. तील कमीत कमी ८०'-०''x १२०'-०''= ९६०० चौ. फुटाचा प्लॉट विचारात घेऊन भारतीय वास्तुशास्त्रानुसार एका कारखान्याचा नियोजित नकाशा (Factory Internal Planning) वाचकांसाठी दिलेला आहे.

१) M.I.D.C. मध्ये First Come, First Serve न्यायाने प्लॉटचे शासकीय दराने वितरण केले जाते. प्रथम आपण नाव नोंदवून पूर्वेचा किंवा उत्तरेचा रस्ता असलेला प्लॉट निवडावा.

२) पूर्वेचा किंवा उत्तरेचा रस्ता असलेला प्लॉट न मिळाल्यास या ग्रंथात दिलेल्या शुभ ते अशुभ प्लॉटच्या क्रमानुसार प्लॉट निवडावा. कोणत्याही परिस्थितीत एम.आय.डी.सी. एरियात प्लॉट घ्यावा; कारण शासनाची वीज, पाणी, अंतर्गत डांबरी रस्ते, बँकेची कमी हप्त्याने जास्त मुदतीची कर्जे, इतर असंख्य शासकीय सुविधांचा लाभ मिळू शकतो.

NORTH SOUTH

३) शक्यतो प्लॉट आयताकृती असतो. प्लॉटचा ईशान्य कोपरा वाढविणे या प्रकरणात सांगितल्याप्रमाणे प्लॉटचा ईशान्य कोपरा वाढवावा व नैर्ऋत्य कोपरा ९०° अंशात ठेवावा.

४) प्लॉटचा एरिया जास्त असल्यामुळे कम्पाउंड वॉलची दक्षिण व पश्चिम भिंत १'-३'' रूंदीची, ७'-०'' उंचीची असावी. आणि पूर्व व उत्तर भिंत ०'-९'' रूंदीची, ५'-६'' उंचीची असावी.

५) फॅक्टरी बिल्डिंगचा आय शुभ असावा. उदा. ७६-६''लांबी x ५०'-०''रूंदी = १ शेष बाकी = ध्वजाय

६) फॅक्टरी बिल्डिंगमधील इतर खोल्यांचा आयपण शुभ असावा. उदा. नवीन प्रॉडक्शन ठेवण्याची रूम ३३'-३'' लांबी x १०'-०'' रूंदी = ०.५ शेषबाकी = ध्वजाय,

मालकाचे ऑफिस १५'-०'' लांबी x १०'-९'' रूंदी = ३.२४ शेष बाकी = सिंहाय

७) फॅक्टरी बिल्डिंगची पश्चिम व दक्षिण भिंत ९'' रूंदीची असावी. पूर्व व उत्तर भिंत ६'' रूंदीची घ्यावी.

८) फॅक्टरी मालकाची रूम, ऑफिस, स्टाफरूम, कॉम्प्युटर रूम, लॅबोरेटरी रूम, मीटिंग हॉल, फॅक्टरीच्या पहिल्या मजल्यावर नैर्ऋत्य ते वायव्य कोपरा व नैर्ऋत्य ते मध्य-दक्षिण कोपऱ्याला चिकटून Section X-X मध्ये दाखवल्याप्रमाणे असावेत.

९) फॅक्टरीच्या छताचा उतार Section X-X मध्ये दाखवल्याप्रमाणे पूर्वेला किंवा उत्तरेला असावा.

१०) फॅक्टरीच्या प्लॉटचा उतार Section X-X मध्ये दाखवल्याप्रमाणे नैर्ऋत्येकडून ईशान्येकडे असावा. ओव्हरहेड वॉटर टँक नैर्ऋत्य कोपऱ्यातील कॉलमवरच घ्यावा. तो मुख्य बिल्डिंगचा अविभाज्य घटक असावा. नैर्ऋत्य कोपऱ्यात स्वतंत्र फॅब्रिकेशन किंवा कॉलम घेऊन त्यावर टँक बसवू नये; कारण टँकचा टॉप जमिनीपासून कमीत कमी ३०'-०'' उंचीवर असतो. जर पाण्याची टाकी १२,००० लिटरची असेल तर पाण्यासहित आर. सी. सी. टाकीचे वजन जवळजवळ २० टन होते. आकस्मिक वादळात वाऱ्याच्या समपातळीतील धक्क्यामुळे (Horizontal Wind Pressure) टाकीतील पाणी हेलकावण्याचा संभव असतो.

NW WEST SW

टाकी वादळी वाऱ्यामुळे झुकून जमीनदोस्त होते. यामध्ये मनुष्यहानी, वित्तहानी, वस्तूहानी, फॅक्टरी बिल्डिंगवर कोसळल्यास बिल्डिंगहानी होण्याचा दाट संभव असतो. नोकरीच्या काळात शिरोली एम.आय.डी.सी. मध्ये काम करत असताना लेखकाला याचा भयानक अनुभव आलेला आहे.

११) फॅक्टरी बिल्डिंगचा एरिया ९६०० चौ. फूट आहे. एवढ्या एरियासाठी Minimum Front & Rear Set Back 15'-0'' & Side Set Back = 10'-0'' शासनाच्या नियमानुसार आहे. नियमानुसार बांधकाम केल्याने मंजुरी मिळते. मंजूर नकाशाला कर्ज उपलब्ध होते व पैसा मिळाल्यावर फॅक्टरी जलदगतीने बांधून पूर्ण होते.

१२) विक्रीसाठी प्रॉडक्शन माल A ड्रॉइंगमध्ये दाखवल्याप्रमाणे वायव्य व पश्चिम कोपऱ्यात ठेवावा. माल कारखान्यातून झटकन मार्केटमध्ये पोहोचतो. गोडाउनमध्ये पडून राहत नाही.

१३) ड्रॉइंगमध्ये दाखवल्याप्रमाणे रॉ मटेरिअलची रूम B नैर्ऋत्य कोपरा ते मध्य-दक्षिण भाग अशी असावी. रॉ मटेरिअलची कमतरता भासत नाही व वेस्टेज जास्त होत नाही.

१४) ड्रॉइंगमध्ये दाखवल्याप्रमाणे कामगारांसाठी संडास-बाथरूम,मुतारी सोय C दक्षिण-मध्य भागात करावी.

१५) ड्रॉइंगमध्ये दाखवल्याप्रमाणे जड व मुख्य यंत्रे मशिनरीज D दक्षिण-मध्य ते आग्नेय या ठिकाणी असाव्यात. त्यांची लांबी रूंदीपेक्षा कमीत कमी अडीच पटीने जास्त असावी. यंत्रे मेन्टेनन्सला लवकर येत नाहीत. प्रॉडक्शनचा दर्जा, प्रत उत्कृष्ट राहते. यंत्रावर जास्त उत्पादन होते. अपघाताचे प्रमाण अत्यल्प राहते.

१६) ड्रॉइंगमध्ये दाखवल्याप्रमाणे हलकी व दुय्यम यंत्रे, मशिनरीज E ठेवावीत. प्रॉडक्टचे फिनिशिंग उत्तम राहते. दुय्यम कामे प्रथम दर्जाची होतात. मुख्य मशिनरीजचा छोट्या भागांना पुरवठा कमी पडत नाही.

१७) फॅक्टरीचा मध्य-उत्तर व मध्य-पूर्व आणि पूर्व-ईशान्य व उत्तर-ईशान्य भाग मोकळा ठेवावा व फक्त ये-जा करण्यासाठी वापर करावा. शुभ ऊर्जा प्रवाहित होते. शुभ ऊर्जा कामगारांची कार्यशक्ती व्दिगुणित करते.

१८) फॅक्टरीला पूर्व-ईशान्य व उत्तर-ईशान्य या उच्च स्थानी दोन रोलिंग शटर बसवावेत. इतर कोठेही मुख्य रोलिंग शटर बसवू नये.

१९)फॅक्टरीच्या इतर रूमचे दरवाजे, खिडक्या, रोलिंग शटर उच्च स्थानी बसवावेत.खिडक्यांवर छज्जे असावेत.

२०) ड्रॉइंगमध्ये दाखवल्याप्रमाणे फॅक्टरीच्या आग्नेय कोपऱ्यात फर्नेस (Agni) असावी. लोखंडाचा रस काढणाऱ्या भट्ट्या असाव्यात. वेल्डिंग मशिन्स असावीत.

२१) ड्रॉइंगमध्ये दाखवल्याप्रमाणे फॅक्टरीच्या पूर्व-आग्नेय कोपऱ्यात कामगारांसाठी चहा-नाष्टा, जेवणाचे छोटे कॅन्टीन G असावे. कामगार चहा पिण्याचे निमित्त सांगून कारखान्याच्या बाहेर टाइमपास करणार नाहीत. रात्रपाळीच्या सलग शिफ्टमध्ये काम करणाऱ्या कामगारांच्या जेवणाचीपण सोय होईल.

२२) ड्रॉइंगमध्ये दाखवल्याप्रमाणे H ट्रान्सफॉर्मर कॅन्टीनला घासून बसवावा. ट्रान्सफॉर्मर ज्या लोखंडी एम. एस. आय. सेक्शनवर बसतो त्याची उंची कमीत कमी २० फूट असते. ट्रान्सफॉर्मरची उंची मुख्य फॅक्टरीपेक्षा जास्त असू नये. कित्येक फॅक्टरीत हा महावास्तुदोष आढळून आलाय. त्यामुळे कामगारांना गंभीर दुखापत होणे, अपघात होणे, भाजणे असे प्रकार घडतात. फॅक्टरी मालकाचा रागाचा पारा कायम वर राहतो. माझ्या मालाचा दर कमी (Negotiable) करणारे तुम्ही कोण? माल खरेदी करायचा असला तर करा, नाहीतर चालू लागा, असे मालक ग्राहकांना सुनावतो. त्यामुळे चांगल्या ऑर्डर हातातून निघून जातात. कामगारांच्यात संप होतो. फॅक्टरी बंद पडली तरी चालेल; पण कामगारांच्या मागण्या मान्य करणार नाही व मागण्या मान्य झाल्याशिवाय फॅक्टरी सुरू करू देणार नाही, अशा टोकाच्या भूमिका मालक व कामगार घेतात. त्यामुळे फॅक्टरी बंद पडते.

तुमच्या आजूबाजूच्या एम.आय.डी.सी. त जाऊन बंद पडलेल्या फॅक्टरीचे निरीक्षण करा. तुम्हाला माझ्या म्हणण्याची सत्यता अनुभवास येईल.

२३) ड्रॉइंगमध्ये दाखवल्याप्रमाणे I पूर्व-आग्नेय कोपऱ्यात कॅन्टीनला खेटून वॉचमन रूम असावी, वॉचमन खऱ्या अर्थाने फॅक्टरीचे चोरांपासून संरक्षण करेल.

२४) ड्रॉइंग दाखवल्याप्रमाणे J कामगारांच्या सायकल, ऑफिस स्टाफच्या स्कूटर, मोटारसायकल लावण्याची व्यवस्था वॉचमनरूमला घासून करावी. आपले वाहन सुरक्षित व सावलीत असल्यामुळे कामगार स्टाफ निश्चिंत मनाने काम करतील. प्रखर उन्हाने टायर पंक्चर होणे, गाडीतील पेट्रोल उडून जाणे असे प्रकार घडणार नाहीत.

२५) ड्रॉइंगमध्ये दाखवल्याप्रमाणे K विघ्नहर्त्या गणेशाचे, इष्ट देवतेचे छोटे मंदिर फॅक्टरी परिसरात बांधावे. देवतेची कारखान्यावर शुभ, कल्याणकारी दृष्टी राहते. कामचुकारपणा, चोरी, टाइमपास करणे यांसारखे दुर्गुण कामगारांना शिवत नाहीत. कारखान्याची प्रगती, सप्लायर, ग्राहक यांची गुप्त माहिती प्रतिस्पर्धी कारखानाधारकाला समजत नाही.

२६) ड्रॉइंगमध्ये दाखवल्याप्रमाणे L पूर्व-ईशान्य दिशेला बोअर मारावे. पूर्व-ईशान्येच्या बोअरमुळे प्रसिद्धी मिळते. कारखान्याचे उत्पादन प्रसिद्ध झाल्यामुळे खप वाढतो. नवीन ऑर्डर्स मिळतात. नवीन ऑर्डर पूर्ण करण्यासाठी कारखाना पूर्ण क्षमतेने तीन शिफ्टमध्ये चालतो. मालक व कामगार, सर्वांचा आर्थिक उत्कर्ष होतो.

२७) ड्रॉइंगमध्ये दाखवल्याप्रमाणे M पूर्व-ईशान्य कोपऱ्यात गेटमन चौकी असावी.

२८) ड्रॉइंगमध्ये दाखवल्याप्रमाणे N वायव्य कोपऱ्यात फॅक्टरी मालकाची फोर व्हीलर, ट्रक लावण्यासाठी पार्किंग शेड असावे. पार्किंग शेड, 'पार्किंग शेड' या प्रकरणात दिल्याप्रमाणे आहे.

२९) ड्रॉइंगमध्ये दाखवल्याप्रमाणे O प्लॉटच्या मध्य-उत्तर, मध्य-पूर्व आणि पूर्व-ईशान्य, उत्तर-ईशान्य या ठिकाणी हिरवळ लावावी. थुईथुई नाचणारे कारंजे असावे. विविध प्रकारच्या गुलाबांचे ताटवे असावेत. जेणे करून कारखान्यात येणारी व्यक्ती प्रसन्न व उत्साहित राहील.

३०) ड्रॉइंगमध्ये दाखवल्याप्रमाणे P मध्य-पश्चिम ते मध्य-दक्षिण या भागात उंच वाढणारे अशोक वृक्ष, सागवानाची, नारळाची झाडे लावावीत. एखादा चंदन वृक्ष जरूर लावावा.

अशा रीतीने शंभर टक्के वास्तुशास्त्रानुसार कारखाना बांधल्याने कारखाना प्रगतिपथाकडे, भरभराटीकडे वाटचाल करतो. Number 1 Factory in the World. The Name You can Trust अशी बनवायची असेल, मंदीच्या काळातपण तीन शिफ्टमध्ये काम हवे असल्यास खालीलप्रमाणे नव्या युगाचा आधुनिक तत्त्वाचा, शास्त्रीय व्यवस्थापनाचा मार्ग अनुसरला पाहिजे.

बेथलहॅम प्रयोग :- The Bethleham Experiments

फ्रेडरिक टेलर याने साधा कामगार म्हणून जीवनाची सुरुवात केली व आपल्या कर्तृत्वाच्या, बुद्धीच्या जोरावर तो अमेरिकेतील मिडव्हेल या पोलाद कंपनीत प्रमुख इंजिनिअर बनला (१८५६-१९१४). त्याने १८९९ मध्ये बेथलहॅम या स्टील कंपनीत नोकरी धरली. तेथे केलेल्या प्रयोगातून असे सिद्ध केले की कामगारांना व्यवस्थित विश्रांती दिल्याने आणि कामाच्या सुधारित पद्धतीचा अवलंब केल्याने दिवसाला सरासरी उत्पादकता १२.५ टनावरून ४७.५ टनापर्यंत वाढू शकली. म्हणून त्याला 'आधुनिक शास्त्रीय व्यवस्थापनाचा जनक' असे म्हणतात. He says "Scientific management is the art of knowing exactly what is to be done and the best and cheapest way of doing it."

शास्त्रीय व्यवस्थापनाचा सिद्धान्त (**Principle of Scientific Management**) खालीलप्रमाणे आहे.

१) उद्देश तत्त्व (Pinciple of Objective), २) कार्य अभ्यास (Work Study), ३) कार्यात्मक संघटन (Functional Organisation), ४) प्रमाणीकरण (Standardisation), ५) कर्मचाऱ्यांची निवड व प्रशिक्षण (Selcection & training of workers), ६) नियोजन (Planning), ७)कामाची परिस्थिती (Working Conditions), ८) वेतन दर निश्चिती (Rate Setting), ९) विशेषीकरणाचे तत्त्व (Principle of Specialisation), १०) जबाबदारी व अधिकार (Responsibility & Authority), ११) शिस्त (Discipline), १२)अधिकाऱ्यांची साखळी (Scalar Chain), १३) सेवा निश्चिती (Stability of Tenure), १४) सहकार्याची भावना (Espirit of Corps), १५) मानसिक क्रांती (Mental Revolution).

वरील गोष्टी काटेकोरपणे अनुसरल्यास खालील शास्त्रीय व्यवस्थापनाची उद्दिष्टे (Objectives of Scientific Management) साध्य होतात.

उत्पादनक्षमता वाढते (Increase in the Production), व्यवसायाची पत वाढते (Improved Business Value), कार्यक्षमता वाढते (Increase in Efficiency), मालक-कामगार संघर्ष टळतो (Healthy Factory Atmosphere), नफा वाढतो (Increase in Profit Ratio).

EAST

NE SE

NORTH SOUTH

वास्तुशास्त्र व प्लॉटमधील वृक्ष

मूर्तभावे पूजनीयो अऽश्वत्थो वाऽथ वटोथवा।
अश्वत्थरूपी विष्णुः स्याद् वटरूपी शिवो यथा ।

स्कंद पुराण-वैष्णवखंड-श्लोक ३८

स्कंद पुराणानुसार अश्वत्थ (पिंपळ) हे विष्णूंचे तर वट हे शिवाचे प्रतीक आहे. पुत्रप्राप्तीसाठी, ऐश्वर्यासाठी या वृक्षांची पूजा करावी. शनिवारशिवाय या वृक्षांना स्पर्श करणे निषिद्ध मानले जाते.

१) पूर्वोक्त अश्वत्थ, प्लव, वड व औदुंबर गृहाची शोभा वाढवतात. ईशान्य दिशेस शाल्मलीचे पूजन केल्यास सर्व विघ्ने, संकटे दूर होतात; पण पिंपळ व वटवृक्षांची मुळे अन्न व पाणी मिळवण्यासाठी जमिनीत खोलवर दूरवर जातात. पूर्ण वाढलेले औदुंबर, पिंपळाचे झाड १५० मीटर आजूबाजूचे भूगर्भातील पाणी आपल्या बुंध्याकडे खेचून आणते. भूगर्भातील पाण्याचा प्रवाह बदलण्याचे सामर्थ्य वडाच्या मुळांमध्ये आहे. त्यामुळे घराच्याजवळ हे परमपवित्र वृक्ष लावल्यास जोत्याला (Building Foundation and Plinth) धोका उत्पन्न होतो. भिंतींना चिरा पडतात. भिंती खचतात, फ्लोअरिंग वर-खाली होते. वास्तूची आयुष्यहानी होते.

२) प्रातःकाली दंतधावनासाठी कदंब, बिल्व, करवीर, अर्जुन, वट, जांभूळ, अर्क असे जे जे वृक्ष काटेदार, दूध व चीक देणारे आहेत, त्याच्या काड्या वापराव्यात. कटू, तिखट, कषाय स्वादाची काडी आरोग्य व सुख प्रदान करणारी आहे. त्यामुळे वरीलपैकी कमीत कमी एक वृक्ष प्लॉटमध्ये असावा. (गरुड पुराण)

३) नारळाचे झाड (Coconut Tree):- प्रत्येक शुभ प्रसंगी दिले जाणारे श्रीफळ, सवाष्ण स्त्रीची, गरोदर स्त्रीची ओटी भरण्यासाठी दिला जाणारा नारळ सर्वांना परिचित आहे. नारळाचा कोणताही भाग निरूपयोगी नाही. म्हणून नारळाच्या झाडाला 'कल्पवृक्ष' म्हटले जाते. नारळाचे पाणी बल देणारे, मूत्रदाह कमी करणारे आहे. नारळाचे खोबरे शक्तिवर्धक व मांसधातूची पुष्टी करणारे आहे. नारळाचे तेल केसांची मुळे घट्ट करणारे, केसांचे पोषण करणारे आहे. नारळाच्या झावळ्यांपासून चटई, झाडू तयार करतात. असा उंच वाढणारा हा कल्पवृक्ष नैर्ऋत्य कोपऱ्यातच लावावा.

४) चंदन (Sandal-Wood Tree):- फक्त नाव ऐकताच सुगंधित श्वासाच्या अनुभूतीने प्रसन्न वाटते. चंदनापासून विविध प्रकारची अत्तरे, अगरबत्त्या तयार करतात. कलाकुसरीच्या नाजूक मूर्तीकामासाठी चंदन वापरतात. स्वतःच्या शेताच्या आवारातील चंदनाचे झाड तोडण्यासाठी शासनाची रीतसर परवानगी घ्यावी लागते. वास्तूच्या नैर्ऋत्य कोपऱ्यात चंदन वृक्ष लावून ते चंदन मंदिरात दान केल्यास अगणित पुण्य लाभते.

५) आंबा (Mango Tree):- आंब्याचे नुसते नाव घेतल्यास तोंडाला पाणी सुटते. आंब्याला फळांचा राजा म्हणतात. शुभकार्यात आंब्याचे डहाळे वापरतात. लग्नात तोरणामध्ये वापरतात. मंगल कलशाला सुशोभित करण्यासाठी वापरतात; पण आंब्याचे झाड डेरेदार असल्यामुळे त्याचा वास्तूचा स्पर्श होऊन महा भयंकर वास्तुदोष निर्माण होण्याची दाट शक्यता असते. स्निग्धता, रक्तस्राव थांबणे, बळ देणे, तहान शमवणे, हृदयास बलदायी अन् वात सरकवणारे असे हे फळ जणू देवाने उन्हाळ्यासाठीच निर्माण केले आहे असे मला वाटते.

६) सागवान (Teak Wood Tree):- सागवानाच्या झाडाला आधुनिक काळात पैसा मिळवून देणारे मशीन म्हटले जाते. बिल्डिंग कन्स्ट्रक्शनच्या व्यवसायात दारांसाठी, खिडक्यांसाठी व लाकडी फर्निचरच्या व्यवसायात सागवानाला प्रचंड मागणी आहे. मागणीपेक्षा पुरवठा कमी असल्याने सागवानाचे दर आकाशाला भिडलेले आहेत. कोकण सागवान, दांडेली सागवान, ऑस्ट्रेलियन सागवान, ब्रह्मदेशीय सागवान असे प्रत, दर्जा, टिकाऊपणा, उपलब्धता यावर सागवानाचा दर कमीत कमी ८०० रुपये घनफूट ते २००० रुपये घनफूट इतका आहे. सागवानाच्या झाडाला देखभाल खर्च कमी असून, जागाही कमी लागते. शिवाय कितीतरी पट उत्पन्नाची हमी आहे. असे उंच वाढणारे सागवान फक्त नैर्ऋत्य कोपऱ्यातच लावावेत.

NW SW

WEST

७) अशोक वृक्ष :- अशोक वृक्ष दिसण्यास देखणा, हिरवागार असतो. तो अत्यंत जलद गतीने फोफावणारा, कमी जागेत अतिशय उंच वाढणारा आहे. कॉलेजचे आवार, हॉस्पिटलचा परिसर, शासनाच्या इमारती, उद्याने यांच्या कम्पाउंड वॉल शेजारी अशोक वृक्षांची रांग असल्यास परिसर सुशोभित दिसतो. अशोक वृक्ष फक्त नैर्ऋत्य कोपऱ्यातच लावावा.

८) प्लॉटमध्ये निवडुंग, फणस, बाभळीचे झाड, बोरीचे झाड, यांचेसारखे काटेरी वृक्ष असल्यास फेकून द्यावेत. झाडाचे काटे ऋण ऊर्जा प्रसारित करतात. ऋण ऊर्जा दुष्ट शक्तीचे बलस्थान आहे. ऋण ऊर्जेपासून पाशवी शक्तींना शक्ती मिळते.

९) प्लॉटमध्ये शेवग्याचे झाड नसावे; कारण शेवग्याच्या झाडाचे लाकूड खराब, हलके व बोजा घेण्यास असमर्थ असते. झाडावर चढून शेंगा काढण्याच्या नादात फांदी तुटून माणूस मेल्याची उदाहरणे मी पाहिलेली आहेत.

१०) प्लॉटमध्ये रूईचे झाड लावू नये. अविवाहित तरुण मनुष्याचा मृत्यू झाल्यास त्याचे रूईच्या झाडाबरोबर लग्न लावतात. नंतर दहन संस्कार करतात. त्यामुळे धर्मशास्त्रात रूईचे झाड वास्तूशेजारी असणे दोष मानला गेला.

११) कम्पाउंड वॉलचा आधार घेऊन चढणारे पाश्चात्त्य शोभेचे वेल, सरपटणारे वेल कधीही लावू नयेत. वास्तुमालकाभोवती अडचणींचा, संकटांचा पाश आवळला जातो. प्रतिस्पर्धी, शत्रू तुमचा आधार घेऊन तुम्हालाच नेस्तनाबूत करतात. शोभेचे वेल कम्पाउंड व्यापतात, तसतशी दरिद्रता वास्तुमालकाला व्यापते.

१२) वास्तूच्या कम्पाउंड वॉलमध्ये चिक्कू ,पेरू यासारखी झाडे लावण्यास हरकत नाही. फक्त कोणत्याही परिस्थितीत झाडाचा वास्तूला व कम्पाउंडला स्पर्श होता कामा नये; कारण झाड वास्तूच्या ज्या कोपऱ्यात स्पर्श करते त्या कोपऱ्याच्या वाढीच्या किंवा कट होण्याच्या अगणित, भयानक दुष्परिणामांना वास्तुमालकाला तोंड द्यावे लागते.

१३) कोणत्याही झाडाची सावली सूर्य उगवत असताना म्हणजे मध्यान्हापर्यंत वास्तूवर पडता कामा नये; कारण झाड भुताखेतांचे, पिशाचांचे आश्रयस्थान असते. वडाच्या झाडावर मुंजा राहतो. चिंचेच्या झाडावर भुतांचा राजा वेताळ, हडळीसह राहतो. एखाद्या माणसाला झाड लागीरलंय असं आपण ऐकतो, पाहतो. झाड व झाडाची सावली दुष्ट शक्तींचे कार्यक्षेत्र असते. सूर्य उगवत असताना वास्तूवर सावलीरूपी अंधार आहे, याचा अर्थ दुष्ट शक्तींनी वास्तूचा ताबा घेतलेला आहे. त्यामुळे सर्व अमंगल घडते. आर्थिक, शारीरिक, मानसिक प्रचंड हानी होते.

१४) वास्तूच्या पूर्व-ईशान्य व उत्तर-ईशान्य कोपऱ्यात हिरवळ (Jumping Lawn) लावावी. गुलाबांचे ताटवे लावावेत. पाश्चात्त्य जर्बेरा, गार्डनर यांसारखी कम्पाउंड वॉलपेक्षा कमी उंचीची देखणी झाडे लावावीत.

१५) तुलसी:- वास्तूच्या पूर्व-आग्नेय कोपऱ्यात किचनरूमच्या खिडकीसमोर तुळशी वृंदावन असावे. आयुर्वेदानुसार तुळशीला महाऔषधी मानले आहे. तुळस त्यागाचे, पावित्र्याचे प्रतीक आहे. त्यामुळे भगवान विष्णूंना तुलसीमाला प्रिय आहे. सूर्योदयाच्या वेळी सवाष्ण स्त्रीने तुळशीची यथाशक्ती पूजा केल्यास अखंड सौभाग्याची, ऐश्वर्याची प्राप्ती होते. शिवाय प्राचीन संस्कृतीचे, आदर्शाचेपण रक्षण होते.

प्लॉटमधील चुकीच्या कोपऱ्यातील झाड मुळासकट तोडणे अत्यावश्यक असल्यास प्रथम शासनाची परवानगी घ्यावी. झाड विनापरवाना तोडणाऱ्यास पाच हजार रुपयेपर्यंत दंडाची व सश्रम कारावास शिक्षेची कायद्यात तरतूद आहे. परवानगी मिळाल्यावर वेदशास्त्रसंपन्न ब्राह्मणाकडून शास्त्रोक्त क्षमनविधी करून, अभिषेक घालूनच झाड तोडावे. झाड तोडताना मुहूर्त, नक्षत्र, वेळ पाहणे अत्यंत आवश्यक आहे. झाडावर कुऱ्हाड चालवण्यापूर्वी त्याच जातीचे कमीत कमी दोन वृक्ष लावून त्यांचे संगोपन करण्याचा संकल्प करावा व तो कृतीत आणावा. त्यामुळे वृक्षहत्येचे पाप लागत नाही. शिवाय वास्तुदोषापासून सुटका होते.

'वृक्षवल्ली आम्हा सोयरे वनचरे 'अशा दृष्टीने निसर्गाचा समतोल साधला जातो.

गृहिणींसाठी महत्त्वाच्या सूचना (Tips for Housewife)

गृहिणी गृहम् उच्यते। न गृहं गृहिणीहीनं गृहिणी गृहमुच्यते बुधैः।
गृहं तु गृहिणीहीनं कान्ताराद् अतिरिच्यते ।। (पंचतंत्र)

गृहम् इत्य आहुर गृहिणी गृहम् उच्यते । गृहं तु गृहिणीहीनम् अरण्यसदृशं मतम् (महाभारत)

अर्थः- गृहिणीमुळे घराला शोभा येते. गृहिणी हीच खरी गृहलक्ष्मी आहे. गृहिणीच्या अकाली मृत्यूने घराचे भयानक अरण्य होते.

वास्तूचा स्वर्ग करायचा का नरक हे गृहिणीच्या हातात असते. वास्तूमध्ये गृहिणी जितकी खूश, समाधानी असेल तितकी वास्तूची उत्तरोत्तर प्रगती, भरभराट होते. माझ्या लहान वयाचा विचार न करता माझे स्वानुभव जर तुम्ही अमलात आणले तर तुमचा निश्चित फायदा होईल. जीवनात कमालीचा फरक पडेल.

१) गृहिणीने पहाटे पाच वाजता उठावे. गृहिणी स्वतः पहाटे उठल्यावर बाकीच्या सदस्यांनापण पहाटे उठण्याची सवय लागेल.

२) अंघोळ करून शुचिर्भूत होऊन मुख्य दरवाज्यासमोर प्रथम पाणी मारावे व सडा-रांगोळी करावी. उंबऱ्याचे पूजन करावे व तेलाचा दिवा दरवाज्याच्या दोन्ही बाजूंना लावावा. पहाटे ज्या वास्तूसमोर दिवा लावून रांगोळी काढलेली आहे व वास्तूमधील सर्व माणसे सूर्योदयापूर्वी उठून कामाला लागलेली आहेत, त्या वास्तूत श्री लक्ष्मी-नारायणाचा प्रवेश होतो, असे विष्णुपुराण व देवीपुराणात म्हटले आहे व ते सत्य आहे.

३) देवघरात जाऊन देवाला नमस्कार करावा. शुक्रवारी षोडषोपचार पूजेनंतर गावातील, शहरातील लक्ष्मी मंदिरात लक्ष्मीच्या पायावर वाहिलेले कुंकू आणून देवघरात ठेवावे. त्याचा एक टिळा भांगेत भरावा. श्री महालक्ष्मीच्या कृपेने गृहिणीला अखंड सौभाग्य प्राप्त होते. महालक्ष्मीच्या सर्व रूपांचा अखंड आशीर्वाद गृहिणीच्या डोक्यावर राहातो.

४) घरातील सर्व सदस्य अंघोळ करून शुचिर्भूत झाल्यावर देवपूजेच्या निमित्ताने सर्वांना एकत्र बोलवावे. देवासमोर समई लावून उदबत्ती ओवाळावी. श्री विष्णुसहस्रनाम, श्री महालक्ष्म्यष्टक स्तोत्र व श्री गणपती अथर्वशीर्ष अशा शुद्ध संस्कृतमधील मंत्रांनी पूजा करावी. प्रयत्न केल्यावर कोणतीही गृहिणी सहा महिन्यांत संस्कृतमध्ये करण्यात येणारी षोडषोपचार पूजा, स्तोत्रे शिकू शकेल. अशा वैदिक पूजेने वातावरण एक प्रकारे अभिमंत्रित होते. वातावरणात नवचैतन्य निर्माण होते. मन प्रसन्न व उत्साही बनते. गृहिणी संस्कृत शिकली, मग आम्ही का शिकू शकत नाही, असे समजून घरातील लहान मुले, वडीलधारी माणसे, पती, इतर सदस्यपण संस्कृत शिकतील. अशा रीतीने आपल्या प्राचीन संस्कृतीचे रक्षण होईल.

५) लहान मुले संस्कृत शिकल्यामुळे शब्द, उच्चार स्पष्ट निघतात. बुद्धीला एक प्रकारे झळाळी प्राप्त होते. वाणी अमोघ बनते. 'ज्याने जीभ जिंकली त्याने जग जिंकले' या सुभाषिताप्रमाणे मुलांची शैक्षणिक प्रगती नेत्रदीपक राहील. सध्याच्या स्पर्धात्मक युगात तुमची मुले स्पर्धेत टिकली पाहिजेत, असे वाटत असल्यास त्यांना असे खास प्रशिक्षण (Special Training) देणे आवश्यक आहे. नंतर मुलांना अभ्यासाला बसवा. ती चार तासांचा अभ्यास दोन तासांत पूर्ण करतील. खेळायला व फिरायला परत मोकळी.

लालयेपञ्च वर्षाणि, दश वर्षाणि ताडयेत् । प्राप्ते तु षोडशे वर्षे पुत्रे मित्रवदाचरेत्।

अर्थ :- वयाची पहिली पाच वर्षे मुला-मुलींचे लाड करावेत. कोडकौतुक करावे. पुढील दहा वर्षे म्हणजे पंधराव्या वर्षापर्यंत अत्यंत धाकात ठेवावे. प्रसंगी ताडनही करावे; मात्र सोळावे वर्ष लागले की मुलाशी मित्रा-प्रमाणे बरोबरीच्या नात्याने वागावे.

६) पूजाअर्चा झाल्यावर सासू, सासरे, इतर वडीलधाऱ्या माणसांच्या पाया पडा. सासू, सासरे इच्छा असून तुम्हाला जाच, शारीरिक, मानसिक त्रास देऊ शकणार नाहीत. सासू-सासरे, सासू-सासरे न राहता तुमचे आई-वडील होतील. त्यामुळे कौटुंबिक कलह, रूसवाफुगवा, एकमेकांची उणीदुणी काढणे, त्यामुळे येणारे

मानसिक टेन्शन, कितीही काम केले तरी सासू समाधानीच नाही इत्यादी प्रकार घरातून हद्दपार होतील.

७) पूजा पूर्ण झाल्यावर देवासमोर हात जोडावे व मनापासून अशी प्रार्थना करावी की वास्तुशास्त्रानुसार बांधलेल्या बंगल्यात राहण्याची इच्छा तुमच्या कृपेशिवाय पूर्ण होणार नाही. आमच्या कष्टाला यश, प्रयत्नाला दैवी मार्गदर्शन द्या. हा तुमच्या मनाचा सत्य संकल्प असेल तर इच्छा कधी फलद्रूप होईल हे तुमचे तुम्हालाच समजणार नाही. पूर्व-ईशान्य व उत्तर-ईशान्य वाढलेला प्लॉट तुम्हाला कधी मिळाला व त्या प्लॉटवर शंभर टक्के वास्तुशास्त्रानुसार कधी बांधकाम झाले, त्याच्यासाठी पैसा, अचूक वेळ, तज्ज्ञ वास्तुपंडित कधी व कसा आपल्याकडे आला, हे तुम्हाला समजणार नाही.

८) त्यानंतर घरातील केरकचरा काढून टाकावा. पूर्वेकडे तोंड करून स्वयंपाकाची सुरवात करावी. तुमच्या कामाला घरातील इतर सदस्यांचापण हातभार लागेल व तुमचे रोजचे चार तासांचे काम दोन तासांत पूर्ण होईल.

९) घरातील कर्ता पुरुष व्यवसायाला बाहेर पडताना गृहिणीने हसतमुखाने त्याच्या कपाळावर देवघरातील अंगारा लावावा व दही-साखर हातावर ठेवावी. संध्याकाळी कुटुंबप्रमुख हसतमुखाने व्यवसायात वृद्धी झाल्याची, उधारी वसूल होत असल्याची गोड बातमी घेऊन घरी येईल.

१०) आठवड्यातून कमीत कमी एकदा सहकुटुंब गावातील, शहरातील देवतेच्या, गणपतीच्या मंदिरात, महालक्ष्मीच्या मंदिरात जाऊन दर्शन घ्यावे व बाहेर पडत असताना इच्छेनुसार, ऐपतीनुसार दानधर्म करावा.

११) पहाटे गृहिणीने स्वत: पाणी पिण्याच्या आधी वाटीत थोडे पाणी व मूठभर तांदूळ, ज्वारी, कडधान्ये, टेरेसवर, मुख्य दरवाज्याच्या बाहेर ठेवावे. शहरात पक्ष्यांना पाणी, धान्य मिळत नाही. तुम्ही जर त्यांची भूक, तहान भागवली तर परमात्म्याची खऱ्या अर्थाने सेवा केल्याचे पुण्य मिळेल; कारण परमात्मा जशी तुमची इच्छा, भूक भागवतो, तशी पशू-पक्षी, प्राणी, इतर जीव यांच्या उदरभरणाचीपण सोय करतो. अशा वास्तूत धनधान्य, अन्न वस्त्राची कमी कधी पडत नाही. परमात्मा तुमचे आयुष्य ऐषारामात, सुखसोयीत, निरोगी जाईल अशी आजन्म सोय करतो.

१२) गृहिणीने रोजच्या खर्चातून काटकसरीने दोन रुपये, पाच रुपये काढून ठेवावेत व वर्षातून एकदा ते पैसे गुरूपुष्यामृत या योगावर अनाथाश्रम, वृद्धाश्रम, अनाथांची, गरिबांची लग्ने, खेड्यातील शाळा यांना दान करावेत. गृहिणीने बुद्धीने, कष्टाने ते पैसे वाचवलेले असतात. म्हणजे ते तिच्या कष्टाचे असतात. असे पैसे दान केल्यावर अगणित पुण्य प्राप्त होते. तुमची मुले शिष्यवृत्ती घेऊन उच्च शिक्षण प्राप्त करतात. मुलामुलींची लग्ने वेळेवर होतात. जावई व सुना चांगल्या मिळतात. 'देणाऱ्याने देत जावे, घेणाऱ्याने घेत जावे. घेता घेता घेणाऱ्याने देणाऱ्याचे हात घ्यावे.' तुमचा प्रयत्न ऐश्वर्यलक्ष्मी, भगवान विष्णूंचा हात होतो.

NE SE

शेती व वास्तुशास्त्र

भारत हा शेतीप्रधान देश आहे. त्यामुळे बहुसंख्य लोक हे खेड्यात राहतात. शेतकऱ्यांवर शेताचा, त्यांच्या आकाराचा, चढ-उताराचा, राहत्या घराचा काय परिणाम होतो, हे पाहण्याची मला जिज्ञासा उत्पन्न झाली. जिज्ञासेपोटी मी गाडीवरून खेडेगावांना भेटी द्यायचो. खेडेगावात मध्यभागी असलेल्या रामाच्या, मारुतीच्या पारावर गावातील म्हाताऱ्या व्यक्ती, तरुण व्यक्ती, तरुण पोरं गप्पा मारत, चकाट्या पिटत बसलेली असायची. पारावर जाऊन मी त्यांना माझी ओळख करून द्यायचो. मुंबईतील एका पार्टीला या गावात गुंतवणूक (Investment) म्हणून शेतीवाडी पाहिजे यासाठी मी गावात सर्व्हे करण्यासाठी आलो आहे, असं भासवायचो. तोपर्यंत मी आधीच दिलेल्या ऑर्डरप्रमाणे शेजारील हॉटेलमधील पोऱ्या गरमागरम भजी व चहा सर्व लोकांना आणून द्यायचा. ओळखपाळख नसताना समोरील व्यक्ती नाष्टा देते म्हटल्यावर पारावरील लोकांवर माझी छाप (Good Impression) पडायची. त्यातील एक म्हातारी व्यक्ती व एक तरुण पोरगा घेऊन मी शेताचा सर्व्हे सुरू करायचो. चालण्याच्या प्रॅक्टीसमुळे शेताचे अंतर समजायचे. मनगटावरील होकायंत्रामुळे शेताचा बांध कुठल्या दिशेला व किती डिग्रीत वळलेला आहे, याचे ज्ञान व्हायचे. शेतातील विहीर, गुरे बांधण्याची जागा, पिके, चढ-उतार, पाण्यासाठी काढलेले पाट, गुऱ्हाळ घर, बांधाची उंची, शेतातील बांधावरील झाडे, शेतातील म्हसोबा, बिरोबा, दत्ताचे, मारुतीचे मंदिर यांचे सूक्ष्म निरीक्षण करायचो. बरोबर घेतलेल्या म्हाताऱ्या व्यक्तीमुळे या शेतमालकाचा पूर्वीचा इत्थंभूत इतिहास समजायचा. तरुण पोरामुळे त्या शेतमालकाच्या तरुण पोरांचा इतिहास समजायचा. ठराविक शेतमालकाच्या घराचे निरीक्षण करण्यासाठी मी त्या म्हाताऱ्या व तरुण पोराच्या मदतीने त्यांच्या घरी जायचो. तेथील म्हाताऱ्या आजी-आजोबा, वडीलधाऱ्या माणसांच्या पाया पडायचो. असे पाया पडण्याचे दोन फायदे व्हायचे. एकतर पोरगा चांगल्या घराण्यातला हाय, शिकला असला तरी आपली संस्कृती विसरलेला नाय, अशी छाप पडल्यामुळे संपूर्ण घराचे, वास्तूचे अंतर्गत निरीक्षण करायला मिळायचे व आगंतुकासारखे आपले शेत फिरून बघतोय काय, आमची शेतं रस्त्यावर विकायला ठेवलीत काय, बघतो नाही तर साल्याच तंगडंच मोडतो, अशा शेतमालकाच्या प्रश्नाला व कृतीला फाटा मिळायचा.

जसं मी शेताची व शेतमालकाची माहिती काढत असायचो, तसं माझी सर्व माहितीपण ते घेत असायचे. दिसायला देखणा, एकुलता एक, अविवाहित (त्या वेळी माझं लग्न झालेलं नव्हतं). राहायला स्वत:चं मोठं घर. व्यवसायाने इंजिनिअर, प्रॉपर्टी कन्स्टल्टन्ट, बोलणं म्हणजे प्रत्यक्ष जिभेवर साखरच पेरलेली. जशी व्यक्ती तसे त्याचे मित्रही, या उक्तीप्रमाणे आमच्या गौरीसाठी तुमच्यासारख्या एखादा तुमचा मित्र बघा की हो! आमची गौरी बी.ए. झालेली आहे. आता आलायच, तर मित्रासाठी पोरगी पण बघून जावा, एका गावातील प्रतिष्ठित शेतकरी मला म्हणाला. मला काही समजायच्या आत एक तरुणी डोक्यावर पदर, हातात पोहे, चहा-बिस्किटे घेऊन बाहेर आली व माझ्या समोरील पाटावर खाली मान घालून बसली. तोपर्यंत एक वयस्कर माणूस म्हणाला, 'साहेबांचं पण लगीन व्हायचंय. आपली गौराक्का त्यांनाच पसंत पडली तर?' त्या वेळी माझ्या डोक्यात प्रकाश पडला. मित्राच्या नावावर मलाच मुलगी दाखवायचा कार्यक्रम चाललाय. अभिमन्यू चक्रव्यूहात फसला म्हणजे नेमकं काय झालं, याची मला कल्पना आली होती. सर्वांगाला दरदरून घाम फुटलेला. विचार करा. अनोळखी गाव, मी आलोय शेताचा अभ्यास करण्यासाठी, अन् ध्यानीमनी नसताना कार्यक्रम होतोय मुलगी दाखवण्याचा. विष्णूंचा धावा केला. त्यांच्या कृपेने वेळ मारून नेली.

अशा दोन गावांत मुली बघण्याचा अनुभव मला आला. खेड्यातील शिकलेल्या मुली शहरात देण्यासाठी मुलीचे बाप किती उतावीळ असतात याचा विदारक व भीषण अनुभव मी घेतला. त्यामुळे शेत जमीनीचा सर्व्हे करायचा म्हणजे अंगावर काटा उभा राहतो.

भारतीय वास्तुशास्त्रानुसार शेताची रचना खालीलप्रमाणे असता उत्तरोत्तर भरभराट, प्रगती होते.

१) शेताचे बांध वेडेवाकडे असू नयेत. आहेत ते बांध एका रेषेत सरळ करावेत.

२) पाच फुटाने का होईना शेताचा ईशान्य कोपरा वाढवावा. आवश्यकता भासल्यास बाहेरून काळी माती आणून नैर्ऋत्य कोपरा कमीत कमी ९'' उंच व ईशान्य कोपरा ९'' सखल ठेवावा. अशा रीतीने ईशान्य ते नैर्ऋत्य असा १'-६'' उंचीचा चढ निर्माण होईल.

३) शेतातील जमिनीचा नैसर्गिक उतार ईशान्येकडे दिल्यामुळे पाटाचे पाणी उताराकडे म्हणजे ईशान्येकडे वाहील.

४) आंबा, सागवान, नारळ अशी उंच वाढणारी व वार्षिक भरघोस उत्पन्न देणारी झाडे शेताच्या पश्चिम व दक्षिण भागात लावावीत.

५) शेताच्या नैर्ऋत्य कोपऱ्यात एकावर एक अशा कमीत कमी दोन खोल्या शेतमालकाने बांधाव्यात, म्हणजे शेतातील काम करणाऱ्या माणसांवर, पिकावर मालकाचे लक्ष राहील व नैर्ऋत्य कोपऱ्याला जडत्व प्राप्त होईल.

६) दक्षिण बाजूच्या दुमजली इमारतीच्या टेरेसवर दोन गावठी कुत्री मोकळी सोडावीत. त्यांच्या भुंकण्यामुळे पक्षी पिकावर बसतच नाहीत. माकडे पिकाची नासाडी करत नाहीत; पण धान्य कापल्यावर त्यातील परात भरून धान्य पक्ष्यांना जरूर खायला घालावे. भगवंताच्या आशीर्वादाने तुम्ही केलेल्या दानाच्या अनंतपट धान्य तुमच्या शेतात उगवेल. शेतावर धान्याच्या आशेने आलेल्या बारा बलुतेदारांना, वासुदेवाला रिक्तहस्ते परत पाठवू नये.

७) ट्रॅक्टर, जीप, बैलगाडी यांसारखी वाहने व शेतीसाहित्य ठेवण्यासाठी वायव्य कोपऱ्यात पत्र्याचे शेड मारावे.

८) शेताच्या उत्तर-ईशान्य कोपऱ्यात बोअर मारून घ्यावे. त्यामुळे शासनाच्या पाटबंधारे व कालव्याच्या पाटातून येणाऱ्या पाण्यावर शेतकऱ्याला अवलंबून राहावे लागणार नाही व ईशान्य कोपरापण हलका व उताराचा होईल. शेताला पुरेसे व व्यवस्थित पाणी मिळाल्याने वर्षातून तीन तीन नगदी पिके घेता येतील.

९) उसाची शेती असल्यास ऊस साखर कारखान्याला न घालता गूळ बनवायचा असल्यास तात्पुरते गुऱ्हाळ आग्नेय कोपऱ्यात निर्माण करावे. गुळाची प्रत, चव व रंग उत्कृष्ट असतो, गुळाला मार्केटमध्ये चांगला दर मिळतो व लवकर उठाव होतो.

१०) गुऱ्हाळावर काम करणारे घाणेकरी, शेतमजूर यांची आग्नेय कोपऱ्यात राहण्याची व्यवस्था करावी. म्हणजे ऊस, गूळ, काकवी चोरीला जाणार नाही. येणारे-जाणारे किटल्या भरून उसाचा रस घरी घेऊन जाणार नाहीत.

११) वायव्य कोपऱ्यातील पत्र्याच्या शेडजवळ गुरांचा गोठा, पोल्ट्री फार्म, शेळीपालन इत्यादी व्यवसाय जोरात चालतात; कारण वायव्येचा अधिपती चंद्र दूधदुभत्या जनावरांचा कारक व पालक आहे. दूधदुभती जनावरे वायव्य कोपऱ्यात बांधल्यास दुधाची प्रत, रंग व फॅट चांगले येतात. कोंबड्यांची अंडी आकाराने मोठी व पौष्टिक असतात. शेळ्या, बकऱ्यांचे वजन आश्चर्यकारक वाढते व मार्केटमध्ये चांगल्या दराने विकल्या जातात.

१२) पिकांची लागवड व कापणी शुभ मुहुर्तावर, शुभ नक्षत्रावर करावी. सकाळी शास्त्रीय संगीताची कॅसेट शेतात लावल्यास पिकांची वाढ जोमाने होते व धान्याला चांगला उतारा पडतो. धान्याची प्रत चांगली राहते.

१३) शेतामध्ये कोणत्याही देवस्थानाची स्थापना करू नये; कारण रात्री कामगार, इतर लोक त्याचा जुगार खेळणे, झोपणे, पार्टी करणे यासाठी उपयोग करतात व मंदिराचे पावित्र्य संपुष्टात आल्याने शेतमालकाला भयंकर अडचणी, आर्थिक तंगी, अपयशाला तोंड द्यावे लागते.

अन्यक्षेत्रे कृतं पापं पुण्यक्षेत्रे विनश्यति । पुण्यक्षेत्रे कृतं पापं वज्रलेपो भविष्यति ।।

इतर क्षेत्रांत (ठिकाणी) केलेले पाप पुण्यक्षेत्रात नाहीसे होते; पण पुण्यक्षेत्रात केलेले पाप दगडासारखे,

वज्रासारखे कठीण होते. ते धुऊन निघतच नाही. त्याचे फळ भोगावेच लागते.

१४) शेतामध्ये आधुनिक रासायनिक खतांबरोबर सेंद्रिय खत, शेणखत, लेंडीखत, गांडूळ खताचापण वापर करावा.

१५) गाई, म्हशी व्याल्यावर वासराला-पाडसाला पुरेसे दूध द्यावे. कित्येक शेतकरी असे न करता दूध डेअरीत घालतात. अशा शेतकऱ्यांच्या घरी मुले अकाली मरण पावतात. प्रगती, उन्नती होत नाही. वासराच्या वाट्याचे दूध विकून त्यांनी गोमातेचा शाप घेतलेला असतो. मुकी जनावरं बोलू शकत नाहीत. त्यांचे अश्रू हंबरणे, आकांडतांडव करणे सर्व काही सांगून जाते; कारण प्रत्यक्ष वासराच्या वाट्याचे दूध त्यांनी विकलेले असते. मुले सारखी आजारी पडतात, मतिमंद निपजतात.

१६) शेतामध्ये नैर्ऋत्य, आग्नेय कोपऱ्यात मोठी पाण्याची विहीर असल्यास ती न मुजवता त्यावर पत्रे टाकून द्यावेत, त्या विहिरीपासून कमीत कमी दोन फूट अंतरावर बांध घालावा व विहिरीचा भाग आपल्या विश्वासू नोकराच्या नावावर करावा. अशा चुकीच्या ठिकाणी असलेल्या विहिरीमुळे अपयश, आर्थिक हानी, व्याधी, व्यसनाधीनता तसेच निर्वंश होण्यासारखे प्रकार मी पाहिलेले आहेत.

१७) पीक जोमाने वाढून हवेत डोलायला लागल्यावर शेतमालकाने हुरडा पार्टी, देवाची जत्रा इ. निमित्त काढून पाहुण्यांना, गावकऱ्यांना कधीही भरल्या शेतावर जेवणाला बोलवू नये. शेतमालकाचा हेतू शुद्ध असतो; पण या कलियुगात जेवायला येणारे लोक विचार करतात, चार पैसे काय मिळाले, जेवणावळी घालून शेतमालक स्वत:ची आरती कर्ण म्हणून ओवाळून घ्यायला लागलाय. अशा लोकांची वाईट नजर लागते. लोक मजुरांना, शेतकामगारांना फितवतात. चांगल्या कामाचे, पगाराचे आमिष दाखवतात. त्यामुळे शेतकामगार काम सोडून जातात. संवेदनशील पिकं दृष्टावतात. शेतातील उभी पिकं झोपतात. त्यामुळे धान्याचा उतारा कमी पडतो. दूध देणारी जनावरे भाकड होतात. शेतकरी कर्जबाजारी झाल्याने मानसिक व शारीरिकदृष्ट्या खचतो.

१८) शेती महाविद्यालयातून मातीचे, पिकाचे परीक्षण करून घ्यावे व त्यांच्या सल्ल्यानुसार पीक, लागवड आधुनिक पद्धतीने करावी. शेतात केलेल्या श्रमाचे, मेहनतीचे चीज होईल.

१९) शेतात ये-जा करण्यासाठी मुख्य रस्ता ज्या दिशेला असेल त्या दिशेच्या उच्च स्थानाचा वापर करावा.

२०) आजूबाजूच्या शेतीमालकांशी सलोख्याचे, प्रेमाचे संबंध ठेवावेत. त्यांना भारतीय वास्तुशास्त्रानुसार शेती केल्याने होणारे फायदे, मिळणारे यश प्रयोगासहित सिद्ध करून दाखवावे. 'एकमेका साहाय्य करू, अवघे धरू सुपंथ' या उक्तीनुसार शेतकरी ते गावचा सरपंच असा राजकीय प्रवास सुकर होईल.

वास्तू शापित का व कशी बनते?

मोठमोठे पुरातन वाडे, जुनी घरे, बैठ्या चाळी इ. वास्तूचे मालक त्या वास्तू एकतर बिल्डरला विकतात किंवा क्वचित स्वत: डेव्हलप करतात. बिल्डर तो वाडा, वास्तू एका पाडापाडी कंत्राटदाराला (Building Demolishing Contractor) जमीनदोस्त करण्यास सांगतो. पुणे, सांगली, रत्नागिरी, बेळगाव या ठिकाणच्या पाडापाडीचे काम घेणारे बहुतांश कंत्राटदार माझ्या ओळखीचे आहेत. जुन्या वाड्यातील नक्षीदार चौकट, दगडी नक्षीदार बांधकाम, जुना पारंपारिक शिसवी देव्हारा, नक्षीदार तुळ्या व खिडक्या, जमिनीचे पुरातन संगमरवर इत्यादी गोष्टी पुरातन वस्तू (Antique Piece) म्हणून श्रीमंत लोक आपल्या दिवाणखान्यात ठेवतात, अशी फॅशन आहे. अशा श्रीमंत लोकांचे आर्किटेक्ट माझ्या खास ओळखीचे आहेत. त्यामुळे तुम्हाला त्या वस्तू प्रचंड पैसा मिळवून देतील. बस्स! त्या पसंत पडल्या की झालं; कारण श्रीमंत लोकांना वस्तू आवडल्यास ते पैशाचा विचार करत नाहीत. मिरजेतील एका वाड्याचा मुख्य दरवाजा पाच हजार रुपयाला जागेवर विकला गेला असता; पण मी त्या कंत्राटदाराला सांगितले, तू अमुक अमुक आर्किटेक्टला भेट. त्याच्या गिऱ्हाईकाला अशा दरवाज्याची गरज आहे. त्यामुळे तो पाच हजाराचा दरवाजा वीस हजाराला विकला गेला. तसेच एका चाळीत नक्षीदार लाकडी खांब होते, त्या चाळीच्या पाडापाडी कंत्राटदाराला मी सांगितले, त्या लाकडी खांबाचे फोटो काढ. मुंबईला जा, तेथील पाच-सात आर्किटेक्टना त्याचे फोटो दाखव. तुझं नशीब चांगलं असेल तर ते खांब तुला चांगले पैसे मिळवून देतील. माझं भाकित खरं ठरलं. एका आर्किटेक्टने त्या खांबाचा (Antique Wood's Column) एका बंगल्यात कौशल्याने वापर केला.

एक पाडापाडी ठेकेदार काम मिळवण्यासाठी एखाद्या वाड्यात सागवान लाकूड किती घनफूट मिळेल, दगडी कंडके, दगडी कोपरे, दरवाजे, खिडक्या, लाकडी सर, फरशी, एखादा स्लॅब असल्यास त्यात मिळणारी अंदाजे किती वजनाची सळी, अँगल. ती वास्तू किती दिवसांत पाडून होणार इत्यादीचे अंदाजपत्रक (Correct Estimate) माझ्याकडून काढून घेतो. त्यामुळे त्याला कित्येक कामे व पैसे मिळतात. वास्तविक, पाडापाडी कंत्राटदाराचा इंजिनिअर व्हावं इतकी माझी परिस्थिती वाईट नाही; पण त्याला पाडापाडीचे काम मिळाल्यावरच त्या वाड्याचा, त्या चाळीचा विस्तृत व (Detail Original History) खरा शंभर वर्षांचा इतिहास समजणार. ती वास्तू कुणी व कधी बांधली, बांधली तेव्हा ती कशी होती, त्या वेळी बांधणाऱ्या व्यक्तीची आर्थिक, मानसिक, सामाजिक स्थिती कशी होती, मग त्या वास्तूत कुणी कधी काय बदल केले. उदा. कम्पाउंडचा आधार घेऊन गॅरेज रूम बांधले. एखाद्या रूमला संडास-बाथरूम अॅटॅच केले, स्वयंपाक करण्याच्या जागा बदलल्या, त्या वास्तूतील काही भाग, रूम भाड्याने दिला, त्या कालखंडात त्या वास्तूमध्ये राहणाऱ्या पिढीची आर्थिक, सामाजिक, मानसिक स्थिती काय होती, मग ती वास्तू सध्याच्या पिढीने बिल्डरला का विकली, एवढी वडिलोपार्जित वाडा वास्तू विकण्यासारखा महत्त्वाचा निर्णय त्यांनी का घेतला, भाऊबंदकी, कोर्टकचेऱ्या, आर्थिक नुकसान, प्रापंचिक नुकसान का झाले, एकेकाळचे राजासारखे जगणारे कुटुंब आज रंक का झाले इ. सर्व माहिती त्या कुटुंबाच्या व्यक्तीकडून प्राप्त होते. त्या वास्तूचा मालक, त्याची बायको, त्यांची मुले व मुली, त्याचे भाऊ, त्याचे आप्त इ. व्यक्तींना वेगवेगळे भेटल्यावर तुम्हाला त्याची सत्यता आढळून येते. प्रत्येक व्यक्तीचा त्या वास्तूकडे बघण्याचा दृष्टिकोन वेगळा असणार; कारण ती व्यक्ती त्या वास्तूच्या ज्या भागात राहते त्या भागाचा गुणधर्म त्या व्यक्तीत बघायला मिळतो. पाडापाडीचे काम जवळजवळ एक महिना ते दोन महिने चालते. त्या वेळी त्या वाड्यात राहणारा प्रत्येक सदस्य त्या पाडापाडीला रोज न चुकता भेट देत असतो. आपले पूर्वज अत्यंत श्रीमंत होते. त्यांनी सोनेनाणे, पैसाअडका इ. एका हंड्यात, घागरीत भरून वास्तूच्या एखाद्या भिंतीत, जमिनीत पुरलेले आहे, असे त्यांनी वडिलांच्या, आजोबांच्या तोंडून ऐकलेले असते. ते धन आपल्या परस्पर बिल्डरने लाटू नये, म्हणून ते डोळ्यांत तेल घालून पाडापाडीवर लक्ष ठेवून असतात. अशा प्रत्येक व्यक्तीला तुम्ही वेगवेगळे विश्वासात घेऊन, सहानुभूतीपूर्वक माहिती काढल्यास, तुम्हाला त्याची पूर्ण सत्यता अनुभवास येईल. वास्तूमध्ये कधी काय बदल केल्यामुळे कुटुंबावर काय परिणाम झाला, सध्या अल्प काळामध्ये त्यांनी काय बदल केला म्हणून वास्तू विकावी लागली.

माझ्या आजवरच्या पाडापाडीच्या अनुभवात सोने-चांदी, पैसाअडका असलेला पितळी हंडाच काय, कोळसे भरलेली मातीची घागरपण सापडली नाही; पण त्या वाडा मालकाचा, चाळ मालकाचा, एक महिना जो मानसिक त्रास आम्हाला सहन करावा लागला, त्यांची निरंतर वटवट ऐकावी लागली, तेव्हा कुठली अवदसा आठवली व काम घेतलं, इथपर्यंतचा विचार करण्याची त्या ठेकेदारावर पाळी आली. आज ही पिढी आम्हाला एवढा त्रास देते तर ज्या मूळ पुरुषांनी हा वाडा बांधला त्या कर्तृत्ववान पुरुषाला आपली तरुण पोरं काय लायकीची आहेत, त्यांचं कर्तृत्व काय असणार, आपण मेल्यावर ही पोरं आपल्या बाराव्याच्या आत वाड्याचा बाजार करतील व आपल्या सुना, नातवंडं देशोधडीला लागतील, याचा विचार केला असणारच. म्हणून त्यांनी त्या वाड्यात एखाद्या देवतेची स्थापना केली. आपल्या घरात पोरांना असे सांगितले की मी जमिनीत सोन्याचा हंडा पुरून ठेवलाय. मी माझ्या नातवाच्या पोटी जन्म घेईन त्यावेळी तुम्हाला तो हंडा मिळणार. अन्यथा नाही. जो कोणी हा वाडा आता विकायचं मनात जरी आणेल तर तो धनाचे रक्षण करणारा नाग चावून मरेल. त्या नागावर देवतेचा आशीर्वाद आहे. त्या मूळ कर्तृत्ववान पुरुषाने अशी कहाणी तयार केली म्हणून तो वाडा शंभर वर्षे टिकतो. सांगायचं तात्पर्य असं की, अशा वास्तूमध्ये राहणाऱ्या व्यक्तींची अपत्ये खुळी, मंद बुद्धीची, शारीरिक व्यंग असणारी असतात. एखादाच, ज्याचे जन्मकुंडलीतील ग्रह व योग चांगले आहेत, तोच ही वास्तू, वाडा बिल्डरला विकण्यात पुढाकार घेतो व कुटुंबातील इतर सदस्यांची तशी मानसिक तयारी करून घेतो. त्यांना आर्थिक फायद्याबरोबर इतर फायदेपण पटवून देण्यात यशस्वी होतो. अशा रीतीने तो वाडा बांधणारा मूळ पुरुष त्या तरुण व्यक्तीच्या रूपाने आपल्या कुटुंबाची अनावश्यक ठिकाणी बांधकाम केल्यामुळे शापित झालेल्या, बाधित झालेल्या वास्तूपासून सुटका करतो.

अशा शापित व बाधीत वास्तूत मूळ चाळ अथवा वाडा बांधणाऱ्या पुरुषाचे कुटुंब त्या वाड्याच्या मानाने लहान असते. पूर्वी फॅमिली प्लॅनिंग नसल्यामुळे चार-चार, पाच-पाच मुले, मुली असायची. अशा कुटुंबात लग्न झाल्यामुळे घरातील मुली बाहेर नांदायला गेल्या व बाहेरच्या मुली सुना म्हणून घरात आल्या. नवीन लग्न झाल्यामुळे त्यांना झोपण्यासाठी एक मोठी खोली पाहिजे. नवीन सून वाड्यातील ती खोली जी आपल्याला छान वाटते, ऐसपैस व प्रशस्त आहे ती आपल्याला झोपण्याची खोली म्हणून पाहिजे, असे नवऱ्याला योग्य वेळेला व योग्य ठिकाणी सांगते. अशा रीतीने ती स्त्री आपली बेडरूम तिला आवडणाऱ्या खोलीत करते.

अशा रीतीने बाकीच्यांची पण लग्ने होतात. (First Come First Serve) या न्यायाने नवीन आलेली प्रत्येक सून आपली बेडरूम निवडते. प्रत्येक सून वाड्याच्या ज्या कोपऱ्यात, ज्या दिशेला राहत असते, ती दिशा, तो खंड त्या स्त्रीवर अंमल करतो.

माझ्या आजवरच्या अनुभवात त्या वाड्यातील प्रत्येक व्यक्तीशी बोलून, त्यांच्या भूतकाळाचा शोध घेऊन असे निदर्शनाला आले आहे की प्रथम वाड्याच्या वायव्य कोपऱ्यातील सून वेगळं होण्याची भाषा करते; कारण वायव्य कोपऱ्याचा स्वामी वायुदेव आहे. त्या भागावर चंद्राचे वर्चस्व आहे. चंद्र मनाचा कारक आहे. तर वायुदेव चंचलता, चपळतेचे प्रतीक आहेत. ती आपल्या नवऱ्याच्या मनात असे भरवते, की तुम्ही तुमच्या भावांपेक्षा जास्त पैसे मिळवता, मग कशाला एकत्र राहायचं. चला, आपण आपली वेगळी चूल मांडूया. पुढं तुम्हाला आपल्या मुलांचंपण बघितलं पाहिजे. अशा रीतीने सुरवात होते.

या हळूहळू चालणाऱ्या धुसफुशीचे एक दिवस मोठ्या भांडणात रूपांतर होते. वायव्य कोपऱ्यातील बेडरूममध्ये राहणारी स्त्री आग्नेय कोपऱ्यातील बेडरूममध्ये रहाणाऱ्या जावेला अपमानजनक बोलते. आधीच ती आग्नेय कोपऱ्यात राहणारी, त्यामुळे तिचा रागाचा पारा एकदम १०० डिग्रीवर; कारण आग्नेय कोपऱ्याचा स्वामी साक्षात अग्निदेव, अग्निदेवाचा प्रकोप झाल्यावर जसे ते सर्वांना भाजून काढतात, तशी ती जाऊ सर्व सुनांना धुसफुशीत ओढून त्याचे भांडणात रूपांतर करते. अशा रीतीने सर्व स्त्रिया आपापल्या नवऱ्यांना एकाचे दोन सांगून ते भांडण विकोपास नेतात.

त्यामुळे कुटुंबप्रमुखास, मूळ पुरुषास हे समजत नाही. आपल्या सूना प्रतिष्ठित, सुसंस्कृत घराण्यातील आहेत. आपली मुले आज्ञाधारक आहेत. लहानपणी त्यांची किती एकी होती व आज सुना झोपडपट्टीतील बायकापण खाली मान घालतील अशा रीतीने शिव्या देऊन भांडत आहेत. पांडवांचे प्रतीक असणारी आपली मुले कौरव कधी झाली? आपण सर्व भाऊ-भाऊ एकमेकांना फाडून खाऊ, ही वृत्ती त्यांच्यात का निर्माण झाली? अशा परिस्थितीत जर मूळ पुरुषाने आपले नैर्ऋत्य कोपऱ्यातील स्थान गमावले असेल, तर त्याचा स्वतःच्या मुलाकडून, सुनांकडून अपमान होतो; कारण एकत्र कुटुंब पद्धतीचा तो पुरस्कर्ता असतो. सर्व मुले, सुना एकत्र गुण्यागोविंदाने नांदावेत म्हणजे घराचा स्वर्ग होईल अशी त्याची अपेक्षा असते; पण स्वकष्टार्जित वाड्यात आपला अपमान होतोय, आपला उपमर्द केला जातोय, आपल्या मुलीच्या वयाच्या सुना आपले ऐकत नाहीत, उलट बोलतात, हे तो सहनच करू शकत नाही. म्हणून त्याला प्रचंड मानसिक त्रास होतो व मूळ पुरुष भ्रमिष्टासारखा वागू लागतो. त्यातच त्याचे देहावसन होते.

सासरा असा भ्रमिष्टासारखा वागतोय, आपल्या घरात सारखी भांडणं आहेत, आपली आर्थिक प्रगती होत नाही, म्हणजे आपल्यावर कोणीतरी करणी, बाधा केलेली आहे. देव घातलेले आहेत. जादूटोणा केलेला आहे. स्वतःचा नवरापण आपले ऐकत नाही, अशी विचारसरणी ईशान्य कोपऱ्यात राहणाऱ्या स्त्रीची होते. ईशान्य कोपऱ्याचे स्वामी श्री गुरू दत्तात्रेय आहेत. त्या भागावर गुरू या शुभ ग्रहाचे वर्चस्व आहे. गुरू शिक्षण, दैवी उपाय, विद्येचा कारक आहे. वाड्याच्या ईशान्य कोपऱ्यात राहणारी स्त्री माहेरी गेल्यावर सर्व प्रकार आपल्या आईवडिलांच्या कानावर घालते. वडील आपल्या कन्येला म्हणतात, 'भिऊ नकोस. माझ्या ओळखीचे एक मांत्रिक आहेत. ते करणी, मूठ मारणे, जादूटोणा इत्यादींवर उपाय सांगतात. चल. खरोखरच जादूटोणा असेल तर त्या मांत्रिकाला लगेच कळेल.' वडील कन्येला घेऊन मांत्रिकाकडे जातात. मांत्रिकाला अशा कमकुवत मनाच्या व्यक्तींना कसे पटवून सांगावे की त्याच्या घरात करणी झालेली आहे, याचे उपजत ज्ञान असते. मांत्रिक एका छोट्याशा काळ्या पिशवीत एक कुणाचं तरी छोटं हाड, नाणं, सुया लावलेला लिंबू, बिब्बा, मिरच्या, हळद-कुंकू भरलेलं लिंबू इ. वस्तू अघोरी मंत्राच्या साहाय्याने अभिमंत्रित करतो व त्यांना सांगतो, 'मुली,तू भिऊ नकोस. तू वेळेवर माझ्याकडे आलीस म्हणून वाचलीस. ही पिशवी अमावस्येला तुझ्या खोलीत कोपऱ्यात गाडून टाक. याची तू तुझ्या नवऱ्यालाही कल्पना देऊ नकोस. जसा रोग जुनाट व मोठा तसं औषध कडू. कडू औषध घेतल्यावरच माणूस बरा होतो. माणसाचा चेहरा वेडावाकडा होतो, उलटी होते. त्यामुळे तू ही पिशवी पुरल्यावर तीन महिने भयानक त्रास होतो; पण नंतर तुझं दृष्ट लागण्याइतपत चांगलं होईल.' अशा रीतीने ती स्त्री सासरी परत आल्यावर ती वस्तू आपल्या खोलीत पुरते. त्या वाड्यात प्रचंड उलथापालथ होते. जशी ईशान्य कोपऱ्यातील स्त्री मांत्रिकाला भेटते तशी सर्व घरात कोणी काही ना काही अघोरी प्रयोग करतात. उदाहरणार्थ दरवाज्याला अभिमंत्रित खिळे ठोकणे, आपल्या घरातील बायकांच्या कपाळावर अघोरी मंत्राने अभिमंत्रित कुंकू लावणे. कुटुंबातील इतर सदस्यांच्या जेवणात अंगारा, काळ्या मांजराचा केस मिसळणे, काळी बाहुली वास्तूत टांगून ठेवणे इत्यादी.

अशा रीतीने त्या वास्तूत अघोरी, दुष्ट शक्तीचा प्रवेश होतो. आधीच मर्कट त्यात मद्य प्याला. नंतर हातात कोलीत मिळालं, मग ते माकड सगळं गाव जाळतयं. तशा प्रकारे आधीच तुम्ही वाडा, चाळ वास्तुशास्त्राच्या विरूद्ध बदल करून दूषित केलेला. त्यात तुम्हीच वस्तू पुरून अघोरी, दुष्ट शक्तींना वास्तूत मानाची जागा दिलेली. मग ती वास्तू बाधित होईल, नाहीतर काय?

भांडणामध्ये बायका अगदी हाताची सर्व बोटे मोडून तुझं वाटोळं होईल. माझा तळतळाट लागेल, अशी वाक्ये वापरतात. त्यामुळे ती वास्तू शापित होते; कारण वास्तूत, घरात कोणीही काहीही मनापासून उच्चारल्यास 'तथास्तु' म्हणायचं असं प्रत्यक्ष ब्रह्मदेवाने वास्तुपुरुषास वरदान दिलेलं आहे. त्यामुळे त्या वास्तू शापित होतात. माझ्या आजवरच्या अनुभवात भिंती पाडत असताना, चौकटी काढत असताना, जोता फरशी उकरत असताना, अशा कित्येक वस्तू सापडल्यात. कामगारांना मी सक्त ताकीद देऊन ठेवलीय की अशी पिशवी वस्तू सापडल्यावर ती प्लॉटच्या बाहेर कोंडाळ्यात नेऊन टाकावी. प्लॉटवर उघडायची नाही. त्या काळ्या पिशवीत, बाहुलीत सोन्याचं किंवा चांदीचं नाणं, वळं असावं म्हणून आशेनं ज्या ज्या कामगारांनी त्या पिशव्या उघडल्या

EAST

त्यांना त्यात फक्त मिरच्या, हळद-कुंकू भरलेले लिंबू, सुया टोचलेले लिंबू, बिब्बा, एखादं हाड, तांब्याचं व चांदीचं नाणं इत्यादी मिळालं; पण ते कामगार नंतर आठ दिवस तापाने फणफणले. त्यात ते अभद्र बरळत होते. पाडापाडी कंत्राट मिळवण्यासाठी त्या वाड्याची मापे घेणे आवश्यक असते. म्हणून मी ठेकेदाराबरोबर माझ्या एका मित्रालाही सोबत घ्यायचो. टेप धरण्यासाठी घेऊन जायचो. वाड्यात प्रवेश केल्यावर त्याच्या अंगावर काटा उभा राहायचा, त्याचा श्वासोच्छ्वास वाढायचा, भीतीने कपाळावर घर्मबिंदू जमा व्हायचे. टेप धरताना हात थरथरायचे, टेप ज्या ठिकाणी मी धरायला सांगायचो तेथून अचानक मागे सरकायचा. मी विचारल्यावर सांगायचा, 'छत अंगावर पडणार असं वाटलं म्हणून मी मागं सरलो. पावलांचा आवाज येतोय. पलीकडे अस्पष्ट कुजबूज ऐकू येतीये. कोणीतरी ढकलतंय, घशाला कोरड पडतीय. दरवाजा करकर वाजत असल्यामुळे भीती वाटते. मी सांगतोय ते तुला पटत नाही. मला तुझा नाश्ता नकोय, पहिल्यांदा येथून बाहेर जाऊ या. मीच तुला नाश्ता देतो,' असं माझा मित्र म्हणायचा. माझ्या कोणत्याही मित्राला मी अर्ध्या तासापेक्षा जास्त थांबवू शकलो नाही. एखाद्या ठिकाणी वाडा मालकीण आम्हाला चहा-नाश्ता द्यायची; पण तो नाश्ता बेचव असायचा. त्यात हमखास खडा लागायचा, चहा पिताना उलटी यायची. ते पाहून मालकीण म्हणायची, 'दूध नासलं हो, म्हणून चहा चांगला झाला नाही.' मी म्हणायचो, 'अहो आई, किरकोळ डागडुजी, लाइट फिटिंग, दरवाज्याला रंधा उभा मारणे, कलर टच-अप करून घ्या.' तेव्हा मालकीण म्हणायची, 'अहो साहेब! इथे कामगार येतो म्हणून सांगतात व येतच नाहीत. आले तर काम पूर्ण करत नाहीत. आणि कुणासाठी करायचं. एका मुलानं आत्महत्या केली. एक कामधंदा करत नाही. एक मुलगी आहे तिचं लग्न ठरत नाही आणि आमचे हे दारू पिऊन दंगा करतात. म्हणून तर विकायला लागलोय. नातू आहे तो अभ्यास करत नाही, सून आहे; पण केरकचरा काढून स्वच्छता करावी, असं तिला वाटत नाही.'

मी रोज विष्णुसहस्रनाम व महालक्ष्म्यष्टक स्तोत्राचे एक आवर्तन करायचो व आमचं कुलदैवत श्री रंकभैरव यांच्यासमोर नतमस्तक होऊन कामावर जायचो. त्यामुळे इथे काहीतरी अदृश्य अघोरी शक्ती कार्यरत आहे, आपल्या जवळून कोणीतरी दूर पळतंय, ढकलतयं हे जाणवायचं. अशा वास्तूमध्ये 'हरी ॐ श्री महाज्जनाय पवनपुत्रावेशयावेशय ॐ श्री हनुमंते फट्' या पंचवीस अक्षरी मंत्राचा १०८ वेळा दक्षिणेकडे तोंड करून पहाटे जप केल्यास, भूतबाधा, पिशाचबाधा नाहीशी होते. हा पौराणिक मंत्र नारद पुराणात दिला असून, त्याचा ऋषी ब्रह्मदेव, छंद गायत्री, देवता हनुमान, श्री हे बीज व फट् ही शक्ती आहे. त्यामुळे तो मंत्र त्वरीत सिद्ध होतो. तसेच शुद्ध व स्पष्ट आवाजात संस्कृतमध्ये रामरक्षेचे आवर्तन केल्यास भूत-पिशाच बाधा नाहीशी होते आणि प्रभू रामचंद्रांच्या कृपेने तुमचे मनोरथही पूर्ण होते.

वरील मंत्राचे कुटुंबातील व्यक्तीकडूनच उच्चारण होणे अत्यंत महत्त्वाचे आहे; कारण ज्याला रोग झालाय त्यानेच पथ्यपाणी करून औषध घेतले पाहिजे. टेपरेकॉर्डरवरील मंत्र १०० टक्के प्रभाव निर्माण करत नाहीत. आजवरच्या माझ्या वास्तुपरीक्षणात असे आढळून आले. या दिव्य व शक्तिशाली संस्कृत मंत्रांचे उच्चारण तुम्ही सुरूवात ते शेवटपर्यंत न थांबता करू शकत नाही; कारण वास्तूमधील दुष्ट अघोरी शक्ती तुम्हाला तो मंत्र सिद्ध करू देत नाहीत. आवर्तने चालू असताना भास होतात. मध्येच चहा, दूध घेणार का, आपला खास मित्र हाक मारतोय, कुत्रं रडतंय, मांजर अंगावर उडी मारून ओरबडतंय इत्यादी प्रकार घडतात. कपाटातील भांडी पडतात. अचानक लाइट जाऊन ट्यूब फुटते. घरातील लहान बाळ गोड हसून तुम्हाला जवळ घेण्यासाठी उद्युक्त करतंय इ. प्रकार घडतात.

म्हणून जवळील दत्त मंदिरातून, विष्णू मंदिरातून, लक्ष्मी मंदिरातून शक्य असल्यास कुलदैवताच्या मंदिरातून अंगारा आणून आपण बसणाऱ्या स्थानाच्या चारी बाजूंना एक चौक तयार करावा, म्हणजे तुमचे आवर्तन शेवट पर्यंत पूर्ण होईल. शक्य असल्यास तो शापित, बाधित वाडा, चाळ जमीनदोस्त करून नवीन बांधावा, म्हणजे जमिनीमध्ये पुरलेल्या वस्तूंचेही उच्चाटन होईल. अशा वाड्यातील पाडण्यापूर्वीचा अनुभव व वाडा पाडल्यावर त्या जमिनीवर उभे राहिले असता येणारा अनुभव यात जमीन-अस्मानाचे अंतर असते. पाडापाडी पूर्ण झाल्यावर एका भयानक स्वप्नाचा अंत झाला असे वाटते.

NE SE NORTH SOUTH NW WEST SW

NE SE

वास्तुशास्त्रज्ञ (Vastu Consultant) कसा असावा

१) वास्तुशास्त्रज्ञाने यजुर्वेद, सामवेद, अथर्ववेद, ऋग्वेद या चार वेदांचे अध्ययन केलेले असावे.

२) वास्तुशास्त्रज्ञाने ब्रह्मपुराण, पद्मपुराण, विष्णुपुराण, वायुपुराण, भागवतपुराण, नारदपुराण, मार्कंडेयपुराण, अग्निपुराण, भविष्यपुराण, ब्रह्मवैवर्तपुराण, लिंगपुराण, वराहपुराण, स्कंदपुराण, वामनपुराण, कूर्मपुराण, मत्स्यपुराण, गरूडपुराण, ब्रह्माण्डपुराण या अठरा महापुराणांचे वाचन केलेले असावे.

३) वास्तुशास्त्रज्ञाला आयुर्वेद, धनुर्वेद, अर्थशास्त्र, पाकशास्त्र, कामशास्त्र यांचे आवश्यक मूलभूत ज्ञान असावे.

४) वास्तुशास्त्रज्ञाला पंचमवेदा (शास्त्रीय संगीत) चे ज्ञान असावे. तसेच पाश्चात्य कर्णकर्कश संगीताच्या दुष्परिणामांची जाण असावी.

५) वास्तुशास्त्रज्ञाला रत्नशास्त्र, रत्नचिकित्सा, चुंबक उपचार पद्धती यांचे चांगले ज्ञान हवे.

६) वास्तुशास्त्रज्ञाने वास्तुप्रदीप, विश्वकर्मप्रकाश, वास्तुराजवल्लभ, वास्तुरत्न, समरांगण सूत्रधार, वास्तु मंडन, मयमतम्, मानसार इत्यादी प्राचीन ग्रंथांचा अभ्यास केलेला हवा.

७) वास्तुशास्त्रज्ञाने सार्थ भगवद्गीता, अष्टावक्र गीता, उपनिषदे (संख्या १०८ यातील मिळतील ती), पातञ्जल योगशास्त्र, कुराण, बायबल यांचे अध्ययन केलेले हवे.

८) वास्तुशास्त्रज्ञाला मातृभाषा, राष्ट्रभाषा हिंदी, आंतरराष्ट्रीय भाषा इंग्रजी व पुरातन भाषा संस्कृत अस्खलित बोलता, वाचता व लिहिता आल्या पाहिजेत. त्याचे भाषेवर प्रभुत्व असावे.

९) वास्तुशास्त्रज्ञाचे शब्दोच्चार स्पष्ट व शुद्ध असावेत. बोलण्याला शालीनतेची, विद्वत्तेची, नम्रतेची जोड असावी.

१०) वास्तुशास्त्रज्ञाला अभियांत्रिकी स्थापत्य कला (Civil Engineering), आधुनिक वास्तुनिर्माण कला (Architectural Knowledge) यांचे संपूर्ण ज्ञान असावे. तसेच सळी बांधकामाचे (Structural Engineering) थोडेफार ज्ञान असावे.

११) वास्तुशास्त्रज्ञाला त्या ठिकाणचे ग्रामपंचायत, नगरपालिका, महानगरपालिका अटी व नियमांचे (By-Laws) चे पूर्ण ज्ञान पाहिजे. नाहीतर त्याच्या सल्ल्याने बनविलेला वास्तूचा नकाशा (Sanction Drawing) नामंजूर होईल व जबरदस्तीने वास्तुमालकाने बांधकाम करायचे ठरवल्यास त्याला शासनाच्या रोषास पात्र व्हावे लागेल. त्यामुळे वास्तुमालकाचे आर्थिक, मानसिक, शारीरिक व अतिमहत्त्वाच्या वेळेचे नुकसान होईल. रस्ता बाधित होत असल्यास बांधकाम तोडावे लागेल. अशा परिस्थितीत वास्तुशास्त्र बदनाम होईल. वास्तुमालक किंवा वास्तुशास्त्रज्ञ नाही.

१२) वास्तुशास्त्रज्ञाला वास्तूतील लहान मुलांसाठी रामरक्षा, श्री सूक्त, शुभंकरोति यासह स्तोत्रसुमनांजली, कुटुंबप्रमुखासाठी विष्णुसहस्त्रनाम, गणपती अथर्वशीर्ष, गृहिणींसाठी वैभवलक्ष्मीचे व्रत, महालक्ष्म्यष्टक स्तोत्र, वृद्धांसाठी महामृत्युंजय मंत्र, गायत्री मंत्र अस्खलित संस्कृतमध्ये म्हणून दाखवता आले पाहिजेत.

त्याला वैदिक पद्धतीने सर्व देवांच्या आरत्यांसह विविध संस्कृत मंत्रांसहित षोडषोपचार पूजा करता आली पाहिजे.

१३) वास्तुशास्त्रज्ञाने मेदिनीय ज्योतिषविद्या, कृष्णमूर्ती पद्धती ज्योतिषविद्या यांचा चांगला अभ्यास केला पाहिजे.

१४) वास्तुशास्त्रज्ञाने सुचविलेले उपाय संपूर्ण दैवी असावेत. वास्तुशास्त्रज्ञ अघोरी विद्येचा उपासक नसावा.

१५) वास्तुशास्त्रज्ञाचा विविध वास्तुयंत्रे, ग्रहयंत्रे, स्फटिकयंत्रे, पारद धातू यंत्रे, देवतायंत्रे यांचा पूर्ण अभ्यास असावा.

१६) एखादी गरीब, गरजू व्यक्ती तुमच्याकडे वास्तुपरीक्षणासाठी आली असता त्याला तुम्ही अल्प दरात तुमची सेवा दिली पाहिजे. 'ग्राहक देवो भव' या उक्तीप्रमाणे तुम्ही त्याला विन्मुख परत पाठवता कामा नये. 'प्रश्नवैष्णव' या ग्रंथात प्रथमच सांगितलेले आहे –

आहूय सद्भुविहितं फलपुष्परत्नम् । हस्त: प्रसन्नवचनै: सकृदेव पृच्छते ।।६।।

अर्थ:- राजाला, गुरूला, देवाला, जोतिष्याला, वास्तुशास्त्रज्ञाला रिक्त हस्ते भेटू नये. अन्यथा अनुभव येणार नाही, याची समोरच्या व्यक्तीला कल्पना द्यावी.

१७) वास्तुशास्त्रज्ञाने सांगितलेला उपाय आचरणात (Practicable) येईल असा असावा, याची त्याने बांधकाम अभियंता (Site Engineer) ला विचारून पूर्ण खात्री करून घ्यावी. अगम्य, अघोरी, अतर्क (Non Practicable) उदाहरणे व उपाय सांगू नयेत.

१८) वास्तुशास्त्रज्ञाने आपले ज्ञान टिंगलटवाळी (Time Pass) करणाऱ्या, मोफत सल्ला मागणाऱ्या मूर्ख व्यक्तीसमोर उघडे करता कामा नये; कारण 'सर्वस्यौषधम् अस्ति शास्त्रविहितं मूर्खस्य नास्त्यौषधम्' असे म्हणण्याची पाळी येईल व वास्तुशास्त्राची अवहेलना, अपमान होईल.

१९) वास्तुशास्त्रज्ञाने लहान मुलांशी त्यांच्या पातळीवर, कुटुंबप्रमुखाला त्याच्या दर्जाने, गृहिणीला त्यांच्या परीने, वृद्धांना त्यांच्या पद्धतीने विविध उदाहरणे देऊन सुसंवाद साधला पाहिजे. इथेच तुमची खरी कसोटी आहे; कारण दोन पिढ्यांतील अंतर (Generation Gap) दोन विरुद्ध दिशा दाखवते. त्यांचा समन्वय व सुसंवाद तुम्हाला साधता आला पाहिजे. या ठिकाणी तुमचा अपमानपण होईल. तो अपमान गांभीर्याने न घेता तुम्हाला त्या व्यक्तीचे मन वळवता आले पाहिजे.

२०) वास्तुशास्त्रज्ञाने वास्तुपरीक्षणासाठी होकायंत्राचा वापर करावा. ते मोठे, चांगल्या दर्जाचे व नामांकित कंपनीचे असावे. होकायंत्र उघडे केल्यावर त्याच्या आसपास चार फूट घेरात कुणाला जवळ येऊ देऊ नये.

२१) वास्तुशास्त्रज्ञाचे स्वत:चे संशोधन व विकास विभाग (Research & Developement Department) असावेत. त्यासाठी त्याने भारतभ्रमंती करणे, विद्वानांशी सल्लामसलत करणे आवश्यक आहे.

२२) वास्तुशास्त्रज्ञाला वास्तूची, वास्तूच्या कुटुंबप्रमुखाची अंशात्मक जन्मकुंडली तयार करता आली पाहिजे.

२३) वास्तुशास्त्रज्ञाकडे येणारी प्रत्येक व्यक्ती आर्थिक, शारीरिक, मानसिक समस्याग्रस्त असते. प्रथम तुम्ही त्याला मानसिक आधार दिला पाहिजे. तुमचा प्रत्येक सल्ला त्याने आचरणात आणलाच पाहिजे, अशी सक्ती तुम्ही त्याच्यावर करता कामा नये. तुम्ही वास्तुधारकाचे मानसिक खच्चीकरण करता कामा नये.

वास्तुशास्त्रज्ञाला गंगेच्या नदीत सोडलेली प्रेते बाहेर काढून शवसंभोगसाधना करणारे, प्रत्यक्ष कालभैरवाला प्रसन्न करण्यासाठी आव्हान देणारे अघोरी तांत्रिक, कानफाटे साधू, कापालिक साधू, त्यांची तंत्रविद्या साधना सिद्धी, त्या व्यक्ती इत्यादींची माहिती हवी. तसेच स्वत:ची विष्ठा भक्षण करणारे, स्मशानात प्रेताच्या छातीवर बसून त्याच्या मुखात आहुती देणारे, स्मशान जागवणारे, स्मशानजोगी, मांत्रिक यांची माहिती हवी. या सिद्धी फलद्रूप होणाऱ्या अमावास्या, व्यतिपात योग, शततारका नक्षत्र, ग्रहणकाळ या वेळेचा अभ्यास हवा.

कारण तुमची सत्प्रवृत्ती, दैवी उपाय, परमात्म्याला, निसर्गाला शरण जा, रात्रंदिवस कष्ट करा, वास्तुशास्त्रानुसार बांधकाम करा, या सांगण्यामुळे प्रत्येकाचे भले होईल; पण कित्येक वास्तुशास्त्रज्ञ गंडेदोरे, लिंबू मंत्रून देणे, मूठ मारणे अशा अघोरी विद्येचा प्रयोग करतात. असा अघोरी प्रयोग तुमच्यावर झाल्यास स्वसंरक्षणासाठी या विद्येचा उपयोग करा; पण याचा पैसा मिळवणे, प्रसिद्धी मिळविणे, एखाद्याचे वाईट करणे यासाठी उपयोग करता कामा नये; कारण दुसऱ्याचे तोंड काळे करण्यासाठी स्वत:चे हात प्रथम काळे करावे लागतात.

शत्रुनुन्मूलयेत् प्राज्ञ: तीक्ष्णतीक्ष्णेत शत्रुणा । व्यथाकरं सुखार्थाय कष्ट्येन इव कष्टकम् ।। (पंचतंत्र ४.१९)

अर्थ:- कलियुगात काट्यानेच काटा काढावा. विषावर विषच रामबाण उपाय आहे.

२४) वास्तुशास्त्र प्राचीन, अनुभवसिद्ध, दैवी शास्त्र आहे. म्हणून सूर्यास्त झाल्यावर घाईगडबडीत, तुमचे मानसिक, शारीरिक स्वास्थ्य ठीक नसल्यास वास्तुपरीक्षणासाठी जाऊ नये. तुमचे परीक्षण व फलादेश चुकेल. त्यामुळे वास्तुशास्त्र मंद पावलाने जसे समाजात लोकप्रिय झाले तसे शीघ्र पावलांनी काळाच्या पडद्याआड जाईल.

EAST

NE SE

वास्तुशास्त्रज्ञांना कळकळीची विनंती

सध्या वास्तुशास्त्रावर अध्ययन करून पुराणोक्त नगर, मंदिरे, प्रासाद, राजवाडे इत्यादीचा संदर्भ देणे व प्लॉट, फ्लॅट, कारखाने, शेती इत्यादी जागेवर वास्तुविषयक सल्ला देणाऱ्यांमध्ये लक्षणीय वाढ झालेली आहे. हे खरोखरच चांगले आहे, की लोक पंचमहाभूते, पृथ्वीचे चुंबकीय वृत्त, अष्टदिशा, सूर्यकिरणे, ग्रह, तारे, नक्षत्र यांचा मानवी जीवनावर होणारा परिणाम, निसर्ग तत्त्व, यांचा समन्वय साधून वास्तूमध्ये महत्त्वपूर्ण बदल करत आहेत.

वास्तुशास्त्रज्ञ म्हणून तुम्ही जेव्हा अपार्टमेन्ट, बंगला, रो हाऊस बांधकामाच्या ठिकाणी येता तेव्हा इंजिनिअर या नात्याने मी आपणास पायाला हात लावून प्रणाम करतो; कारण तुम्ही सांगितलेले वास्तुशास्त्रीय बदल केल्यामुळे वास्तूत ऋण ऊर्जा नष्ट होऊन धन ऊर्जा उत्पन्न होते. धन ऊर्जा उंच भागाकडून सखल भागाकडे प्रवाहित होत असते. त्यामुळे वास्तुमालकाची आर्थिक परिस्थिती सुधारते. कुटुंबाच्या मानसिक, शारीरिक, वैवाहिक समस्या सुटतात. सर्वांत महत्त्वाचे, वास्तुमालकांची आर्थिक उन्नती, प्रगती झाल्यामुळे आम्हाला व कंत्राटदारांना कामाचा संपूर्ण मोबदला मिळणार असतो. कंत्राटदाराला पैसे मिळाल्यावर तो मिस्त्री, कामगार, गवंडी, स्त्री गडी इत्यादी लोकांना पैसा देणार असतो. म्हणजे आमच्या सर्वांचे भवितव्य आपल्या हातात असते असे म्हटल्यास वावगे ठरू नये. अशा रीतीने तुम्ही आमच्यासाठी प्रत्यक्ष देवदूताचे काम करता; पण आपण फक्त तोडाफोडी, पाडापाडी, बिल्डिंग ढांचाची मोडतोड असे बदल सांगता. त्यामुळे वास्तूच्या सांगाड्यावर (R.C.C. Structure) काय दुष्परिणाम होतोय, स्ट्रक्चर धोकादायक, कमकुवत तर होत नाही, हे पाहतच नाही असा माझा अनुभव आहे.

उदा. १) एखाद्या फ्लॅटधारकाचे किचन पूर्व-ईशान्य कोपऱ्यात आहे. तुम्ही किचन आग्नेय कोपऱ्यात करण्यासाठी सांगता हे बरोबर आहे; पण वास्तुमालकाला हेही सांगा, किचन सिंकचा वेस्ट पाइप आग्नेय कोपऱ्यापर्यंत गेला पाहिजे. त्यासाठी पूर्व-ईशान्य ते आग्नेय भिंतीला लागून ६'' x ६'' वीट बांधकाम करून त्यातून पाइप न्यावा. म्हणजे वास्तूचा जरी पूर्व-ईशान्य व आग्नेय भाग ६'' वीट बांधकामाने उंच झाला तरी त्याच्यापासून एवढी हानी होत नाही. जेवढी ईशान्य किचनमुळे होते. सिंकचा पाइप बाहेरून इतर पाइपांना क्रॉस करून घेणे शक्य नसते; कारण Economical Plumbing करताना कमीत कमी पाइप वापरून जास्तीत जास्त काम कसे करावे, याचा विचार होतो.

NORTH SOUTH

२) एखाद्या बंगल्यात ईशान्य कोपऱ्यात आर. सी. सी. जिना आहे, तो फोडून नैर्ऋत्य किंवा पश्चिम दिशेला डॉगलेग्ड् जिना घ्यावा असे आपण सुचवता, हे वास्तुशास्त्राला अनुसरून बरोबर आहे. हा उपाय सांगताना वास्तुमालकाला हेही सांगा की जिना फोडताना पारंपारिक पद्धतीने, कमी खर्चात छन्नी-हातोड्याचा वापर करू नका; कारण संपूर्ण इमारतीत हादरा, कंपने (Hammer Vibration) निर्माण होतात व छताचा गिलावा कोसळण्याची, चिरा पडण्याची, पोपडे धरण्याची दाट शक्यता असते. त्यापेक्षा जिना कॉंक्रीट ब्रेकर लावून फोडा. जरी खर्च जास्त असला तरी वास्तूचे आयुष्य कमी होत नाही.

३) नैर्ऋत्येला, पश्चिमेला जिना ज्या बीमवर/ स्लॅबवर टेकवणार आहात त्या बीमची/ स्लॅबची जिन्याचे वजन (Stair Case Load) पेलण्याची क्षमता आहे किंवा नाही, याची Structural Engineer ला विचारून खात्री करून घ्या किंवा कॉंक्रीटऐवजी M.S. Stair Case करण्याची शिफारस करा. नाहीतर बीमला व स्लॅबला चिरा / भेगा पडून स्ट्रक्चर कमजोर होऊ शकते.

४) एखाद्या फ्लॅटमधील भिंती वास्तुशास्त्राला अनुसरून नसतात. त्या भिंती वास्तुशास्त्रानुसार सरकवण्यास (Brick Masonry Shifting) सांगता त्या वेळी हेही बघा की हलवलेली भिंत बीमवर आलेली आहे किंवा नाही. जर स्लॅबवर भिंत येत असल्यास पारंपारिक वीट बांधकाम न करता आधुनिक सिपोरेक्स वीट बांधकाम करण्यास सांगावे. सिपोरेक्स वीट मातीच्या वीटेपेक्षा $\frac{1}{3}$ कमी वजनाची असते व तेवढा लोड स्लॅब घेऊ शकतो. सिपोरेक्स वीट मातीच्या विटेपेक्षा कितीतरी पटीने महाग आहे. साधरणपणे In Economical R.C.C. Design Oneway Slab Main Steel 8mm @ 6"c/c and Sub Steel 6mm @ 6"c/c असते. स्लॅबवर आकस्मिक येणाऱ्या वीट बांधकामाचा (Dead Point Load) विचार डिझाइन करताना केलेला नसतो.

वास्तु अजित/१९९

WEST

NW SW

त्यामुळे स्लॅबला क्रॅक जाऊन जीवितहानी होण्याचा संभव असतो.

५) एखादी इमारत नवीन बांधलेली असेल व इमारत १०० टक्के वास्तुशास्त्राच्या विरोधात असेल तर ती इमारत जमीनदोस्त करून नवीन बांधावी असा सल्ला देऊ नये. त्यापेक्षा नास्तिक व्यक्तीला ती इमारत विकून नवीन जागा, प्लॉट घेऊन वास्तुशास्त्रानुसार बांधकाम करण्याचा सल्ला द्यावा. नवीन वास्तू जमीनदोस्त केल्याने राष्ट्रीय संपत्तीचे नुकसान होते. देशासाठी, मातृभूमीसाठी वास्तूचे, कुटुंबाचेच काय, प्राणाचेही बलिदान द्या असे धर्मशास्त्र सांगते.

६) वास्तूच्या कम्पाउन्डलगतचे वाढीव बांधकाम बिनदिक्कत तोडावे, त्यापासून मुख्य वास्तूला धोका नसतो.

७) वास्तुशास्त्रानुसार वास्तूच्या पूर्वेकडील व उत्तरेकडील उंच वृक्ष, वडाचे, चाफ्याचे, नारळाचे, आंब्याचे, चिकूचे, पेरूचे झाड जरूर कापण्यास सांगा; पण त्याचबरोबर कापणाऱ्या प्रत्येक वृक्षाबरोबर त्याच जातीचे कमीत कमी तीन वृक्ष लावण्याचा अवश्य सल्ला द्या. वनस्पतिशास्त्रानुसार वृक्षांमध्ये संवेदना, जीव असतो, हे सिद्ध झालेले आहे. हिंदू धर्मशास्त्रात औदुंबर, अश्वत्थ, शमी या वृक्षांत देवांचा निवास असल्याची उदाहणे आहेत.

८) एखाद्या रो-बंगल्याचा नैर्ऋत्य कोपऱ्यातील आर. सी. सी. स्लॅब कट आहे. त्यावेळी आपण नैर्ऋत्य कोपरा ९०° करण्याचे सुचवता ते शंभर टक्के बरोबर आहे. त्यावेळी आपण बीम पोखरून स्लॅबच्या सळीची अडक न करता Chemical Bar Fixing करून स्लॅब ओतण्याचा सल्ला द्या. केमिकल बार फिक्सिंगचे दर 8mm Bar Rs.100/-, 10mm bar = Rs. 150/-, 12mm Bar = Rs.200/– इतका जास्त आहे; पण एस्टिमेटकडे न पाहता Building Stability वाढते असे वास्तुमालकाला सांगा.

९) एखाद्या बंगल्याचा वायव्य कोपरा कट असेल व स्लॅबने जोडताना रूंदी जास्त असेल तर कॅन्टिलिव्हर स्लॅब न ओतता एखादा कॉलम जमिनीतून वर घेण्याची परवानगी द्या.

१०) नैर्ऋत्य कोपरा जड व उंच करण्यासाठी आपण नैर्ऋत्य टेरस स्लॅबवर पाण्याची टाकी घेण्यास सांगता, ते बरोबर आहे; पण ती टाकी कमी वजनाची पी.व्ही.सी. घेण्यास सांगावे. आर. सी. सी. टाकीचा आग्रह करू नये; कारण स्लॅब त्या लोडला डिझाइन झालाच असेल असे नाही. माझे तुम्हाला विनंती करण्याचे कारण की इंजिनिअर व वास्तूचे पिता-पुत्रीचे नाते असते. मुलीला जन्म देणे, तिच्या बाललीला पुरवत पालनपोषण करून योग्य संस्कार करणे, तारुण्यात पदार्पण केल्यावर पिता जसे यथासांग विधिवत कन्यादान करतो, तसे प्लॉट साफसफाई करण्यापासून खोदाई, जोता बांधकाम, आर. सी. सी. काम, वीट बांधकाम, प्लंबिंग, फरशी बसवणे, शेवटी रंगकाम करून वास्तुमालकाच्या ताब्यात देणे इथपर्यंत प्रत्येक गोष्ट इंजिनिअरने केलेली, पाहिलेली असते. स्वत:चा घाम ओतून, रक्त आटवून त्याने वास्तू निर्माण केलेली असते. कन्यादान केल्यावर मुलीची डोली उठत असताना पिता कोपऱ्यात एकटाच आनंदाश्रू ढाळत उभा असतो.

बाबूल की दुआए लेती जा। जा तुझको सुखी संसार मिले।
मायके की कभी ना याद आये। ससुराल मे इतना प्यार मिले।

अंत:करणापासून परमेश्वराजवळ अशी प्रार्थना करत असतो. तसाच वास्तुशांतीचा सोहळा वास्तुमालकाच्या, त्याच्या कुटुंबाच्या चेहऱ्यावरील हास्य, प्रसन्नता पाहून इंजिनिअर आनंदित होत असतो व वास्तूचा पिता, निर्माता, इंजिनिअर एकटाच एका कोपऱ्यात हा आनंदाचा सोहळा पाहून आनंदाश्रू ढाळत उभा असतो. वास्तुशांतीनंतर इंजिनिअर, कंत्राटदाराचे शेवटचे बिलपेमेंट 'या ना त्या' कारणाने विलंबित करायचे, बुडवायचे अशी सर्वत्र वाईट, कुप्रथा (Bad Practice) आहे; पण इंजिनिअर, वास्तुमालक, वास्तू खूश तर आपण खूश याप्रमाणे वागतो.

एक दिवस वास्तुमालकाचा अचानक फोन येतो, 'जाधवसाहेब, नूतन वास्तू एका नामांकित वास्तु-शास्त्रज्ञाला दाखवलेली आहे. त्याने घरात तोडफोड करण्यास सांगितलेली आहे. उद्यापासून कामाला

सुरुवात करा.'

वास्तूतील स्ट्रक्चरला इजा पोहचवणारी, कमकुवत करणारी अंतर्गत तोडफोड पाहून मन विदीर्ण, छिन्नविच्छिन्न होतं. नांदायला गेलेली लेक जेव्हा माहेरी येऊन पित्याला सांगते, 'बाबा! माझ्यावर अत्याचार होतोय, मी धडधाकट असून किरकोळ आजारासाठी एका अर्धवट ज्ञानाच्या वैद्याकडून, हकिमाकडून माझी तपासणी केली व आता मोठे ऑपरेशन करणार आहेत. बाबा, मी शरीराने विकलांग, कमजोर, अधू होणार आहे.' असे ऐकून पित्याच्या मनाची झालेली घालमेल, त्याच्यावर कोसळलेले आकाश, त्याची अगतिकता, विवशता शब्दांत व्यक्त होत नाही. त्यासाठी कन्येचा पिता व्हावं लागतं. विधिवत कन्यादान करावं लागतं. (वंध्या न जानाति प्रसूतिवेदनाम्)

मी लॉजवर जाऊन वास्तुशास्त्रज्ञाचे अक्षरश: पाय धरलेले आहेत. वास्तुमालकाला आधुनिक तंत्रज्ञान, मशिनरी वापरून बांधकाम तोडण्याबद्दल सांगण्यासाठी विनवले आहे. काही वास्तुपंडितांनी माझे ऐकलेले आहे. त्यांना शतश: धन्यवाद; पण काही वास्तुशास्त्रज्ञांनी माझे न ऐकता वास्तुमालकाला फोन करून एकाचे दोन करून सांगितलेले आहे.

मी म्हणालो, 'वास्तुशास्त्रीजी, मी स्वत:साठी काही मागितले नाही. मला भगवान विष्णूंच्या कृपेने काही कमी पडणार नाही. मी त्या वास्तूच्या आयुष्यासाठी, ती धडधाकट, मजबूत राहण्यासाठी तुम्हाला आर्जवे करत आहे. आज माझ्यावर जशी पाळी आली, तुमच्या दारातून मी रिक्त हस्ते परत चाललोय, तशी तुमच्यावरपण पाळी येईल. स्वर्ग व नरक भूतलावरच आहे, 'याचि देही याचि डोळा' तुम्हाला प्रत्यय येईल. माझ्या डोळ्यांतील अश्रू हातातील उदक बनेल. ते अभिमंत्रित होऊन त्याचे शापवाणीत रूपांतर होईल.' श्रावण बाळाच्या मृत्यूने व्यथित झालेल्या अंध मातापित्यांनी दशरथाला शाप दिला. त्यामुळे चक्रवर्ती सम्राट दशरथ 'राम राम' करून पुत्रशोकाने निवर्तले. संपूर्ण रामायण घडले. कन्येच्या पित्याने अगतिक होऊन अंत:करणापासून दिलेला शाप प्रत्यक्ष ब्रह्मदेवपण बदलू शकत नाही; कारण ब्रह्मदेव देवी सरस्वतीचा पिता असून, सृष्टीचा निर्माता, पिता आहे. अशा आढ्यतेखोर, हट्टी वास्तुशास्त्रज्ञांच्या घरांचा मी खास अभ्यास, त्यांच्या शहरी, गावी जाऊन केलेला आहे. त्यांना फक्त मुलीच आहेत. मुलं आहेत ती नालायक, बुद्धिहीन, मतिमंद आहेत. मुलींनी तारुण्यात पदार्पण केल्यावर पळून जाऊन आंतरजातीय विवाह केलेले आहेत व घटस्फोट घेऊन स्वगृही आलेल्या आहेत. काहींनी कित्येक वास्तू दोषमुक्त केल्या; पण दैवाचे फेरे व नियतीच्या खेळात स्वत:चे, कुटुंबाचे मानसिक, शारीरिक स्वास्थ्य हरवून बसले. पत्नी कॅन्सर, अतिरक्तदाब, टी. बी., संधिवात अशा रोगाने ग्रस्त आहे. आयुष्यभर फिरती असल्यामुळे झालेली मूळव्याध, भगंदर बरे करण्यात प्रख्यात डॉक्टरलापण यश येत नाही. मरताना किडे पडून मरणार, अशी अनामिक भीती त्यांना सतावते आहे. इन्कमटॅक्स धाड व चोरांची भीती यामुळे रात्रीची झोप उडालेली आहे. समाजात लोक त्यांच्या पायावर डोकं ठेवतात; पण घरात दुर्भाग्यलक्ष्मीच्या पायावर डोके ठेवण्याची अशा वास्तुशास्त्रज्ञांवर वेळ आलेली आहे.

लेखक व नामांकित वास्तुशास्त्रज्ञांच्या वास्तू

लेखक प्रॉपर्टी कन्सल्टन्ट असल्यामुळे प्लॉट खरेदी करणारे, बंगला बांधणारे ग्राहक स्वत:बरोबर एक नामांकित वास्तुपंडित घेऊन यायचे. माझी ओळख करून देताना त्यांनी कोणत्या नामांकित व्यक्तींना, संस्थेला वास्तूविषयी मार्गदर्शन केले, कोण कोण व्यक्ती, नेते शास्त्रीजींच्या सल्ल्याशिवाय कामच करत नाहीत, याचे रसभरित वर्णन ऐकवायचे. कोल्हापूर शहर श्री महालक्ष्मीच्या कृपेने भारतातील एक श्रीमंत शहर म्हणून प्रसिद्ध आहे. कोल्हापुरातील लोक धार्मिक, सधन, हौशी व वास्तुशास्त्राला मानणारे, दर्दी आहेत. त्यामुळे भारतातील नामांकित ज्योतिषी, वास्तुशास्त्रज्ञ, वास्तुपंडित, फेंगशुई तज्ज्ञ कोल्हापूरला भेट देण्यात धन्यता मानतात.

श्री महालक्ष्मीच्या निवासाने पावन झालेल्या कोल्हापुरात आपल्या सल्ल्याने एक वास्तू बनावी, अशी प्रत्येक वास्तुपंडिताची इच्छा असते. त्यामुळे भारतातील नामांकित फेंगशुई तज्ज्ञ, वास्तुशास्त्रज्ञ, वास्तुपंडित, ज्योतिषी यांच्याशी माझी भेट झालेली आहे. प्रत्येकाची वास्तू अभ्यासण्याची पद्धत, त्यावरील उपाय, त्यांचा अनुभव, त्यांची मते इत्यादीमध्ये प्रचंड तफावत आढळली.

वास्तुपंडित जर आम्हाला वास्तुविषयक सल्ला देताना हे फोडा, ते फोडा, या बेडरूममधील वस्तू येथून हलवून तेथे ठेवा, तुम्ही याच दिशेला तोंड करून जेवण करा, या वस्तू जमिनीत पुरा, या वस्तू येथे टांगून ठेवा, असे सल्ले देतात. वास्तुशास्त्रज्ञ आपल्या घरातपण तसे सल्ले अमलात आणतात का, हे पाहण्याची माझी तीव्र इच्छा उत्पन्न झाली. जिज्ञासेपोटी मी वास्तुपंडिताला माझ्याकडे दोन कस्टमर आहेत, त्यांना एक महिन्यानंतर तुमच्या सल्ल्याची गरज लागेल असे सांगून त्या वास्तुपंडिताचा मोबाइल नंबर, घरचा फोन नंबर, राहण्याचा पत्ता, गाव, शहर इत्यादी माहिती घ्यायचो. पंधरा दिवसांनी वास्तुपंडिताच्या घरच्या नंबरवर फोन करून पंडित जी आहेत का, अशी चौकशी करायचो. पंडितजी दुसऱ्या गावाला वास्तुपरीक्षणासाठी गेले असतील तर ते कधी परतणार याची चौकशी करायचो. रात्री गाडीत बसून पहाटे त्या गावात, शहरात पोहचायचो. सकाळी आठ वाजता एक किलो सफरचंद, एक किलो मिठाईचा बॉक्स घेऊन त्या वास्तुपंडिताच्या घराची बेल वाजवायचो. दार उघडल्यावर पंडितजींची पत्नी मला सांगायची, 'पंडितजी बाहेरगावी गेलेत, तीन दिवसांनी येणार आहेत.' मी त्यांच्या पत्नीला म्हणायचो, 'मी ज्या वेळी या शहरात येईन त्यावेळी पंडितजींनी मला भेटल्याशिवाय जायचे नाही अशी सक्त ताकीद दिली होती. आज कामानिमित्त मी या शहरात आलोय. म्हटलं, पंडितजींना भेटून जावं. पंडितजी देवमाणूस आहेत. ज्योतिषाला, देवाला, वास्तुपंडिताला भेटण्यासाठी कधीही रिक्त हस्ते जाऊ नये, असे शास्त्र सांगते. पंडितजी नाहीत तर तुम्ही ही छोटीशी भेट स्वीकारावी.' म्हणून सफरचंदाची कॅरी बॅग व मिठाईचा बॉक्स मी पुढे करायचो. माझं असं गोड बोलणं व हातातील भेटवस्तू पाहून ती गृहिणी मला 'या, बसा, एवढ्या लांबून आलात. चहा तरी घेऊन जा.' असं सांगायची. चहा घेऊन आल्यावर त्या वास्तु पंडिताच्या पत्नीच्या पायाला मी हात लावून नमस्कार करायचो. ती गृहिणी संकोचायची. मागे सरकायची. मी त्यांना म्हणायचो, 'पंडितजी साक्षात देवदूत आहेत. वास्तुशास्त्रावर त्यांची मास्टरी आहे. कोल्हापुरात त्यांनी ज्या ज्या वास्तूंना भेट दिली, त्यांचं कसं चांगलं झालं, याचं रसरभरित वर्णन त्यांना ऐकवायचो. प्रत्येक यशस्वी पुरुषामागे एक स्त्री असते. पंडितजींच्या यशाचे निम्मे श्रेय तुम्हाला आहे. तुमच्या आई-वडिलांनी तुमच्यावर एवढे चांगले, उत्कृष्ट संस्कार केले, त्यामुळेच तुम्ही कष्टात पंडितजींना समर्थपणे साथ दिली. म्हणून मी तुमच्या पायाला हात लावून नमस्कार केला. धन्य तुम्ही पती-पत्नी, धन्य तुमचे माता-पिता.'

कोणत्याही स्त्रीला तिच्या माहेरचे कौतुक फार आवडते. मी असं म्हणताच मला चहाबरोबर नाश्तापण मिळायचा. मग गृहिणी मनमोकळेपणाने सांगायला सुरुवात करायची. माझे माहेर ना त्या गावचे, पंडितजीं बरोबर माझे लग्न अमुक अमुक साली झाले. त्यानंतर मुले कधी व किती झाली, लग्नाचे वेळी पंडितजींची आर्थिक परिस्थिती कशी होती, पंडितजी कोणता व्यवसाय, नोकरी करत होते, तो व्यवसाय, नोकरी सोडून पंडितजींनी वास्तुशास्त्राचा कसा व कधीपासून अभ्यास केला, पंडितजींनी त्यासाठी कोणत्या ग्रंथांचा अभ्यास केला, त्यांचे वास्तुशास्त्रामधील गुरू कोण आहेत, पंडितजींनी वास्तुशास्त्रानुसार स्वत:च्या घरात कधी, कसे व कोणते प्रयोग केले, त्यांचे निकाल काय आहेत, आज घराची आर्थिक, सामाजिक स्थिती कशी आहे, मुलांची

शैक्षणिक प्रगती कशी आहे, घरात अपघात, आजार कुणाला व कधी झालेत, त्यावर काय उपाय केलेत, अशा एका एका प्रश्नांची उत्तरे मिळवत मी संपूर्ण घर, आजूबाजूचा परिसर यांचे निरीक्षण करायचो. किचनमध्ये गेल्यावर मी उद्गारायचो, 'आई, पंडितजी एवढे गावोगावी पायाला चक्र लावल्यासारखे फिरतात. लोकांचे भले करण्याच्या नादात स्वत:च्या प्रकृतीकडे लक्ष देत नाहीत. गावोगावीच्या वातावरणाचा, पाण्याचा त्यांच्या प्रकृतीवर परिणाम होऊन तब्येत खालावली आहे. तुम्ही त्यांना घरी अधूनमधून बकऱ्याच्या पायाचा सूप, तब्येतीसाठी ५० मिली बिअर दिलीच पाहिजे. बिअर म्हणजे नुस्तं पाणी असतंय! अहो, अमेरिकेत रिसर्च झालाय. प्रमाणात मांसाहार व बिअर आयुष्य वाढवून माणसाला तंदुरुस्त ठेवते. मी बघा कसा तंदुरुस्त, निरोगी आहे.' अमेरिकेचे नाव काढताच ती गृहिणी म्हणते, 'तुम्हाला म्हणून सांगते. पंडितजी बाहेर मांसाहार करत नाहीत; पण मी पापलेट फ्राय केल्यावर नेहमीपेक्षा एक पेग जास्त पितात.' कोल्हापूरचा तांबडा-पांढरा रस्सा, झणझणीत मटण सुप्रसिद्ध आहे. खवय्यांसाठी पर्वणी आहे. वास्तुमालकाची इच्छा असते, पंडितजींनी आपल्या घरी भोजन करावे. त्यामुळे तो मांसाहारी जेवणाचा बेत असल्याचे पंडितजींना सांगतो. त्यावर पंडितजी 'मी मांसाहार करत नाही. मांसाहार केल्याने ८० प्रकारचे रोग होतात. दारू तर संसार उद्ध्वस्त करते' यावर लेक्चर द्यायचे.

अशा प्रकारे वास्तुपंडिताचा त्यांच्या लग्नापासूनचा इत्थंभूत इतिहास काढून मी कोल्हापूरला परतायचो. अशा रीतीने कित्येक वास्तुपंडित, वास्तुशास्त्रज्ञाच्या घराचे, स्वभावाचे, कुटुंबाचे नमुने मी तपासलेत. प्रख्यात वास्तुशास्त्रज्ञ ईशान्यकट असलेल्या वनरूम किचनमध्ये राहताना मी पाहिलेले आहे. दुसऱ्यांचे नैर्ऋत्येचे किचन आग्नेयेला घ्या, असे सांगणारे वास्तुशास्त्रज्ञ कर्मठ वडिलांच्या नावावर वास्तू असल्याने स्वत:चे वायव्येचे किचन आग्नेयेला घेऊ शकत नव्हते.(Generation Gap)

लोकांना सांगता स्त्री घरची लक्ष्मी आहे. तिला खूश, प्रसन्न ठेवा; पण स्वत: मात्र गावोगावी, महिनोन्‌महिने वास्तुपरीक्षणासाठी, पैसा मिळवत फिरताना हे विसरता, स्वत:चीपण पत्नी आहे. मुले आहेत. ती चातकासारखी तुमची वाट पाहत आहेत. ज्या पत्नीसाठी मुलांसाठी तुम्ही अमाप पैसा मिळवताय त्या मुलांना, पत्नीला तुमचा पैसा नकोय. पिता व पती म्हणून तुमचा बहुमूल्य वेळ हवाय. तुमच्या घरातील स्त्री व मुलेच खूश व आनंदी नाहीत.

'लोका सांगे ब्रह्मज्ञान, आपण कोरडा पाषाण' असेच मला जास्त अनुभव आलेत. 'बोले तैसा चाले, त्याची वंदावी पाऊले' अशा श्रेष्ठ वास्तुशास्त्रज्ञांनापण मी भेटलेलो आहे. साक्षात वास्तुविद्या त्यांच्या मुखात आहे. चालत्या गाडीतून वास्तूचे अचूक परीक्षण करण्याबाबत त्यांची ख्याती आहे. असे श्रेष्ठ वास्तुशास्त्रज्ञ घरी येणे म्हणजे वास्तुमालकाचे अहोभाग्यच; पण मध्यमवर्गीय, कनिष्ठ श्रीमंतांसाठी ते वास्तुशास्त्रज्ञजी नाहीत. त्यांच्या मुखातून बाहेर पडेल ती फी. निकाल मात्र तत्काळ शंभर टक्के; पण त्यांना ड्रॉइंग समजत नाही. प्रत्यक्ष जागेवरच न्यावे लागते.

घरच्या, ऑफिसच्या पत्त्यावर नाममात्र तीन हजार रुपये फी आकारून वास्तुसल्ला दिला जाईल. त्यासाठी डी. डी., घराचा प्लॅन व दिशा आवश्यक आहेत, असे वास्तुशास्त्रज्ञपण मी बघितलेले, अनभुवलेले आहेत. वास्तुधारकांना वास्तूच्या दिशा कशा बघायच्या याचे ज्ञान नसते. त्यामुळे पत्राव्दारे वास्तुसल्ला देणाऱ्या वास्तुशास्त्रज्ञांचा फलादेश बहुतांश चुकीचा ठरतो. पाचशे रुपयांत वास्तुपुरुषाची जागृती करून देतो, अशा भोंदू लोकांनापण मी भेटलेलो आहे. वास्तुशास्त्र दैवी शास्त्र आहे. वास्तुशास्त्राची फी घेतल्यास शास्त्र फळ देत नाही, असे सांगून आपल्या अर्धवट ज्ञानाने वास्तुमालकाचे जीवन पणाला लावणारे व स्वत:ला तथाकथित वास्तुशास्त्राचे अभ्यासक म्हणवणारे लोक तर मला पदोपदी भेटलेले आहेत. किचनमध्ये भाजीचा चोथा अडकून सिंक चोक-अप झाल्यामुळे प्लंबरला घेऊन गेल्यास वास्तुशास्त्रावर लेक्चर देणाऱ्या श्रीमंतांच्या गृहिणी मला चांगल्या माहीत आहेत. नहाणी ट्रॅप चोकअप होण्याचा व वास्तुशास्त्राचा काय संबंध आहे, हे आजपर्यंत मला समजलेले नाही.

वास्तुशांती व कामगारांचा शाप

सप्त एतानि न पूर्यन्ते पूर्यमाणानि अनेकश:
ब्राह्मणो अग्निः यमो राजा पयोधि: उदरं गृहम् । (चाणक्यनीती)

अर्थ:- अनेक प्रकारे यांना (त्यांचे इष्ट) पुरविले तरी ही सात कधीही भरत नाहीत. तृप्त होत नाहीत. ब्राह्मण, अग्नी, यम, राजा, समुद्र, पोट आणि घर.

प्रत्येक वास्तुधारकाने घरबांधणीसाठी बँकेचे कर्ज काढलेले असते. एकूण एस्टिमेटच्या ॲग्रिमेन्टच्या ८० टक्के कर्ज बँकेने मंजूर केलेले असते. घराचे बांधकाम जसजसे पूर्ण होईल तसतसे बँका कर्ज अदा करत असतात. घराचे बांधकाम पूर्ण होताना वास्तुमालकाने अनेक जादा कामे सांगितलेली असतात. उदा. बाथरूम मध्ये भारी किमतीचे कॉक बसवणे, फ्लोअरिंगला सिरॅमिक टाइल्स ऐवजी मार्बो-ग्रॅनाइट वापरणे, ऑइल बॉन्ड डिस्टेंपर ऐवजी लांबी वापरून प्लास्टिक कलर भिंतींना लावणे, किचन कट्ट्याची लांबी वाढवणे, किचन कट्ट्याशेजारी ग्रॅनाइटचे पार्टीशन करणे, खिडक्यांच्या ॲल्युमिनियम सेक्शनला पावडर कोटिंग करणे, बाथरूम मध्ये बरगंडी, ब्लू कलरचे वॉशबेसिन, कमोड, संडास भांडे बसवणे, जी पांढऱ्या कलरच्या भांड्यापेक्षा पाच पटापर्यंत महाग आहेत इत्यादी.

जादा कामाचे बील (Exrta Item Bill) मूळ एस्टिमेटच्या कमीत कमी २० टक्के जास्त असते. वास्तु मालक असा विचार करतो की घर एकदाच बांधून होते. त्यामुळे आताच थोडा खर्च झालेला बरा. निदान मनासारखे व आधुनिक रूपाचे घर तरी बांधून होईल. बँकेने पूर्ण कर्ज अदा केल्यामुळे हप्ते सुरू झालेले असतात. स्वत:च्या नवीन घरात लवकरात लवकर राहण्यासाठी जावे असा तगादा घरातल्यांनी लावलेला असतो. भटजीने वास्तुशांतीचा मुहूर्त सांगितलेला असतो. वास्तुशांतीपूर्वी घरातील सर्व कामे पूर्ण झाल्याशिवाय अंतिम बिल मिळणार नाही, असे वास्तू मालकाने इंजिनिअर व कंत्राटदाराला निक्षून सांगितलेले असते.

अंतिम बिल (Final Payment) मिळणार या आशेने इंजिनिअर व कंत्राटदार सकाळी ९ ते रात्री १२ पर्यंत दिवस रात्र राबून काम पूर्ण करून देतात. जादा सांगितलेल्या कामाचे मटेरिअल किमती असल्याने त्यांचे फिटिंग परफेक्ट होण्यासाठी ते दिवसा उजेडी करणे आवश्यक असते; पण वास्तुमालकाने याचा विचार न करता, वास्तुशांतीच्या पत्रिका वाटलेल्या असतात. त्यामुळे फिनिशिंग काम रात्रीचे केले जाते. वास्तुशांती झाल्यावर आठ दिवसांत बिल दिलंच म्हणून समजा, पैशाची जरा अडचण आहे, असे म्हणून वास्तुमालक कंत्राटदाराची बोळवण करतो.

वास्तुशांती झाल्यावर आठ दिवसांनी कंत्राटदार बिल मागण्यासाठी जातो तेव्हा मालक म्हणतो, 'हे काय काम आहे? किचन कट्ट्यावरील पाणी सिंकमध्ये जात नाही. कलर कार्डवरील शेड व भिंतीला लावलेला कलर यामध्ये फरक आहे. दरवाज्याच्या हिंजेसला चार ऐवजी तीनच स्क्रू पिळलेले आहेत. ॲल्युमिनियम खिडक्यांवर रंगाचे डाग तसेच आहेत. खिडकीच्या कडाप्पा सिलला चँफर मारलेला नाही इत्यादी. म्हणून मी तुझी मजुरी ५० टक्के कापणार आहे.' कंत्राटदार म्हणतो, 'साहेब, मी तुम्हाला स्पष्ट सांगितले होते, फिनिशिंग कामाला वेळ लागणार; पण वास्तुशांती असल्यामुळे तुम्ही मला दिवसा वेळ दिला नाही. तसेच वास्तुशांती झाल्यानंतर काम करण्याची परवानगी नाकारली. रात्रपाळीसाठी नाही म्हणत असताना तुम्ही कामाची जबरदस्ती केली व आता म्हणताय मजुरीचे ५० टक्के पैसे कापणार. हे बरोबर नाही.'

वास्तुमालक म्हणतो, 'तू तुझ्या मिस्त्रींची, गड्यांची मजुरी काप. त्याशिवाय त्यांना अक्कल येणार नाही.' अशा रीतीने वास्तुमालक कंत्राटदाराचे पैसे कापतो. कंत्राटदार मिस्त्री व गड्यांची हजेरी कट करतो. मिस्त्री व गडी वास्तुमालकाच्या घरी जातात व म्हणतात, 'साहेब, मी जाणूनबुजून असे काम केलेले नाही. मी नको म्हणताना मला गोड बोलून नाइट करायला लावली व आता म्हणता, तुला काम करायची अक्कल नाही. म्हणून माझी हजेरी कापता (पैसे देत नाही.) जी काय रिपेअरी आहे ती मी करून देतो.' वास्तुमालकाचे बांधकाम पूर्ण झालेले असते. त्याची गरज भागलेली असते. वास्तुमालक म्हणतो, 'मी तुला काम दिलेले नाही. तू तुझ्या कंत्राटदाराकडून पगार घे.' मिस्त्री म्हणतो, 'साहेब, तुम्ही पैसे दिलेत तरच कंत्राटदार माझे पैसे देणार; पण साहेब तुम्ही माझी हजेरी बुडवलीत! गरिबाच्या पाठीवर लाथ मारण्याऐवजी पोटावर लाथ मारलीत. घर बांधताना मी

NORTH SOUTH

रक्ताचा घाम केलेला आहे. माझी बायको, मुले घरी वाट बघत असताना फक्त तुमची वास्तुशांती आहे म्हणून नाईलाजास्तव रात्री काम केले. तुम्ही माझे पैसे बुडवलेत तर तुमचे कधीही चांगले होणार नाही. हा माझा शाप आहे. माझा तळतळाट तुम्हाला लागेल. बस्स...!' वास्तूचा जन्मदाता तो कारागीर वास्तुमालकाला शाप देऊन जातो. एखाद्या सिद्ध साधुपुरुषाच्या आशीर्वादाने जितकी भरभराट होणार नाही तितके नुकसान एका बांधकाम मिस्त्रीच्या तळतळाटाने, शापाने होते. बांधकाम कामगार, कष्टकरी, तळागाळातील लोक यांचे कारकत्व शनी या ग्रहाकडे आहे. म्हणून शनीला उकिरड्याचा, फेकून दिलेल्या वस्तूंचा, मृत्यूचा कारक म्हणतात. अशा गरीब लोकांना मुद्दाम त्रास देणाऱ्या गर्विष्ठ व आपमतलबी, स्वार्थी माणसांना शासन करणे, त्यांना दु:ख, दारिद्र्य, आजार यांनी पिळून काढणे हा शनीचा स्थायीभाव आहे. शिवाय वास्तुशांती झाल्यामुळे वास्तुपुरुषाची जागृती झालेली असते. त्यामुळे शनीची व वास्तुपुरुषाची, दोघांची वक्रदृष्टी वास्तुमालकावर, कुटुंबावर पडते; कारण कामगाराने तो शाप अंत:करणापासून वास्तूमध्ये उच्चारलेला असतो. असे कित्येक बिल्डर, डेव्हलपर्स, वास्तु मालक, कंत्राटदारांचे, सप्लायर लोकांचे पैसे बुडवल्यामुळे आर्थिक, शारीरिक, मानसिक, सामाजिकदृष्ट्या बरबाद झालेले, रसातळाला गेलेले मी पाहिलेले आहेत.

त्यामुळे माझा असा सल्ला आहे की एस्टिमेटपेक्षा अतिरिक्त खर्च वास्तू बांधताना करू नये; कारण अतिरिक्त पैशाची जुळवाजुळव करताना वास्तुमालक अक्षरश: मेटाकुटीला येतो. एक्स्ट्रॉ ॲटम लंकेला आग लावणाऱ्या मारुतीच्या शेपटासारखे आहेत. कधी संपतच नाहीत; कारण बाजारात एवढ्या विविध प्रकारचे, नमुन्याचे बांधकाम साहित्य उपलब्ध आहे की विचारायची सोय नाही. त्यामुळे 'Limit your needs, be happy and enjoy your life satisfactorily ' हे महात्मा गांधींचे तत्त्वज्ञान आचरणात आणावे.

तसेच, कामगारांकडून जबरदस्तीने सुटीच्या दिवशी, रात्रपाळीला (Night) काम करून घेऊ नये. त्यामुळे कामाची गुणवत्ता (Quality of Work) बिघडण्याचा दाट संभव असतो; कारण वैद्यकशास्त्रानुसार आठ तास काम केल्याने शरीर थकते. त्याला पूर्ण विश्रांतीची गरज असते. शिवाय कामगारांचे लक्ष घरी लागल्यामुळे दिवसाच्या कामाच्या फक्त ५० टक्के जास्त काम होते. हजेरी मात्र १०० टक्के द्यावी लागते. अशा रीतीने कंत्राटदाराचे, वास्तुमालकाचे, बिल्डरचे दुप्पट नुकसान होते. त्यापेक्षा कंत्राटदाराला कामगारांची संख्या वाढविण्यास सांगावी. रात्रपाळी करणे आवश्यक असल्यास कामगारांना जेवण किंवा नाश्ता द्यावा. तसेच रात्रपाळीचा संपूर्ण पगार द्यावा. कंत्राटदारांनी काम मिळावे या अपेक्षेने दर कमी (Rate Negotiable) करून काम मिळवलेले असते; पण अति कमी दर देणाऱ्या कंत्राटदाराला काम देऊ नये; कारण त्याचे मिस्त्री व कामगार यांचा दर्जापण तसाच असतो. विनाकारण निष्कृष्ट दर्जाचे बांधकाम होताना पाहून मन विषण्ण होते. तसेच ठेकेदारांचे, सप्लायर्स लोकांचे संपूर्ण बिल अदा करावे. मगच वास्तुशांती करावी.

इत्येव विविधं ईज्यानन्तरत: कुर्यात् सूत्राधारस्य पूजनम् । वस्त्रालंकार-भू-वित्त-गो-महिष्यश्च वाहनै ।
अन्येषां शिल्पिनां पूजा कर्तव्या कर्मकारिणाम् । स्वाधिकारानुसारेण वस्त्राताम्बूलभोजनै:
(प्रासादमंडन ८.८२-८३-८४)

यज्ञविधी झाल्यावर सूत्रधाराची (इंजिनिअर/ आर्किटेक्ट) पूजा करावी. त्याला वस्त्रे, अलंकार, धन, जमीन, गाई, म्हशी, वाहने द्यावीत व कामगारांना त्यांच्या अधिकारानुसार कापड, विडा, जेवण देऊन संतुष्ट करावे.

वास्तुशांतीच्या जेवणाला एक वेळ इंजिनिअरला बोलावू नका; पण बिल्डिंग कामगारांना जरूर जेवण वाढावे, अन्नदान करावे; कारण शनि माहात्म्यानुसार गोरगरीबांना, बिल्डिंग कामगारांना अन्न, वस्त्रदान केल्यास शनिमहाराजांचा आशीर्वाद प्राप्त होतो. अनेक अनिष्ट, क्लेशदायक गोष्टींपासून मुक्ती मिळते. वास्तुशांती विधी झाल्यावर प्रत्येक कामगाराला एक नारळ व टोपी देऊन वास्तूत त्याचा सत्कार करावा. कामगारांच्या डोळ्यांत आलेले आनंदाश्रू पाहून वास्तुपुरुष खूश होतो व वास्तूवर समृद्धीची, ऐश्वर्याची, आरोग्याची बरसात करतो. श्रीमंत बंगलेवाले लोक आपल्या वास्तुशांतीच्या समारंभाला बांधकाम कामगारांना बोलावणे कमीपणाचे लक्षण समजतात. वास्तुशांतीला हजारो रुपयांची जेवणावळ नातेवाईकांना, मित्रमंडळींना वाढतात; पण वास्तूचा जनक बांधकाम कामगारवर्ग उपाशी ठेवतात. अशा कित्येक बंगलेधारकांना आलेले विदारक, तीव्र स्वरूपाचे भीषण अनुभव पाहून अंगावर काटा येतो.

वास्तूला मृत व्यक्तींची नावे ? वास्तूत मृतांचे फोटो ?

वासांसि जीर्णानि यथा विहाय नवानि गृह्णाति नरोऽ पराणि ।

तथा शरीराणि विहाय जीर्णान्यन्यानि संयाति नवानि देही ? (भगवद्गीता- अध्याय २.२२)

अर्थ :- ज्याप्रमाणे मनुष्य जुन्या वस्त्रांचा त्याग करून नवीन वस्त्रे धारण करतो, त्याप्रमाणे आत्माही जुन्या आणि निरूपयोगी शरीराचा त्याग करून नवीन भौतिक शरीर धारण करतो.

धर्मशास्त्रानुसार चौऱ्याऐंशी लक्ष योनीतून पाप-पुण्याचा हिशोब सारखा झाल्यावर मनुष्यजन्म प्राप्त होतो. मनुष्य मेल्यावर त्याने केलेल्या पाप-पुण्याच्या हिशोबानुसार पुनर्जन्म अथवा मुक्ती मिळते. विसाव्या शतकाच्या पूर्वार्धात प्रख्यात चित्रकार राजा रविवर्माने जर्मनीहून आयात केलेल्या तंत्रज्ञानामुळे आधुनिक छायाचित्रणाचा (Photography) भारतात प्रसार झाला. सध्या जागतिकीकरणामुळे, खुल्या बाजारपेठेमुळे फोटो काढण्याचे तंत्र स्वस्त झालेले आहे. दिवाणखान्यात, हॉलमध्ये, डायनिंग रूममध्ये मृत आई-वडिलांचा फोटो, आजोबा-आजीचा फोटो, इतर प्रिय व्यक्तीचा मोठा फोटो (Enlarge Edition) लावून हार घालणे, लाइटचा दिवा लावणे, उदबत्ती लावणे फॅशन झालेली आहे. इतिहास साक्षी आहे. जनरेशन गॅपमुळे दोन पिढ्यांचे वैचारिक मतभेद अनादि काळापासून होत आहेत. तरुणाने वडिलांना बाबा आदम काळातील बुरसटलेल्या विचारांचे म्हणायचे, तर वडिलांनी मुलाला अमेरिकन, चंगळवादी संस्कृतीचे प्रतीक समजायचे. अशी घर घर की कहानी प्रत्येक ठिकाणी बघायला मिळते. मेल्यावर व्यक्तीबद्दल किती आदर होता, प्रेम होते ('खरे' की 'खोटे' देव जाणे) हे दाखवण्यासाठी जवळजवळ प्रत्येकाच्या घरात मृत व्यक्तींचे फोटो आहेत. लोकांची एक मानसिकता आहे. रस्त्यावरील दगडाला जर शेंदूर फासला तर तो दगड आहे याचा विचार न करता लोक त्याला नमस्कार करतात. तसेच फक्त भितीपोटी, श्रद्धेपोटी, आत्यंतिक प्रेमापोटी देवपूजा झाल्यावर मृत व्यक्तींच्या फोटोची गंध, धूप, आरती, नैवेद्य दाखवून पूजा केली जाते. कित्येक मृत व्यक्तींचे फोटो देव्हाऱ्यातपण असतात.

मोठ मोठे पुरातन वाडे पाडण्याचा लेखकाला अनुभव आहे. वाडा, चाळी पाडत असताना येथे राहणाऱ्या व्यक्तींची बिल्डरला अन्य ठिकाणी राहण्याची व्यवस्था करावी लागते. नवीन जागेत जीर्ण फोटोंची अडगळ नको म्हणून कित्येक जागामालक वाड्यातून फोटो नेत नाहीत. त्या फोटोतील व्यक्तीच्या नजरेला नजर देऊन तुम्ही दोन मिनिटे पाहू शकत नाही. तुमची नजर खाली झुकवावीच लागते. सतत प्रयोग करण्याची माझी वृत्ती आहे. 'तुमचा वाडा आम्ही विकत घेतलाय. नजर खाली करा, नाही तर कोंडाळ्यात फेकून देईन. डोळे काढून गोट्या खेळीन,' असे फिल्मी उद्‌गार मी एका वाड्यात फोटोसमोर कामाच्या ठिकाणी काढले. दुसऱ्या दिवशी कामावर माझा उजवा हात खांद्यातून निसटला (Shoulder Dislocated). दीड महिना गळ्यात हात बांधून फिरत होतो. एके ठिकाणी तर जुनी भिंत अंगावर कोसळून मरता मरता वाचलो. त्यामुळे मृत व्यक्तींचे फोटो घरात लावू नयेत. मृत व्यक्तींचे नाव वास्तूला, गाडीवर, संततीला, धंद्याला देऊ नये, असा माझा विचार आहे.

जातस्य हि ध्रुवो मृत्युर्ध्रुवं जन्म मृतस्य च। तस्मादपरिहार्येऽर्थे न त्वं शोचितुमर्हसि। (भगवद्गीता - अध्याय २.२७)

अर्थ:- जो जन्मला त्याचा मृत्यू निश्चित आहे. आणि जो मृत झाला त्याचा जन्म निश्चित आहे. त्यामुळे न टळणाऱ्या अशा गोष्टींचा शोक करणे योग्य नाही.

नाव दिल्याने मृत व्यक्तीला तुम्ही आवाहन करता. त्यामुळे मृत व्यक्तींना धड पुनर्जन्म मिळत नाही, धड मुक्ती मिळत नाही. ते पिशाच योनीत भटकत राहतात. मुक्तीच्या आड तुम्ही आल्याने मृत व्यक्ती तुम्हाला त्रास देतात. प्रगतीत अडथळा आणतात. सर्व शुभ कार्याच्या आड येतात. धनाला, पैशाला घरात प्रवेशच करू देत नाहीत. नसती लफडी मागे लावतात.

मत्स्यपुराणात 'श्राद्धरूपी वृक्षाची फळे' असा एकोणिसावा अध्याय आहे. त्यानुसार पितृपंधरवड्यात ब्राह्मणामार्फत पितरांचे (मृत व्यक्तीचे) नाम, गोत्र, काल, देश यांचा उच्चार करून जे खाद्यपदार्थ श्रद्धेने अर्पण केले जातात, त्यांनी पितृगण तृप्त होतात, ते त्या वेळी त्यांच्या योनीत उपयुक्त अशा आहाराच्या रूपात परिणत होतात. उदा. मृत व्यक्ती देवयोनीत असल्यास अमृत रूपाने, पशुयोनीत असल्यास तृण रूपाने, राक्षस योनीत असल्यास मांस रूपाने, मानवयोनीत असल्यास नाना भोगरसांनी परिवर्तित होतात. अशा रीतीने पितर 'अन्नदाता सुखी भव' असा आशीर्वाद देतात. पितृपंधरवड्यातील आशीर्वादात फक्त शुभ ऊर्जा प्रवाह (Positive Energy) कार्यान्वित होतो.

शकुनांचे महत्त्व आणि स्वप्न विचार

Such people who have faith in Astrology and Indian Vastushastra can follow sakunam. It is real divine guidance. It will never fail. This is our honest & sincere opinion. But you allow the sakunam to Nature. This is most important thing.

- K.S. Krishnamurti

(प्राचीन ऋषीमुनींनी शकुनांबाबत मार्गदर्शन केलेले आहे. शकुन हे खरे असतात. ते मुद्दाम घडवून आणू नयेत. नैसर्गिकरीत्या घडल्यास अनुभवास येतात.)

वास्तुपरीक्षण करून फलादेश देताना खालील गोष्टी घडल्यास शुभशकुन समजावेत.

१) प्रश्नकाली वैदिक मंत्र, आरती, संतवाणी ऐकू येणे.

२) घरात सुखसुविधा देणारी मौल्यवान वस्तू येणे.

३) कोणी आनंददायी वार्ता सांगण्यासाठी पेढे घेऊन येणे.

४) घरातून धूप, उदबत्तीचा सुगंध, जेवणाचा दरवळणारा वास येणे.

५) अचानक विद्युतप्रवाह सुरू होऊन लाइट लागणे.

६) नवीन घर, वास्तू बांधण्यासंबंधी प्रश्न असल्यास घरातून पूजेच्या नैवेद्याचा प्रसाद मिळणे. नवीन वास्तू बांधण्याचे स्वप्न अस्तित्वात येईल.

७) रोगी व्यक्तीबद्दल प्रश्न असल्यास घरात एखादा पाहुणा येणे. आरोग्य सुधारणार. रोग बरा होणार.

८) मुला-मुलींच्या लग्नासंबंधी प्रश्न असल्यास बाहेर रस्त्यावर मिरवणुकीचा, लग्नाच्या वरातीच्या बॅन्डचा आवाज येणे. लग्न लवकरात लवकर ठरून निर्विघ्नपणे पार पडेल.

९) आर्थिक प्रश्न असेल व गृहिणी नाश्ता-चहा घेऊन हसतमुखाने येणे. आर्थिक प्रश्नावर तोडगा निघेल.

१०) मुलांच्या शिक्षणासंबंधी प्रश्न असेल तर टीव्हीवर, रेडिओवर, गुणवंत मुलाची मुलाखत लागली असेल तर शुभ शकुन. परीक्षेत मुलगा चांगल्या मार्कांनी पास होईल.

घरातून बाहेर पडताना शुभ शकुन :-

१) घरातून बाहेर पडताना गृहिणीने हातावर दही-साखर, प्रसाद ठेवणे.

२) घरातून बाहेर पडताना हिरव्या साडीतील नखशिखांत सौभाग्यलेणी ल्यायलेली स्त्री दिसणे.

३) घरातून बाहेर पडताना कुत्र्याच्या तोंडात हाड असेल व ते कुत्रे रस्त्यावर दिसले तर तटलेली, रेंगाळलेली कामे पूर्ण होतील.

४) घरातून बाहेर पडताना वारकरी दिंडी, पालखी, शोभायात्रा दिसणे.

५) घरातून बाहेर पडताना मंदिरातील घंटानाद, मशिदीतील अजान ऐकू येणे.

६) घरातून बाहेर पडताना गाय-वासरू, माकड, पांढरा घोडा दिसणे.

७) घरातून बाहेर पडताना आकाशात भारद्वाज पक्षी, कोकिळा, बगळा दिसणे.

८) घरातून बाहेर पडताना विव्दान, गुरू, अत्यंत श्रीमंत यशस्वी व्यक्ती, आवडती व्यक्ती यांचे दर्शन होणे.

९) घरातून बाहेर पडताना आतषबाजी, आवडते गाणे ऐकू येणे.

घरातून बाहेर पडताना अशुभ शकुन :-

१) कुत्र्याने घरात माणसासारखे रडणे, प्रियजनाच्या मृत्यूची बातमी.

२) देवापुढील निरांजन, समई विझणे. अपघात, भयानक दैवी आपत्तीची सूचना.

३) मांजर तोंडात उंदीर घेऊन जाताना दिसणे. आरोग्याबद्दल जीवन-मरणाचा प्रश्न.

४) बाहेर जाताना घूस, मांजर, मरतुकडे कुत्रे आडवे जाणे. कार्यनाश.

५) झोपल्यावर अंगावर पाल, मांजर पडणे. कष्टाची, दारिद्र्याची सुरवात.

६) घरातील दूध अचानक नासणे. अन्नपूर्णा देवीचा प्रकोप होऊन उपवास घडतो.

७) घरावर कावळे बसून काव काव करणे. दुष्ट पिशाचांपासून त्रास.

८) घरातून बाहेर पडताना मांजराने, कुत्र्याने पाय चाटणे, कार्यात विलंब.

९) घरातून बाहेर पडताना पैशाचे पाकीट, मोबाईल फोन, पेन, डायरी, घड्याळ विसरणे. अर्थनाश.

१०) घरातून बाहेर पडताना प्रेतयात्रा दिसणे अशुभ; कारण प्रेतयात्रेत सहभागी लोक रडून दुःखाची ऋण उर्जा उत्सर्जित करत असतात. त्यामुळे अपयशप्राप्ती.

११) कावळा घरावर चोचीतील हाड टाकून घरातील वस्तू पळवतो तेव्हा चोरीचे भय.

१२) तिन्हीसांजेला भिकारी दारासमोर येणे. कोणीतरी उसने मागण्यासाठी येणे. अशुभ. भिकाऱ्यासारखी अवस्था होते.

१३) घरातून बाहेर पडताना लहान मुले मागे लागणे व रडणे. इच्छित कार्यात विलंब व नुकसान.

१४) घरातून बाहेर पडताना चपलेचा अंगठा तुटणे, बुटाची लेस तुटणे, गाडी चालू न होणे, स्त्रीचे जाऊ नका असे सांगणे. संभाव्य अपघाताची सूचना.

स्वप्नशकुनः-

मनुष्य जागृतावस्थेत तसेच निद्रावस्थेतही विचार करत असतो. निद्रावस्थेत जी विचारप्रक्रिया चालते त्या क्रियेला स्वप्न म्हणतात. प्राचीन हिंदू धर्मग्रंथानुसार काही स्वप्न फले खालीलप्रमाणे:-

अनुभूतः श्रुतोदृष्टः प्रकृतेश्च विकारजः। स्वभावतः समुभ्दूताश्चिन्तासन्तति सम्भवः।

देवताद्युपदेशोत्थो धर्मकर्म प्रभावजः। पापोद्रेकः समुत्यश्च स्वप्न स्यान्नवधा नृणाम्।

अर्थः- १) अनुभव घेतलेले, २) पाहिलेले, ३) ऐकलेले, ४) प्रकृति विकार जनित, ५) स्वाभाविक, ६) विचार श्रेणीमुळे, ७) देवता आदींचे उपदेश, ८) धार्मिक प्रभावामुळे, ९) अति पापातून निर्माण झालेले, या नऊ प्रकारची स्वप्ने माणसांना दिसतात.

स्वप्न शुभ शकुन :-

१) आपल्याला दुसऱ्याने भूमी, जमीन दान केलेले स्वप्नात पाहिल्यास अविवाहिताला सुंदर पत्नी प्राप्त होते. विवाहित स्त्रीकडून धनप्राप्ती होते.

२) देशाचा नकाशा, अर्धचंद्र स्वप्नात पाहिल्यास प्रवास घडतो.

३) घरे धुराशिवाय जळताना दिसणे, लक्ष्मी प्रसन्न होते, आरोग्यप्राप्ती होते. मनोरथ पूर्ण होतात.

४) स्वप्नात निर्मळ पाण्याने भरलेले तळे पाहिल्यास धनलाभ होईल.

५) स्वप्नात तलावात कमळावर बसून मिष्टान्न सेवन करत आहे, असे दिसल्यास राज्यपदाची प्राप्ती होते.

६) स्वप्नात गवंडी घर बांधत आहे दिसल्यास नवीन वास्तूचा लाभ होतो.

७) स्वप्नात आरसा पाहिल्यास दारिद्र्यांना भाग्य व भाग्यवंतांना दारिद्र्य प्राप्त होते.

८) स्वप्नात सूर्योदय होत आहे असे दिसल्यास कार्यसिद्धी. सूर्यास्त पाहिल्यास कार्यनाश.

९) पर्वताचे शिखर, फलयुक्त झाडांच्यावर चढताना स्वप्नात पाहिल्यास धनसमृद्धी व कार्यात यश मिळेल.

१०) हिरव्यागार शेतातून चाललो आहे असे स्वप्नात पाहिल्यास प्रगती होईल.

११) स्वप्नात गरूड सापाला मारत आहे असे दिसल्यास शत्रूनाश.

१२) स्वप्नात जहाज बंदरावर नांगर टाकताना दिसल्यास स्थैर्य लाभते.

स्वप्न अशुभ शकुन :-

१) स्वतः घर बांधताना स्वप्नात दिसणे बेघर होण्याची सूचना.

२) सूप, कोळ्याचे जाळे, नांगर स्वप्नात पाहणारी व्यक्ती निर्धन होते.

३) स्वप्नात पितृतर्पण, विवाह किंवा श्राद्धाचे भोजन करत आहोत, असे दिसणे म्हणजे मृत्यूकडे वाटचाल.

४) स्वप्नात शरीराला तेलाने मालीश करताना पाहणे आरोग्याच्या तक्रारीची सुरवात.

५) घर गाईच्या शेणाने सारवलेले पाहिल्यास चोरीचे भय उत्पन्न होते.

६) स्वप्नात आपण मोठमोठ्याने हसताना दिसणे म्हणजे दुःख, रडणे, चिंता वाट्यास येतात.

७) मूत्र, विष्ठा, सोने, चांदी स्वप्नात पाहिल्यास क्लेश, पीडा वाट्याला येतात.

८) स्वप्नात हाताचे ठसे दिसल्यास व्यवसायात विश्वासघात होईल.

९) स्वप्नात घर कोसळताना दिसणे किंवा घराच्या छतावरून खाली पडताना पाहणे म्हणजे यश व धन नष्ट होते.

NE EAST SE

वास्तु-प्राणायाम

मन एवं मनुष्याणां कारणं बन्धमोक्षयोः ।
बन्धाय विषयासंगी मोक्षं निर्विषयं स्मृतम्।। (मैत्रायणी उपनिषद ६.३४)

अर्थ :- मन हेच आध्यात्मिक व भौतिक सुखाचे आणि सर्व प्रकारच्या दुःखाचे मूळ कारण आहे. रात्रंदिवस काळजी, विचार, भविष्याची चिंता, दुःख, निराशा व दारिद्र्य यामुळे मानवी मन दुबळे व शक्तिहीन झालेले असते. मानवी मन बॅटरीतील सेलसारखे असते. बॅटरीतील सेलला जसे रोज चार्जिंग करावे लागते, म्हणजे बॅटरी कार्यक्षम राहून ऐनवेळी दगा देत नाही. तसेच मन प्रसन्न व बलवान करून इच्छाशक्तीत अमर्याद वाढ कशी करावी, यासाठी विष्णूंच्या कृपेने मी वास्तुप्राणायामाचा शोध लावलेला आहे.

अष्टांग योगातः तस्मिन्सति, श्वासप्रश्वासयोगतिविच्छेदः प्राणायामः।

अर्थः- योगासनांनी शरीरात स्थिरता निर्माण झाल्यावर श्वास व प्रश्वास यांच्या गतीचा प्रयत्नपूर्वक छेद म्हणजेच प्राणायाम होय. पातंजल योगानुसार मानवी शरीर आकाश, वायू, अग्नी, जल, पृथ्वी या पंचमहाभूतांच्या समन्वयातून निर्माण झालेले आहे. मानवी शरीरामध्ये पंचज्ञानेंद्रिये, पंचकर्मेंद्रिये व एक मन असते. पिंडी ते ब्रह्मांडी या उक्तीनुसार शरीरात जी पंचमहाभूते, तत्त्वे आहेत, ती बाह्यविश्वात आहेत. बाह्यविश्वातील पंचमहाभूतांची अमर्याद प्राणशक्ती (Nature's Will Power) मनुष्य मिळवू शकला तर त्याला भूतलावर कोणतीही गोष्ट साध्य करणे अशक्य नाही.

वास्तु-प्राणायामः- आपल्या खोलीत पश्चिमेच्या भिंतीला चिकटून एक चटई घालावी व त्यावर एक शुभ्र वस्त्र अंथरावे. त्यामुळे प्राणायाम करताना साधकाचे तोंड पूर्व दिशेला होईल. प्रातर्विधी, अंघोळ करून मगच प्राणायामासाठी बसावे. पहाटे पाच ते सहा वाजताची वेळ प्राणायामासाठी सर्वोत्तम आहे; कारण पहाटे आजूबाजूला शांतता असते. त्यामुळे मन एकाग्र होते. प्राणायाम क्रियेत पद्मासनाला खूप महत्त्व आहे; कारण पद्मासनात डाव्या पायाचा घोटा उजव्या पायाच्या मांडीवर येतो. तर उजव्या पायाचा पृष्ठभाग डाव्या पायाच्या मांडीवर येतो. त्यामुळे शरीरात असणाऱ्या मूलाधार चक्रावर व तेथून जाणाऱ्या वीर्यवाहिनीवर दाब पडतो. पाठीचा मणका ताठ ठेवल्यामुळे मणक्यातील सर्व अस्थी, स्नायू लवचिक व सुस्थितीत राहतात. त्यामुळे इच्छित सिद्धी लवकर फलद्रूप होते. पद्मासन घालण्यात काही अडचण असेल तर सुखासनपण चालते. त्यानंतर मांड्यांवर हात ठेवून डोळे मिटून घ्यावेत. दोन मिनिटांत मनातील सर्व विचार काढून टाकावेत. मन निर्विकार, निर्विचार करावे. रेचक करून फुफ्फुसातील सर्व हवा काढून टाकावी म्हणजे पोट खपाटीला जाईल. नंतर पूरक क्रियेद्वारा शांतपणे व हळूहळू आठ वेळा श्वास आत घ्यावा. प्रत्येक श्वास घेताना- ॐ विष्णवे नमः, ॐ महालक्ष्म्यै नमः, ॐ कुलदेवतायै नमः, ॐ आकाशाय नमः, ॐ वायवे नमः, ॐ पृथिव्यै नमः, ॐ अग्नये नमः, ॐ जलाय नमः, असे मनात विचार आणावेत की वरील देवता, पंचमहाभूते यांचे सत्त्व, आशीर्वाद, प्राणशक्ती आपल्या शरीरात दाखल होत आहे. त्यामुळे आपण शक्तिशाली बनत आहोत. एवढी शक्ती मिळाल्यावर 'लाथ मारीन तेथे पाणी काढीन' असा आत्मविश्वास मनात निर्माण होत आहे.

NORTH SOUTH

त्यानंतर तोंडाने सोळा वेळा हळूहळू प्रश्वास करावा. त्या वेळी मनात असे विचार आणावेत की, भविष्यातील चिंता, सांसारिक दुःख, काळजी, वाईट विचार (Negative Thinking) हे प्रत्येक प्रश्वासाबरोबर शरीरातून बाहेर पडत आहेत. आपण चिंतामुक्त, भयमुक्त झाल्यामुळे हलके हलके , प्रसन्न वाटत आहे.

अशा तऱ्हेने हा वास्तुप्राणायाम तुमचे वय +५ इतक्या वेळा नियमित एकाच जागेवर बसून करावा. साधकाला दिव्य अनुभव येतील. दिवसभर तुम्ही एकाग्रचित्ताने व उत्साहाने काम कराल. आत्मविश्वासपूर्वक बोलल्याने तुमची समाजावर छाप पडेल. 'जिंदगी जिंदादिली का नाम है। मुर्दादिल भी क्या खाक जीते है।' अशा शायरीनुसार जीवनात रस व आनंद निर्माण होईल. श्री महाविष्णू, श्री महालक्ष्मी हे जगाचे पालक आहेत. त्यांचा आशीर्वाद मिळाल्यावर जगात काहीही अशक्य नाही. बाह्यविश्वातील, शरीरातील, वास्तूतील पंचमहाभूते यांना शरण जाऊन त्यांच्याकडून प्राणशक्ती प्राप्त करून घेतल्यामुळे वास्तुदोष काही अंशाने कमी होईल. आजारी पडल्यावर जसे औषध घेतो तसे पंचमहाभूतांपासून शक्ती मिळाल्याने वास्तूची दूषित स्थाने, कोपरे, यांच्यावर मनाने औषधोपचारच केल्यासारखे होईल. 'मन करा रे प्रसन्न सर्व सिद्धीचे कारण' या सुभाषितानुसार तुमच्या प्रगतीचा आलेख उत्तुंग आकाशात जाईल. धनदौलत, पैसा, प्रतिष्ठा, यांचे तुम्ही धनी व्हाल. प्राणायामामुळे आरोग्यदेवता धन्वंतरी यांचा तुमच्यावर नित्य वरदहस्त राहील. पैसा मिळाल्यामुळे वास्तुशास्त्रानुसार शास्त्रोक्त वास्तुनिर्माण करू शकाल. तुमच्यावर होणाऱ्या दूषित घर, वास्तूच्या परिणामांची तीव्रता कमी होईल. अशा प्रकारचा वास्तु- प्राणायाम सहा महिन्यांनी सिद्ध होतो, असा स्वानुभव आहे.

NW WEST SW

स्त्री गर्भवती असताना वास्तुनिर्माण; महाभयंकर वास्तुदोष

सत्ययुगात समुद्रमंथनातून चौदा रत्नांपैकी अमृत कलश घेऊन धन्वंतरी प्रकट झाले. अमृत प्राशनासाठी कलश हिसकावून घेऊन असुर दूर गेले. असुरांनी अमृतपान केले तर ते अमर होतील. सज्जनांवर दुर्जनांचा, सत्यावर असत्याचा, देवांवर दानवांचा विजय होईल या कल्पनेने शहारून जाऊन सर्व देवगण भगवान विष्णूंना शरण गेले. भगवान विष्णूंनी अद्वितीय स्त्री सौंदर्याचा नमुना असलेले मोहिनीरूप धारण केले. नृत्य, गायन व मधुर संभाषण यांचा योग्य वापर करून असुरांकडून अमृत कलश स्वत:कडे घेतला. देव आणि दानव यांना समोरासमोर रांगेत बसवून मोहिनी प्रत्येकाला अमृत वाटू लागली. मोहिनी फक्त देवांनाच अमृतपान देतेय. असुर अमृतपानापासून वंचित आहेत, असे एका असुराच्या लक्षात आले. त्या असुराने मायावी शक्तीने चंद्राचे रूप धारण केले व तो देवांच्या पंगतीत जाऊन बसला. मोहिनीने चंद्र समजून असुराच्या ओंजळीत अमृत ओतले. खऱ्या चंद्राच्या लक्षात हा प्रकार आला. खऱ्या चंद्राने मोहिनीला ही कल्पना दिली. मोहिनी रूपातील भगवान विष्णूंनी सुदर्शन चक्राने त्या मायावी चंद्राचा शिरच्छेद केला. तोपर्यंत असुराने प्राशन केलेले अमृत घशाखाली उतरलेले होते. मायावी असुराचा शिरच्छेद होऊन अमृत प्राशनाने धड राहू व मस्तक केतू या पापग्रहांच्या रूपाने तो अमर झाला. आपला शिरच्छेद होण्यास चंद्र कारणीभूत आहे या न्यूनगंडाने पछाडल्यामुळे राहू व केतू हे छायांकित पापग्रह अमावास्येला चंद्राला ग्रासतात. चंद्राच्या अमलाखाली येणाऱ्या प्रत्येक गोष्टीचा नायनाट करतात. त्यामुळे ज्योतिषशास्त्र व वास्तुशास्त्रात राहू व केतू या पापग्रहांना अनन्यसाधारण महत्त्व आहे. अमावास्येला जन्म कुंडली फलादेश व घर, वास्तुनिरीक्षण करू नये असा धर्मशास्त्राचा संकेत आहे.

आधुनिक काळात कुटुंबातील सदस्यांची संख्या, गरजा वाढलेल्या आहेत. त्यामुळे आहे त्या वास्तूचा वरचा मजला बांधकाम करणे किंवा नवीन वास्तू बांधणे यापैकी एकच पर्याय शिल्लक राहतो. मनुष्याचा स्वभाव निसर्गदत्त आहे. त्याला पचेल, रूचेल, खिशाला परवडेल, बुद्धीला पटेल अशा गोष्टींवर तो पटकन अंमलबजावणी करतो. वरचा मजला बांधणे कमी खर्चाचे, कमी वेळात पूर्ण होणारे काम असते. उपनगरात, गावात वरचा मजला नैर्ऋत्य कोपऱ्यात बांधण्याचा सल्ला अनेक नामांकित वास्तुशास्त्रज्ञ देतात. नैर्ऋत्य कोपरा भक्कम, उंच व जड झाल्यास आर्थिक प्रश्न सुटतील. अडलेली कामे पूर्णत्वाच्या मार्गावर लागतील. नोकरी-धंद्यात मंदीच्या काळात नेत्रदीपक प्रगती होईल. देणी वसूल होतील. बँकेची कर्जे फिटतील. कामासाठी नवनवीन क्षेत्रे उपलब्ध होतील. अशा रीतीने धनलक्ष्मीचा वास्तूत प्रवेश होईल व ते सत्य आहे. इंजिनिअर या नात्याने वास्तूचा वरचा मजला वाढविण्यासाठी येणाऱ्या खर्चाची कित्येक अंदाजपत्रके (Estimating & Costing of Alteration Work) मी बनवलेली आहेत व कामे पूर्ण केली आहेत. अशा वास्तूचा, कुटुंबातील सदस्यांचा माझ्याशी घनिष्ठ संबंध आलेला आहे. वास्तुशास्त्रज्ञ ज्योतिषशास्त्राचा, वेदशास्त्राचा, मंत्रशास्त्राचा अभ्यासक नसल्यामुळे वास्तूची तोडफोड करून अंशत: पुन:निर्माण (Partly Demolishing and Extension Work of Old Building) करण्यासाठी 'यजुर्वेदातील वास्तुक्षमण विधी' करून वास्तुपुरुषाची, भूमीची रीतसर परवानगी घेणे अत्यावश्यक आहे, हे वास्तुशास्त्रज्ञाला माहीतच नसते. वास्तुशास्त्रज्ञाने उत्कृष्ट औषध दिलेले असते; पण पथ्यपाणी सांगितलेले नसते. आयुर्वेदानुसार अवेळी घेतलेले औषध, विषाचेच कार्य करते. चांगला मुहूर्त बघून वास्तुमालकाची परवानगी मिळाल्यावर तोडफोड मजूर मजल्याचे पॅरापेट बांधकाम तोडतात. पॅरापेट बांधकामात खालील मजल्याच्या कॉलमच्या सळ्या तीन फूट उंचीने वरील मजला बांधण्यासाठी ठेवलेल्या असतात. कॉलमवर कॉलम घेऊन स्लॅब ओतणे, वीट बांधकाम करणे, गिलावा करून फरशी बसवणे, दरवाजे, खिडक्या बसवणे व इतर बांधकामाची कामे करण्यासाठी कमीत कमी दोन महिन्यांचा कालावधी लागतो. या दोन महिन्यांत दोन अमावास्या येऊन जातात. वास्तूची, भूमीची शास्त्रोक्त परवानगी न घेतल्यामुळे वास्तुपुरुष भयंकर चिडलेला व क्रोधित झालेला असतो. वास्तूतील दिशांवरचे, दिशांच्या देवता व असुरांवरचे वास्तुपुरुषाचे नियंत्रण सुटलेले, तुटलेले असते. नियंत्रण सुटल्यामुळे दिशा विदिशा बनतात. असुर, दुष्ट, पाशवी शक्तींना वास्तूत थैमान घालण्यास रान मोकळे होते. सागरी वादळात कॅप्टनच्या हातून जहाजाच्या सुकाणूवरील नियंत्रण सुटल्यामुळे जहाज जसे दिशाहीन होऊन भरकटत जाते. वादळी सागरी लाटांचे तडाखे जहाजाला फुटबॉलसारखे उडवतात. तसे वास्तुपुरुषाचे नियंत्रण सुटल्यामुळे वास्तूची दयनीय अवस्था होते.

अमावास्येला चंद्र क्षीण व दुर्बल असतो. चंद्र स्त्रीतत्त्वाचा ग्रह असून, स्त्रियांचा कारक आहे. स्त्रियांचा मासिक धर्म, प्रसूती, बाळंतरोग यावर चंद्राचा अंमल आहे. अमावास्येला चंद्र क्षीण व दुर्बल असल्याने गर्भवती स्त्रियांचे मानसिक स्वास्थ्य अमावास्येला बिघडते, शारीरिक पीडा उत्पन्न होते, विचित्र, भयानक स्वप्ने पडतात, झटके येतात

मानसिक टेन्शन वाढते. अमावास्येला क्षीण चंद्राचे प्रबळ शत्रू राहू व केतू हे पापग्रह अत्यंत बलवान असतात. त्यांची विघातक शक्ती कित्येक पटीने वाढलेली असते. गर्भ गतजन्मीच्या पाप-पुण्यानुसार पुनर्जन्म घेत असतो. चंद्र गतजन्माचा, मनाचा, जन्म देणाऱ्या मातेचा कारक आहे. शेतातील पिकाला लागलेली कीड, पिकाचे फक्त मूळ खाते. त्यामुळे उभे पीक जमीनदोस्त होते. तसे राहू व केतू स्त्रीच्या गर्भात प्रवेश करतात व गर्भाला शारीरिक, मानसिक, बौद्धिकदृष्ट्या विकलांग करतात (मंगोल चाईल्ड). संततीला मतिमंद, ठार वेडे करतात. अशा रीतीने चंद्र ग्रहाच्या कारकत्वाखाली असलेल्या गर्भाचे भाग्यच राहू व केतू बिघडून टाकतात. सुष्ट शक्तीला दुष्ट शक्तीवर विजय मिळवण्यासाठी प्रत्येक वेळी झगडावे लागते, तर दुष्ट शक्तीला सुष्ट शक्तीवर विजय मिळवण्यासाठी फक्त अमावास्येच्या एका संधीची गरज असते. कर्त्या पुरुषाच्या मनावरही हे पापग्रह सत्ता चालवतात. त्यामुळे किरकोळ गोष्टींचे मोठ्या भांडणात, मारामारीत रूपांतर होते. जेवणात मीठ नाही किंवा मीठ जास्त आहे, असे बोलून ताटच गृहिणीच्या अंगावर भिरकावून देण्याचे प्रकार घडतात. अमावास्येला कामगार पुरुष मंडळी रोजच्या पेक्षा जास्त दारू पितात व हिंस्त्र बनून घरात तमाशा करतात. प्रसंगी गृहिणीला मारझोड करतात. कित्येक गर्भवती स्त्रियांचा गर्भ सुकून जातो व गर्भाशय साफ (Curatene) करून घ्यावे लागते. त्याचा स्त्रीच्या मनावर, पतीवर, संपूर्ण घरादारावर विपरीत मानसिक परिणाम होतो. गर्भ राहिल्यास अकाली प्रसूती होते. प्रसूती नैसर्गिक न होता सिझेरियन करावे लागते. नवजात अर्भकाला अतिदक्षता (Premature Baby Intensive Care Unit) विभागामध्ये ठेवावे लागते. नैसर्गिक प्रसूतीत बाळाला चिमटा लावून बाहेर काढावे लागते. पुरुषाला कामधंदा सोडून हॉस्पिटलच्या फेऱ्या माराव्या लागतात. परिणामी, आर्थिक तंगी वाढते. शारीरिक दुखणी जडतात.

अशा रीतीने स्त्री गर्भवती असताना घर बांधून पूर्ण होते; पण ज्या भावी पिढीसाठी भवन निर्माण करायचे, ज्या संततीच्या जन्माने पती-पत्नीचे वैवाहिक संबंध दृढ होतात, ती संततीच मंगोल चाईल्ड म्हणून जन्माला येते. मी कित्येक स्त्रीरोग तज्ज्ञ, बालरोगतज्ज्ञांच्या हॉस्पिटलला भेटी दिलेल्या आहेत. मतिमंद शाळा, वेड्यांच्या हॉस्पिटल यांच्या चकरा मारलेल्या आहेत. हॉस्पिटलमधील नर्स, वॉर्डबॉय, शाळेत मुलांना ने-आण करणारे रिक्षावाले यांच्यामार्फत पूर्व इतिहास, पत्ते, जन्मतारखा मिळवलेल्या आहेत. त्यांच्या घरांना भेटी दिलेल्या आहेत. घरांच्या इंजिनिअरला भेटून बांधकाम कुठल्या वर्षी, किती महिने चालले, याची माहिती मिळवलेली आहे. घराचे बांधकाम व मतिमंद, वेडी संतती यांचा गर्भावस्थेतील काळाशी निकटचा संबंध आढळून आलेला आहे. संध्याकाळी घरी आल्यावर जेवण गेलेले नाही, असे विदारक व भीषण सत्य डोळ्यांनी पाहिलेले आहे. प्रसंगी मार खायची तयारी ठेवून श्रीविष्णूंच्या कृपेने हे संशोधन केलेले आहे.

प्रस्तुत लेखक स्वानुभव कथन करत आहे. लेखकाचे घर बहुतांश वास्तुशास्त्राच्या विरोधात आहे. लेखकाच्या वास्तूच्या ईशान्य कोपऱ्यात चार संडास आहेत. लेखकाने त्या संडासचा व मुख्य इमारतीमध्ये असलेला दरवाजा संपूर्ण तोडला. त्यामुळे संडास व मुख्य वास्तू असे दोन भाग तयार झाले. संडास व वास्तूमधील चार फुटांचा पॅसेज पायी रहदारीसाठी खुला केल्याने तो पूर्वेचा रस्ता म्हणून थोड्या प्रमाणात शुभ फल प्रदान करणार. लेखकाचे घर तिकटीवर असल्याने रस्ता रूंदीकरणात नैर्ऋत्य कोपऱ्याला को.म.न.पा. नियमानुसार चँफर मारणे अनिवार्य होते. तरीही लेखकाने वाढलेला नैर्ऋत्य कोपरा प्लिंथ लेव्हलपर्यंत काटकोनात केला. लेखकाच्या परड्यात मध्य-पश्चिम भागात छोटी, कमी उंचीची विहीर आहे. इच्छा असूनही लेखक विहीर बुजवू शकत नाही; कारण कर्त्या पुरुषांच्या जन्मपत्रिका दूषित आहेत. त्यामुळे 'वक्तसे पहले और भाग्य से अधिक, किसीको कुछ नही मिलता,' या भगवान श्रीकृष्णांच्या उपदेशाची प्रचिती आली. लेखकाने देव्हाऱ्यात वास्तु- दिक्‌दर्शक यंत्राची व लक्ष्मी-गणेश यंत्राची स्थापना केली.

रस्तारूंदीकरणात को.म.न.पा. कोल्हापूर राहत्या घराचा पश्चिमेकडील भाग पाडणार आहे, अशी नोटीस २००१ मध्ये लेखकाला मिळाली. वरील सत्य माहीत असल्यामुळे लेखकाने आपल्या पत्नीला शास्त्रीय संगीत शिकण्यासाठी संगीत व ललित कला विभाग, शिवाजी युनिव्हर्सिटी, कोल्हापूर येथे डिप्लोमा इन क्लासिकल म्युझिकमध्ये प्रवेश घ्यायला लावला. लेखकाची पत्नी (B.Sc.Microbiology) झालेली आहे. मायक्रोबायॉलॉजी ही शाखा व शास्त्रीय संगीत दोन ध्रुव आहेत. जानेवारी २००३ मध्ये को.म.न.पा. कोल्हापूरने रस्ता रूंदीकरणाची कार्यवाही पूर्ण केली. लेखकाचे वास्तूच्या वायव्य कोपऱ्यातून आग्नेय कोपऱ्याकडे स्थलांतर झाले. घराचे डागडुजी कार्य सुरू झाले. लेखक पत्नी त्यावेळी सात महिन्यांची गरोदर होती. दूषित वास्तूत राहू व केतू या दुष्ट शक्तींपासून

गर्भाला वाचविण्याचा एकमेव मार्ग म्हणजे गर्भावस्थेत होमहवन करून वायुमंडळ शुद्ध करणे, संपूर्ण भगवद्गीता हाताने संस्कृत श्लोकांसह, मराठी अनुवादासहित लिहून काढणे. सार्थ श्री विष्णुसहस्रनामाची व महालक्ष्म्यष्टक स्तोत्राची १२०० आवर्तने शुद्ध संस्कृतमध्ये करून मंत्रोच्चाराने शब्दब्रह्म जागवणे, मंद्रसप्तकात शास्त्रीय बडे ख्याल गाऊन गर्भाला सुसंस्कारित करून गर्भाची बौद्धिक क्षमता, श्रवण क्रिया, शारीरिक क्षमता वाढवणे.

लेखकाची पत्नी गर्भारपणाच्या आठव्या महिन्यात कॉलेजला जात होती. यामुळे संपूर्ण कुटुंबाचा रोष लेखकाने ओढवून घेतला होता. मित्र, समाजातील इतर लोक लेखकाला वेड्यात काढायचे; पण लेखकाने समाजाची पर्वा केली नाही. विष्णुसहस्रनाम महाभारताच्या अनुशासन पर्वात १४९ व्या अध्यायात आलेले असून भीष्माचार्यांनी ते धर्मराजाला सांगितलेले आहे. अभिमन्यूने युद्धातील चक्रव्यूह भेदाचे तंत्र आईच्या गर्भात श्रीकृष्णाच्या मुखातून ऐकलेले होते, ते सर्वांना माहीत आहे, तसे विष्णुसहस्रनाम व महालक्ष्म्यष्टक स्तोत्राचे अदृश्य कवच गर्भाभोवती निर्माण होणे अत्यंत आवश्यक आहे. लक्ष्मी-नारायणाच्या आशीर्वादाने आयुष्यात त्या संततीला कधीही, काहीही कमी पडणार नाही. राहू-केतूच काय; पण सगळे पापग्रह एकत्र आले तरीही ते अदृश्य दैवी कवच भेदू शकत नाहीत. वास्तुदोषामुळे लेखकाला कन्यारत्नाची प्राप्ती २८-०३-२००३ रोजी झाली. कन्येचा जन्म डॉक्टरांनी दिलेल्या तारखेच्या २१दिवस आधी झाला; पण विष्णूंच्या कृपेने पत्नीची प्रसूती नैसर्गिक झाली. कन्येची शारीरिक, मानसिक व बौद्धिक प्रगती आश्चर्यकारक असल्याने तिला प्रिमॅच्युअर बेबी इन्टेन्सिव्ह केअर युनिटमध्ये ठेवले नाही. लेखकाची पत्नीने प्रसूतीनंतर पंधराव्या दिवशी पदविका परीक्षा दिली. युनिव्हर्सिटीत चौथा क्रमांक मिळवला.

नाव:- कुमारी जान्हवी अजित जाधव

जन्मदिनांक :- २७/२८-०३-२००३	जन्मवेळ:- ०५ वाजून ४३ मिनिटे
जन्मवार :- उजाडता शुक्रवार	अक्षांश:- १६-४२-० उत्तर
जन्मस्थळ:- कोल्हापूर	रेखांश :- ७४-५३-० पूर्व

जन्म लग्न कुंडली

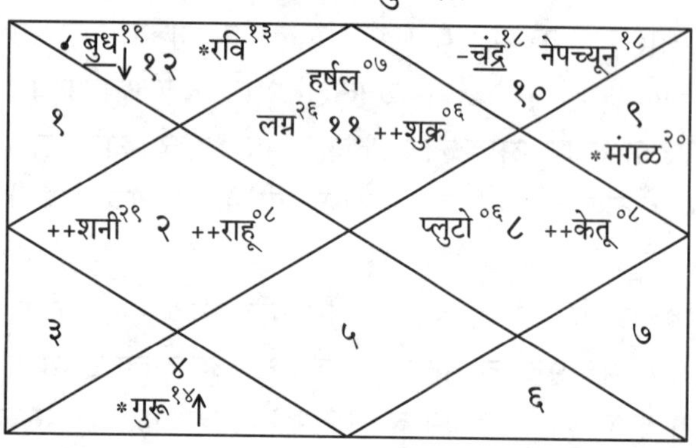

राशी कुंडली

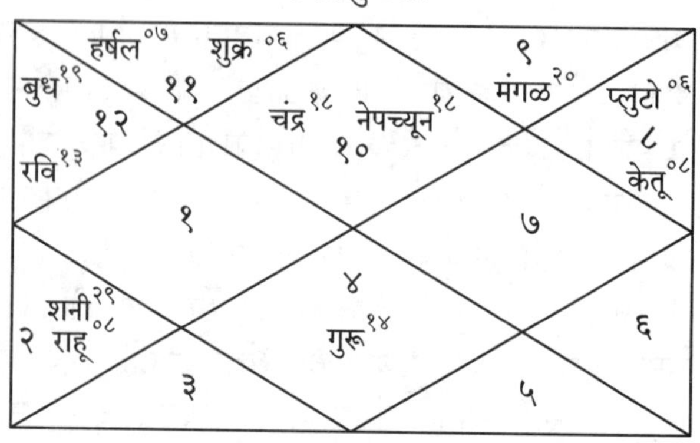

शुक्र >>> शनि >>> शुक्र	मंगळ महादशा :- ०५-०९-२००६ ते ०५-०९-२०१३
चंद्र महादशा :- २७-०२-२००३ ते ०५-०९-२००६	राहू महादशा:- ०५-०९-२०१३ ते ०५-०९-२०३१

जान्हवीची पत्रिका पाहिल्यास असे लक्षात येईल की स्त्रियांचा कारक चंद्र व्ययस्थानात युवा अवस्थेत मकर राशीत आहे. मातृस्थानात शनी व राहूची उच्च मैत्री आहे. वयाच्या १० वर्षापासून २८ वर्षापर्यंत स्त्रियांच्या भावनिक आंदोलनाच्या, शारीरिक परिवर्तनाच्या, तरुणपणाच्या, उमेदीच्या काळात राहू या पापग्रहाची महादशा आहे; पण लेखक निरंतर संशोधन करून भगवान विष्णूंच्या कृपेने यावर उपाय शोधणारच, असा लेखकाचा दृढ आत्मविश्वास आहे. अशा रीतीने दूषित वास्तूत वास्तव्य करूनही लेखकाने योगासने, प्राणायाम, ज्योतिषशास्त्र, शास्त्रीय संगीत, आयुर्वेद, आराध्य इष्टदेवतांची आराधना यांचा योग्य समन्वय साधून महावास्तुदोषावर यशस्वी मात केली. नवजात अर्भकावर खालील संस्कार केल्यास वास्तुदोष कमी होऊन त्याचे भाग्य काही अंशी बदलले जाऊ शकते.

एका चांदीच्या वाटीत मध व गाईचे तूप विषम प्रमाणात घेऊन त्यामध्ये १००८ वेळा पुराणोक्त गायत्रीमंत्राचे आवाहन करून शुद्ध सुवर्ण उगाळावे. नवजात बालकाचे मस्तक पूर्वेस ठेवावे. स्नानादी कर्माने शुचिर्भूत झालेल्या पित्याने, रविवारी सूर्याच्या होऱ्यात खालील मंत्र म्हणून अर्भकाच्या जीभेवर तीन वेळा सुवर्ण शलाकेने ॐ लिहावे.

मंत्र:- प्रते ददामि मधुना घृतस्य, वेद सवित्रा प्रसूत मघोनाम्।
आयुष्मान् गुप्तो देवतानि, शतं जीव शरदो लोकेऽस्मिन।। (बृहदारण्यकोपनिषद १-५-२)

भूमिपूजनाची शुभ वेळ, मुहूर्त चुकणे; महावास्तुदोष

खरेदी केलेल्या प्लॉटवर मंजूर नकाशाप्रमाणे बांधकाम सुरू करण्यापूर्वी भूमिपूजन करणे अत्यावश्यक असते भूमिपूजनासाठी प्लॉटमालक तज्ज्ञ ज्योतिषाकडे जाऊन किंवा कॅलेंडर, पंचांगात बघून मुहूर्त ठरवतो. शुभ वेळी, शुभ मुहूर्तावर, शुभ होऱ्यात भूमिपूजन केल्यास वास्तुबांधकाम निर्विघ्नपणे पार पडते, हे त्रिकालबाधित सत्य आहे.

प्लॉटमालक भूमिपूजनाच्या कार्यक्रमाला नातेवाईक, आप्त, मित्र मंडळींना निमंत्रित करतो व त्यापैकी एका श्रीमंत उद्योगपती किंवा व्यवसायात, नोकरीत ज्याने उल्लेखनीय यश प्राप्त केलेले आहे, अशाच व्यक्तीच्या हातून भूमिपूजन विधी व्हावे अशी प्लॉटमालकाची इच्छा असते. अशा कर्तृत्ववान, प्रथितयश व्यक्तीच्या हस्ते सपत्नीक भूमीपूजन विधी कार्यक्रम पार पडल्यास आपल्यालाही तशी शुभ फळे प्राप्त होतील, यश लाभेल, बांधकाम निर्विघ्नपणे पार पडेल, अशी प्लॉटमालकाची आशा असते. काही लोकांच्या हाताला यशच असते. त्यांनी जरी जमिनीवरील माती हातात घेतली तरी मातीत सोन्याचा दागिना सापडतो. लोखंडाचे सोन्यात रूपांतर करणारा 'परिसस्पर्श' म्हणतात तो हाच.

आपल्या शुभ हस्ते भूमीपूजनाचा कार्यक्रम अमुक अमुक दिवशी अमुक अमुक वाजता संपन्न होणार आहे. वास्तू कार्य सिद्धीस नेण्यास श्री समर्थ आहे. आपल्या उपस्थितीची, कृपाभिलाषेची व आशीर्वादाची गरज आहे. आपला बहुमूल्य वेळ आम्हाला देऊन उपकृत करावे, अशी विनंती प्लॉटमालक त्या प्रथितयश व्यक्तीला व त्याच्या पत्नीला करतो.

भारतात वेळेवर कार्यक्रमाला उपस्थित राहाणे, वेळेवर कार्यक्रम सुरू करून, वेळेवर आटोपणे कमीपणाचे, असभ्यपणाचे लक्षण समजले जाते. नियोजित वेळेपेक्षा एक तास उशिरा येऊन 'अहो, महत्त्वाची मीटिंग होती. फक्त तुमच्यासाठीच मीटिंग आटोपती घेऊन आलोय. काय कार्यक्रम असेल तो झटक्यात उरका. मला दुसरी मीटिंग अटेन्ड करायची आहे, असा रूबाब, ती प्रथितयश व्यक्ती प्लॉटधारकाला दाखवते. ती प्रथितयश व्यक्ती उशिरा का होईना आपल्या कार्यक्रमाला वेळात वेळ काढून आली, त्यामुळे आपण कृतकृत्य झालो, धन्य झालो अशी भावना प्लॉटधारक व्यक्त करतो व भटजीच्या कानात हळूच सांगतो, 'साहेबांना वेळ नाही. कार्यक्रम झटक्यात उरका.' वाट बघून भटजीपण कंटाळलेला असतो. पडत्या फळाची आज्ञा घेऊन तो कार्यक्रम घाई घाईत उरकतो. अशा 'धर की ओढ' पद्धतीने अपुऱ्या वेळात, अशुभ वेळी कार्यक्रम संपन्न झाल्याने वातावरण पवित्र मंत्रोच्चाराने भारले जात नाही. ज्या हेतूने (Holly Purpose) भूमिपूजनाचा कार्यक्रम ठेवलेला असतो तो हेतूच शंभर टक्के साध्य होत नाही. भटजीवर वेळेचे बंधन आल्याने त्याला इच्छा असूनही विधी काही मंत्र गाळूनच उरकावा लागतो व शेवटी–

'आवाहनं न जानामि न जानामि विसर्जनम् । पूजां चैव न जानामि क्षम्यतां परमेश्वर ।'

वरील मंत्र म्हणून परमेश्वराची क्षमा मागावी लागते. कार्यक्रम झाल्यावर अल्पोपाहाराची सोय असते. अल्पोपाहार करून सर्व निमंत्रित व्यक्ती विधी कार्यक्रम छान झाला, आता वास्तुशांतीला जेवणाच्या ताटावरच निवांत बोलू, असे म्हणत आपल्या कामाला, घरी निघून जातात.

भूमिपूजनाचा कार्यक्रम संपन्न झालेला असतो; पण ज्या शुभ वेळी, शुभ मुहूर्तावर, शुभ होऱ्यात व्हायला हवा होता, ती शुभ वेळच टळून गेलेली असते. त्यामुळे झालेला कार्यक्रम अशुभ वेळी झाल्याने प्लॉटधारकाला अनंत अडचणींना तोंड द्यावे लागते. बांधकामाची फाइल मंजुरीसाठी शासन दरबारी अडकून राहते. फाइल मंजूर नाही, तर बँक कर्ज नाही. कर्ज नाही तर पैशाची जोडणी इतर ठिकाणांहून करता करता प्लॉटमालकाला नाकी नऊ येते. बरं! सुरू झालेले वास्तू बांधकाम अर्धवट थांबवायचे तर, प्लॉटधारक पैशाला महाग झालाय, आपण केलेल्या कामाचे पैसे आठवड्याला (Weekly Payment) मिळालेच नाही तर अशी अनामिक भीती वाटून बांधकाम कंत्राटदार कामाकडे दुर्लक्ष करतो. बांधकामावर दोन मिस्त्री व दोनच गडी ठेवतो. त्यामुळे कामाला विलंब होतो. सद्य परिस्थितीचा अंदाज घेऊन मटेरिअल सप्लायरपण हात आखडता घेतात. परिणामी, साइटवर मटेरियअलची कमतरता भासते.

NE EAST SE

'सगळी सोंगं काढता येतात; पण पैशाचे सोंग काढता येत नाही' (Money Drama). या उक्तीनुसार प्लॉटमालक आप्त, नातेवाईक, मित्र, भूमिपूजन केलेली प्रथितयश व्यक्ती यांचेकडे आर्थिक मदतीसाठी हात पसरतो. कलियुगाचे वैशिष्ट्य आहे. बुडणाऱ्याला काडीचा आधार कोणीही देत नाही. 'ऐपत, जोडणी नव्हती तर घर बांधायला का काढलंत? जमत नसलं तर आहे तो प्लॉट अर्धवट बांधकामासहित विकून टाका. भाड्याच्या घरात राहा; पण स्वत:साठी आम्हाला गोत्यात आणू नका.' असा अनपेक्षित फुकटचा सल्ला मिळतो. ऊस या नगदी पिकाचे वैशिष्ट्य आहे. ऊस प्रथम मालकाला पिळून काढतो व शेवटी स्वत: पिळून घेतो, असा हा प्रकार आहे. त्यामुळे भूमिपूजनाच्या वेळी प्लॉटमालकाच्या चेहऱ्यावर दिसणारे तेज जाऊन वार्धक्याच्या, मानसिक चिंतेच्या जाळ्या दिसू लागतात. गर्वाने फुगणाऱ्या छातीचे कुबड आलेल्या पाठीत रूपांतर होते. मानसिक स्वास्थ्य हरवल्यामुळे मालक अनेक रोगांना आमंत्रित करतो.

त्यामुळे जी वास्तू सात महिन्यांत बांधून पूर्ण व्हायला पाहिजे ते बांधकाम पंचवार्षिक योजनेसारखे दोन दोन वर्षे चालते, असा लेखकाचा बारा वर्षांचा स्वानुभव आहे. त्यामुळे प्लॉटधारकांना विनंती की भूमिपूजनाची वेळ अत्यंत महत्त्वाची असते. ती चुकवू नका. प्रथितयश व्यक्ती वेळेवर उपस्थित न राहिल्यास स्वत: सपत्नीक पूजेसाठी बसा. प्रथितयश व्यक्तीला बोलावून अपमान केल्यासारखे वाटले तर, याची अजिबात तमा बाळगू नका. (The Show must go on with you or without you - The Law of Nature)

होरा:- जो वार असेल त्या वाराचा होरा सकाळी २।। घटिका (६० मिनिटे) असतो. नंतर खालील होऱ्याच्या क्रमाचा एक श्लोक सुप्रसिद्ध आहे तो असा

'अर्के, शुक्रे, बुधे, चंद्रे, मंदे, जीव धरासुतौ।'

अर्थ:- अर्क म्हणजे रवी, शुक्र, बुध, चंद्र, मंद म्हणजे शनी आणि जीव म्हणजे गुरू. या क्रमाने जो वार असेल तो वार पहिल्याने धरून तेथपर्यंत मोजावे. उदा.

NORTH

दिनांक :- १९-१-२००३	भूमिपूजनाची वेळ :- सकाळी ९ वाजता
सूर्योदय :- ७-०९-०८	स्थळ :- कोल्हापूर शहर
सकाळी :- ७-०९-०८ ते ८-०९-०८	रवीचा होरा
८-०९-०८ ते ९-०९-०८	शुक्राचा होरा
९-०९-०८ ते १०-०९-०८	बुधाचा होरा

SOUTH

रविवारी शुक्राच्या होऱ्यात भूमिपूजनाच्या प्रारंभाचा मुहूर्त आहे.

वेळा मुहूर्त:- सूर्योदयापासून सूर्यास्तापर्यंतच्या वेळा मुहूर्त खालीलप्रमाणे

घटी	रवी	चंद्र	मंगळ	बुध	गुरू	शुक्र	शनी
३।।	उद्योग	अमृत	रोग	लाभ	शुभ	चंचल	काल
३।।	चंचल	काल	उद्योग	अमृत	रोग	लाभ	शुभ
३।।	लाभ	शुभ	चंचल	काल	उद्योग	अमृत	रोग
३।।	अमृत	रोग	लाभ	शुभ	चंचल	काल	उद्योग
३।।	काल	उद्योग	अमृत	रोग	लाभ	शुभ	चंचल
३।।	शुभ	चंचल	काल	उद्योग	अमृत	रोग	लाभ
३।।	रोग	लाभ	शुभ	चंचल	काल	उद्योग	अमृत
३।।	उद्योग	अमृत	रोग	लाभ	शुभ	चंचल	काल

प्रत्येक वेळ ३।। घटिकांची असते. दिवस-रात्र मिळून एकूण १६ वेळा येतात. (१ वेळ = ९० मिनिटे = दीड तास) भूमिपूजनाचा विधी फक्त दिवसा करतात. रात्री कोणी भूमिपूजन करत नाही. म्हणून रात्रीच्या वेळा मुहूर्त प्रस्तुत प्रकरणात दिलेला नाही. अमृत, शुभ, उद्योग, चंचल, लाभ या वेळा शुभ आहेत. उदा.

दिनांक :- १९-१-२००३	भूमिपूजनाची वेळ :- सकाळी ९ वाजता
सूर्योदय :- ७-०९-०८	स्थळ :- कोल्हापूर शहर
सकाळी :- ७-०९-०८ ते ८-३९-०८	उद्योग वेळ
८-३९-०८ ते ९-०९-०८	चंचल वेळ

रविवारी भूमिपूजनाची वेळ चंचल म्हणजे शुभ आहे.

NW WEST SW

वास्तुशास्त्रानुसार करवीर नगरी

सर्व मंगल मांगल्ये शिवे सर्वार्थ साधिके।
शरण्ये त्र्यंबके गौरी नारायणि नमोस्तुते।।

अर्थ :- सर्व मंगलाहूनही मंगल, कल्याणकारी, सर्व इच्छा पूर्ण करणाऱ्या, विष्णूंची अर्धांगिनी असणाऱ्या महालक्ष्मी देवी तुला माझा साष्टांग दंडवत असो.

सत्ययुगात महान तपस्वी भृगु ऋषींनी एक सर्वश्रेष्ठ फल देणारा यज्ञ केला. त्या यज्ञाचे फल सर्वश्रेष्ठ देवतेला अर्पण करावे या हेतूने भृगु ऋषी ब्रह्मदेवाकडे गेले. ब्रह्मदेव कन्या सरस्वतीशी वार्तलाप करण्यात गुंग झाल्याने भृगु ऋषी आपली भेट घेण्यासाठी वाट पाहत असल्याचे त्यांच्या लक्षात आले नाही. यज्ञाचे फल देण्यास ब्रह्मदेव योग्य नाहीत, असे ठरवून भृगु ऋषी कैलास पर्वतावर गेले. भगवान शंकर, पार्वती देवीशी वार्तालाप करण्यात गुंग होते. इतिहासाची पुनरावृत्ती झाल्याने यज्ञाचे फल देण्यास भोलेनाथ पात्र नाहीत, असा विचार करून भृगु ऋषी वैकुंठात गेले. लक्ष्मीदेवीशी वार्तलाप करताना विष्णूंचा काही क्षणापुरता डोळा लागला. भृगु ऋषींनी ब्रह्मदेव व शंकराचा आपला कटू अनुभव विष्णूंना कथन केला; पण विष्णू निद्रिस्त असल्याने त्यांनी प्रतिक्रिया व्यक्त केली नाही. आपण सर्वश्रेष्ठ यज्ञाचे फल विष्णूंना अर्पण करण्यासाठी आलोय तर विष्णू झोपलेले आहेत. यज्ञाचे फल वाया जाणार. आपली तपस्या, यज्ञ, कष्ट निष्फळ होणार याचा भृगु ऋषींना प्रचंड राग आला. क्रोधित होऊन भृगु ऋषींनी विष्णूंच्या छातीवर लाथ मारून त्यांना उठवले. भगवान विष्णू सहनशील असल्यामुळे संतापले नाहीत. भृगु ऋषींचा सन्मान करण्यासाठी लत्ताप्रहारासारख्या अपमानजनक मानहानीची भेट म्हणून आदराने स्वीकार केला. ते पद वत्सलांछन आपल्या वक्षावर, उजव्या छातीवर धारण केले. भगवान विष्णूंची सहनशीलता, नम्रता, ऋषिमुनींबद्दल आदर पाहून भृगु ऋषी आनंदित झाले. त्यांनी विष्णूंना त्या सर्वश्रेष्ठ यज्ञाचे फल अर्पण केले.

विष्णूंच्या ह्दयात महालक्ष्मीचे स्थान आहे. लत्ताप्रहाराने भृगु ऋषींनी आपला अपमान केला. भृगु ऋषींना दंडित करण्याऐवजी विष्णूंनी त्यांची पूजा केली. त्यांच्या पायाचा ठसा आपल्या छातीवर धारण केला, हे पाहून महालक्ष्मी क्रोधित झाली, संतापली. विष्णूंवर रूसून पृथ्वीवर आली. महालक्ष्मीने सर्व प्रकार भोलेनाथांच्या कानावर घातला. भोलेनाथांनी महालक्ष्मीच्या इच्छेनुसार करवीर क्षेत्री जय व विजय या राक्षसांकरवी एक उत्कृष्ट शिल्पकलेचा नमुना असलेले मंदिर बनवले. करवीर नगरीचे पूर्व दिशेचे रंकभैरव, पश्चिम दिशेचे जय व विजय, दक्षिण दिशेचे गडहिंग्लज येथील कालभैरव, उत्तर दिशेचे जोतिबाच्या डोंगरावरील जोतिर्लिंग असे शिवगण रक्षण करतात. प्रत्यक्ष महालक्ष्मीच्या गाभाऱ्याच्या वरती शिवलिंगाच्या रूपाने शंकरांचा वास आहे. त्यामुळे प्रत्यक्ष शंकरांच्या वास्तव्याने पुनीत झाल्यामुळे कोल्हापूरला दक्षिण काशी असेही म्हणतात. प्रलय हे शिवाचे संहारक अंतिम रूप आहे. त्यामुळे कोल्हापूर जिल्हा अवर्षण, दुष्काळ ,भूकंप, पूर, चक्रीवादळ यांसारख्या नैसर्गिक आपत्तींपासून महालक्ष्मीच्या कृपेने दूर आहे. कोल्हापूरचे हवामान उत्कृष्ट, निरोगी, आरोग्यवर्धक, शांत असल्याने भारत देशाच्या कानाकोपऱ्यातून शरीर कमावण्यासाठी, मल्लविद्येची जोपासना करण्यासाठी हजारो तरुण दरवर्षी येतात. श्री महालक्ष्मीच्या कृपेने कोल्हापुरातील लोक श्रीमंत, दानशूर, रांगडे व दिलदार आहेत. संपूर्ण भारतात लोकसंख्येच्या दृष्टिकोनातून कोल्हापूरचा इन्कम टॅक्स भरण्यात अव्वल क्रमांक आहे. ही देशावर निस्सीम प्रेम करणाऱ्या, देशाला प्रगतिपथावर नेणाऱ्या व्यक्तींची खूण आहे. करचुकवेगिरी करून देश गरीब, स्वत: श्रीमंत असे वागणाऱ्या इतर शहरांसाठी दीपस्तंभ आहे. महालक्ष्मी मंदिराची रचना नक्षत्र पद्धतीने अशा रीतीने केलेली आहे, की सूर्य दक्षिणायनात जाताना (९ नोव्हेंबर ते १२ नोव्हेंबर) व परत येताना (३१ जानेवारी ते २ फेब्रुवारी) सूर्यास्तासमयी सूर्यकिरणे महालक्ष्मी देवीच्या अंगावर पडतात. पहिल्या दिवशी चरणावर, दुसऱ्या दिवशी शरीरावर व तिसऱ्या दिवशी संपूर्ण मूर्तीवर पडतात. याला किरणोत्सव असे म्हणतात.

मंदिरात महालक्ष्मीची मूर्ती पश्चिमाभिमुख असून अडीच फूट उंचीची हिरण्यखंडमिश्रित रत्नशीलेची आहे. मूर्ती चतुर्भुज असून वरच्या दोन हातात वेटक व ढाल आहे. देवीच्या खालच्या उजव्या हातात रोगहारक, आरोग्यवर्धक म्हाळुंग व डाव्या हातात ज्ञानामृतयुक्त पानपात्र आहे. मस्तकावर मुकुट असून त्यावर शेषनागाने छाया

धरलेली आहे. उत्तराभिमुख योनी व लिंग आहे. मूर्तीच्या मध्यभागी नैसर्गिक पद्मरागिणी आहे. देवीच्या मागे सिंह उभा असून, वरचा भाग सुंदर प्रभावळीने सुशोभित आहे. देवी अलंकारांनी विभूषित असून, आदिशक्ती विश्वजननी अशा रूपात तेज:पुंज आहे. संशोधकांच्या मते मूर्तीची प्राचीनता पाच ते सहा हजार वर्षांपूर्वीची आहे.

तिरूपती बालाजींचे मंदिर आंध्र प्रदेशातील तिरूमलाई टेकडीवर आहे. मंदिर द्राविडी शिल्पकलेचा उत्कृष्ट नमुना असून, पूर्वेला एकच गोपुर आहे. तिरू म्हणजे श्री किंवा लक्ष्मी. तिचा पती म्हणजे श्रीपती म्हणजेच श्रीविष्णू व्यंकटेशाची मूर्ती सात फूट उंचीची, रत्नशीलेपासून बनलेली, सुवर्णकमलावर उभी असलेली, अत्यंत देखण्या रूपात आहे. शामल, प्रसन्न मुख, मस्तकी नवरत्नजडित मुकुट, वक्षावर श्रीवत्सलांछन धारण केलेली, दोन हातात शंख व चक्र घेतलेली, अलंकारांनी विभूषित, हातात नागबंधन, गळ्यात कौस्तुभ मणी व पुष्पमाला अशी मूर्ती पाहून अगदी ज्ञानेश्वरांप्रमाणे 'रूप पाहता लोचनी, सुख झाले वो साजणी' असे म्हणावेसे वाटते. व्यंकटेश मंदिरात लक्ष्मी (पद्मावती) मात्र नाही. ती घाटाखाली असलेल्या तिरूपती नगरीत आहे.

भृगु ऋषींचे मंदिर साताऱ्यापासून २४ कि.मी. वर भुईंज या गावी आहे. व्यंकटेश आंध्र प्रदेशात व महालक्ष्मी कोल्हापुरात वास्तव्यास आहे. ही भगवान विष्णूंची अगाध लीला आहे.

वास्तुशास्त्राच्या दृष्टिकोनातून विचार केल्यास शहराच्या उत्तर भागातून पंचगंगा नदी वाहते. त्यामुळे लोक ऐश्वर्यसंपन्न, श्रीमंत, प्रगतिशील व शौकिन, रसिक आहेत. शहराच्या आग्नेय कोपऱ्यात शिवाजी विद्यापीठ आहे. 'ज्ञानमेवामृतम्' या ब्रीदवाक्यानुसार कोल्हापूर उच्चविद्याविभूषित आहे. विद्येचे, ज्ञानाचे माहेरघर आहे. सायकलचा स्क्रू ते विमानाच्या इंजिनाचा पार्ट हुबेहूब बनवून देण्यासाठी उद्यमनगर औद्योगिक वसाहत भारतभर प्रसिद्ध आहे. शहराच्या नैर्ऋत्य कोपऱ्यात नवीन वाशीनाका टेकडीवर जलशुद्धीकरण केंद्र आहे. हा भाग शहराचा सर्वात उंच भाग आहे. वायव्य कोपऱ्यात पुईखडी नावाच्या टेकडीवर देखील जलशुद्धीकरण केंद्र आहे. ती टेकडी नैर्ऋत्येपेक्षा कमी उंचीची आहे. तेथूनच संपूर्ण शहराला पाणीपुरवठा होतो. त्यामुळे कोल्हापुरात पाण्यासारखा पैसा वाहतोय. साखरसम्राट, शेतीभूषण, शेतकरी, उद्योगपती, कारखानदार हे याचे मूर्तिमंत उदाहरण आहे. या मार्गाने संपत्ती शहरात प्रवेश करते, तर कीर्ती जगभर पसरते.

नॅशनल हायवे क्र.४ या मुख्य रस्त्याला जोडणारा शहराचा रस्ता पूर्व-ईशान्य भागातून जोडलेला आहे. कोल्हापूर ते संपूर्ण भारत व्हाया मिरज असा ब्रॉडगेज रेल्वेमार्ग मध्य-पूर्वेच्या ईशान्य कोपऱ्यातून जात आहे. त्यामुळे प्रसिद्धी, पैसा, धनसंपन्नता, समृद्धी यांचा कोल्हापूरवर सतत वर्षाव होत आहे. आग्नेय रस्त्यामुळे करवीर नगरीत लावणी, तमाशा, जलसा यांसारख्या लोककला विकसित झाल्या आहेत. दिवसभर शेतातील बैलांच्या गळ्यातील घुंगरू व रात्री तमाशातील बाईच्या पायातील घुंगरू ऐकणे शेतकऱ्यांचा शौक आहे.

रत्नागिरी, गोव्याला जाणारा पश्चिम-नैर्ऋत्येचा रस्ता नीच स्थानातून जातो. त्यामुळे कोल्हापूर, दिल्लीमध्ये केंद्रीय मंत्रिमंडळात स्थान मिळवू शकले नाही. सलग वीस वर्षे खासदारकी अबाधित राखणाऱ्या व्यक्तीला केंद्रीय मंत्री होता आले नाही. गगनबावड्याला जाणाऱ्या वायव्येच्या रस्त्यामुळे नेत्यांची चंचलता, तिकिटासाठी एका पक्षातून दुसऱ्या पक्षात जाणे. राष्ट्रीय पक्षाशी एकनिष्ठ न राहणे. मानसिक हेवेदावे, लोकांचा एकाच नेतृत्वावर नसलेला विश्वास, त्यामुळे नेतृत्वहीनता याचा फार मोठा फटका करवीरनगरीला बसलेला आहे. रंकाळा तलाव शहराच्या पश्चिम भागात आहे. वास्तूच्या पश्चिम भागातील हौद, तलाव पुरुषांना मद्य, मदिरा व मदिराक्षीचा नाद लावतो किंवा निरूद्योगी करतो.

शहराच्या ईशान्य भागात असलेल्या शिरोली एम.आय.डी.सी. पेक्षा उंचावर असलेली गोकुळ शिरगाव एम . आय.डी.सी. जोरात चालते; कारण शिरोलीच्या नैर्ऋत्येकडून आग्नेयेला पंचगंगा नदी वाहते तर गोकुळ शिरगावच्या वायव्येकडून उत्तर-ईशान्येकडे पंचगंगा नदी वाहते.

शहराच्या पूर्वेला गांधीनगर ग्रामपंचायत आहे. गांधीनगरच्या वायव्येकडून, उत्तर-ईशान्येकडे पंचगंगा नदी वाहते. मध्य-पूर्वेतून दळणवळणाचा मुख्य रेल्वेमार्ग गेलेला आहे. त्यामुळे गांधीनगर कापड व्यवसायाचे मुख्य केंद्र बनलेले असून, तेथे पैशाची प्रचंड उलाढाल चालते. गांधीनगरचा ८'-०'' x १०'-०'' चा दुकान गाळा असलेला कापड व्यापारी आलिशान बंगल्यात राहतो. गांधीनगरात धोती, लोटा घेऊन येणाऱ्या साध्या माणसांनी अफाट धन कमावल्याची उदाहरणे आहेत.

NE SE

NORTH SOUTH

Round And Square M.S. Bars

Dia. in mm	Weight per Meter kg.	Cross Sectional Area cm^2	Circumferances cm	Square Bar Weight Per Meter kg.
6	0.222	0.283	1.88	0.28
8	0.395	0.583	2.51	0.50
10	0.620	0.785	3.14	0.78
12	0.890	1.131	3.77	1.13
16	1.580	2.010	5.03	2.01
20	2.470	3.142	6.28	3.14
25	3.850	4.909	7.84	4.91

Material Required For Different Proportion of R.C.C. Unit - 1 Cu.m.

Grade of Concrete	Cement	Metal	Sand	Water	Crushing or Characteristic Compressive Strength	
					7 days	28 Days
1 : 4 : 8 (M 7.5)	3.50 Bags	0.92 m^3	0.46 m^3	36 (Litre)	5 N/mm^2	7 N/mm^2
1 : 3 : 6 (M 10)	4.50 Bags	0.90 m^3	0.45 m^3	34 to 36 (Litre)	7 N/mm^2	10 N/mm^2
1 : 2 : 6 (M 15)	6.60 Bags	0.88 m^3	0.44 m^3	29 to 32 (Litre)	10 N/mm^2	15 N/mm^2
1 : 1.5 : 3 (M 20)	8.40 Bags	0.84 m^3	0.42 m^3	26 to 30 (Litre)	13.5 N/mm^2	20 N/mm^2

Based On IS 456 -1978 (1 N/mm^2 is 10 kg/cm^2)

Grade of Cement	Initial Setting Time	Final Setting time
43 Grade	30 Minutes	600 Minutes
53 Grade	30 Minutes	210 Minutes

Standard Cement & Material Consumption

Items	Cement	Sand	Bricks
9'' Brick masonry (100 cft)			
In c.m. 1 : 5	5.50 Bags	40 cft.	1200 Nos.
In c.m. 1 : 6	5.00 Bags	46 cft.	1200 Nos.
6'' Brick masonry (100 cft)			
In c.m. 1 : 4	1.20 Bags	07 cft.	350 Nos.
4'' Brick masonry (100 cft)			
In c.m. 1 : 3	2.10 Bags	09 cft.	490 Nos.
Plastering (12 mm thick)			
In c.m. 1 : 4	1.25 Bags	5.60 cft.	----
In c.m. 1 : 6	0.90 Bags	7.80 cft.	----
External Plastering			
In c.m. 1 : 4 (15 mm thick)	1.45 Bags	8.50 cft.	----
In c.m. 1 : 4 (20 mm thick)	1.90 Bags	11.0 cft.	----

NE EAST SE

Conversion Form One System From Another

From feet Unit to Metric Unit

Length :-

Mile	Km.	1.609
Yard	m.	0.914
Feet	m.	0.305
Inches	m.	0.0254
Inches	cm.	2.54
1 km.	Feet	3280.0

Area:-

Sq. Miles	Sq. Km.	2.59
Acres	Sq. m.	4046.87
Hector	Sq. m.	10000
1 Gunta	Sq. ft.	1089

Voulme:-

Cu. feet	Cu.m.	0.028
Cu. Inches	Cu.cm.	16.38
Cu. feet	Litre	28.32

From Metric Unit to Feet Unit

Km.	Mile	0.62
Meter	Yard	1.094
Meter	Feet	3.281
Meter	Inches	39.37
Cm.	Inches	0.394
Km.	Meter	1000.0

Sq. km.	Sq. Miles	0.39
Acres	Sq. ft	43560.0
Acres	Guntha	40
Sq. m.	Sq. ft	10.76
Sq.1 Yard	Sq. ft.	9.0

Cu. m.	Cu. ft.	35.28
Cu. cm.	Cu. Inches	0.061
Litre	Cu. ft.	0.035

NORTH SOUTH

Weight of Material And Works

Material	
Earth (dry)	1600 kg./Cu.m.
Earth (wet)	2000 kg./Cu.m.
Sand (dry)	1600 kg./Cu.m.
Sand (wet)	1900 kg./Cu.m.
Aggregate	1700 kg./Cu.m.
Cement	1440 kg./Cu.m.
1 Bag Cement	50 kg.
Steel	7850 kg./Cu.m.
Rock	2700 kg./Cu.m.
Water	1000 kg./Cu.m.

Works	
Brick Maonry	1900 kg./Cu.m.
R.C.C.	2400 kg./Cu.m.
P.C.C.	2250 kg./Cu.m.
Cement Motor	1950 kg./Cu.m.
Stone Masonry	2555 kg./Cu.m.

Determination of Depreciation

Years	Depreciation Per Year	Total Depreciation
0 to 7	@ 1.43%	10%
7 to 22	@ 1.33%	20%
22 to 40	@ 1.66%	30%
40 to 60	@ 2.00%	40%
		100%

(After 60 years only land Cost Consider)

NW WEST SW

महारत्ने (Gems) व त्यांचा पुराणोक्त मंत्रासह धारण विधी

संख्या संकेत:- चौसष्ट कला:- १) इतिहास, २) आगम, ३) काव्य, ४) अलंकार, ५) नाटक, ६) गायकत्व, ७) कवित्व, ८) कामशास्त्र, ९) दूरोदर (द्यूत), १०) देशभाषालिपिज्ञान, ११) लिपिकर्म, १२) वाचन, १३) गणक, १४) व्यवहार, १५) स्वरशास्त्र, १६) शाकुन, १७) सामुद्रिक, १८) रत्नशास्त्र, १९) गज-अश्व-रथकौशल, २०) मल्लशास्त्र, २१) सूपशास्त्र, २२) वास्तुशास्त्र, २३) गंधवाद, २४) धातुवाद, २५) रससंबंधी खनिवाद, २६) बिलवाद, २७) अग्निसंस्तभ्य, २८) जलसंस्तभ्य, ३०) वायुस्तंभन, ३१) वशीकरण, ३२) आकर्षण, ३३) मोहन, ३४) विव्देषण, ३५) उच्चाटन, ३६) मारण, ३७) कलावंचन, ३८) परकायाप्रवेश, ३९) पादुकासिद्धी, ४०) वाक्‌सिद्धी, ४१) गुटिकासिद्धी, ४२) ऐन्द्रजालिक, ४३) अंजन, ४४) परदृष्टिवंचन, ४५) स्वरवंचन, ४६) मणि भूमिकर्म (जमिनीवर रत्नांची वा मण्यांची रचना करणे), ४७) मंत्र औषधींची सिद्धी, ४८) चोरकर्म, ४९) चित्रक्रिया, ५०) लोहक्रिया, ५१) अश्मक्रिया, ५२) मृत्क्रिया, ५३) दासक्रिया, ५४) वेणुक्रिया, ५५) चर्मक्रिया, ५६) अम्बरक्रिया, ५७) अदृश्यकरण, ५८) दन्तिकरण, ५९) मृगयाविधी, ६०) वाणिज्य, ६१) पाशुपल्य, ६२) कृषी व बागायत, ६३) आसवकर्म, ६४) लाव-कुक्कुट मेषादी युद्धकारक कौशल.

— शिव रत्नाकर ग्रंथ

ब्रह्मदेवाने निर्माण केलेल्या ६४ विद्यांमध्ये रत्नचिकित्सा, आयुर्वेदिक भस्म उपचार व अंगावर रत्न धारण विधी हीपण एक विद्या आहे. योग्य रत्न विधिपूर्वक धारण केल्याने 'यद् पिंडे तद् ब्रह्मांडे' या सुभाषितानुसार शरीरातील रंगाची कमतरता भरून येते. शरीरातील व रत्नाच्या रंगाचा नैसर्गिक समतोल साधल्याने रोग, भाग्य रोखणाऱ्या घटना, अपयश, दैवी आपत्ती, निरूत्साहीपणा यावर मात करता येते.

मन:शांती, आत्मविश्वास, धैर्य, कार्यक्षमतेत वाढ, विचारांची व प्रयत्नांची योग्य दिशा यात वाढ होते. अथक प्रयत्नाला बुद्धिमत्तेची जोड मिळते. बुद्धीला निसर्गाची, पंचमहाभूतांची, नशिबाची साथ मिळते व इच्छित कार्यात यशप्राप्ती होते. All is Well That Ends Well या इंग्रजी म्हणीची सत्यता अनुभवास येते.

रत्न निवडण्याचा सुलभ मार्ग:-

१) तज्ज्ञ ज्योतिषाला विंशोत्तरी महादशेसह असणारी अंशात्मक जन्म कुंडली दाखवावी. त्याने सांगितलेले रत्नच श्रद्धापूर्वक, भगवंतावर पूर्ण विश्वास ठेवून, पुराणोक्त मंत्राने, ग्रहाच्या नक्षत्रावर, ग्रहाच्या वारी धारण करावे.

२) रत्न शक्यतो श्रेष्ठ दर्जाचे, उत्कृष्ट रंगाचे असावे. नजरेपेक्षा ते रत्न रत्नपारख्याकडून प्रिझम टेस्टमधून तपासून घ्यावे. रत्नाच्या सत्यतेबाबत खात्री करून घ्यावी. स्वत:च्या आवडीपेक्षा रिपोर्टवर जास्त भरवसा ठेवावा.

३) जन्म लग्न पत्रिकेवरून ज्या ग्रहाची महादशा सुरू आहे, त्या ग्रहाचे रत्न शक्यतो वापरावे; कारण महादशेचा कालखंड खूप मोठा असतो. उदा. राहू महादशा - १८ वर्षे, मानवी आयुष्यावर महादशेच्या ग्रहाचा सर्वाधिक परिणाम होतो.

४) जन्मकुंडलीत केंद्र किंवा त्रिकोणात, स्वगृही, उच्चक्षेत्री, मित्रक्षेत्री असणाऱ्या ग्रहांची रत्ने वापरणे लाभदायक ठरते; कारण मदतीची अपेक्षा बलवान ग्रह पूर्ण करतो, निर्बल ग्रह नाही.

५) वर्तमानपत्रे, मासिके, साप्ताहिके, रस्त्यावरील विक्रेते यांनी सुचवलेली राशीची रत्ने वापरू नयेत. 'भीक नको पण कुत्रा आवर' म्हणण्याची पाळी येते.

६) शक्यतो चंद्र रास लोक विचारात घेतात व त्याचे रत्न वापरतात. हे अत्यंत चुकीचे, धोकादायक, हानिकारक ठरू शकते. उदा. चंद्र रास कन्या असेल व महादशा गुरूची चालू असेल तर गुरूचे पुष्कराज रत्न वापरणे लाभदायक, भाग्यदायक.

७) प्राचीन मंत्रशास्त्रानुसार कोणतीही गोष्ट जोपर्यंत अभिमंत्रित, संस्कारित होत नाही, तोपर्यंत त्यात दैवी शक्ती, पंचमहाभूतांचे सत्त्व, शुभ लहरी (+ve Rays) पूर्णत्त्वाला जात नाहीत, असा संकेत आहे. उदा. लेखकाच्या करांगुलीत राहू महादशेचे गोमेद रत्न आहे. रत्नाची किंमत फक्त एक हजार रुपये आहे. तर अग्नी जमिनीवर असताना बुधवारी राहूचा १८००० जप व $\frac{१}{१०}$ जपाचे हवन करण्याच्या विधीला तीन हजार पाचशे रुपये खर्च आला; कारण सहा ब्राह्मणांनी वेदशास्त्रसंपन्न ब्राह्मणाच्या मार्गदर्शनाखाली विधी संपन्न केला.

ब्राह्मणाला एवढा पैसा कशासाठी द्यायचा? त्यापेक्षा ग्रहाच्या वारी शुभ वेळ बघून आपणच दहा वेळा मंत्र म्हणून रत्न धारण करूया व उरलेल्या पैशात चैन, ऐश करूया, असा विचार अजिबात मनात आणू नका. ते रत्न पूर्ण क्षमतेची शुभ फले प्रदान करत नाही व अपेक्षित अनुभव न आल्यास रत्नशास्त्र बदनाम होते.

कोणत्याही अभिमंत्रित खऱ्या रत्नाच्या घर्षण (Rubbing with body), स्पर्शन (Palpation) व दर्शन (Indepretion) यामुळे शरीरात बल, मनात उत्साह, पराक्रम करण्याची प्रवृत्ती, दैवी मार्गदर्शन, धैर्य उत्पन्न होते. तसेच कार्यक्षमतेत वाढ, यशप्राप्ती, अचानक धनलाभ झाल्यास आपण योग्य रत्न धारण केले असे समजावे.

श्री व्यासविरचित नवग्रहांचे पुराणोक्त मंत्रांचे स्तोत्र खालील प्रमाणे–

अथ नवग्रहस्तोत्रम्

।। श्रीगणेशाय नम: ।।

जपाकुसुमसंकाशं काश्यपेयं महद्युतिम् । तमोरिं सर्वपापघ्नं प्रणातोऽस्मि दिवाकरम् ।।१।।
दधिशंखतुषाराभं क्षीरोदार्णवसंभवम् । नमामि शशिनं सोमं शंभोर्मुकुटभूषणम् ।।२।।
धरणीगर्भसंभूतं विद्युत्कान्तिसमप्रभम् । कुमारं शक्तिहस्तं तं मंगलम् प्रणमाम्यहम् ।।३।।
प्रियंगुकलिकाश्यामं रूपेणाप्रतिमं बुधम् । सौम्यं सौम्यगुणोपेतं तं बुध प्रणमाम्यहम् ।।४।।
देवानां च ऋषीणां च गुरूं कांचनसन्निभम् । बुद्धिभूतं त्रिलोकेशं तं नमामि बृहस्पतिम् ।।५।।
हिमकुन्दमृणालाभं दैत्यानां परमं गुरूम् । सर्वशास्त्रप्रवक्तारं भार्गवं प्रणमाम्यहम् ।।६।।
नीलांजनसमाभासं रविपुत्रं यमाग्रजम् । छायामार्तण्डसंभूतं तं नमामि शनैश्चरम् ।।७।।
अर्धकायं महावीर्यं चन्द्रादित्यविमर्दनम् । सिंहिकागर्भसंभूतं तं राहुं प्रणमाम्यहम् ।।८।।
पलाशपुष्पसंकाशं तारकाग्रहमस्तकम् । रौद्रं रौद्रात्मकं घोरं तं केतुं प्रणमाम्यहम् ।।९।।
इति व्यासमुखोद्गीतं य: पठेत् सुसमाहित:। दिवा वा यदि वा रात्रौ विघ्नशान्तिर्भविष्यति ।।१०।।
नरनारीनृपाणां च भवेद् दु:स्वप्ननाशनम् । ऐश्वर्यमतुलं तेषामारोग्यं पुष्टिवर्धनम् ।।११।।
ग्रहनक्षत्रजा: पीडास्तस्कराग्निसमुद्भवा: । ता: सर्वा: प्रशमं यान्ति व्यासो ब्रूते न संशय: ।।१२।।

।। इति श्रीव्यासविरचितं नवग्रहस्तोत्रं संपूर्णम् ।।

NORTH

नवग्रहांची रत्ने, जपसंख्या व आयुर्वेदिक गुण

ग्रह	रवि	चंद्र	मंगळ	बुध	गुरू	शुक्र	शनि	राहू	केतू	नेपच्यून	हर्षल
धातू	सुवर्ण	सुवर्ण	सुवर्ण	सुवर्ण	सुवर्ण	सुवर्ण	सुवर्ण	सुवर्ण	सुवर्ण	सुवर्ण	सुवर्ण
उपधातू	ताम्र	रौप्य	ताम्र	कांस्य	कांस्य	रौप्य	लोखंड	शिसे	पोलाद		
रत्न	माणिक Ruby	मोती Pearl	प्रवाळ Coral	पांचू Emerald	पुष्कराज Y Sapphire	हिरा Diamond	नील N Sapphire	गोमेद Hessonite	लसण्या Cat's Eye	शिवधातु Opel	Aleczandrite
धान्य	गोधूम	तांदूळ	मसुरा	मूग	हरभरा डाळ	तांदूळ	उडीद	तीळ	तीळ		
पशू	रक्तधेनू	श्वेतवृष	रक्तवृष	हत्ती	घोडा	श्वेताश्व	म्हैस	अश्व	बोकड		
रस	गुड	घृत	गुड	घृत	साखर	घृत	तेल	तेल	तेल		
वस्त्र	कुसुंब	श्वेतवस्त्र	रक्तवस्त्र	नीलवस्त्र	पीतवस्त्र	चित्रवस्त्र	कृष्णवस्त्र	नीलवस्त्र	कृष्णवस्त्र		
पुष्प	रक्तकमल	श्वेतपुष्प	रक्तकमल	सर्वपुष्प	पीतपुष्प	श्वेतपुष्प	कृष्णपुष्प	कृष्णपुष्प	धुम्रपुष्प		
जपसंख्या	७ हजार	११ हजार	१० हजार	४ हजार	१९ हजार	१६ हजार	२३ हजार	१८ हजार	१७ हजार		
रंग	लाल जास्वंदीच्या फुलासारखा	पांढरा, गुलाबी जलासारखा	नारिंगी पिवळसर	हिरवा, सोनेरी पिवळी झाक	पांढरा, पिवळी झाक	शुभ्र तेजस्वी निळसर छटा	मोराच्या डोळ्याची काळी निळसर झाक	रक्तपीत गोमुत्रासारखा	मांजर डोळ्यासारखा पिंगट हिरवट लकेर	लाल पिवळा सोन्यासारखा	हिरवा ,लाल कृत्रिम प्रकाशात रंग बदलतो.
वापरावयाचे बोट	अनामिका	करंगळी	तर्जनी	करंगळी	तर्जनी	मध्यमा	मध्यमा	अनामिका	तर्जनी	मनगटावर ब्रेसलेट	मध्यमा
आयुर्वेदिक गुण	कफनाशक विषनाशक रोगनाशक अग्निदीपक बलवर्धक तापनाशक	पित्तनाशक उष्णतेचे विकार मानसिक त्रास विचारहीनता यावर मूत्रदाह श्वास छातीत दुखणे भिती वाटणे	पित्त, वात कफनाशक नेत्र रोगहारक धातुवर्धक सर्वदोषहर क्षय-दमानाशक	वातकारक अग्निवर्धक मुळव्याध पांडूरोग. तापनाशक विषनाशक	कफनाशक अग्निवर्धक रक्तदोष दाहनाशक उलटीवर	पित्तनाशक त्रिदोषनाशक कामोद्दीपक आयुष्यवर्धक त्वरित गुणवृद्धिकारक	पित्तनाशक अग्निदीपक मलावरोधक विषबाधक बलदायी	पित्तनाशक कफनाशक पोटांचे विकार उत्तम त्वचा सुख निद्राकारक असाध्य रोगांवर	पित्तनाशक मलावरोधक बलवर्धक असाध्य रोगांवर	त्रिदोषनाशक अतिश्रम रोगांचा परिहारक, हिस्टेरिया वाढ खुंटणे आधुनिक रोगांसाठी	वातनाशक तमोगुणनाशक बुद्धिमत्ता वर्धक, आधुनिक रोगांसाठी
हवन	जपाच्या $\frac{१}{१०}$	जपाच्या $\frac{१}{१०}$	जपाच्या $\frac{१}{१०}$	जपाच्या $\frac{१}{१०}$	जपाच्या $\frac{१}{१०}$	जपाच्या $\frac{१}{१०}$	जपाच्या $\frac{१}{१०}$	जपाच्या $\frac{१}{१०}$	जपाच्या $\frac{१}{१०}$		

WEST EAST

SOUTH

NE EAST SE

स्वर्णपॉलिशयुक्त वैदिक यंत्रे व दुर्लभ ज्योतिषीय वस्तू

यमभूतादि सर्वेभ्यो भयेभ्योऽपि कुलेश्वरि। त्रायते सतृतंचैव तस्माद यन्त्र मितीसिम्।
यंत्र मंत्रमयं प्रोक्त मंत्रात्मा देवतै वहि। देहत्मनोर्यथा भेदो यन्त्र देवयोस्तथा।

अर्थ :- शुभ मुहूर्तावर, शुभ नक्षत्रावर वेदशास्त्रसंपन्न ब्राह्मणाकडून, अनुष्ठानाने सिद्ध केलेले यंत्र सर्व दुःखांपासून, रोगांपासून, अपयशापासून मुक्ती देते. यंत्राला जर मंत्राची जोड मिळाली तर यंत्रे फलदायी होऊन यंत्रावर पूजन केलेली देवता त्वरित प्रसन्न होते.

वास्तुशास्त्राचा मानवी जीवनावरील ३३ टक्के परिणाम हे ग्रंथातील प्रकरण वाचल्यावर आपल्या लक्षात येईल की जन्मकुंडली (प्रारब्ध), कर्म व वास्तू यांचा एकत्रित परिणाम (Combine Effect) मानवी जीवनावर होत असतो. यामुळे कोणी रंक बनतो तर कोणी राव बनतो. राव आपल्या महत्त्वाकांक्षेला मूर्त स्वरूप देण्यासाठी वास्तुदोषावर उपाय करून यशाची गोड फळे चाखतो.

त्यामुळे तुमच्या वास्तूचे, जन्मपत्रिकेचे, व्यवसायाच्या ठिकाणाचे, बारकाईने अभ्यास करून कोणते यंत्र अनुष्ठानित केले पाहिजे, कोणते मंत्र मालेने जपले पाहिजेत, कोणते रत्न अंगठीत वापरावयास हवे, याचा बोध होतो. कित्येक वेळा लोक फक्त जाहिरातींना फसून विविध प्रकारची यंत्रे, फेंगशुई सामग्री घरात आणून ठेवतात; पण त्याचा फायदा होण्यापेक्षा तोटाच होण्याची जास्त उदाहरणे माझ्या निदर्शनाला आलेली आहेत. उदा. औषध कंपन्या आपल्या उत्पादनाची तुफान जाहिरात करतात. त्या जाहिरातींना भुलून आपण ते औषध खरेदी करतो. जाहिरात कंपन्यांना त्यांच्या उत्पादनाबाबत, त्यांच्या अनुभवसिद्ध उपयुक्ततेबाबत विश्वास असतो. तरी सुद्धा ते (Caution- It is dangerous to take this Preparation except under Medical Supervision) असा सावधगिरीचा इशारा छापतात; कारण औषधाच्या योग्य मात्रेवर रूग्णाचे भवितव्य, बरे होण्याचा कालावधी इ. ठरत असतो. नाहीतर औषधाची रिॲक्शन येऊन दुसरेच दुखणे उद्‌भवेल, असा हा प्रकार आहे.

NORTH SOUTH

सध्या कलियुग यंत्राचे युग आहे. त्यामुळे यंत्राच्या वापराशिवाय कलियुगात कोणतेही कार्य संभव नाही. सिद्ध यंत्राला देवतेचे शरीर म्हणतात, बीज म्हणतात. तर पुराणोक्त वैदिक मंत्राच्या आवाहनाने वायुमंडळ जागृत होते. ज्याप्रमाणे बटण दाबताच लाइट लागते, तसे यंत्राच्या प्रतिष्ठापनाने भाग्य चमत्कारिकरीत्या उजळून आर्थिक विकास होतो. यंत्राच्या समोर जर कमळगट्ट्याच्या माळेने महालक्ष्मीच्या ध्यानमंत्राचे पठण केल्यास अधिकस्य् अधिक फलम्. माळेच्या वापराने मनाची एकाग्रता वाढते. एकाग्रता वाढल्याने मानसिक सुखसमाधान लाभते व इच्छित मनोकामना पूर्ण होते. आकाशीय ऊर्जेच्या माध्यमातून इष्टदेवता त्या यंत्रात आत्मारूपाने प्राणप्रतिष्ठापित होते. ज्या वास्तूत इष्ट देवतेचा वास असतो, तेथे वातावरण कायम मंगलमय, आनंदी, उत्साहवर्धक असते. दुष्ट शक्ती, अपयश, दारिद्र्य, व्याधी अशा वास्तूत राहणाऱ्या लोकांपासून दूर पळून जातात. यंत्राच्या निर्मितीत बिंदू, रेषा, त्रिकोण, वृत्त, चक्र असा भौमितिक समन्वय ब्रह्मांडातील पंचमहाभूते, पंचतन्मात्रा, पंच ज्ञानेंद्रिये, पंच कर्मेंद्रिये, आत्मा यांचे द्योतक आहे. उदा. संपूर्ण श्री यंत्राच्या मध्यभागी श्री यंत्र आहे. या यंत्राच्या चारी बाजूला लक्ष्मीला प्रिय अशी बारा यंत्रे आहेत. ती क्रमाने अशी- सुखसमृध्दी यंत्रम्, गीता यंत्रम्, श्री लक्ष्मी यंत्रम्, श्री वास्तुमहा यंत्रम्, वाहन दुर्घटनानाशक यंत्रम्, व्यापारवृद्धि यंत्रम्, श्री वश्यंकर यंत्रम्, श्री नवग्रह यंत्रम्, श्री संपूर्ण महालक्ष्मी यंत्रम्, श्री सन्तानगोपाल यंत्रम्, कुबेर यंत्रम्, कनकधारा यंत्रम्.

शुद्ध हेतूने, निर्मळ मनाने, परमेश्वरावर पूर्ण श्रद्धा ठेवून योग्य व्यक्तीच्या सल्ल्याने अभिमंत्रित केलेली यंत्रे निश्चित लाभदायक ठरतात. कुटुंबाला ऐश्वर्याच्या, कीर्तीच्या शिखरावर नेऊन ठेवतात.

फ्युचर पॉइन्ट (प्रा.) लि., दिल्ली या कंपनीने श्री. अरुण बन्सल यांच्या कुशल मार्गदर्शनाखाली विविध प्रकारची वास्तू यंत्रे, पारद धातू मूर्ती, माला लॉकेट यांची निर्मिती केलेली आहे. वास्तुदोषावर, जन्मपत्रिकेतील दोषावर या सामग्रीचा लेखकाने अत्यंत यशस्वीपणे वापर केलेला आहे. त्यामुळे कित्येक कुटुंब आज आनंदाने सुखासमाधानाने, मानसिक, शारीरिक स्वास्थ्यासह आनंदी जीवन जगत आहेत.

NW WEST SW

मेरू पृष्ठ - अष्ट धातु श्री यंत्र
ग्रह शांति, पारिवारिक सुख व
लक्ष्मी लाभासाठी

पिरामिड श्री यंत्र
शक्ती, स्वास्थ्य, ज्ञान व धन
लाभासाठी

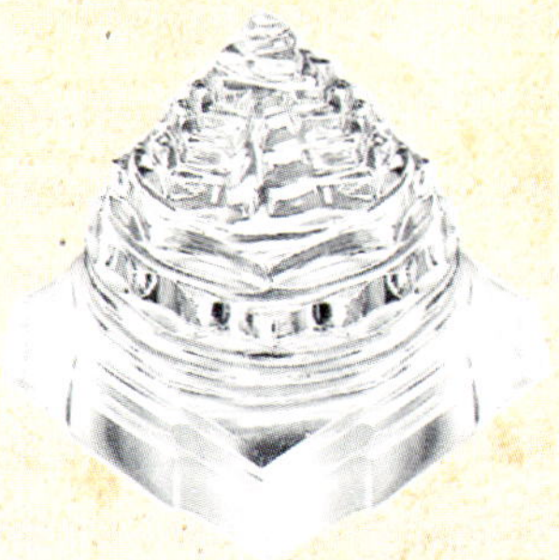

श्री यंत्र (स्फटीक)
विद्या, ज्ञान, शांति व
समृद्धिसाठी

लॉकेट श्री यंत्र (चांदी मध्ये)
लक्ष्मी लाभाची भावना
वृद्धिसाठी

कछुआ श्री यंत्र मुद्रिका
निरंतर धन प्राप्ति व
व्यवसाय लाभासाठी

कर्म कछुआ श्री यंत्र
शक्ती, शांति, एकता व
समृद्धिसाठी

रुद्राक्ष स्फटिक माला
शारीरिक बल, ज्ञान, विद्या प्रदाता

रुद्राक्ष माला
मंत्र, यंत्र व तंत्र यांचे सिद्धित लाभ मिळवण्यासाठी

पारद गणेश व स्फटिक लक्ष्मी

वास्तु पिरॅमिड व स्वस्तिक

यन्त्र

२४ कॅरेट

स्वर्ण पॉलिश युक्त

सम्पूर्ण श्री यन्त्रम्

सम्पूर्ण कुबेर यन्त्रम्

श्री सम्पूर्ण रोगनाशक यन्त्रम्

श्री सम्पूर्ण नवग्रह यन्त्रम्